கலித்தொகை

தெளிவுரை

புலியூர்க் கேசிகன்

ரிதம்

ரிதம் வெளியீடு

கலித்தொகை - தெளிவுரை
புலியூர்க் கேசிகன் ©

Kalithogai - Thelivurai
Puliyur Kesigan ©

1st Edition: Dec 2022
2nd Edition: Dec 2024
Pages: 400   Price: Rs. 399
ISBN: 978-93-93724-44-1

Published by:
Rhythm Veliyeedu
New No.58, Old No.26/1, 1st Floor,
Alandur Road, Saidapet,
Chennai - 600 015, Tamil Nadu, INDIA
Ph : (044) 2381 0888, 84285 12481
E-mail : senthil@rhythmbooks.in
Web : www.rhythmbooksonline.com

Book Layout & Cover Design
Visual Vinodh - 9500149822

இசைப்பா இது!

தமிழ்நன் னாட்டிலே பிறந்தும் வளர்ந்தும்
தமிழில் இன்பமும் துன்பமும் உரைத்தும்
தமிழால் வாழ்ந்துமித் தமிழகத் திருந்தும்
தமிழிற் குறையெனச் சாற்றுவார் சில்லோர்;
அவர்தாம்,
பண்டைத் தமிழெலாம் படித்தவர் போலவே
பண்டைத் தமிழினில் இசைப்பா இல்லையே
என்னத் துடுக்கொடும் இசைத்தே, தமிழ்தான்
ஆங்கிலம் வடமொழி தெலுங்கொடு இந்தியாம்
அன்னவற் றுக்கிணை யாகுமோ? என்பார்;
இவர்தாம்
கலியொடு பரிபாட் டாகிய இரண்டும்
வளமொடு இசைகலந் தெடுத்துப் பாடிடும்
இன்னிசைப் பழம்பாட் டென்றுரை இலக்கணம்
தன்னைக் கற்றிலார்; கற்கவும் மனமிலார்;
மற்றிவர் -
தமிழ்நலம் முற்றவும் கற்றவர் போலவும்
தமிழ்வளம் நுண்ணிதிற் கண்டவர் போலவும்
அறியா மைதான் அடிப்படை அறிவாய்த்
தெரியா மைதான் தெளிவெனச் செருக்கிப்
பிறந்த மண்ணையும் பேசிடும் மொழியையும்
சிறந்த தன்றெனச் செப்பியே களிப்பார்!
இசையோ டிசைந்துபாண் மக்கள் பாடிட
இசையின் விருப்பினார் பிறரும் பாடிட
இன்பத் தேறலை விளைத்தநற் கலியதன்
இன்பத் தெள்ளமு தாம் நூற் றைம்பதும்
கற்றதன் கவிநயம் கற்பனை வளமொடு
மற்றதன் ஒலிநயம் பொருள்நயம் எல்லாம்
தெற்றெனக் கற்கவும் திளைக்கவும் தெரியார்;
கலிதான்,
பாலையும் குறிஞ்சியும் மருதமும் முல்லையும்
அலையார் நெய்தலும் என்னச் சேர்த்தே
நல்லந் துவனார் நன்கனம் தொகுத்த

சொல்வளம் மலிந்த தொகையாம் செழுநூல்;
அதுதான்,
பெருங்கடுங் கோன்தரும் பாலைப் பாக்களும்
மருதனிள நாகரின் மருதப் பாக்களும்
தொல்புகழ்க் கபிலர்தம் குறிஞ்சிப் பாக்களும்
நல்லுருத் திரர்தம் முல்லைப் பாக்களும்
நல்லந் துவர்செய் நெய்தற் பாக்களும்
என்னத் தமிழின் இணையில் ஐந்திணை
நன்னர் விளக்கிடும் நற்கலிப் பாட்டாம்!
நேரில் தலைவன் சொல்வது போலவும்
நேரில் தலைவி சொல்வது போலவும்
நேரிற் பாங்கி பகர்வது போலவும்
நேரிற் செவிலி செப்புதல் போலவும்
அமைந்து கற்பார் உளந்தனைப் பிணித்து
அவர்தம் உள்ளத் ததிர்வுகள் அனைத்தும்
நுகர்ந்திடச் செய்திடும் நுண்ணிய செவ்வியால்
செறிந்தே சிறந்திடும் செந்தமிழ்க் கடலாம்!
அதனின்,
இனிமையோ நுகர்ந்திட நுகர்ந்திடப் பெருகிடும்
கனிச்சுவை போல்வது கழறவொண் ணாதது!
காதல் ரிருவர் கருத்தாற் கலந்தே
ஒருவர்தம் உடலொடு மற்றவர் ஒன்றியே
இருவர் என்பதற் கோரிடம் இன்றி
நீரொடு நீர்கலந் தொன்றினாற் போலத்
துய்த்திடும் இன்பச் சுவையது! மற்றும்
வழிபடும் தெய்வத் தடியிணை சேர்ந்தார்
தொழுதங்கு திளைக்கும் தொடக்கிலா இன்பை
நிகர்ப்பது! தமிழர் நித்தமும் அவற்றைக்
கற்றிடக் கருத்தில் திளைத்தின் புற்றிடத்
தெற்றெனத் தூண்டுமித் தெளிவுரை அமைப்பே!
இதனை,
தமிழ்நலம் தம்நலம் எனும்தமிழ் மாணவர்
தமிழ்ப்பற் றுடையோர் அனைவரும் விரும்பித்
தமிழ்த்தேன் என்றே கற்பதன் பொருட்டாய்க்
கற்பதற் கெளிதாய் அமைந்ததித் தெளிவுரை
அன்பர்கள் அருந்தமிழ் வளத்தின் இசையின்
இன்பெலாம் நுகர்ந்திதன் இனிமையில்
திளைத்தே ஏத்துக செந்தமிழ்ச் சிறப்பே!

– **புலியூர்க் கேசிகன்**

கலித்தொகை தெளிவுரை

அருமைமிகுந்த நம் தமிழ்த்தாயின், அழகுமிகுந்த அணிவகைகள் பலவற்றுள்ளும், ஒளிமிகுந்த இரத்தினக் கற்களாலே இழைத்துச் செய்துள்ள, செம்பொன்னின் செய்வினைத் திறனெலாம் நிரம்பிய நல்லணிகளாகத் திகழ்வன, கலித்தொகைச் செய்யுள்கள் ஆகும். 'கற்றறிந்தோர் ஏத்தும் கலி' என்ற பழங்காலச் சான்றோரின் மதிப்பீடு, மிக மிகப் பொருந்துவதே என்பதனைச், சொல்லுக்குச் சொல், கருத்துக்குக் கருத்துச் சுவைகனியும் தமிழ்த் தேறலாக அமைந்த இந்நூலின் செய்யுள்கள் அனைத்தும் காட்டுவன. அவை, கற்பவரின் உள்ளத்தே கலையிலாக் களிப்பையும் வியப்பையும் உயிர்ப்பையும் உணர்வையும் பெய்தும் வருகின்றன.

கலித்தொகை, பண்டைக் காலத்தே இசையோடு பாடும் இசைப்பாட்டாகவே விளங்கியது. இதனைத் தொல்காப்பியச் செய்யுளியலிலுள்ள, 'ஒற்றொடு புணர்ந்து' (நூ. பா. 242) என்னும் நூற்பாவின்கீழ்ப் பேராசிரியர் எழுதியுள்ள, ''அவையாவன, கலியும் பரிபாடலும் போலும் இசைப் பாட்டாகிய செந்துறை மார்க்கத்தன என்பது'' என்னும் உரைப்பகுதி விளக்கும்.

'நெய்தற் கலியினைச் செற்தவரான ஆசிரியர் நல்லந்துவனாரே, இந்நூலின் பிற கலியினையும் சேர்த்துக் கலித்தொகையைத் தொகுத்துள்ளனர் என்பதும், நச்சினார்க்கினியரின் உரைப்பகுதிகள் காட்டும் உண்மையாகும்.

இது 'கலி' எனவும், 'கலிப்பா' எனவும், 'கலிப் பாட்டு' எனவும், 'நூற்றைம்பது கலி' எனவும் பண்டைய உரையாசிரியர்களால் குறிக்கப்படும். ஆசிரியம், வஞ்சி, வெண்பா, கலியென்று சொல்லப் படும் நால்வகைப் பாவகையுள், இது 'கலிப்பா' வகையைச் சார்ந்தது 'வெண்பா நடைத்தே கலியென மொழிப' என்பதனால், இதனை வெண்பாவின் பகுதியாகவும் சான்றோர் குறித்துக் காட்டுவர்.

'தண்பரங் குன்றத்து அந்துவன் பாடிய' (அக். 59) எனவரும் மருதனிள நாகனாரின் வாக்கினால், இந் நல்லந்துவனாரை அவர் காலத்தவர் எனவும், நெய்தற்கலியை இவர் பரங்குன்றத்தே சங்கப் பேரவையிற் பாடி அரங்கேற்றியிருக்கலாம் எனவும் கருதலாம்.

அகத்தையும் புறத்தையும் போன்று பல புலவர்கள் பல சமயங் களிற் செய்த செய்யுள்களின் தொகுப்பன்று இந்நூல். கலிப்பாவின்

இனிமையைத் தமிழ்ச் சான்றோர்க்கு உணர்த்துதற் பொருட்டு, ஐம்பெரும் புலவர் மணிகள், ஐவகைத் திணைகளையும் தழுவிச் செம்மைபெறப் பாடியதாகவே இந்நூலின் அமைப்பால் நாம் கருதவேண்டியதிருக்கின்றது.

செய்யுள்களின் இனிதான துள்ளம் ஓசை நயமும், உவமைகளின் திறமும், உரைக்கப்படும் அறங்களின் செறிவும், எடுத்துக்காட்டும் பொருள்களும், இவர்கள் அவ்வத் திணைசார்ந்த விலங்குகளையும் நிலத்து மக்கள் வாழ்வையும் நன்கு பழகி அறிந்தவர்ள் என்பதையும் நமக்கு உணர்த்துகின்றன. கலித்தொகைச் செய்யுள்கள், முன்னிலைப் பேச்சாகவே அமைந்தன; பேசுவார் பேச்சோடு நம்மையும் இணைத்துப் பிணைப்பன; அவர் தம் உணர்வுகளோடு நம்மையும் ஒருங்கே இணைப்பன; ஓர் அருமையான கனிவையும் நிறைவையும் நம்பாலும் எழச் செய்வன; நிறைதமிழின் நீர்மையெல்லாம் தம்பாற் கொண்டவையாகவும் அமைந்துள்ளன. இந்த நிலையினாலே, கலித்தொகைச் செய்யுட்கள் தீட்டிக் காட்டும் காவிய நாடகங்களுள், நாமும் ஒருவராகவே கலந்து, நுகர்கின்ற இன்பமயக்கமும் நமக்கு மனத்திரையிலே உண்டாகின்றது.

மக்களின் இயல்பான வாழ்வியலை இலங்கச் செய்வனவே இக் கலியிலுள்ள செய்யுள்கள் அக்காலத்து ஐவேறு நிலத்தவர்களின் பல்வேறு வாழ்க்கை நிலைமைகளையும், சுவை குன்றாமல் அழகோடும் நயமாகவும் விளக்குகின்றன. இயல்பிறந்த கற்பனை களாகப் பாடாமல், இயற்கையின்கண் தோன்றும் செவ்விகளையே அழகுறச் சொல்லோவியப் படுத்தி அமைத்துள்ளனர். அவ்வழகுகள் சொல்லோவியத்திறத்தால் அவை தாமும் மேலும் அழகு பெற்று, நம்மையும் களிப்பூட்டுகின்றன.

கலித்தொகைச் செய்யுள்களைப் பாடிய புலவர்களின் இலக்கு, குறிக்கோள், யாதாயிருக்கும் என்று கருதுங்கால், அது தம்முடைய புலமையைக் காட்டிப் பெருமை பெறுதற்கோ, அல்லது பிறரை உவப்பித்துப் பொருள் அடைதற்கோ மேற்கொண்டதன்று என்பதும் விளங்கும். எல்லாச் செய்யுள்களும், அக்காலத்து மக்களின் வாழ் வியலை ஓவியப்படுத்திக் காட்டுவதன்மூலம், பிற்காலத்தார் அறிந்து மகிழவும், புரிந்து மேற்கொள்ளவும், கருணையோடு செய்யப் பெற்ற உயிரோவியங்களாகவே உள்ளன.

அன்பையும் ஆண்மையையும் பண்பையும் அடிப்படையாகக் கொண்டு வாழ்ந்த பழந்தமிழரின் நல்லற வாழ்க்கையையே எம்மருங்கும் கலியில் கவினுறக் காணலாம். இத் தொகையின்

இன்னொரு சிறப்பாவது, இதன் பாலுள்ள ஐந்தில் இரண்டைப் பாடியவர் சேரரும் சோழருமான தமிழரசர் குடியிற் பிறந்தாராக விளங்குவதாகும். அவர்தாம், தம் செய்யுட்களில் பாண்டி நாட்டை மனங் கலந்து போற்றிப் பாடியிருப்பது, பாண்டியரின் பண்பு மேம்பாட்டிற்கு நல்ல சான்றாகும்; அவர்தம் தமிழ்த் தலைமையின் செவ்வியை உணர்த்துவதுமாகும்.

தமிழறிந்தார் கற்றறிந்த இன்புறுதலின் பொருட்டாகத் தம் முடைய பெரும்புலமையால் இச் செய்யுள்களைச் செய்து வழங் கினோர், **1. பாலை பாடிய பெருங்கடுங்கோ, 2. கபிலர், 3. மருதனிள நாகனார், 4. சோழன் நல்லுருத்திரன், 5. ஆசிரியர் நல்லந்துவனார்** என்போர் ஆவர். இவர்களின் சீர்த்த செய்யுட் களுக்கு முதலில் உரைகண்டவரோ, உச்சிமேற் புலவர் கொள்ளும் ஆசிரியர் நச்சினார்க்கினியர் ஆவர். ஏடுகளைத் தேடி எடுத்து, நன்கு ஆராய்ந்து, முதன் முதலாக இதனை அச்சேற்றித் தந்த பெருந்தகை யார், **திரு. சி. வை. தாமோதரம் பிள்ளை** அவர்களாவர். ஆராய்ச்சிக் குறிப்புகளுடன், மீண்டும் அச்சேற்றிப் பின்னாளில் உதவியவர், **திரு. இ. வை. அனந்தராமையர்** அவர்களாவர்.

இவர்களின் அரிய முயற்சிகளின், உழைப்புகளின் பயனாகவே, கலித்தொகை தமிழன்பர்களின் அறிவுக்கு விருந்தாகியது; அனை வரையும் களிப்பூட்டியது. இவர்கட்குத் தமிழறிந்தாரின் நன்றிக்கடன் மிக மிகப் பெரிதாகும்.

அனைவரும் எளிதிற் கலித்தொகையைக் கற்று இன்புறு வதற்கு உதவியாகத் தெளிவுரை அமைப்பு ஒன்றை எழுதி வெளியிட எண்ணினேன். அது, 1958 மார்ச்சில் முதல் முதலாக வெளிவந்தது. பலரின் வரவேற்பையும், பாராட்டையும் பெற்றது. அதன் இரண் டாம் பதிப்பு மார்ச்சு, 1965இலும், மூன்றாம் பதிப்பு மார்ச்சு 1971இலும் வெளிவந்தன. இப்போது, நான்காம் பதிப்பாகப் புதிய சில சேர்க்கைகளுடன் புதிய பதிப்பாக வெளிவருகின்றது.

இத் தெளிவுரை அமைப்பு, செய்யுள்களின் பொருளை மேலோட்டமாக விளக்கிச் சொல்வது மட்டுமே யாகும். ஒவ்வொரு செய்யுளிலும் பொதிந்து கிடக்கும் அரிய நயங்களையும், நுண் பொருள் வளங்களையும் அறிந்தறிந்து இன்புறுவதற்கு, இஃது ஒரு நல்ல துணையாக, வழிகாட்டியாக அமையும் என்று நம்புகிறேன்.

வாழ்க தமிழ் வளம்!
வளர்க தமிழ் ஆர்வம்!

புலியூர்க் கேசிகன்

பொருளடக்கம்

திணை விளக்கம் 9
பாலைக் கலி 17
குறிஞ்சிக் கலி 99
மருதக் கலி 167
முல்லைக் கலி 253
நெய்தற் கலி 307
கலித்தொகை நினைவுகள் 393
செய்யுள் முதற்குறிப்பு அகரவரிசை 396
பாடிய சான்றோர்கள் 399

திணை விளக்கம்

பழந்தமிழ்ச்சான்றோர்கள், தமிழர்தம் வாழ்வியலை இருகூறாகப் பிரித்து ஆராய்ந்தார்கள். அவை **அகம், புறம்** என்பன இவற்றுள்,

புறம் புறவாழ்வில் மேற்கொண்டு ஒழுகி வந்த ஒழுகலாறுகளை வகைப்படுத்தி முறைப்படுத்திக் கூறுகின்றது. இனப் பற்றும் நாட்டுப் பற்றும் மொழிப்பற்றும் அறநெறிப்பற்றும் மிகுந்திருந்தவரான பழந்தமிழர்கள், இவைகளைக் கருத்தாகப் பேணுவதற்கு மேற்கொண்ட ஆண்மை சார்ந்த பல்வேறு பணிகளும், அவர்கள்தம் போரியல் மரபும் இப் புறத்திலே நன்கு காட்டப்பெறும்.

அகம் அக வாழ்விலும் தமிழர்கள் செவ்வையாக அன்பின் எழுச்சிசார்ந்த நெறியோடு வாழ்ந்ததன் தகைமையைக் கூறுகின்றது. இதன் அடிப்படை, கன்னியொருத்திக்கும் காளையொருவனுக்கும் இடையே முகிழ்த்து வளர்ந்து மணம் நிறைக்கும் **காதலன்பே** ஆகும். இந்த அன்பின் எழுச்சியால் ஏற்படும் நெகிழ்ச்சியினால், அவர்கள் உள்ளத்தே தோன்றித் தோன்றி அரும்புகின்ற எண்ணங்களிலே, இன்பமும் துன்பமும் களிப்பும் கலக்கமும் இணைந்து, அவர்கள் வாழ்வியலை உருவாக்கும் வகைமைகளைஎல்லாம் இந்தப் பகுதியிலே நிகழும் நினைவுப் போராட்டங்களாகவே இவை அமைந்தாலும் அணுக்கரான சிலரிடம் மனந்திறந்து உரைப்பதாகவும் விளங்கி, அறிந்து கற்கும் நம்பாலும் அந்த மன உணர்வுகளை எழச்செய்யும் தகைமை கொண்டனவாக விளங்குகின்றன.

அன்புறு காமஞ் சார்ந்த இந்தப் பகுதியும், **ஒருதலைக் காமம்** எனவும், **அன்புடைக் காமம்** எனவும், **பொருந்தாக் காமம்** எனவும் மூன்று நிலைபற்றியவாகப் பகுத்துக் கூறப்பட்டுள்ளன. இவற்றை முறையே **கைக்கிளை** எனவும், **அன்பின் ஐந்திணை** எனவும், **பெருந்திணை** எனவும் இலக்கண நூலார் குறிப்பார்கள்.

இவற்றுள், அன்புடைக் காமம் என்பது, ஐவகையான நெறி பற்றி இயல்வதென்பர். அவை, ஐவகை நிலங்களின் தன்மைகளை ஒட்டியவாய், அவ்வச் சூழல்களோடு பின்னிப் பிணைந்தவாய் நிகழ்வன ஆகும். இவற்றைக் **குறிஞ்சித் திணை** எனவும், **பாலைத் திணை** எனவும், **முல்லைத்திணை** எனவும், **மருதத்திணை** எனவும், **நெய்தல் திணை** எனவும் ஐவகை ஒழுக்கக் கூறுகளாக வகுத்துக் கொண்டு, அவற்றின் பகுதிகளாகப் பலப்பல துறை

களையும் வகுத்துக் கொண்டு, செய்யுள் செய்வது பண்டைத் தமிழ் ஆன்றோரின் மரபாகும்.

இத் திணைப் பகுதிகள் எல்லாம், குறிப்பிட்ட மன நெகிழ்ச்சி காரணமாகத் தோன்றி எழுகின்ற உள்ளத்து உணர்வுகளின் எழுச்சி களை நயமுறக் காட்டி, அக்கால மக்களின் ஒழுகலாற்றின் பண்பினை யும் செம்மையினையும் விளக்குவனவாகும். இவைதாம், ஒப்புயர் வற்ற சொல்லோவியங்களாகவும் அமைந்து, தமிழறிந்தாரை என்றும் களிப்பூட்டுவனவாகவும் இலங்குகின்றன.

இவ் வொழுக்கம் **முதல்** எனவும், **கரு** எனவும், **உரி** எனவும் மூன்றாகக் கூறப்படும் பொருள்களின் சார்பாக நிகழும் என்றும் வகைப்படுத்தியுள்ளனர்.

இவற்றுள், முதற்பொருள் என்பது, நிலமும் பொழுதும் என்னும் இவற்றினை யொட்டி அமையும் ஒழுக்கங்களாம். **'நிலம்'** என்பது, குறிஞ்சியும், பாலையும் முல்லையும், மருதமும், நெய்தலும் என ஐந்தாம். **பொழுது** என்பது, அந்த ஐவகை நிலத் தையும் சார்ந்து நிற்போர்க்குக் காமவுணர்வினைக் கிளர்ந்து எழச் செய்யும் பெரும்பொழுதும், சிறுபொழுதும் எனும் இரண்டும் ஆகும். அவை :

	திணை	**பெரும்பொழுது**	**சிறுபொழுது**
1.	குறிஞ்சி	கூதிரும், முன்பனியும் (ஐப்பசி, கார்த்திகை, மார்கழி, தை)	யாமம்
2.	பாலை	வேனில், பின்பனி (ஆனி, ஆடி, மாசி, பங்குனி)	நண்பகல்
3.	முல்லை	கார் (ஆவணி, புரட்டாசி)	மாலை
4.	மருதம்	ஆறுபருவங்கள் (12 மாதங்களும்)	விடியல்
5.	நெய்தல்	ஆறுபருவங்கள் (12 மாதங்களும்)	எற்படுகாலம்

இவை, அவ்வந் நிலங்களுக்குச் சிறப்பாக பொருந்துவன என்று காணப்பெற்றன. இவை, சில சமயம், சிலர் பால் மயங்கி நின்றும் உணர்வெழச் செய்தலும் நிகழலாம். அவை ஒழுக்கத்தின் கண் 'மயக்கம்' என்றே கொள்ளல் வேண்டும்.

உரிப்பொருள் என்பன, உள்ளத்தே எழுகின்ற மனவுணர் களுக்குக் காரணமாக விளங்கும் உந்துதல்களாகும். அவை ஐந்திணை களையும் ஒட்டிப் பத்து வகையாகக் கூறப்படும். அவை,

1. குறிஞ்சி - புணர்தலும், புணர்தல் நிமித்தமும்
2. பாலை - பிரிதலும், பிரிதல் நிமித்தமும்
3. முல்லை - இருத்தலும், இருத்தல் நிமித்தமம்
4. மருதம் - ஊடலும், ஊடல் நிமித்தமும்
5. நெய்தல் - இரங்கலும், இரங்கல் நிமித்தமும்.

இவைதாம், செய்யுள் செய்வார்க்குப் பெரிதும் கனிவெழச் செய்யும் சிறப்புடைய அடிப்படைப் பொருள்களாகும் இவைதாம், பிறபிற திணைகளுள்ளும் வருதற்கும் உரியனவே என்பதும் அறிதல் வேண்டும். எடுத்துக்காட்டாக.

குறிஞ்சியாகிய மலையும் மலைச்சார்ந்த இடமும் இயற்கைச் செவ்வியிற் சிறந்தனவாய், இயற்கை வளங்களாலே நிறைந்தனவாய், இளம் பருவத்தாரிடையே புணர்தலும் புணர்தல் நிமித்தமாகச் செல்லலும், இவை பற்றி எல்லாம் நினைத்தலும், அணுக்கரிடையே தம்முணர்வை எடுத்துக் கூறலும் ஆகியவற்றிற்குப் பொருந்துவன வாய் அமைந்திருக்கும் தன்மையிற் சிறந்தனவென அறியலாம். தனித்து வேட்டை மேற்செல்லும் இளைஞனும், புனங்காத்துத் தனித் திருக்கும் கன்னியும் கண்டுகாதலுற்று ஒன்றுபடுவதற்கு ஏற்ற நிலைக்களனும் இதுவாகும். இந்தத் துணிவு நிகழ்தற்கான வாழ்வியல் அமைந்தது குறிஞ்சியாதலும் நினைக்க வேண்டும்.

பாலையென்பது, முல்லையும் குறிஞ்சியும் முறைமுறை திரிந்து, வெம்மையாலே எங்கும் வளமை தீய்ந்து போயுள்ள நிலத்தைக் குறிப்பதாகும். இதனையொட்டியே பிரிவையும் பிரிதல் நிமித்தமாக ஏற்படும் பெருந்துயரத்தையும் இதற்கு உரிமைப்படுத் தினர் ஆகலாம். ஆறலை கள்வரும் கொலையும் துன்பமும் வெம்மை யும் இந்நிலத்தின் சிறப்பான தன்மைகள்.

முல்லையென்பது, காடும் காடு சார்ந்த இடமும் ஆகும். இந்நிலத்து ஆயர்கள் வாழ்வியல், ஆடவர் நிரை மேய்த்தற்குப் பகற்பொழுதெல்லாம் காட்டிடத்தே சென்றிருத்தலும், மகளிர் பாற்பயனைக் கொண்டு விலைமாறி வருதலும் போன்ற ஒழுக்கத் தோடு ஒட்டியதாகும். ஏறு தழுவி வெல்பவனுக்கே மகளைத் தரும் மரபும், அவனையே விரும்பி ஏற்கும் கன்னியர் மனமும் இத்திணை யின் சிறப்பான அம்சங்கள். இதனால், காத்திருத்தல் இயல்பாக, இருத்தலையும் இருத்தல் நிமித்தத்தையும் இதற்கு உரிமையாக்கி யுள்ளனர்.

மருதம், வளமான செந்நெல் மலிந்த நிலப்பகுதி. இங்கே உழுவித்து உண்ணும் பெருஞ்செல்வர் வாழ்வதும் இயல்பு. இவர்கள், தம் வளமையால், காமத்தில் எளியராகிப் பரத்தமை கோடலும் நிகழுவதாம். இதனால், தலைவியர் ஊடலும், அதன் நிமித்தமாக எழும் பேச்சுக்களும் இயல்பாகும். இது குறித்தே ஊடலையும் ஊடல் நிமித்தத்தையும் மருதத்திற்கு உரிமையாக்கியுள்ளனர்.

நெய்தல், கடலும் கடல் சார்ந்த பகுதியுமாகும். மீன் வளம் நாடிக் கடலிலே திமிலேறிச் செல்வதே பெரும்பாலும் ஆடவரது தொழிலாதலின், அவர் குறித்த பொழுதில் வராதபோது இரங்கலும், இரங்கல் நிமித்தமாக எழும் பேச்சும், இந்நிலத்தில் நிகழ்வதும் இயல்பாயின.

1. குறிஞ்சியின் கருப்பொருள்கள்

1.	**தெய்வம்**	முருகக் கடவுள் (சேயோன்)
2.	**உயர்ந்தோர்**	பொருப்பன், வெற்பன், சிலம்பன், குறத்தி, குறவன், கொடிச்சி, (வெற்பன், வேம்பன், பொருப்பன், கொடிச்சி - தொல். உரை).
3.	**தாழ்ந்தோர்**	குறவர், கானவர், குறத்தியர் (கானவர், வேட்டுவர், இறவுளர், குன்றுவர், வேட்டு வித்தியர், குறத்தியர், குன்றுவித்தியர் முதலியோர் - தொல் உரை).
4.	**புள்**	கிளி, மயில்
5.	**விலங்கு**	புலி, கரடி, யானை, சிங்கம் (சிங்கத்துக்குப் பதில் கரடி - தொல். உரை)
6.	**ஊர்**	சிறுகுடி (குறிஞ்சியும் - தொல். உரை கூறும்)
7.	**நீர்**	அருவிநீர், கனைநீர்.
8.	**பூ**	வேங்கை, குறிஞ்சி, காந்தள் (சுனைக் குவளையும் தொல். உரை கூறும்).
9.	**மரம்**	சந்தனம், தேக்கு, அகில், அசோகு, நாகம், மூங்கில்.
10.	**உணவு**	மலைநெல், மூங்கில் அரிசி, தினை.
11.	**பறை**	தொண்டகப்பறை (முருகியமும் தொல் உரை கூறும்.)
12.	**யாழ்**	குறிஞ்சி யாழ்.

13. **பண்** குறிஞ்சிப் பண்.

14. **தொழில்** வெறியாடல், மலைநெல் விதைத்தல், தினை காத்தல், தேனழித் தெடுத்தல், கிழங்கு கிண்டி யெடுத்தல், அருவிநீர் சுனைநீர் ஆடல்).

2. பாலையின் கருப்பொருள்கள்

1. **தெய்வம்** கன்னி (துர்கை அல்லது கொற்றவை)
2. **உயர்ந்தோர்** விடலை, காளை, மீளி, எயிற்றியர்.
3. **தாழ்ந்தோர்** எயினர், எயிற்றியர், மறவர், மறத்தியர்.
4. **புள்** புறா, பருந்து எருவை, கழுகு.
5. **விலங்கு** செந்நாயும் (வலியழிந்த யானையும், புலியும் செந்நாயும் - தொல். உரை)
6. **ஊர்** குறும்பு (பறந்தலை - தொல். உரை).
7. **நீர்** நீரில்லாக்குழி, நீரில்லாக் கிணறு, (அறுநீர் கூவலும் சுனையும்: தொல் - உரை).
8. **பூ** குரா அம்பூ, மரா அம்பூ, (பாதிரியும் - தொல். உரை).
9. **மரம்** உமிஞை, பாலை, ஓமை, இருப்பை.
10. உணவு வழியிற் பறித்த பொருள், பதியிற் கவர்ந்த பொருள்.
11. பறை துடி
12. **யாழ்** பாலையாழ்
13. **பண்** பஞ்சுரம்
14. **தொழில்** போர்செய்தல், பகற்சூறையாடுதல்.

3. முல்லையின் கருப்பொருள்கள்

1. **தெய்வம்** மாயோன் (திருமால் அல்லது நெடுமால்)
2. **உயர்ந்தோர்** குறும்பொறைநாடன், தோன்றல் மனைவி, கிழத்தி, (அண்ணலும் தொல் - உரை கூறும்).
3. **தாழ்ந்தோர்** இடையர், இடைச்சியர், ஆயர், ஆய்ச்சியர் (கோவலர், பொதுவர், பொதுவியர், கோவிந் தியரும் தொல் - உரை கூறும்).

4.	**புள்**	காட்டுக்கோழி (சிவலும், தொல் - உரைகூறும்).
5.	**விலங்கு**	மான், முயல் (உழையும், புல் வாயும், முயலும் - தொல் உரை).
6.	**ஊர்**	பாடி (பாடியும், சேரியும், பள்ளியும் - தொல் உரை).
7.	**நீர்**	குறுஞ்சுனை நீர், கான்யாற்று நீர் (தொல் - உரையில் குறுஞ்சுனை நீர் இல்லை).
8.	**பூ**	குல்லைப் பூ, முல்லைப் பூ, தோன்றிப் பூ, பிடவம் பூ, (தொல் உரை - தளவும் கூறும்).
9.	**மரம்**	கொன்றை, காயா, குருந்தம்
10.	**உணவு**	வரகு, சாமை, முதிரை.
11.	**பறை**	ஏறங்கோட் பறை (ஏறுகோட் பறை - தொல் உரை).
12.	**யாழ்**	முல்லை யாழ்
13.	**பண்**	சாதாரி.
14.	**தொழில்**	சாமை விதைத்தல், வரகு விதைத்தல், அவற்றின் களை கட்டல். அவற்றை யரிதல், கடா விடுதல், கொன்றைக் குழலூதல், மூவின மேய்த்தல், கொல்லேறு தழுவுதல், குரவைக் கூத்தாடல், கான்யாற்றில் ஆடல்.

4. மருதத்தின் கருப்பொருள்கள்

1.	**தெய்வம்**	இந்திரன் (வேந்தன்).
2.	**உயர்ந்தோர்**	ஊரன், மகிழ்நன், கிழத்தி, மனைவி (மனையோள் என்பதும் தொல். உரைகூறும்).
3.	**தாழ்ந்தோர்**	உழவர், உழத்தியர், கடையர், கடைசியர் (களிமரும் - தொல் உரைகூறும்).
4.	**புள்**	வண்டானம், மகன்றில், நாரை, அன்னம், பெருநாரை, கம்புள், குருகு, தாரா (தாராவும் நீர்க்கோழியும் - தொல் உரை).
5.	**விலங்கு**	எருமை, நீர் நாய்.
6.	**ஊர்**	பேரூர், மூதூர்

7.	**நீர்**	யாற்று நீர், கிணற்று நீர்.
8.	**பூ**	தாமரைப்பூ, கழுநீர்ப்பூ
9.	**மரம்**	காஞ்சி, வஞ்சி, மருதம்.
10.	**உணவு**	செந்நெல் அரிசி, வெண்ணெல் அரிசி.
11.	**பறை**	நெல்லரிகிணை, மணமுழவு.
12.	**யாழ்**	மருத யாழ்
13.	**பண்**	மருதப்பண்
14.	**தொழில்**	விழாச் செய்தல், வயற்களை கட்டல், நெல் அரிதல், கடா விடுதல், குளம் குடைதல், புது நீராடல்.

5. நெய்தலின் கருப்பொருள்கள்

1.	தெய்வம்	வருணன்.
2.	உயர்ந்தோர்	சேர்ப்பன், புலம்பன், பரத்தி, நுழைச்சி, (மேலும் கொண்கன், துறைவன், மெல்லம் புலம்பன் என்பனவும் தொல் - உரை கூறும்).
3.	தாழ்ந்தோர்	நுளையர், நுளைச்சியர், பரதர், பரத்தியர், அளவர், அளத்தியர் (திமிலரும் - தொல் உரை கூறும்).
4.	புள்	கடற் காகம் (அன்னமும் அன்றிலும்- தொல் உரை).
5.	விலங்கு	சுறாமீன் (உமண் பகடு போல்வன தொல் உரை).
6.	ஊர்	பாக்கம், பட்டினம்
7.	நீர்	உவர்நீர்க்கேணி, கவர்நீர் (மணற்கிணற்று நிர், தொல் உரை).
8.	பூ	நெய்தல் பூ, தாழம் பூ, முண்டகப் பூ, அடம்பம் பூ, (கைதையும் நெய்தலும் - தொல் உரை).
9.	மரம்	கண்டல், புன்னை, ஞாழல்
10.	உணவு	மீனும் உப்பும் விற்றுப் பெற்ற பொருள்கள்.
11.	பறை	மீன் கோட்பறை, நாவாயப் பம்பை.
12.	யாழ்	விளிரி யாழ்
13.	பண்	செவ்வழிப்பண்.

14. தொழில் மீன் பிடித்தல், உப்புண்டாக்கல், அவை விற்றல், மீன் உணக்கல், அவற்றை உண்ண வரும் பறவைகளை ஓட்டுதல், கடலாடுதல்.

இக் கருப்பொருள்களும், அவ்வத் திணைக்குரிய சிறந்த பொருள்கள் என்று மட்டுமே கருதவேண்டும். இவையன்றிப் பிறவும் உளவென்பதும், அவையும் இலக்கியங்களுள் பயின்று வருதலும் உண்டென்பதும் நினைக்க வேண்டும்.

இனி, இந்நிலத்து மாந்தரும், தத்தம் வாழ்வைக் கருதியும், மற்றும் களிப்பைக் கருதியும், பிறபிற நிலத்து வாழ்பவருடன் சென்று கலந்து உறவாடுதலும், அவர்தம் இயல்புகளைத் தாமும் ஏற்று வாழ்தலும் நிகழக் கூடியனவே. இவற்றை எல்லாம் 'திணை மயக்கம்' என்பர். 'குறிஞ்சி நிலக் காதலன் தன் காதலிக்கத் தாமரைப் பூவைத் தந்தான்' என்று வரின், அது திணை மயக்கம்; மருதத்திற்கு உரியது குறிஞ்சித் திணைச் செய்யுளில் மயங்கி வந்தது. முல்லைக்கும் மருதத்துக்கும் உரியோர் முருகனை வழிபாடு செய்யின், குறிஞ்சி மயங்கி வந்த திணைமயக்கம் என்று கொள்ளல் வேண்டும்.

இவ்வாறு இயற்கையோடு கலந்து மலர்ந்த வாழ்வியல் நெறிகளும், அந்நெறிகளால் வளர்ந்து வலிமை பெற்ற தமிழ் மொழியில் இனிமைகளும் கற்று உணர்ந்து நினைந்து நினைந்து இன்புறுதற்குரியன; ஏற்றுப் போற்றுதற்கும் உரியன.

இவ் வொழுகலாறுகளின் செழுமைகளை எல்லாம் தேனெனத் திரட்டிச் சேர்த்து வழங்கும் செவ்வியுடையது கலித் தொகையாகும்.

'கற்றறிந்தார் ஏத்தும் கலித்தொகை' என்னும் புகழுடைய இதனைக் கற்றும் அறிந்தும் நாமும் ஏத்திப் போற்றுவோமாக

கலித்தொகை மூலமும் உரையும்

முதலாவது பாலை பாடிய

பெருங்கடுங்கோ

செய்தருளிய

பாலைக் கலி

பாலைக் கலி

தம்முள்ளே ஒருங்கே மனங் கலந்து இணைந்த தலைவன் தலைவியரின் வாழ்வில், ஒருவரையொருவர் அகன்று சிலகாலம் பரிவதென்பதும் நிகழக் கூடியதே!

அப்படிப் பிரிவு நேரும்போது தலைவியின் வேதனை மிகுதியாலே அவளது இயல்பான அழகுநலம் எல்லாம் கெட்டுப் போய்விட, அவள் வருந்திப் புலம்புகின்றனள்.

கோடைக்காலத்தின் வறட்சியினால் தம் வளமை கெட்டுப் போய்த் தோன்றும் முல்லையும் குறிஞ்சியுமாகிய நிலங்கள், பாலைத்தன்மை பெற்று வெம்மையும் துயரத்தையும் தருவனவாக மாறுகின்றன!

இவற்றை இணைத்துப் படைத்துள்ள, உள்ளத்தை உருக வைக்கும் கலிப்பாட்டுக்கள் இவை.

கடவுள் வாழ்த்து

சிவனே கேளாய்!

அகில உலகங்கட்கும் ஆதி முதலாகியும், தான் அநாதியாகவே விளங்குபவன் சிவபிரான்; அவன் அந்தமும் இல்லாதவன். அவன் படைத்தல், காத்தல், அழித்தல் என்ற முத் தொழிலுக்கும் முதல்வன். ஊழிக்காலத்திலே அனைத்தையும் அழித்துத் தன்னுள் ஒடுக்கி, மீளவும் தோற்றுவிப்பவனும் அவனே. அவன், ஊழிப்பெருங் கூத்தினை ஆடி உலகை அழித்துக் கொண்டிருக்கிற வேளையில், அருள் சக்தியான தேவியின் கடைக்கண் பார்வைக்கு இலக்காவான். அதனால், அவனுடைய உக்கிரம் படிப்படியாகக் குறையும். மீண்டும் அருளோடு, ஆதிசக்தியின் துணையோடு, உலகினைப் படைக்க முனைவான்.

இந்தத் தத்துவம் சிவசக்திகளின் உண்மை நிலையை நன்கு விளங்குவதாகும். இதனை, அவன் ஆடுவதாகவும், அந்த ஆட்டத்திற்கு இயையப் பயின்றுவரும் தாளத்தினை அவனுடனிருக்கும் அம்மையானவள் தந்து உதவுவாளோ எனவும் கேட்டு, ஓர் அருமையான நடனக் காட்சியாகக் கற்பித்துக் காட்டுகின்றார் புலவர்.

உயிர்கள்பால் அருள்கூர்ந்து உதவும் இறைவன், அத்தகைய பேராற்றலும் வெம்மையும் உடையவன். அவனது ஊழிக்கூத்து அகில உலகங்களையும் அடியோடு சங்காசாரஞ் செய்யும் இயல்புடையது. எனினும், அவ்வேளையில் அம்மையும் உடனிருத்தலால், பேரழிவுக்குத் தப்பி எல்லாம் மீண்டும் அமைதி பெறுகின்றன. இதுவே, இப் பாடல் காட்டும் சிவசக்தி தாண்டவ ஓவியம் ஆகும்.

ஆறு அறி அந்தணர்க்கு அரு மறை பல பகர்ந்து,
தேறு நீர் சடைக் கரந்து, திரிபுரம் தீ மடுத்து,
கூறாமல் குறித்ததன் மேல் செல்லும் கடுங் கூளி
மாறாப் போர், மணி மிடற்று, எண் கையாய்! கேள், இனி;
படு பறை பல இயம்ப, பல் உருவம் பெயர்த்து நீ,
கொடுகொட்டி ஆடுங்கால், கோடு உயர் அகல் அல்குல்,
கொடி புரை நுசுப்பினாள் கொண்ட சீர் தருவாளோ?
மண்டு அமர் பல கடந்து, மதுகையால் நீறு அணிந்து,
பண்டரங்கம் ஆடுங்கால், பணை எழில் அணை மென் தோள்,
வண்டு அரற்றும் கூந்தலாள் வளர் தூக்குத் தருவாளோ?
கொலை உழுவைத் தோல் அசைஇ, கொன்றைத் தார் சுவற் புரள,
தலை அங்கை கொண்டு, நீ காபாலம் ஆடுங்கால்,
முலை அணிந்த முறுவலாள் முன் பாணி தருவாளோ?
என ஆங்கு -
பாணியும், தூக்கும், சீரும், என்று இவை
மாண் இழை அரிவை காப்ப
ஆணம் இல் பொருள் எமக்கு அமர்ந்தனை, ஆடி.

அந்தணர் என்போர் அறவோர்கள். ஒழுக்கநெறியை நன்கு அறிந்தவரே அந்தணர். அவர்க்கு அருமையான மறை நூல்கள் பலவற்றையும் முன்னர்ப் பகர்ந்தாய். தெளிந்த நீர் உடைய கங்கையின் கொடிய வேகத்தை ஒடுக்குவதற்காக, நின் சடையிலே அதனை ஏந்தி அடக்கிக் கொண்டாய். கொடுஞ்செயல்கள் புரிந்த திரிபுரங்களையும் நெருப்பிட்டு நீறாக்கி நின்றாய். வாக்கிற்கும் மனத்திற்கும் எட்டாதவனாக, அவற்றைக் கடந்து, அவற்றிற்கும் மேலாகவும்

நிற்பாய். முதுகிடாத, கடுமையான கூளிப்போர் ஆற்றும் ஆற்றலும் உடையாய். நீலமணி போலக் கறை விளங்கும் கழுத்தும், எட்டுக் கரங்களும் கொண்டு விளங்குவாய். அத்தகைய ஐயனே! யான் கூறுவதையும் கேட்பாயாக.

ஒலிமிக்க பறைகள் பல ஒலிசெய்ய, மாறிமாறிப் பல்வேறு வடிவங்களும் காட்டிக்காட்டி, நீ கொடுமையான 'கொட்டி' என்ற கூத்தினை ஆடுவாயே, அப்போது பக்கம் உயர்ந்து அகன்ற அல்குலினையும், கொடிபோன்ற நுண்மையான இடையினையும் உடையவளோ, தாளம் முடிந்துவிடுங் காலத்தைக் குறிக்கும் சீரைத் தந்து நின்னருகே நிற்பவள்?

மிகுதியாகச் செல்லுகின்ற கொடிய போர்கள் பலவற்றையும் வென்றாய். அந்த வலிமையால், பகைவரது உடல்கள் வெந்த நீற்றையும் அணிந்தாய். நீ, 'பாண்டரங்கம்' என்ற கூத்தை ஆடுங் காலத்திலே, மூங்கிலழகும் அணை போன்ற மென்தோளும், வண்டுகள் ஒலிக்கும் கூந்தலும் உடையவளோ, தாளத்தின் இடைக்காலத்தை உணர்த்துவதான தூக்கத்தை தந்து நிற்பவள்?

கொலைக்குணமுடைய வேங்கையைக் கொன்று அதன் தோலை உடுத்திருப்பாய். கொன்றை மலர் மாலை தோள்களிலே கிடந்து புரளக், கையிலே தலையை ஏந்திக், 'காபாலம்' என்ற கூத்தினை ஆடுவாய். அப்போது முல்லையரும்புகளை அணிந்தது போன்ற முறுவலை உடையவள் தானோ, நினக்குத் தாளத்தின் முதலான 'பாணி'யினைத் தருபவள்?

என்று, அவ்விடத்திலே, நீ அழித்தல் தொழிலை நடத்தும் காலங்களிலே, பாணியும் தூக்கும் சீரும் என்ற தாள காலங்களை, மாட்சி பொருந்திய தூக்கும் சீரும் என்ற தாள காலங்களை, மாட்சி பொருந்திய அணியுடையவளான உமாதேவியானவள் காத்து நிற்க, நீ ஆடுவாயோ? அம்மையின் அந்த அருட்செயலினாற் போலும், நீ நின் வெம்மையை ஒடுக்கி, ஓர் உருக்கொண்டு, அன்பற்ற பொருளான எமக்கும், வந்து பொருந்தி நின்றாய்? அதன் காரணத் தைக் கூறுவாயாக, பெருமானே!

விளக்கம் : 'உலகை அழிக்கும் நின் உக்கிர நடனத்துக்குச் சக்தி துணை செய்யமாட்டாள்' என்று குறிக்கவே, 'தருவாளோ?' என்றனர், அல்லது, 'அவள் தருவாளோ? அதுதான் நீ எமக்கு அமர்ந்தனை போலும்' எனவும் கொள்ளலாம். தாள காலத்தில், முதல் இடை கடை நிலையைக் குறிப்பன பாணி, தூக்கு, சீர் என்பன

மூன்றும், கல்லால் நீழலில் அந்தணர்க்கு நான்மறை உரைத்ததும், பகீரதனுக்காகச் சடையிலே கங்கையைத் தாங்கியதும் சிரித்து, முப்புரம் எரித்ததும், 'கூளிப்போர்' என்ற உக்கிர நடனம் ஆடியதும், தேவர்களைக் காக்க நஞ்சுண்டு கழுத்திலே அடக்கியதும் ஆகிய பழைய வரலாறுகள் இதன்கண் சொல்லப்பட்டன.

கொட்டி ஊழிக்காலக் கூத்தையும், பாண்டரங்கம் ரிதிபுரத்தை எரியச்செய்து அந்த நீற்றைப் பூசி (சுடலைப் பொடி) ஆடிய கூத்தையும் காபாலம் நான் முகன் செருக்கடக்க அவன் தலையைக் கையாற் கிள்ளி எடுத்து ஆடிய கூத்தையும் உணர்த்துவன. அனைத்தும் அழியும் ஊழிக்கூத்து முதலது; பிறர்க்குத் தீங்கு விளைத்தாரை ஒடுக்கியது இரண்டாவது; ஆணவம் மிக்கதனால், அதனை அழித்தது, மூன்றாவது. 'ஆறு அறி' என்பதனை, 'ஆறங்கம் அறிந்த' என்பர்.

பிரிவு நிகழ்கின்ற காலமோ வெம்மைமிகுந்த கோடைக் காலம். அவ் வெம்மையோடு, பிரிவின் வெம்மையும் சேர இல்வாழ்வே கருகிவிடும் நிலை ஏற்படுகின்றது. இந்நிலை மாற வேண்டுமானால், அவள் கூட்டுறவு எண்ணம், அவன் உள்ளத்திலே உறைக்க வேண்டும். அவள் நினைவு அவன்பால் எழ வேண்டும். அவள்பால் அவனுக்கு அன்பும் ஆர்வமும் பிறக்க வேண்டும். இந்தச் சிவசக்திக் கலப்பு நிலையையே, வெம்மையும் தண்மையும் இணையும் வாழ்வியல் நிலையையே, சிவனின் கோர தாண்டவ மாகவும், அதனால் துடிப்புற்ற சக்தி அவனுக்குத் தன் நினைவு தோன்றவும், அருள் பிறக்கவும் தாளம் உணர்த்தி நிற்பதாகவும் கவிஞர் காட்டுகின்றார். 'சிவசக்தி உறவு' சகல உயிரினங்களின் ஆண் பெண் உறவுக்கு மூலமாகும் என்ற கருத்தினையே, கலிங்கத்தப் பரணியிற் சயங்கொண்டாரும்.

> **"........ புவன வாழ்க்கைச்**
> **செயல் வண்ணம் நிலைநிறுத்த மலைமகளைப்**
> **புணர்ந்தவனைச் சிந்தை செய்வோம்"**

என்று கூறிப் போற்றுகின்றார்.

மூவகைச் சிவதாண்டவங்கள் இதிற் கூறப்பெறுகின்றன. கொடுகொட்டி, பாண்டரங்கம், காபாலம் என்பவை அவை. ஆண்மையும் வெற்றியும் தோன்ற நிகழ்த்தும் இச் சிவ தாண்டங் களின்போது, ஒரு பாதியான சக்தி ஒதுங்கி நிற்பாள் என்பதும், அவள் கருணையால் சிவனது சினம் தணியும் என்பதும் தத்துவம்.

சொற்பொருள்: 2. தேறு - தெளிந்த கரந்து - மறைத்து. தீ மடுத்து - எரியூட்டி. 3. குறித்தல் - சிந்தனை செய்தல். 4. மாறாப் போர் - புறமுதுகிடாத போர். 5. படுபறை - ஒலிக்கும் பறை. உருவம் பெயர்த்தல் - ஒன்றாகக் காட்டிப், பின் அதை மறைத்து மறொன்றாக ஆதல். 8. மதுரை - ஆற்றல். 9. பண்டரங்கம் - பாண்டரங்கம் என்னும் கூத்து. 13. முலை - முல்லை. இடைக்குறை. 17. ஆணம்இல் - நேயம் இல்லாத.

★★★

பாலைக் கலி

1. கவின் தொலைதல் அஞ்சினான்!

('பொருள் தேடும் நினைவால்' தன் மனைவியைப் பிரிந்து செல்ல நினைத்தான் ஒருவன். அவன் மனைவியின் தோழி அதனை அறிந்தாள். 'அவன் செல்வதால் விளையும் பயனிலும் செல்லாதிருப்பதே சிறப்பானது' என்று தெளிவுபடுத்தினாள். அவன் பயணத்தை நிறுத்துகின்றான். அச் செய்தியை, அவள் மகிழ்வுடன் அவன் மனைவியிடம் சென்று சொல்லு கிறாள்).

தொடங்கற்கண் தோன்றிய முதியவன் முதலாக,
அடங்காதார் மிடல் சாய, அமரர் வந்து இரத்தலின்,
மடங்கல் போல், சினைஇ, மாயம் செய் அவுணரைக்
கடந்து அடு முன்பொடு, முக்கண்ணான் மூஎயிலும்
உடன்றக்கால், முகம் போல ஒண் கதிர் தெறுதலின்,
சீறு அருங் கணிச்சியோன் சினவலின் அவ் எயில்
ஏறு பெற்று உதிர்வன போல், வரை பிளந்து, இயங்குநர்
ஆறுகெட விலங்கிய அழல் அவா ஆர் இடை -
மறப்பு அருங் காதல் இவள் ஈண்டு ஒழிய.
இறப்புத் துணிந்தனிர், கேண்மின் மற்று - ஐஇய!
'தொலைவு ஆகி, இரந்தோர்க்கு ஒன்று ஈயாமை இழிவு' என,
மலை இறந்து செயல் சூழ்ந்த பொருள் பொருள் ஆகுமோ -
நிலைஇய கற்பினாள், நீ நீப்பின் வாழாதாள்,
முலை ஆகம் பிரியாமை பொருளாயின் அல்லதை?
'இல் என, இரந்தோர்க்கு ஒன்று ஈயாமை இழிவு' என,
கல் இறந்து செயல் சூழ்ந்த பொருள் பொருள் ஆகுமோ -
தொல் இயல் வழாஅமைத் துணை எனப் புணர்ந்தவள்
புல் ஆகம் பிரியாமை பொருளாயின் அல்லதை?

'இடன் இன்றி, இரந்தோர்க்கு ஒன்று ஈயாமை இழிவு' என,
கடன் இறந்து செயல் சூழ்ந்த பொருள் பொருள் ஆகுமோ -
வடமீன் போல் தொழுது ஏத்த வயங்கிய கற்பினாள்
தட மென் தோள் பிரியாமை பொருளாயின் அல்லதை? என, இவள்
புன் கண் கொண்டு இனையவும், பொருள்வயின் அகறல்
அன்பு அன்று, என்று யான் கூற, அன்புற்று,
காழ் வரை நில்லாக் கடுங் களிற்று ஒருத்தல்
யாழ் வரைத் தங்கியாங்கு, தாழ்பு, நின்
தொல் கவின் தொலைதல் அஞ்சி, என்
சொல் வரைத் தங்கினர், காதலோரே.

நான்முகன் முதலாகத் தேவர் பலரும் சென்று வேண்டச் சினத்துடன் சென்று முப்புரங்களையும் எரிக்கச் சிரித்த சிவனின் முகம்போலக் கதிரவன் தீப்பிழம்பாக்கிச் சுடுகின்றான். அம் முக்கண்ணான் பார்க்கவும், அம் முப்புரமும் கெட்டழிந்தது போல, அக் கதிரவனின் வெம்மையால் மலைகளெல்லாம் வெடித்துச் சிதறிப் பாதையை அடைத்துக் கொண்டு கிடக்கின்றன. அழலை விழித்தாற்போலத் தோன்றும் அவ்வழியாக நீயும் செல்ல நினைக் கிறாய். உன்னைப் பிரிந்த தலைவி இங்கே ஆற்றாது அழியவும், நீ அங்கே சென்று சாகத் துணிந்தனை போலும்! ஐயனே, யான் சொல் வதையும் கேட்பாயாக:

'தம் பொருள்களைப் பிறர்க்கு வழங்கித் தொலைத்து விட்டுத் தம் வந்து நம்பால் இரந்து நிற்பவர் சிலர்; அத்தகையோர்க்கு நாம் ஏதும் கொடாமற்போவது இழிவல்லவோ?' என்று கருதி, மலை பல கடந்து செல்லவும் துணிந்தனை. அவ்வாறு சுரம் பல கடந்து சென்று தேடிவரும் பொருள்தான், பொருளாளல் பெறும் பயனை நினக்குத் தருமோ? நிலைபெற்ற கற்பினை உடையவளான இவள், நீ பிரிந்தால் உயிர் வாழாது மடிவாளே. இவர் மார்பைத் தழுவிய படியே இவளை வாழச் செய்து, பிரியாதிருத்தலன்றோ உண்மை யான செல்வம் ஆகும்!

'எம்மிடம் ஏதும் இல்லை; தந்து உதவுக' என்று இரந்தவர் களுக்கு ஏதாவது தராதிருந்தால், அது இழிவல்லவோ?' என்று நினைக்கின்றாய். அதுவும் ஒரு பொருளாகுமோ? பழைய பண்பாட் டினின்றும் வழுவாமல், நீயே துணையென்று நின்னை மணந் தவள் இவள். இவள் மார்பைத் தழுவியபடி இவளை வாழச் செய் தனையாக, இவளைப் பிரியாதிருத்தலன்றோ உண்மையான பொருள் ஆகும்.

வேறு போக்கிடம் ஏதுமில்லை; எனக்கு இல்லையென்னாது உதவுக என்று வந்தவர்க்கு ஒன்றும் கொடாமலிருப்பது இழி வல்லவோ?' எனக் கருதிக், காடுகள் பலவும் கடந்து சென்று, பொருள்தேடி வருவதற்கு நினைக்கின்றாயே, அதுவும் ஒரு பொரு ளாகுமோ? வடமீனைப் போலப் பலரும் தொழுது போற்ற விளங் கும் உயர்ந்த கற்பினாள் நின் மனைவி. அவள் அகன்ற மார்பைத் தழுவியவாறு அவளைப் பிரியாதிருத்தல் அன்றோ, 'உண்மையான பொருள்' ஆகும்!'

என்று, நான் உன்பால் சொல்லும்படியாக, 'இங்கே இவள் துன்பத்தால் பொலிவுகெட்டு வருந்தவும், அதனைக் கருதாயாய், நீதான் பொருள் தேடி வருதலையே கருதி இவளைப் பிரிந்து போவது, அன்பின் செயலே அன்று''.

என்று, நான் கூறினேன். கூறவும் அதனைக் கேட்ட அவன் துடி துடித்தான். குத்துக்கோலாரின் ஏவலுக்கும் அடங்காது கட்டு மீறிச் செல்லும் கொடிய களிற்றுத் தலைவன், இனிய யாழ் ஒலி எழுதலைக் கேட்டதும் அமைதியுற்று நிற்பது போலத் தலைதாழ்த் தியும் நின்றான். நின் இயற்கை எழிலானத அழிந்துவிடுமோ என அஞ்சியே, நின் காதலன் என் சொல்லினைக் கேட்டு நின்னைப் பிரிந்து போகாது நின்றான். ('ஆகலின், நின் கவலையை விட் டொழிப்பாயாக' என்பது வேண்டுகோள்).

விளக்கம்: 'ஈதல் இசைபட வாழ்தலே' என்றாலும், பிறருக்கு இரங்கி ஈவதாகச் சொல்பவன், தன் உயிர்த்துணையான மனைவிக்கு ஏற்படும் துயரினைக் கருத வேண்டாவோ என்று சொல்வது இது. இல்வாழ்விலே, நுகர்தற்குரியதான கட்டிளமைப் பருவத்திலே, கணவனும் மனைவியும் ஒருவரை ஒருவர் பிரியாது வாழ்தல் ஒன்றே பிற செல்வத்திலும் புகழினும் சிறந்ததாகும் என்று நெறியை வற்புறுத்துவது இதுவாகும்.

''பொருள் பொருளாகுமோ' என்பதனுள் முதலது செல்வம்; இரண்டாமது பொருள் பொதிந்த அறமுறை.

சொற்பொருள் : 1. தொடங்கற்கண் - உலகத் தோற்றக் காலத் தில். முதியவன - முன்தோன்றியதால் முதியவனான நான்முகன். 2. அடங்காதார் - பகைவர். மிடல் - வலி (ஆற்றல்) 3. மடங்கல் - எமன். அவுணர் - அரக்கர். 4. கடந்து அடு முன்பு - எதிர் நின்று அழிகின்ற ஆற்றல். மூவெயில் - இரும்பு, பொன் வெள்ளியால் ஆகிய மூன்று கோட்டைகள். 5. உடன்றக்கால் - சினந்து நோக்கிய பொழுது.

ஒண்கதிர் - தீயைக்கக்கும் ஞாயிறு தெறுதலின் - சுடுவதால், கணிச்சியோன் - மழுவேந்திய சிவன் 7. ஏறுபெற்று - அழிந்து. வரை - மலை. 8. அழல் ஆவிர் ஆரிடை - அழல்வீசும் செல்லுதற்கு அரியவழி. 10. இறப்ப - பொருள் கருதிப் பிரிய. 12. இறந்து - கடந்து. 16. கல் - மலைநாடு. 18. புல்லாகம் - புல்லுதற்கு இனிய மார்பு. 20. கடன் - காடுசேர்ந்த நிலம். 21. வடமீன் - அருந்ததி. வயங்கிய - பிறரால் போற்றுதற்குரிய 22. தடமென்தோள் - பெரிய மென்மை யான தோள். 24. புன்கண் - துன்பம். இனையவும் - வருந்தவும். 26. காழ்வரை - குத்துக் கோலாரின் ஆணையின் கருத்துக்கு கடுங் களிற்று ஒருத்தல் - மதம் மிக்க யானைத் தலைவன்.

2. கானம் தடுத்துவிடும்!

(தன் மனைவியைப் பிரிந்து பொருள் தேடுதற்குச் செல்ல நினைத் தான் தலைவன் ஒருவன். அதனால், அவன் மனைவி துயரடைவாள் என்று அறிந்தாள் தோழி. அவனிடம் பலவாறு கூறி, அவனைப் போகவிடாது தடுத்து நிறுத்த முயன்றாள். அவனோ பிடிவாதமாகவே இருந்தான். அப்போது அவள் தலைவனிடத்தே சொல்லுகின்றது போல அமைந்த செய்யுள் இது.)

அறன் இன்றி அயல் தூற்றம் அம்பலை நாணியும்,
வறன் நீந்தி நீ செல்லும் நீள் இடை நினைப்பவும் –
இறை நில்லா வளை ஓட, இதழ் சோர்பு பனி மல்க,
பொறை நில்லா நோயோடு புல்லென்ற நுதல் இவள் –
விறல் நலன் இழப்பவும், வினை வேட்டாய்! கேளள், இனி:
'உடை இவள் உயிர் வாழாள், நீ நீப்பின்' என, பல
இடைகொண்டு யாம் இரப்பவும், எம கொள்ளாய்ஆயினை;
கடைஇய ஆற்றிடை, நீர் நீத்த வறுஞ் சுனை,
அடையொடு வாடிய அணி மலர் – தகைப்பன்.
'வல்லை நீ துறப்பாயேல், வகை வாடும் இவள்' என,
ஒல் ஆங்கு யாம் இரப்பவும், உணர்ந்தீயாய்ஆயினை;
செல்லு நீள் ஆற்றிடை, சேர்ந்து எழுந்த மரம் வாட,
புல்லு விட்டு இறைஞ்சிய பூங்கொடி – தகைப்பன.
'பிணிபு நீ விடல் சூழின். பிறழ்தரும் இவள்' என்,
பணிபு வந்து இரப்பவும், பல சூழ்வாய் ஆயினை;
துணிபுட நீ செலக் கண்ட ஆற்றிடை, அம் மரத்து
அணி செல, வாடிய அம் தளிர் – தகைப்பன.
என ஆங்கு –
யாம் நிற் கூறவும் எம கொள்ளாய் ஆயினை;

ஆனாது இவள்போல் அருள் வந்தவை காட்டி,   20
மேல் நின்று மெய் கூறும் கேளிர் போல், நீ சொல்லும்
கானம் - தகைப்ப, செலவு.

'சிறிதேனும் அறம் என்பது இல்லாமல், பக்கத்தில் இருப்பவர்கள் எல்லாரும் பழித்துப் பேசுவரே' என்று நாணத்தால் குன்றிப் போவாள். மிகவும் வருத்தப்பட்டு நீ கடந்து செல்லும் பாதை மிகவும் நீண்டதாயிற்றே என நினைந்து ஏங்குவாள். அதனால், வளைகள் முன் கையில் பிடிப்பாயிராது தளர்ந்து ஓடும். கண்களிலே பெருகும் கண்ணீர் இமைகளை நனைக்கும். பொறுக்க இயலாத காமநோயினால் இவள் நெற்றியின் ஒளியும் கெடும். 'இவளுடைய சிறந்த இன்பத்தை இழந்தாயினும் செயல்மேற் செல்வேன்' என்று நீ விரும்புகின்றாய். ஆதலின், நான் சொல்வதைக் கேட்பாயாக:

'உன்னுடையவளான இவள், நீ பிரிந்தால் உயிரோடு வாழ மாட்டாள்' என்று, பலவாறாகச் சொல்லிச் சொல்லி வேண்டினோம். எம் வார்த்தைகளை ஏற்காதவனாக நீயும் ஆகிவிட்டனை. நீ கடந்து செல்லும் வழியிலே, நீர் வற்றிப்போன வறண்ட சுனையானது, தழையோடும் சேர்ந்து வாடிய அழகிய மலர்போல நிலம் பொரிந்து, வறண்டு கிடக்கும்.

'நீ பிரிந்தால், வகையுற அமைந்த இவளது உடல் எழில் விரைவிலே வாடிவிடுமே' என்று உனக்கும் பொருந்துமாறு பலவும் சொல்லி வேண்டினோம். நீயோ அதனை உணர்ந்து அருள் செய்யாதவனாயினாய். நீ செல்லும் நீண்ட வழியின் இடையிலே பற்றுக் கோடாகச் சேர்ந்து படர்ந்த மரமானது பட்டுப்போக, அதனை விட்டுக் கீழே விழுந்து வாடிக்கிடக்கும் பூங்கொடிகளைக் காண்பாய்.

'இவளோடு கொண்ட நெருக்கத்தை நீ விடத் துணிந்தால் இவள் இறந்து விடுவாளே' எனப் பணிந்துவந்து வேண்டினோம். அதனை ஏற்காது, போவதற்கு வேண்டிய பலவற்றையும் திட்டமிட்டுக் கொண்டிருக்கின்றாய். அங்ஙனம் துணிந்து நீ செல்லும் போது, அவ்வழியிலே, முன்னர் நீ கண்ட அழகிய மரமும் அழகு கெட்டு, அதன் அழகிய தளிரும் வாடிக் கிடக்கவே காண்பாய்''.

யாம் பலவாறு நின்னிடம் இவ்வாறு எல்லாம் வெதும்பிக் கூறிய எம் வார்த்தைகளுக்கு நீ செவிசாய்க்கவில்லை. நினக்கு மேலாக நின்று உண்மைகளை விளக்கிக் கூறுவரே நின் உறவினர்; அவர்போல வாட்டமுற்ற இவள் நிலையில் பிறர் அருள் செய்யக்

கூடியவாறு உனக்குப் பலவும் காட்டி, நீ செல்லும் காட்டுவழியே நின் போக்கைத் தடுத்துவிடும்!

கருத்து: 'நீர் வற்றிய சுனையும், தழையோடு வாடிய மலரும், தளர்ந்து வீழ்ந்து கிடக்கும் கொடியும், மரத்தின் கண் வாடிய தளிரும் ஆகிய இவையேனும் நினக்கு இவளது வாடிய நிலை போலக் காட்டி, நின்னை வீடு திரும்பச் செய்யும்' என்பதாம்.

சொற்பொருள்: 1. அயல் - அயலவர். அம்பல் - ஒருவரைப் பழித்து மெதுவாகக் கூறிக் கொள்ளுதல். 2. வறன் - வறட்சி. 3. இறை - முன்கை. 4. புல் என்ற - அழகு இழந்த. 5. விறல் நலன் - பேரழகு. 6. உடை இவள் - உயிராக உன்னை உடைய இவள். 7. எம - யாம் கூறியனவற்றை. 8. கடைய இய - செலுத்திய. 11. ஒல்லாங்கு - பொருந்தும் வகையில். உணர்ந்தீயாய் - உணர்ந்து கொள்ளாதவன். 13. புல்லுவிட்டு - பற்றிப் படர்தலை விடுத்து. இறைஞ்சிய - தாழ்ந்து போன. 14. பிணிபு - அன்பால் பிரியாதிருத்தலை. பிறழ்தரும் - இறந்து போவாள். 15. பணிபு - பணிந்து. பல சூழ்வாய் - போவதற்கு வேண்டுவனவற்றையே எண்ணுகின்றன. 20. ஆனாது - அமையாது. அருள் வந்தவை - அருள் நிரம்பிய காட்சிகளை. 21. மெய் - உண்மை உரைகளை. கேளிர் - உறவினர். கானம் செலவு தகைப்ப - காடு போக்கைத் தடுத்து நிறுத்த.

3. போகாதே போகாதே!

(''ஒரு நாள் கூடும்போது, வழக்கத்திற்கும் மேலாக நின் செயல்கள் பேரன்பு காட்டுவனவா யிருந்தன. அதற்கே, 'ஏன் நீ அவ்வாறு செய்தாய்? என்று, அவள் மனம் வருந்தினாள். நின் பால் அவ்வளவு ஈடுபாடுடைய அவளை நீயும் பிரியலாமோ? அதை அவள் தாங்கிக் கொள்வாளோ?'' என்று கூறி, அவன் செலவினைத் தடுத்து நிறுத்த முயல்கிறாள் தோழி.)

வலி முன்பின், வல்லென்ற யாக்கை, புலி நோக்கின் –
சுற்றமை வில்லர், சுரி வளர் பித்தையர்,
அற்றம் பார்த்து அல்கும் – கடுங்கண் மறவர் தாம்
கொள்ளும் பொருள் இலர் ஆயினும், வம்பலர்
துள்ளுநர்க் காண்மார் தொடர்ந்து, உயிர் வௌவலின்,
புள்ளும் வழங்காப் புலம்பு கொள் ஆர் இடை,
வெள் வேல் வலத்திர் பொருள் தரல் வேட்கையின்,
உள்ளினர் என்பது அறிந்தனள், என் தோழி.
'காழ் விரி கவை ஆரம் மீ வரும் இள முலை
போழ்து இடைப்படாஅமல் முயங்கியும் அமையார், என்

தாழ் கதுப்பு அணிகுவர், காதலர்; மற்று, அவர்
சூழ்வதை எவன்கொல்? அறியேன்!' என்னும்.
'முள் உறழ் முளை எயிற்று அமிழ்து ஊறும் தீ நிரைக்
கள்ளினும் மகிழ்செயும் என உரைத்தும் அமையார், என்
ஒள் இழை திருத்துவர், காதலர்; மற்று, அவர்
உள்ளுவது எவன்கொல்? அறியேன்!' என்னும்.
'நுண் எழில் மாமைச் சுணங்கு அணி ஆகம் தம்
கண்ணொடு தொடுத்தென நோக்கியும் அமையார், என்
ஒள் நுதல் நீவுவர், காதலர்; மற்று, அவர்
எண்ணுவது எவன்கொல்? அறியேன்!' என்னும்.
என் ஆங்கு,
'கழி பெரு நல்கல் ஒன்று உடைத்து' என், என் தோழி
அழிவொடு கலங்கிய எவ்வத்தள்; ஒரு நாள், நீர்,
பொழுது இடைப்பட நீப்பின், வாழ்வாளோ?
ஒழிக இனி, பெரும! நின் பொருட் பிணிச் செலவே.

வலிமை மிகுந்த கட்டான உடலினர்; கருத்துச் சுருண்ட மயிரினர்; கொடும் புலியின் பார்வை போன்று பிறர்பால் அச்சம் விளைக்கப் பார்ப்பவர்; கொடுமையே உருவானவர்; பாலை நிலத்து மறவர்கள். அவர்கள், தம் கையிலே வில்லேந்தியவராக, அவ்வழியே வருபவரைக் கொள்ளையிடும் வாய்ப்பை எதிர் நோக்கிக் காத்திருப்பர். அவர், இரக்கம் சற்றேனும் இல்லாதவர்; வழியே வருபவரிடம் தாம் கொள்ளையிடக்கூடிய பொருள் ஏதும் இல்லாதிருந்தாற்கூட, அவர்களையும் விட்டுவிடுவதில்லை. நடுங்கித் தளர்வாரைக் கண்டும் மனம் இளகுவதில்லை. எதிர்ப்பட்டோர் எவராயினும், தொடர்ந்து சென்று கொன்று வீழ்த்தும் கொடிய இயல்பினர்! அக் கொடுமைக்குப் பறவையினங்கள் கூட நடுங்கி அவ்வழியே வருவதில்லை. நீ செல்ல நினைக்கின்றாயே அந்தப் பாலை நிலைத்து நெடுவழி, அத்தகைய வெப்பக் கொடுமையினை உடையது. வலக்கையிலே ஒளி வீசும் வேலினை ஏந்தியவனாக, ஆண்மையுடன் அவ்வழியே சென்று பொருள் தேடிவர எண்ணு கின்றாய். எப்படியோ, என் தோழியும் இதை அறிந்துவிட்டாள். இனி அவள் நிலைதான் என்னவாகுமோ?

''பல அணிகலன் பூண்டவள் நான்; அவைகளுடன் முத்தாரமும் என் கழுத்திலே கிடந்து புரளும். அது என் இளைய முலைகளை என் மார்பைச் சிறிது நேரமும் இடையீடின்றி இறுகத் தழுவியும் அவர் ஆசை தீர்ந்தாரில்லை. அடுத்து என் நீண்ட கூந்தலையும் புனைய முனைந்தனர். அவர் எண்ணம் எதுவோ நான் அறியேனடி?''

"முள் முனையின் கூர்மையும் முளையின் வடிவும் கொண்ட என் பற்களிடையிலே, அமிழ்தாக வாயூறல் ஊறும். அதனைக் 'கள்ளினும் இன்பந் தருவதாயிற்றே' என உரைத்து உண்டும் அவர் அடங்கினாரல்லர். கலைந்திருக்க என் அணிகலன்களை அடுத்துத் திருத்தவுந் தொடங்கினார். அவர் என்னதான் எண்ணி அவ்வாறு செய்தாரோ? நான் அதனை அறியேனடி!"

"என் மார்பிலே தேமல் படர்ந்திருக்கும். நுண்ணிதாக, அழகாக, மாமை நிறத்துடன் அது விளங்கும். அத்தகைய என் மார்பை, வைத்தகண் வாங்காதவராக அவர் பார்த்துக் கொண்டே மகிழ்ந்திருந்தார். அவர் கண்ணுக்கு நேராக அசையாது வைத்துக் கட்டியது போன்று, ஒரே நிலையில் அயராமற் பார்த்துக் கொண்டே இருந்தார். அப்படியும் அவர் திருப்தியடையவில்லை என் நெற்றி யிலோ வியர்வு அரும்பிற்று. அதனால், என் நுதலழகு ஒளி குறை யவே, அவ்வியர்வைத் துடைக்க முயன்றார்! அவர் எண்ணம் எதுவோ? அதனை நான் அறியேனடி!"

என்றெல்லாம், நீ நேற்றுச் செய்த பேரன்புச் செயல்களை நினைத்து அவள் வாடுவாள். நெஞ்சம் கட்டு அழியக் கலங்கிய வருத்தம் உடையவளாகவும் இருக்கின்றாள். ஒரு நாள் சிறிது நேரமே இடையில் நீ பிரிந்து சென்றாலும் அவள் உயிர் வாழ மாட்டாள். பெருமானே! பொருளை விரும்பி இவளைத் தனித் திருக்கச் செய்து செல்லும் நின் பயணத்தை இப்பொழுதே நிறுத்தி விடுவாயாக.

கருத்து: தோழி கூறியதனால், தலைவி, தன் பிரிவினைத் தாங்காது இறந்துவிடுதலையும் செய்வாள் என அஞ்சிய தலைவன், தன் போக்கை நிறுத்திவிடுவான் என்பதாம்.

சொற்பொருள்: 1. முன்பு - வலி. வல்லென்ற - திண்ணிய. 2. சுரிவளர் பித்தை - சுருண்டு வளர்ந்த மயிர். 3. அற்றம் - ஏற்ற காலம். அல்கும் - காத்திருக்கும். 4. வம்பலர் - வழியில் புதியராக வருவார். 5. துள்ளுநர் - அம்பு பட்டு வீழ்ந்து துடிக்கும் நிலை யினர். காண்மார் - காணுதற் பொருட்டு. 6. புள் - பறவை. புலம்பு - துன்பம்; ஆர் இடை - கடத்தற்கு அரிய வழி. 8. உள்ளினர் - எண்ணங் கொண்டுள்ளாய். 9. காழ் - முத்து மாலை. மீவரும் - கிடந்து புரளும். 10. முயங்கியும் - தழுவியும். 11. கதுப்பு - தலை மயிர். அணிகுவர் - செப்பம் செய்து அழகுபடுத்துவர். 12. சூழ்வது - எண்ணுவது. 13. உறழ் - ஒத்த. எயிறு - பற்கள். 15. இழை - அணிகள்.

17. மாமை - அழகு தரும் பொன்னிறம். சுணங்கு - அம்மேனியில் ஆங்காங்கே தோன்றும் அழகுத் தேமல். 22. கழிபெரும் நல்கல் - மிக்க பேரன்பு. ஒன்று உடைத்து - ஒரு செயலை உடைத்து. 23. அழிவு - உள்ளத்துயர். எவ்வம் - வருத்தம்.

4. உறவெல்லாம் பொய்யோ?

(தலைவியைப் பிரிந்து சென்று பொருள்தேடி வருதலை நினைத்து ஏற்பாடு செய்கிறான். ஒருவன். 'அவன் பிரிந்தால் அவன் மனைவி துயரடைவாளே' எனக் கலங்குகிறார் அவள் தோழி. அவனிடம் சென்று பலவும் கூறி, அவன் போக்கைத் தடுத்து நிறுத்துதற்கும் முயல்கின்றாள்.)

பாஅல் அம் செவிப் பணைத் தாள் மா நிலை
மாஅல் யானையொடு மறவர் மயங்கித்
தூறு அதர்பட்ட ஆறு மயங்கு அருஞ் சுரம்
இறந்து, நீர் செய்யும் பொருளினும், யாம் நுமக்குச்
சிறந்தமை ஆதல் அறிந்தனிர் ஆயின்,
நீள் இரு முந்நீர் வளி கலன் வௌவலின்
ஆள்வினைக்கு அழிந்தோர் போறல் அல்லதை,
கேள் பெருந் தகையோடு எவன் பல மொழிகுவம்?
நாளும் கோள் மீன் தகைத்தலும் தகைமே.
கல்லெனக் கவின் பெற்ற விழவு ஆற்றுப்படுத்த பின்,
புல்லென்ற களம் போலப் புலம்பு கொண்டு, அமைவாளோ?
ஆள்பவர் கலக்குற அலைபெற்ற நாடு போல்,
பாழ்பட்ட முகத்தோடு, பைதல் கொண்டு, அமைவாளோ?
ஓர் இரா வைகலுள், தாமரைப் பொய்கையுள்
நீர் நீத்த மலர் போல, நீ நீப்பின், வாழ்வாளோ?
என ஆங்கு -
பொய்ந் நல்கல் புரிந்தனை புறந்தரல் கைவிட்டு,
எந் நாளோ, நெடுந் தகாய்! நீ செல்வது,
அந் நாள் கொண்டு இறக்கும், இவள் அரும் பெறல் உயிரே.

நீ கடந்து செல்ல நினைக்கின்றாயே காட்டு வழி - அதை நினைத்தாலே எம் நெஞ்சம் நடுக்கம் கொள்ளுகிறது. அகன்ற காதும் பருத்த கால்களும் உடைய யானைகள், கூட்டம் கூட்டமாக அங்கே மதங்கொண்டு திரிந்து கொண்டிருக்கும். தாம் கொள்ளும் நெறி தீது என உணராதார் அங்குள்ள மறவர்கள் அதுவே சரியென மயங்கி, வருபவருக்குக் கொடுமையினைச் செய்வதற்கு ஏற்ற செவ்விதான கோலத்தையே பார்த்துத் திரிந்து கொண்டிருப்பார்கள்.

யானைகளும் மறவரும் அவ்வாறு மனம் போனபடி திரித லால், நேரான பாதைகளைக் காண்பதும் அரிது. புதர்கள் மறைத்தும், எப்புறத்தும் பாதைகளில் தடங்களாகத் தோன்றியும் மயங்கும். சரியான பாதையைக் கண்டுபிடித்துச் செல்வதும் எளிதல்ல. அவ் யானைகளும் மறவரும் செய்யும் கொடுமைக்குத் தப்புவதும் கடினமாகும். அவ்வழியூடும் கடந்துசென்று பொருள்தேடி வரு வதற்கு எண்ணுகின்றாய், அவ்வளவு தொல்லைப்பட்டு நீ தேடிக் கொணரும் பொருளினும், யாம் உமக்குப் பன்மடங்கு சிறந்தவர்கள் என்பதனை ஏனோ மறந்தாய்!

நீண்டு பரந்தது கடல்; அதன் இடையே முயற்சி மேற் கொண்டு கப்பலேறிச் செல்வார் சிலர்; இடைவழியில் புயல் காற்றிலே அக்கப்பல் சிக்குண்டு சீரழிய நேர்ந்தால், அப்படிச் செல் பவர்களின் நிலைமை என்னவாகும்? அவர்போலவே வாழ்க்கைக் கடல் நடுவே சென்று கொண்டிருக்கும் எம் நிலையும், நின் செயலால் கொடிய துயரத்திற்கு, அழிவுக்கு, உள்ளாகுமோ?

பெருந்தகையே! எம்மை நினக்கு உறவாக்கிக் கொண்டவன் நீ, அதனால் எம் நலனைக் கெடாது காக்கும் கடமை நினக்கும் உளது அன்றோ! எதற்காக நின்னோடு பலவும் சொல்வது? நீயே சொற்பிறழ்ந்தனையாய் மனம் மாறினால், நாளும் கோளும்தான் இனி நின் போக்கைத் தடுத்தல் வேண்டும்!

பேரொலியோடு திருவிழாநாள் நிகழும். அது கழித்தபிற்றை நாளிலே, அவ்விடம் தோற்றமும் அழகழிந்த நிலைமை நீ நன்கு அறிவாய். அஃதே போன்று அழகுடன் கலகலப்பாக இன்று விளங்கும் நின் மனைவி, நீ போயினபின் என்ன ஆவாள்? புலம் பலே தனக்குத் துணையாகக் கொண்டு, அவளும் உயிர் வாழ் வாளோ?

ஆட்சிப் பொறுப்பேற்றார், நாட்டின் துயரம் நிகழாதவாறு காத்தல் வேண்டும். அவரே நாட்டைக் கலக்கமுறச் செய்தனர் என்றால், நாடு பாழ்படுதலன்றி வேறு கதிதான் யாது? நின் அருளால் அவள் முகம் பொலிவுடன் விளங்கும். அந்தப் பொலிவு பாழ்பட்டு, அவள் துயரால் வாடுதற்கும் நீயே காரணமாகின்றாயானால், அதன் பின்னரும் அவள் உயிர்தான் நிலைக்குமோ?

பகலெல்லாம் அழகு கொள்ளையாகத் தோன்றிய ஒரு தாமரைக் குளத்தில், இரவோடிரவாக அதன் நீரெல்லாம் அடியோடு வடிந்துவிட்டால், அடுத்த நாள் காலையிலே அக்குளத்தின் தோற்றம்

எவ்வாறு இருக்கும்? நெடுந்தகையே! என்று நீ போகின்றாயோ அன்றிலிருந்து, பெறுதற்கரிய நின் மனைவியின் அரிய உயிரும் படிப் படியாகச் செத்துக் கொண்டே போகும் என்பதை நீ அறிவாயாக!

கருத்து: இதனைக் கேட்டதும் தலைவன் தன் போக்கைக் கைவிட்டு அமைவான் என்பதாம்.

சொற்பொருள் : *1. பால் - பகுதி. 2. மால் - மதமயக்கம். 3. தூறு - புதர். அதர்பட்ட - வழியாகிய. 5. முந்நீர் - கடல். வளி - புயல். 7. ஆள் வினைக்கு அறிந்தோர் - முயற்சி பாழாதல் கண்டு மனம் உடைந்தவர். 8. கேள் - பெருந்தகை. எவன்பல மொழிகுவம் - எவ்வாறு பலசொல் வழங்கித் தடுக்கவல்லோம். 9. தகைத்தல் - தடுத்தல், தகைமே - தகையும். தடுத்தலைச் செய்யும். நாள் : அசுவனி பரணி முதலாயின. கோள் : ஞாயிறு திங்கள் முதலாய ஒனிபது. 10. கல் என - கல்லென்னும் பேரொலி எழ. ஆற்றுப் படுத்த பின் - நடந்து கழிந்த பின்னர். 11. புல்லென்ற - பொலிவு இழந்த புலம்பு - தனிமைத் துன்பம். 12. அலைபெற்ற - அழிந்த. 13. பைதல் - துன்பம். ஓர் இரா வைகல் - ஓர் இராக் காலத்தில். 17. பொய்ந் நல்கல் புரிந்தனை - அன்பு காட்டுவான்போலப் பொய்யே நடித்தனை. புறந்தரல் - புறத்தைத் தழுவிப் பாதுகாத்தல்.*

5. என்னையும் அழைத்துப் போ!

(தன்னைப் பிரிந்து செல்ல நினைக்கும் தன் அன்பனிடத்தே தன்னையும் அவனுடன் அழைத்துப் போகுமாறு வேண்டுகின்றாள் ஒரு காதல் மனைவி).

மரையா மரல் கவர, மாரி வறப்ப -
வரை ஓங்கு அருஞ் சுரத்து ஆர் இடைச் செல்வோர்,
சுரை அம்பு, மூழ்கச் சுருங்கி, புரையோர் தம்,
உள் நீர் வறப்பப் புலர் வாடும் நாவிற்கு -
தண்ணீர் பெறாஅத் தடுமாற்று அருந் துயரம்
கண்ணீர் நனைக்கும் கடுமைய, காடு என்றால்,
என், நீர் அறியாதீர் போல இவை கூறல்?
நின் நீர் அல்ல, நெடுந் தகாய்! எம்மையும்,
அன்பு அறச் சூழாதே, ஆற்றிடை நும்மொடு
துன்பம் துணையாக நாடின், அது அல்லது
இன்பமும் உண்டோ, எமக்கு?

புல் நுனியுங் காணாதனவாயின காட்டுப் பசுக்கள், பசியால் மெலிந்தவாகி, அங்குள்ள கள்ளிச் செடிகளைத் தின்னத் தொடங்கும்.

மழையோ பெய்யாது போயிற்று. நீர் நிலையோ அறவே வற்றிப் போயிற்று. இத்தகைய தன்மையுடையது காட்டுவழி. அக்காட்டுவழி உயரமான பாறைகளில் நிறைந்தது; கடத்தற்கரியது. மேலும், அவ்வழிச் செல்பவர்கள், ஆறலைகள்வர் தம் அம்புக் கூட்டிலிருந்து எடுத்து எய்கின்ற அம்புகட்கும் பலியாவர். அந்த ஆறலை கள்வரும், வெப்பத்தால் மெலிந்தவராகி, உண்ணும் நீரும் கிடையாது வாடித் துடிப்பர். இவ்வாறு பலவிதத் தடுமாற்றங் களையும் உடையது காடு. அதன் வழிச்செல்வார் படும் கடுமையான துயரத்தால் சொரியும் கண்ணீர்தான் அந்நிலத்தை வீழ்ந்து நனைக்கக் காணலாம்.

'கடுமை உடையது காடு' என்று நாம் இவ்வாறு எடுத்துச் சொல்லியும், நீர் ஏதோ அறியாதவர் போல், மீண்டும் பிரிந்து அவ்வழிச் செல்வதையே கூறுகின்றீர். என் செய்வது? நெடுந்தகையே! இவ்வாறு நீர் செல்வது நுமக்குத் தகுதியன்று அன்பற்று எம்மை வாட்டமுறச் செய்வன ஏதும் செய்யாதீர். அவ்வழியிலே, நும்மோடு எம்மையும் உடன் அழைத்துச் செல்வீராக, நாம் சேர்ந்திருக்க, அத்துன்பமே வந்து சேர்ந்தாலும், சேர்ந்திருக்கும் அது வல்லாது இன்பமும் எனக்கு வேறு உண்டோ? கூறுக.

கருத்து: 'துன்பம் துணையாக உம்மோடு நாடின்' என்றது, இணைந்து செல்லும் அந்த இன்பத்தின் முன் துன்பமும் பொறுத் தற்கு எளிதேயாகம் என்ற தலைவியின் உள்ளப்பண்பை உணர்த்து கின்றது.

சொற்பொருள் : 1. மரை ஆ - காட்டுப் பசு. மரல் - கற்றாழை. 2. வரை - மலை. சுரம் - காடு. 3. சுரை அம்பு - சுரையோடு கூடிய அம்புகள். மூழ்க - அழுந்த. சுருங்க - உடல் தளர்ந்து. புரையோர் - குற்றமே புரியும் கொடிய ஆறலைகள்வர். 4. உள்நீர் - வயிற்றகத்து நீர். புலர்வாடும் - நீர் வேட்கை மிக்க; வறட்சி கொண்ட, 7. என்நீர் - என் நீர்மை; பிரிந்து உயிர் வாழா என் இயல்பு. நின்நீர - நின் இயல்பிற்கு ஏற்ற. 9. அன்பு அறச்சூழாது - அன்பு அறும்படி விட்டுப் பிரிதலைக் கருதாது. 10. நாடின் - உடன் கொண்டு செல்வதை நினைப்பின்.

6. பொருள் உயிர் தருமோ?

('ஏதோ பொருள் தேடி வருவான் என்றீரே, அப்பொருளால் என்னதான் நன்மையோ? பொருளோடு நீர் திரும்பி வரும்போது, அதற்குள் போய் விடும் இவள் உயிரை மீட்டுத் தரும் சக்தியும் அதற்கு உளதாமோ?' என்று

கேட்கிறாள் தோழி. ஆகவே, 'போக்கை நிறுத்துக' என்பது அவள் வேண்டுகோள்.)

'வேனில் உழந்த வறிது உயங்கு ஒய் களிறு
வான் நீங்கு வைப்பின் வழங்காத் தேர் நீர்க்கு அவாஅம்
கானம் கடத்திர், எனக் கேட்பின், யான் ஒன்று
உசாவுகோ - ஐய! - சிறிது?
நீயே, செய் வினை மருங்கில் செலவு அயர்ந்து, யாழ நின்
கை புனை வல் வில் ஞாண் உளர்தீயே;
இவட்கே, செய்வு உறு மண்டிலம் மையாப்பது போல்,
மை இல்ட வாள் முகம் பசப்பு ஊரும்மே.
நீயே, வினை மாண் கழகம் வீங்கக் கட்டி,
புனை மாண மரீஇய அம்பு தெரிதியே;
இவட்கே, சுனை மாண் நிலம் கார் எதிர்பாவை போல்,
இனை நோக்கு உன்கண் நீர் நில்லாவே
நீயே, புலம்புஇல் உள்ளமொடு பொருள்வயிற் லெீஇய,
வலம் படு திகிரி வாய் நீவுதியே;
இவட்கே, அலங்கு இதழ்க் கோடல் வீ உகுபவை போல்,
இலங்கு ஏர் எல் வளை இறை ஊரும்மே.
என நின்,
செல் நவை அரவத்தும் இனையவள் நீ நீப்பின்,
தன் நலம் கடைகொளப்படுதலின், மற்று இவள்
இன் உயிர் தருதலும் ஆற்றுமோ -
முன்னிய தேஎத்து முயன்று செய் பொருளே?

முதுவேனிற் காலம்; எங்கும் வெம்மை சுட்டெரிக்கின்றது; பாலை நிலத்திலோ கானல் பறக்கின்றது. அந்தக் கானலை, உடலும் உள்ளமும் மெலிந்தவான களிறுகள், நீர் ஓட்டம் என்று எண்ணி, வேட்கை தாளாவாய்ப் பின் தொடர்கின்றன. அத்தகைய பாலையைக் கடந்து சென்று பொருள் தேடி வருவேன் என்கின்றீர்; கேட்டேன். ஆனால் சிறிது நான் சொல்வதும் ஒன்று உண்டு; அதனையும் கேட்பீராக:

செய்ய நினைத்த செயலை நோக்கிப் போக நினைத்த நீர், வீட்டிலேயே, நும் கையாலேயே செய்த வலிய வில்லினை எடுத்து, நாண்பூட்டித் தெறித்துச்சரிபார்ப்பீர். முழுநிலவை மேகம் மறைத்தாற்போல், இவள் மாசற்ற முகத்தில் அதற்கே பாலை பாய்ந்துவிட, அது தன் ஒளி குறைந்தாய் இருண்டு விடுமே!

தொழில்வினை நிரம்பிய கைச்சரட்டை இறுக்கிக் கட்டினவராகப் படைக்கலங்களை ஆராய்ந்து பொறுக்கி கொண்டிருப்பீர். அப்போது, மழையை எதிர்நோக்கி சுனையிலுள்ள நீலங்கள் நீர் சொரிவது போல, இவள் கண்கள் தாம் கண்ணீரைச் சொரியுமே!

பிரிவை எள்ளளவும் நினையாது, தனித்துச் செல்வதனை நினைத்தும் வருந்தாது, பொருள் தேடிவரப் போவதற்கு நினைத்தீர். அதற்காக, வெற்றிச்சிறப்பு விளங்கும் சக்கரப் படையினை நீர்துடைத்த கண்டே, காந்தமலர்கள் காற்று அலைப்பைக் காம்பறுந்து வீழ்வனபோல, இவள் முன்கை வளைகள் எல்லாம் கழன்று வீழ்ந்தனவே!

பிரிந்து செல்வதைக் கருதி நீர் செய்யும் ஏற்பாடுகளை கண்டே அவள் துயரம் இவ்வாறானால், நீர் பிரிந்தால் இவள் என்னாவாளோ? நீர் போகும்போதே இவள் நலனும் போய்ட விட இவன் இறந்தும் போவாளோ? நீர் வேற்றுநாடு சென்று முயன்று தேடிவரும் பொருள்தான். இழந்த இவள் உயிரையும் மீட்டுத் தருாவதாமே? அதனைச்சொல்வீராக

சொற்பொருள்: 1. வேனில் - கோடை. உழந்த - வருந்திய. வறிது உயங்கு - உடல் சுருங்கி வருந்தும். ஓய் - ஊக்கம் கெட்ட. 2. வான் - மழை. வைப்பு - ஊர்கள். வழங்காத்தேர் - பேய்த்தேர் என வழங்கும் கானல்நீர். அவாஅம் - அவாவும். 4. உசாவுகோ - கேட்கட்டுமோ. 5. அயர்ந்து - விரும்பி. யாழ: அசை. 6. உளர்தி - தடவி நோக்குகின்றனை. 7. ‘மண்டிலம்’ என்றது திங்கள். மையாப்பது - மேகம் பரவுவது. 9. காழகம் - கையுறை. 10. தெரிதல் - ஆராய்தல். 11. கார் எதிர்தல் - மழையை எதிர்நேந்கி நீர் சொரிதல். 12. இனை நோக்கு - வருந்தும் பார்வை. 13. புலம்பு இல் உள்ளம் - பிரிகின்றோம் என எண்ணி வருந்தாத உள்ளம் 14. திகிரி - ஆழிப்படை. நீவுதி - துடையாநின்றாய். 15. கோடல் - வெண்காந்தள். வீ - இதழ்கள். 16. ஏர் - அழகு. எல் - ஒளி. இறை - முன்கை. ஊரும் - ஓடும். 18. செல்நவை அரவம் - செல்லும் துயர்தரும் ஆரவாரம். இனையவள் - துயர் கொள்வாள். 19. தன்நலம் கடைகொள்ளப்படுதல் - இறத்தல்.

7. மன்னும் பொருள் எது?

(சொல்லாததேயே பிரிவதற்கு நினைத்த தலைவனின் குறிப்பினையறிந்த தோழி, தலைவியோடு கூடிச் செலுத்தும் இல்வாழ்வு நெறியே பொருளெனக் கூறியது இது.)

நடுவு இகந்து ஒரீஇ நயன் இல்லான் வினை வாங்க,
கொடிது ஓர்த்த மன்னவன் கோல் போல, ஞாயிறு
கடுகுபு கதிர் மூட்டிக் காய் சினம் தெறுதலின்,
உறல் ஊறு கமழ் கடாத்து ஒல்கிய எழில் வேழம்,
வறன் உழு நாஞ்சில் போல், மருப்பு ஊன்றி நிலம் சேர,
விறல் மலை வெம்பிய போக்கு அரு வெஞ் சுரம்
சொல்லாது உடையேன்; கேண்மின், மற்று ஐஇய!
வீழுநர்க்கு இறைச்சியாய் விரல் கவர்பு இசைக்கும் கோல்
ஏழும் தம் பயன் கெட, இடை நின்ற நரம்பு அறூஉம்
யாழினும் நிலை இல்லாப் பொருளையும் நச்சுபவோ?
மரீஇத் தாம் கொண்டாரைக் கொண்டக்கால் போலாது,
பிரியுங்கால் பிறர் எள்ள, பீடு இன்றிப் புறம் மாறும்
திருவினும் நிலை இல்லாப் பொருளையும் நச்சுபவோ?
புரை தவப் பயன் நோக்கார் தம் ஆக்கம் முயல்வாரை
வரைவு இன்றிச் செறும் பொழுதில், கண் ஓடாது உயிர் வௌவும்
அரைசினும் நிலை இல்லாப் பொருளையும் நச்சுபவோ?
என ஆங்கு -
நச்சல் கூடாது, பெரும! இச் செலவு
ஒழிதல் வேண்டுவல், சூழின், பழி இன்று;
மன்னவன் புறந்தர வரு விருந்து ஓம்பி,
தன் நகர் விழையக் கூடின்,
இன் உறல் வியன் மார்ப! அது மனும் பொருளே.

ஐயனே! காக்கும் கடமை பூண்ட மன்னன், அந்தப் பொறுப் பிலிருந்து தான் மாறுபட்டனனாயின் நாடு என்னவாகும்? மேலும், பண்பற்ற ஒருவனின் சொல்லுக்கு இணங்கித் தீமையும் விளைத்து வந்தால், மக்கள் எவ்வளவு துயரடைவர்? அத்தகைய மன்னவனின் கொடுங்கோலாட்சி போலக் கதிரவனின் கதிர்கள் அனலினை ஏவி உலகை வெம்மையால் வாட்டுகின்றன. காட்டிலுள்ள யானைகள், முன்னர் மதங்கொண்டு திரிவன; அம் மதநீரில் வண்டுகள் மொய்த்து விளங்கும். இப்பொழுதோ, அவை தம் அழகு கெட்டன வாய், ஈரப்பசையற்ற நிலத்திலே உழுங் கலப்பை போலத் தம் கொம்புகளைத் தலையில் ஊன்றியவாகக், கையை உயரே நிமிர்த்த வாறு, சோர்ந்து வீழ்ந்து கிடக்கின்றன. வெற்றியையுடைய மலை களும் வேனலால் வெதும்பியுள்ளன. போவதற்கு அருமையான அவ்வழியினைக் கடந்து சென்று, பொருள் தேட எண்ணினாய். எம்மிடம் சொல்லாது போகத் துணிந்த உனக்கு. ஒரு 'பொருள் உடைய' செய்தியையும் சொல்ல நினைக்கிறேன்: அதனையும் கேட்பாயாக:

விரல்களால் வாசிக்கப்பட்டு ஒலிக்கும் நரம்பு ஏழும் கொண்ட யாழில் இசையானது, அதனை அனுபவிப்பார்க்கு மிகவும் விருப்பமான ஒரு பொருளாகும். இடையிலே ஒரு நரம்பு அறுந்து விட்டாலும், அவ்வினிமை அதனின்றும் கிடைக்குமோ? அத்தகைய யாழினும் காட்டில் நிலையில்லாதது நீ தேடிச் செல்லும் பொருள். அதனை நீயும் விரும்பலாகமோ?

செல்வம் நிலையில்லாத ஒரு பொருள். வந்து சேருங் காலத்து அதனைக் கொண்டாரைப் பெரிதும் இன்புறச் செய்யும் போகும் போதிலோ, அவர் தம்மளவில் துயருறுவதுடன், பிறரானும் இகழ்ந்து பேசப்படும் துயரையும் செய்யும் இவ்வாறு, தனக்கு ஒரு பெருநிலை யற்று, அடிக்கடி கைமாறிக் கொண்டிருப்பதான செல்வத்தை விரும்பி, நீயும் இவளைப் பிரிந்து செல்லலாகுமோ?

'தவநெறிபோலக் குற்றமிலாது முயன்று புகழ்பெற வேண்டிய தாயிற்றே அரசியல் பொறுப்பு' என்றும் நோக்குவதிலர்; தம் நன்மை யைக் கருதுபவராயிற்றே என்ற அன்பும் இலர்; வரை துறையில் லாமல் அனைவரையும் தண்டிக்கும்போதில், எவருக்கும் இரக்கங் காட்டாது உயிர் வாங்குபவர் மன்னர். அவரினும், நிலையற்ற தன்மையுடையது அன்றோ பொருள். அதனையும் நீ விரும்ப லாகுமோ?

என, நான் சொல்லியதுபோல, நிலையற்றதான பொருளை விரும்புதல் கூடாது. பெருமானே! பிரிந்துபோகும் எண்ணத்தையே நீ ஒழிந்துவிடல் வேண்டும். அவ்வாறு முடிவு செய்வது பழிப்புக்கு உரியதும் அன்று. தன் மன்னவனாகிய ஆருயிர் மணாளன் காத்து நிற்க, வரும் விருந்தினைப் பேணித், தன் உள்ளம் விரும்புமாறு கூடிக்கலந்து இன்புறுதலே ஒரு மனையாட்டிக்குச் சிறப்பாகும். இனிதாகத் தழுவி மகிழும் அகன்ற மார்புடையவனே! நிலை பெற்ற பொருளும் அந்தக் காதலியின்பாற் பெறுகின்ற இல்லற இம்பமாகின்ற ஒன்றேயாகும் என்பதை அறிவாயாக!

சொற்பொருள்: 1. நடுவு - நீதி. இகந்து - கைவிட்டு. ஓரீ இ - நீங்கி. நயன் அறம். வினைவாங்க - ஏவ. 2. ஓர்த்த - விரும்பிய. 3. சினம் - வெப்பம். தெறுதல் - சுடுதல். 4. உறல் - வண்டுகள் வந்து மொய்க்கும். ஒல்கிய - தளர்ந்த 5. நாஞ்சில் - கலப்பை 6. விறல் - வெற்றி. வெம்புதல் - கருகிப் புகைதல். 7. இறப்ப - கடந்து செல்ல. 9. வீழுநர் - விரும்புவார். இறைச்சி - இன்பம். கவர்பு - வாசிக்கப்பட்டு. கோல் - யாழின்கோல். 10. ஏழும் - நரம்புகள் ஏழும். 12. மரீஇ -

அடைந்து. 13. பீடு - பற்றுக்கோடு. புறமாறும் - நீங்கும். 14. திரு - நற்பேறு; அதாவது ஆகூழ். 15. புரை - உயர்வு. தவ - மேன்மேலும் உயர. 15 செறுதல் - கோபித்தல். கண்ணோடல் - கருணை காட்டல். 20. சூழின் - ஆராய்ந்து பார்க்கின். 21. புறந்தரல் - காத்தல். 22. தன்னகர் - தன்னவர். விழைய - விரும்ப. மனும்பொருள் - அழியாச்செல்வம்.

8. தாயும் மகளும்!

(ஒருவனை ஒருத்தி காதலித்தாள். பெற்றவரோ அவளை வேறொருவனுக்குத் தர விரும்பினர். அவள் அதனைத் தடுக்கச் செய்த முயற்சிகள் பலவும் பலன் தரவில்லை. அவள், தான் பிறந்த இடத்தை விட்டே அவளுடைய காதலனுடன், வெளியேறிச் சென்று விட்டாள். அவள் பிரிவினை, அவளை வளர்த்த செவிலித் தாயால் பொறுக்க முடியவில்லை. அவளைத் தேடிச் சொன்றாள். இடைவழியிலே அந்தணர் சிலர் வந்தனர். அவர்களை அவள் கேட்பதும், அவர்கள் அவளுக்கு உரைத்த பதிலும் கூறுவது இது.)

'எறித்தரு கதிர் தாங்கி ஏந்திய குடை நீழல்,
உறித் தாழ்ந்த கரகமும், உரை சான்ற முக்கோலும்,
நெறிப்படச் சுவல் அசைஇ, வேறு ஓரா நெஞ்சத்துக்
குறிப்பு ஏவல் செயல் மாலைக் கொளை நடை அந்தணீர்! -
வெவ் இடைச் செலல் மாலை ஒழுக்கத்தீர்; இவ் இடை,
என் மகள் ஒருத்தியும், பிறள் மகன் ஒருவனும்,
தம்முளே புணர்ந்த தாம் அறி புணர்ச்சியர்;
அன்னார் இருவரைக் காணிரோ? - பெரும!'
'காணேம் அல்லேம்; கண்டனம், கடத்திடை;
ஆண் எழில் அண்ணலோடு அருஞ் சுரம் முன்னிய
மாண் இழை மடவரல் தாயிர் நீர் போறிர்.
பல உறு நறுஞ் சாந்தம் படுப்பவர்க்கு அல்லதை,
மலையுளே பிறப்பினும், மலைக்கு அவைதாம் என் செய்யும்?
நினையுங்கால், நும் மகள் நுமக்கும் ஆங்கு அனையளே.
சீர் கெழு வெண் முத்தம் அணிபவர்க்கு அல்லதை,
நீருளே பிறப்பினும், நீர்க்கு அவைதாம் என் செய்யும்?
தேருங்கால், நும் மகள் நுமக்கும் ஆங்கு அனையளே.
ஏழ் புணர் இன் இறை முரல்பவர்க்கு அல்லதை,
யாழுளே பிறப்பினும், யாழ்க்கு அவைதாம் என் செய்யும்?
சூழுங்கால், நும் மகள் நுமக்கும் ஆங்கு அனையளே.
என ஆங்கு -
இறந்த கற்பினாட்கு எவ்வம் படரன்மின்;

சிறந்தானை வழிபடீஇச் சென்றனள்;
அறம் தலைபிரியா ஆறும் மற்று அதுவே.

வெயிலோ சுட்டு எறிக்கின்றது. அதைத் தாங்கிக் கொள்ளக் குடை பிடித்தவராக வருகின்றனர் சிலர். தோளில் தாங்கிவரும் ஒரு தண்டின் முனையிலே, உறி ஒன்றும் தொங்ககின்றது. அதில் அவர்களுடைய பிச்சைப் பாத்திரம் இருக்கிறது. புகழ் பெற்ற முக்கோலும் அவர்களிடம் இல்லாமலில்லை. அதனையும் முறை யாகத் தோளிலே காணலாம். இறைநினைவன்றி வேறு நினைவற்ற நெஞ்சுடையார் அவர். அந்த எண்ணம் ஏவப் பல தலங்களையும் சென்று காணும் ஆசையால் நடந்து வருபவர் பாலை வழிகளா யினும் அதனைக் கடந்து செல்லும் வழக்கம் உடையவர். அவரைக் கண்டு, அந்த அம்மை, ''அந்தணர்களே! என் மகள் ஒருத்தியும், இன்னொருத்தியின் மகன் ஒருவனும் தம்முள்ளே காதலாற் கலந் தவர், தாம் மட்டுமே அறியக் களவிலே கூடி மகிழ்ந்தவர், அத்தகை யவர் இருவரையும் வழியிடையிலே செல்லக் கண்டீர்களோ, பெருமக்களே?'' என்று விசாரிக்கின்றாள்.

''காணாமல் இருக்கவில்லை. வரும் வழியிலே அவர்களைக் கண்டோம். ஆண்மையின் அழகெல்லாம் சேர்ந்து உருவான இளை ஞனுடன், அரியதான பாலைவழியே செல்லவும் துணிந்த, மாட்சி மிக்க அணிபுனைந்த மடவாளின் தாயே! நீர் இனி மன அமைதி யோடு நும் வீடு நோக்கித் திரும்பிப் போவீராக.

''மணப்பொருள் பலவும் கூட்டிய நறும் சந்தனம், தம் உடலிலே பூசிக் கொள்பவர்க்கல்லாது, மலையிலே பிறந்தாலும், அம் மலைக்கு என்ன தான் நன்மையைச் செய்யும்? நினைத்துப் பார்த்தால், உம் மகளும், உமக்கு அத்தகைய சந்தனம் போன்றவளே அல்லவோ!''

''நீர் நிரம்பிய வெண்முத்துக்கள் கோத்து அணிபவர்க்குத் தானே பயனைத் தரும். அஃதன்றி, நீரினுள்ளே பிறந்தாலும், அந் நீருக்கு அவை என்ன பயனைச் செய்யும்? நன்கு நினைத்தால், உம் மகளும், உமக்கு அம் முத்துக்கள் போகின்றவளே அல்லவோ!

'ஏழு நரம்புகளிலே தவழந்துவரும் இனிய இசையானது யாழிலேதான் பிறக்கும். ஆயினும், இசைந்து அநுபவிப்பவர்க்கு இன்பந்தருமேயல்லாது, பிறந்த யாழுக்கு அதனால் என்ன பயன் ஏற்படும்? ஆராய்ந்தால், உம் மகளும் உமக்கு அத்தகையவளே யாவாள் அல்லவோ!

''ஆகவே, அவள் காதலனுடன் போனாள் எனக் கருதி நீர் வருத்துதல் வேண்டாம். அவளைத் தேடிச் செல்லலும் வேண்டாம். தலைசிறந்த கற்பினள் நும் மகள்: அவளுக்கு எத்துன்பமும் செய் யாதீர். சிறந்தவனான தன் காதலனோடு அவள் கூடிச் சென்று விட்டாள். அவர் கொண்ட முடிவே சற்றும் அறநெறி தவறாத ஒழுக்கமும் ஆகும்'' என்று அறிவீராக.

கருத்து: இவ்வாறு, மக்களுக்கு பிறந்த இடத்துப் பாசம், இல்லறம் கடமை தொடங்கும்போது பின் சென்று விடும் இயல்பை, நன்றாக விளக்குகிறது இப்பாடல்.

கருத்து: தான் விரும்பியவனைத் தொடர்ந்து சென்று மணந்து வாழ்வதே சிறப்பு என்பது இது.

சொற்பொருள் : 1. எறித்தரு - எறித்தலைச் செய்கின்ற; எறித்தல் - தாக்குதல். 2. கரகம் - கமண்டலம். முக்கோல் - முனிவர் ஏந்தும் முத்தலைக் கோல். 3. நெறிப்பட - முறையாக: சுவல் - தோள். வேறுஓரா - அறம் அல்லாத; பிற மறங்களை நினையாத. 4. குறிப்பு ஏவல் செயல் மாலை - ஐம்பொறிகளும் தமக்கு ஏவல் செய்தலை இயல்பாகப் பெற்ற. கொளை கொள்கை. நடை - ஒழுக்கம். 5. வெவ்விடை - கொடிய பாலை நிலம் போலும் இடங் கள். செலல்மாலை ஒழுக்கம் - செலுத்தலை இயல்பாக உடைய ஒழுக்கம். 9. கடம் - பாலைநிலத்து வழி. 10. ஆண்எழில் - ஆடவரில் அழகு. முன்னிய - போக வேண்டும் என முன் கூட்டியே கருதி வந்த. 11. போறிர் - போல இருந்தீர். நீர், தாயிர் போகின்றீர் என மாற்றி; நீர் அவள் தாய்போலும் எனக் கொள்க. 12. பல உறு - நறுமணப் பொருள்கள் பலவற்றோடு கலக்கும். படுப்பவர் - பூசிக் கொள்வார். அல்லதை - அல்லாது. 15. சீர் - சிறப்பு. கெழு - பொருந் திய. 17. தேருங்கால் - ஆராயும்பொழுது 18. ஏழ்புணர் நரம்புகள் ஏழினும் கூடிப்பிறக்கும். முரல்பவர் - பாடுவார். 22. இறந்த - மிக உயர்ந்த. எவ்வம் - வருத்தம். படரன்மின் - கொள்ளற்க.

9. செலவை விட்டனன்!

(தலைவியைப் பிரிந்து, பொருள் தேடி வருவதற்குச் செல்வ நினைத்த தலைவனைப், போகாது தடுத்து விட்டாள் தோழி, அந்தச் செய்தியை, அவன் காதலியிடம் சென்று, இப்படித் தோழி உரைக்கின்றாள்.)

வறியவன் இளமை போல், வாடிய சினையவாய்,
சிறியவன் செல்வம் போல், சேர்ந்தார்க்கு நிழல் இன்றி,
யார்கண்ணும் இகந்து செய்து இசை கெட்டான் இறுதி போல்,

வேரொடு மரம் வெம்ப, விரி கதிர் தெறுதலின்,
அலவுற்றுக் குடி கூவ, ஆறு இன்றிப் பொருள் வெஃகி,
கொலை அஞ்சா வினைவரால், கோல் கோடியவன் நிழல்
உலகு போல், உலறிய உயர் மர வெஞ் சுரம் -
இடை கொண்டு பொருள்வயின் இறத்தி நீ எனக் கேட்பின்,
உடைபு நெஞ்சு உக, ஆங்கே ஒளியோடற்பாள்மன்னோ -
படை அமை சேக்கையுள் பாயலின் அறியாய் நீ
புடைபெயர்வாய் ஆயினும், புலம்பு கொண்டு இனைபவள்?
முனிவு இன்றி முயல் பொருட்கு இறத்தி நீ எனக் கேட்பின்,
பனிய கண் படல் ஒல்லா படர் கூர்கிற்பாள்மன்னோ -
நனி கொண்ட சாயலாள் நயந்து நீ நகையாகத்
துனி செய்து நீடினும், துறப்பு அஞ்சிக் கலுழ்பவள்?
பொருள் நோக்கிப் பிரிந்து நீ போகுதி எனக் கேட்பின்,
மருள் நோக்கம் மடிந்து ஆங்கே மயல் கூர்கிற்பாள்மன்னோ -
இருள் நோக்கம் இடையின்றி, ஈரத்தின் இயன்ற நின்
அருள் நோக்கம் அழியினும், அவலம் கொண்டு அழிபவள்?
என ஆங்கு -
'வினை வெஃகி நீ செலின், விடும் இவள் உயிர்' என,
புனையிழாய்! நின் நிலை யான் கூற, பையென,
நிலவு வேல் நெடுந் தகை நீள் இடைச்
செலவு ஒழிந்தனனால்; நின் வளையே!

கோடைகாலம்; வெப்பநிலையே சொல்லுந்தரமன்று. அதன் கொடுமையை எவ்வாறு சொல்லினாற் கூறுவது? ஏழைமை எப்போதுமே துன்பந் தருவதென்றால், அதிலும் இளமைப் பருவத்தினன் ஏழ்மையால் படும் வேதனைதான் மிக மிக அதிகம். இதனை நீ அறிவாய். வாழ்க்கைக் கனவுகள் முழுவதையும் இழந்து, அவ் விளைஞன் அல்லற்படுவான் அன்றோ! அதேபோல், மரங்கள் எல்லாம் பயன்தரும் கனி வகைகள் காய்க்க வேண்டிய நல்ல பருவத்திலே, துளிர்த்த பூந்தாதுகள்கூட வெம்மைக்கு அற்றாவாய் வாடி உதிர்ந்து விடும் நிலைமையையுடையது, அக்காடு.

சிறுமைக்குணம் உடையவனிடம் செல்வம் சேர்வதால் பயனுண்டோ? அவனுக்கும் பயன்படாது; பிறருக்கும் உதவியாக அது அமையாது; அது வீணாகத்தான் போகும்! அதைப் போலவே, மரங்கள் எல்லாம் தழையற்ற மொட்டை மரங்களாகிக் காணப் படுகின்றன. அதனடியிற் சென்று நின்றாலும்கூடக் களைப்பைப் போக்கும் நிழலைச் சற்றேனும் பெற இயலாதபடி கொடுமை யுடையதான, காடும் அது.

எல்லாரிடத்தும் தீய செயல்களையே செய்த ஒருவன் நல்ல பெயருடன் எங்காவது வாழமுடியுமா? அவன் பெயர், 'கெட்டவன்' என்றுதானே விளங்கும்? அவன் முடிவும், துன்ப முடிவாகத்தானே இருக்கும். அதைப் போலவே, அக் காட்டில் மரங்கள் எல்லாம் வேரோடும் வெம்பிக் கிடக்கும். உலகிலே விரிந்து பரவும் கதிரவனின் கதிர்கள், அனைத்தையும் சுட்டு வருத்தும் அத்தகைய கோடை காலத்திலே, அப் பாலை நிலத்து வழியாகவோ, நீ செல்ல நினைக்கின்றாய்?

நாட்டுக் குடிமக்கள் அனைவரும் துயரத்தால் அல்லலுற்றுக் கதறக், கொஞ்சமும் முறைமையின்றி, அவர்கள் தேடி வைத்த பொருள்களைக் கவர்ந்த அரசு என்பதொன்று இருந்தால், அந்நாடுதான் எவ்வாறு இருக்கும்? கொலைக்கும் அஞ்சாத தீயோரால் செங்கோல் முறைமை திரிய, அரசு செலுத்தும் அந்த அரசனின் ஆட்சியிலே, மக்களின் வாழ்வு ஒரு வாழ்வாயிருக்குமா? அத்தகைய கொடிய ஆட்சியில் வாழ்வும் வளமும் கெட்டு வாடியழிந்து நாடு கிடப்பது போல, மரங்கள் முழுவதும் பட்டுப் பாழாகிக் கிடப்பதன்றோ, நீ செல்லும் பெருவழி!

அவ்வழியிலே நீயும் போக முயல்கின்றாய். போய்ப் பொருளைத் தேடி வரவும் நினைக்கின்றாய். இதைப் போய் அவளிடம் நான் சொன்னால், அவள் என்ன பாடுபடுவாள்? பலவாறு பக்குவமாக அமைக்கப்பட்ட படுக்கையிலே, இருவரும் ஒன்றாகத் துயில்வீர்களே அவ்வேளையில், அவள் படும் வேதனையை அறியாமல், நீ சற்றே விலகிப் படுத்தாலும் அதற்கே புலம்பிக் கொண்டு வருந்துபவள் அவள். நீ பிரிந்து செல்வதைக் கேட்டால், நெஞ்சம் உடைந்து, ஒளி கெட்டு, உயிர் வாழ்ந்து இருப்பாளென்றோ நினைக்கின்றாய்? அவள் இறந்தே போய்விடுவாளே!

''அவளை நீ வெறுத்துப் பிரியவில்லை. பொருள் முயற்சியை நினைந்துதான் பிரிக்கின்றாய்'' என்று கேட்டாலும், அவள் என்ன பாடுபடுவாள்? மிகவும் பெருமை பொருந்திய சாயலையுடையவள் நின் மனைவி. நகையாட விரும்பிய நீ, ஒரு நாள் துன்பம் விளைவிப்பது போலக் காட்டிப் பிரிந்து நெடுநேரும் அவளருகே வராதிருந்தாலும், அறவே அவகைக் கைவிட்டு விட்டாயோ என்று அஞ்சிக் கலங்குபவளாயிற்றே? உண்மையாகவே நீ பிரிந்து செல்வதைக் கேட்டால், கண்கள் நீர் பொழிய, உறக்கம் கொள்ளாமல், உன் நினைவால் துயரப்பட்டுக் கொண்டும் அவள் உயிர் வாழ்ந்திருப்பாளோ? அந்நிலையே இறந்தல்லவோ போய்விடுவாள்!

அவள்பால் மிகவும் கருணையோடு நடந்து கொள்பவள் நீயாயிற்றே! அவள் உள்ளத்தில் இருள் சூழச்செய்யும் நோக்கம் எதுவும் இடையிலே இல்லாமற் போயினும், உன் அருள்நோக்கம் சற்றே குறைந்தால், அதற்கே பொறுக்காது துயரங் கொண்டு நெஞ்சம் அழிபவளாயிற்றே அவள்! பொருளாசை கொண்டு நீ பிரிந்து போகின்றாய் எனக் கேட்டால், உன்னை மயக்கும் அவள் கண்ணழகு கெட்டு, மையல் தாளாது, மிகுதியும் வாடிக் கிடப்பா ளென்றோ நினைக்கின்றாய்? அவள் அந்நிலையே இறந்தன்றோ போய்விடுவாள்!

'அணிகள் பல பூண்டவளே! 'செயல் ஆற்றலை விரும்பி நீ பிரிந்து சென்றால் இவள் உயிரை விட்டுவிடுவாள்' என்று, உன் நிலையினை யான் மேற்கண்டவாறு உன் கணவனிடம் எடுத்துக் கூறினேன். போவதற்குத் தயாராக, ஒளி வீசும் வேலினையும் கையிலே கொண்டு நின்ற அந்நெடுந்தகை, அப்பொழுதே நீண்ட வழிநோக்கிச் செல்லும் தன் நினைவை ஒழித்து விட்டான். இன்னும், ஏன் நின் வளைகள் கழன்று வீழ்கின்றன? அவை இனிப் பிடிப்பாக விளங்கட்டுமே!

விளக்கம் : பாலையின் வெம்மைக்குக் கூறிய உவமானங்கள் 'நீ பிரிவதால் ஏற்படும் வெம்மையால், இவளும் அவ்வாறு நிலை கெடுவாள்' எனக்கு குறிப்பாக உணர்த்துவனவாகும். இளமை பருவத்தையும்; சினை, இன வளர்ச்சியையும்; செல்வம் இன்பத் தையும்; நிழல் கடமையையும் குறிப்பக. அவற்றை மறந்து, 'இகந்து செல்தல்' அழிவுக்குக் காரணமாவது போல, இவளும், அதனை யுணராது நீ பிரியின் அழிவள். 'வேரோடு மரம் வெம்ப' என்றது, இவள் மட்டுமன்று, இவள் படும் வேதனையைக் காணச்சகியாத இவள் குடும்பத்தவரும் அல்லற்படுவர் என்பதற்காகும். 'கோல் கோடித் துயர் விளைவிக்கும் அரசு, கேட்பார் பேச்சைக் கேட்டு அவனும் பிரிந்து பொருள் தேடப் போவேன் என்ற முறைமை கடந்த செயலைச் சுட்டியதாகும்.

சொற்பொருள்: 1. சினை - கிளை. 2. சிறியவன் - குணங்களால் சிறியவன். 3. இகந்து - வரம்பு மீறி. இசை - புகழ். 4. தெறுதல் - காய்தல். 5. அலவுற்று - வருந்தி. 6. வினைவர் - அரசியல் அலுவலர். கோல்கோடியவன் - கொடுங்கோலன்; அரச மரபுக்கு மாறாக நடப் பவன். 8. இடைகொண்டு - புணர்ச்சிக்கிடையே பிரிவு மேற் கொண்டு. இறத்தி - போவாய். 9. உடைபு நெஞ்சு உக - நெஞ்சழிந்து

கெட்டுப்போக. ஒளி ஓடற்பாள் - அழகு கெடுவாள். 10. சேக்கை - படுக்கை. 11. புடை பெயர்தல் - சிறிதே விலகல். இனைபவள் - வருந்துபவள். 13. பனிய கண் - நீர் நிறைந்த கண்கள். படல் ஒல்லா - உறக்கம் கொள்ளா. படர் - துன்பம். கூர்கிற்பள் - மிகுவள். 15. துனி - பிரிவு. 18. இருள் நோக்கம் - வெறுப்புத் தரும் பார்வை. ஈரம் - அன்பு. ஈரத்தின் இயன்ற - அன்பு காரணமாகப் பிறக்கும். 19. அவலம் - துன்பம்.

10. பல்லியும் இசைத்தன

(தான் பிரிந்து செல்லும்போது, 'இன்ன நாளிலே தவறாமல் திரும்பி விடுவேன்' என்று உறுதி கூறிச் சென்றான் ஒரு காதலன். அந்த நாள் வந்தும், அவன் வரவில்லை. அது கண்டு அல்லற்பட்டு வாடிய அவன் மனைவியைத் தோழி தேற்ற முயல்கிறாள்.)

'அரிதாய அறன் எய்தி அருளியோர்க்கு அளித்தலும்,
பெரிதாய பகை வென்று பேணாரைத் தெறுதலும்,
புரிவு அமர் காதலின் புணர்ச்சியும் தரும்' என,
பிரிவு எண்ணிப் பொருள்வயிற் சென்ற நம் காதலர்
வருவர்கொல்; வயங்கிழாஅய்! வலிப்பல், யான்; கேளள், இனி:
'அடி தாங்கும் அளவு இன்றி, அழல் அன்ன வெம்மையால்,
கடியவே' - கனங்குழாஅய்! - 'காடு' என்றார்; 'அக் காட்டுள்,
துடி அடிக் கயந்தலை கலக்கிய சின்னீரைப்
பிடி ஊட்டி, பின் உண்ணும், களிறு' எனவும் உரைத்தனரே.
'இன்பத்தின் இகழ்ந்து ஒரீஇ, இலை தீந்த உலவையால்.
துன்புறூஉம் தகையவே காடு' என்றார்; 'அக் காட்டுள்,
அன்பு கொள் மடப் பெடை அசைஇய வருத்தத்தை
மென் சிறகரால் ஆற்றும், புறவு' எனவும் உரைத்தனரே.
'கல் மிசை வேய் வாடக் கனை கதிர் தெறுதலான்,
துன்னரூஉம் தகையவே காடு' என்றார்; 'அக் காட்டுள்,
இன் நிழல் இன்மையான் வருந்திய மடப் பிணைக்குத்
தன் நிழலைக் கொடுத்து அளிக்கும், கலை' எனவும் உரைத்தனரே.
என ஆங்கு -
இனை நலம் உடைய கானம் சென்றோர்
புனை நலம் வாட்டுநர் அல்லர்; மனைவயின்
பல்லியும் பாங்கு ஒத்து இசைத்தன;
நல் எழில் உண்கணும் ஆடுமால், இடனே.

''அற ஒழுக்கத்தை முழுவதும் ஏற்றுத் தவறாது நடப்பது என்பது, மிகமிக அருமையான செயலே. அந்த அருமையான

அறநெறியினை உடையவர்களாக உள்ளவர்களே நம்மைத் தேடி வருவர்; நமக்கு அருள் புரிந்து உதவுவர். அவர்களுக்கு ஏற்ற வசதி களைச் செய்து நாம் உதவ வேண்டாமா? வாழ்வுக்குப் பெரிய பகை வறுமை; அந்த வறுமைப் பெரும்பகையை வெல்வதற்குப் பொருளைத் தேடிச் சேமிக்க வேண்டாமா? தாம் கொண்ட ஆணவத் தால் நம் தகுதியை மதியாது இகழந்து திரிவர் சிலர்; அவரது செருக்கை அழித்தால்தானே நம் வாழ்வு நிலைக்கும்? அதனைச் செய்துமுடிக்க வேண்டாமோ? இவை எல்லாமும் செய்தால்தானே, காதல் வாழ்வில் நிலையான கூட்டமும் இன்பமும் பெற்று, நாம் அமைதியுடன் வாழலாம்? இவ்வாறு பலவும் எல்லாம் எண்ணிப் பிரிந்து, பொருள் தேடச்சென்றவர் நம் காதலர். அவர் வர வேண்டிய நாளும் நெருங்குகின்றது. அவர் தவறாது வந்துவிடுவாரோ?'' என்று, தன் தோழியைக் கவலையுடன் கேட்கிறாள் ஒரு தலைவி. 'கட்டாயம் வருவான்' என அவளுக்கு ஆறுதல் கூறுகிறாள் அந்தத் தோழி.

''விளங்கும் பூண்கள் பலவும் அணிந்துள்ளவளே! அவன் உறுதியாகச் சென்னபடியே, சொன்ன நாள் தவறாது வருவான். எப்படித் துணிந்தேன் என்பாயாயின் கேள்: நான் சொல்வனவற்றை நன்றாகக் கேள்:''

''பாதங்கள் தாங்கும் அளவிலே நிலத்தின் வெம்மை இல்லை; நெருப்புக் கங்குகள் போன்று நிலம் வெம்மை கொண்டதாவுள் ளது; அக் காட்டு வழியைக் கடந்து செல்வது மிகக் கடினம்'' என்று அவன் சொன்னதை நினைந்து நீ வருந்துகின்றாய். கனவிய குழையை உடையவளே! 'அக் காட்டினுள், துடி போன்ற பாதங் களையுடைய யானைக்கன்று மிகக் கொஞ்சமாகக் கிடந்த நீரையும் கலக்கிவிடும். வேட்கை மிகுந்த களிறு இதற்கு ஒருபோதும் வருந்து வதில்லை. தன் வேட்கையை முதலில் தீர்க்கவும் அது முயல்வ தில்லை. பிடியானைக்கு முதலில் நீர் ஊட்டிவிட்டுத் தான் அதன் பின்னரே எஞ்சிக் கிடப்பதை உண்ணும்' என்றும் அவன் சொன் னதை நீ கேட்டதில்லையோ?

''இல்வாழும் இன்பத்தைவிட்டு நீங்கிச் சென்றவர் காதலர். இலைகள் காய்ந்து உதிர்ந்துபோகத், தாமும் பட்டுவிட்டன மரங்கள். நிற்பதற்கும் நிழல் தராது அவரைத் துன்புறுத்தும் தகைமை உடைய தாயிற்று அக்காடு'' என்று அவன் சொன்னதை நினைந்து நீ கவலைப்படுகிறாய். ஆனாலும் ''அக்காட்டினுள், தன்பால் அன்பு கொண்ட மடப்பெடையானது வெம்மைக்கு ஆறாறது வருந்திய

வருத்தத்தைத் தன் மென்மையான இறகுகளால் வீசியபடி, ஆண் புறா ஆற்றிக் கொண்டிருக்கவும் காணலாம்'' என்று, அவர் தாமே சொன்னதையும் நீ கேட்டாயல்லவோ?

''மலை முகட்டிலே மூங்கில்கள் வாடி வறண்டு போயின. அவ்வளவு கொடிதாகக் கதிரவனின் கதிர்கள் தாக்கி வருத்தும் அக் காட்டுப் பாதை மிகவும் துன்பந்தருவதாயிற்றே?'' என்றவரின் சொற்களைக் கேட்டு, நீ வருந்துகின்றாய். ஆனால், ''அக்காட்டினுள், இனிமைதரும் நிழல் இல்லாததால் வருத்தங்கொண்ட தன் மடப் பிணைக்குத், தன் நிழலையே கொடுத்து, அன்புடன் கலைமான் பேணுவதும் உண்டு'' என்றனரே, அதனையும் நீ கேட்டாயில் லையோ?

கொடுமையுடைய கானல் வழி தான் அது என்றாலும், அங்கு யானையும், புறாவும், மானும் தத்தம் காதலியரை அன்புடன் பேணக் காணும் நம் காதலர், புனைந்து போற்றும் அழகு கெடு மாறு நின்னையும் வாடச் செய்வாரோ? அதோ! வீட்டினுள்ளே பல்லியும் நான் சொல்வதை ஆமோதிப்பது போல ஒலி செய்கிறது; அதனையும் கேள். நின் இடக்கண்ணும் துடிக்கிறது; அதனையும் பார். மனந்தேறியிரு. ஆகவே, அவர் நம்மை நினைந்து விரைவில் திரும்பிவிடுவார்; நீ அதுவரை ஆற்றியிருப்பாயாக.''

சொற்பொருள்: 2. பேணார் - பேணாதார்; காப்பாற்றாதார். தெறுதல் - அழித்தல். 3. புரிவு அமர் - உள்ளம் ஒன்றுபட்ட 5. வலிப் பல் - உறுதியாகக் கூறுவேன். 8. துடிஅடி - துடி போலும் அடி. கயந்தலை - யானைக்கன்று. சின்னீர் - சிறிதளவான நீர். 10. இகந்து - நீங்கி. ஒரீஇ - நீங்கி. தீய்ந்து உலர்ந்த. உலவை - கொம்பு. 12. அசை இய - வருந்திய. 13. சிறகர் - சிறகு. புறவு - புறா. 14. வேய் - மூங்கில். கனை கதிர் - ஞாயிற்றின் அடர்ந்த கதிர்கள். 15. துன்அரும் தகைய - செல்வதற்கு அருமையான தன்மை. துன்னுதல் - அடைதல். 16. இன்னிழல் - இனிய நிழல். பிணை - பெண்மான். 17. கலை - ஆண்மான். 19. இனைநலம் - இத்தகைய தன்மைகள். 20. புனை நலம் - புனைந்து பண்ணிய அழகு. 21. பாங்கு ஒத்து இசைத்தன - என சொல்லுக்கு இசைய ஒலித்தன.

11. போற்றாய் பெருமானே!

(''இளைய நின் மனைவியைப் பிரிந்து பொருள் தேடச் செல்கிறாயே, இதுதான் அடுக்குமா? வாழ்நாள்தான் நிலையானதே? காலம்தான் காத்திருக் குமோ?'' என்று கூறித் தடுத்து நிறுத்துகிறாள், அந்த மனைவியின் தோழி, ஒரு தலைவனை.)

இடு முள் நெடு வேலி போல, கொலைவர்
கொடுமரம் தேய்த்தார் பதுக்கை நிரைத்த
கடு நவை ஆர் அற்று. அறுசுனை முற்றி,
உடங்கு நீர் வேட்ட உடம்பு உயங்கு யானை
கடுந் தாம் பதிபு, ஆங்குக் கை தெறப்பட்டு,
வெறி நிரை வேறாகச் சார்ச்சாரல் ஓடி,
நெறி மயக்குற்ற நிரம்பா நீடு அத்தம் -
சிறு நனி நீ துஞ்சி ஏற்பினும், அஞ்சும்
நறுநுதல் நீத்துப் பொருள்வயிற் செல்வோய்!
உரனுடை உள்ளத்தை; செய் பொருள் முற்றிய
வளமையான் ஆகும் பொருள் இது என்பாய்1
இளமையும் காமமும் நின் பாணி நில்லா -
இடை முலைக் கோதை குழைய முயங்கும்
முறை நாள்கழிதல் உறாஅமைக் காண்டை -
கடை நாள் இது என்று அறிந்தாரும் இல்லை.
போற்றாய் - பெரும! நீ, காமம் புகர்பட
வேற்றுமைக் கொண்டு, பொருள்வயிற் போகுவாய்!
கூற்றமும் மூப்பும் மறந்தாரோடு ஓராஅங்கு
மாற்றுமைக் கொண்ட வழி.

கூடி மகிழ்ந்திருந்த அந்த இன்ப நேரத்திலே, ஒரு நாள், சிறுபொழுது தூங்குவதுபோலக் கிடந்தாய் 'நம் வருகைக்குக் காத்திருக்கும் அன்புக் கணவன் கவலையற்றுத் தூங்குகிறானே? அவன் எண்ணம் மாறிவிட்டதோ?' என்று, அவள் அதனை நோக்கிப் பயந்து விட்டாள். அதனால் விழித்த நீ, அவளை ஏற்று மகிழ்வித் தாய். ஆனாலும், அவள் அச்சம் தெளியவில்லை. அத்தகைய கலந்த ஈடுபாடுள்ளவள் நின் மனைவி. அவளைத் தவிக்க விட்டுவிட்டுப் பொருள்தேடப் போகின்றாயே! நீ நெஞ்சிலே மிகவும் உரம் உள்ள வனேதான்! இன்பவாழ்வை விட்டு, நீ செல்லும் பாலை வழியை நினைத்தாலோ, அம்மம்மா, நெஞ்சமும் நடுங்குகின்றதே!

கொலைகாரர்கள், வில்லிலே அம்பினைப் பூட்டி எய்து வழியே போவாரைக் கொல்வர். செத்தவரின் பிணங்களைச் செத்தை களாலும் கள்ளிகளாலும் மூடிவைத்துப் பிறர் காணாதபடியே மறைப் பர். அப்படி மறைத்த குவியல்கள், முள்வேலி இட்டது போலப் பாதையின் எப்புறத்தும் காணப்படும். அத்தகைய கொடுமைகள் நிறைந்த பாதை அது. நீர் அற்றுப்போன சுனைகளை ஒவ்வொன் றாகச் சென்று சென்று பார்த்தும் அத்தகைய கொடுமைகள் நிறைந்த பாதை அது. நீர் அற்றுப்போன சுனைகளை ஒவ்வொன்றாகச் சென்று

சென்று பார்த்தும் நீர் காணாது, வறிதாகச் சோர்ந்து, நீர் வேட்கை கொண்ட தம் உடல்களும் வாடி இளைத்து விட்டன காட்டு யானைகள். ஒரு சுனையில் மிகச் சிறிது தண்ணீரைக் காணவும், அவை ஆவலோடு சென்று கையிட்டன. நீரின் வெம்மையோ துதிக்கையைச் சுட்டது. இவ்வாறு, யானைகள் பலவும் தம் நிரைகளைப் பிரிந்து, நீர் வேட்கைதாளாது, வேறு வேறாகப் பிரிந்து, இச் சாரலிலே ஓடி ஓடி அலைவதால், பாதைகள் எங்கணும் அவற்றின் றதடங்கள் படிந்து தோன்றும். முறையான பாதை எதுவென அறிய முடியாத மயக்கமும் எவருக்கும் ஏற்படும்! தொலையாத பெருவழியாகவும் அது தோன்றும்!

தொல்லை மிகுந்த அவ்வழியிலே சென்று திரும்பி வருபவனான நீ என்னதான் சொல்லப் போகின்றாய்? ''பார்த்தீர்களா! செய்ய நினைத்த செயலை முடித்தேன். அதன் பயனால் யான் பெற்ற பெருவளன் இவை - இப்பொருள்கள் - என்று சொல்வாய். ஆனால், அதற்குள், நீ முதன்மையான பலவற்றையும் அடியோடு மறந்து விட்டாய்.

நீ சென்று பொருள் தேடி வருவதற்குள், உன் இளமையும் காமவிருப்பும் உன்னிடமிருந்து மறைந்து போகும். அதனால், இவளைக் கூடி இவளுடைய இடையும் முலையும் கோதையும் குழையத் தழுவி மகிழும் முறையான இன்ப நாட்களும் வீணே கழிந்துபோகும். அப்படிப் போகாத வகை துறைகளைக் காண்பாயாக! 'வாழ்நாளின் கடைசி நாள் இதுவே' என்று திட்டமாக அறிந்தவரோ எவருமில்லை. அதனால், இடையே நாட்களை வறிதே கழியாமல், இவளுடன் வாழும் இன்பவாழ்வைப் போற்றி இணைந்து மேற்கொள்வாயாக!

பெருமானே! நீயோ, காம இச்சை பின்னாற் செல்லவும், கூற்றமும் மூப்பும் உளவென்ற உண்மையை மறந்தவரோடு ஒன்றாகக் கூடிப் பொருள்தேடிப் போக எண்ணுகின்றாய். அது இல்லறத்தாரான நன் மக்கள் செல்லும் வழியன்று. அறநெறிக்கு மாறுபட்ட தன்மையைக் கொண்ட தவறான வழியே அது என்பதை ஏன் மறந்தாயோ!

கருத்து: 'முறையான சுகவாழ்வுப் பதையை விட்டுப் பொருளாசையால் மனைவியைப் பிரிய நினைக்கிறாயே?' எனக் கண்டித்துப் பேசும் பாணி, மிகவும் சிந்தனைக்குரியதாகும்.

விளக்கம்: *நிகழ்ந்தது கூறி நிலையலும் திணையே (தொல். பொருள். 44) என்பதனால், தலைவன் முன் ஒரு காலத்தே கூறிய வற்றினைத் தோழி தலைவனுக்கு எடுத்துக் கூறிச் செலவினைத் தடுத்தனள் என்று பொருள் கொள்ளல் பொருந்தும்.*

சொற்பொருள்: *2. கொடுமரம் - கொடிய வில். தேய்த்தார் - கொல்லப்பட்டவர். பதுக்கை - பிணக் குவியலை மறைக்கும் இலைக்குவியல். 3. கடுநவை - கொடிய குற்றம். ஆர் - நிறைந்த. அறுசுனை - வறண்ட சுனை. முற்றி - சூழ நின்று. 5. கடும்தாம் பதிபாங்கு - விரைவாகப் பதித்துவிடத்து. தெறப்பட்டு - சுடப்பட்டு. 7. நெறி மயக்குற்ற - பாதைகள் மயக்கம் விளைக்க. 14. கழிதல் உறா அமைக் காண்டை - பயனின்றிக் கழியாதவாறு பார்த்துக்கொள். 15. கடைநாள் - வாழ்க்கையின் இறுதி நாள். 16. புகர்பட - குற்றம் பட. 18. ஒரா அரங்கு - ஒருபடிப்பட; அஃதாவது முற்றவும்!*

12. நகையாடச் சொன்னானடி!

('தன் மனைவியின் உள்ளத்திலே கலவரத்தைக் கிளப்பி விட வேண்டும். அவள், அதனால் நடுங்கித் துயரடைவது கண்டு மகிழ வேண்டும்' என்ற வினோதமான எண்ணம் ஒருவனுக்கு. தான் அவளை விட்டுப் பிரிந்து போவதாகச் சொல்லுகிறான். அவளோ, 'உன்னுடன் நானும் வருவேன்' என்கிறாள். காட்டுவழியின் இடர்பாடுகளை அவன் கூறுகின் றான். அவளது மென்மையையும் எடுத்துக் காட்டுகின்றான். பதில்பேச அறியாது தலைவி பதறுகிறாள். அங்கே அப்போது வந்த தோழி உண்மை தெரிந்தவள். 'வேடிக்கை செய்கிறானடி இவன்' என்று விளக்குகிறாள்.)

செரு மிகு சின வேந்தன் சிவந்து இறுத்த புலம் போல,
எரி மேய்ந்த கரி வறல்வாய், பகவு காணாவாய்,
பொரி மலர்ந்தன்ன பொறிய மட மான்,
திரி மருப்பு ஏறொடு தேர் அறற்கு ஓட,
மரல் சாய மலை வெம்ப, மந்தி உயங்க,
உரல் போல் அடிய உடம்பு உயங்கு யானை,
ஊறு நீர் அடங்கலின், உண் கயம் காணாது,
சேறு சுவைத்து, தம் செல் உயிர் தாங்கும்
புயல் துளி மாறிய, போக்கு அரு, வெஞ் சுரம் -
எல்வளை! எம்மொடு நீ வரின், யாழ நின்
மெல் இயல் மே வந்த சீறடி, தாமரை
அல்லி சேர் ஆய் இதழ் அரசுக்குத் தோய்ந்தவை போல,
கல் உறின், அவ் வடி கறுக்குந அல்லவோ?
நலம் பெறு சுடர்நுதால்! எம்மொடு நீ வரின்,

இலங்கு மாண் அவிர் தூவி அன்ன மென் சேக்கையுள்
துலங்கு மான் மேல் ஊர்தித் துயில் ஏற்பாய், மற்று ஆண்டை
விலங்கு மான் குரல் கேட்பின், வெருவுவை அல்லையோ?
கிளி புரை கிளிவியாய்! எம்மொடு நீ வரின்,
தளி பொழி தளிர் அன்ன எழில் மேனி தகை வாட,
முளி அரில் பொத்திய முழங்கு அழல் இடை போழ்ந்த
வளி உறின், அவ் எழில் வாடுவை அல்லையோ?
என ஆங்கு,
அனையவை காதலர் கூறலின், 'வினைவயிற்
பிரிகுவர்' எனப் பெரிது அழியாதி, திரிபு உறீஇ;
கடுங் குரை அருமைய காடு எனின், அல்லது,
கொடுங்குழாய்! துறக்குநர் அல்லர் -
நடுங்குதல் காண்மார், நகை குறித்தனரே.

''போர்க்குணம் மிகுந்தவனும் கட்டுக்கடங்காத சினம் கொள்பவனுமான ஒரு வேந்தன், சினங்கொண்டு, நெருப்பிட்டு அழித்தனன் பகைநாட்டு நிலத்தினை; அந்நிலம் போலப், பார்க்கச் சகிக்காமல் பாழாக விளங்குவது பாலை நிலம். காட்டுத்தீ பற்றிப் புதர்களும் பிறவும் எரிந்து போயின; எரிந்த கரிக்கட்டைகளையே எங்கும் காணலாம். தின்பதற்குத் தழை ஏதும் கிடையாது வாடியது ஒரு பெண் மான். பொரிகள் மலர்ந்தது போல உடலில் புள்ளி களையுடையது அம்மடவான். நீர் வேட்கை மிகுதியால், முறுக் குண்ட கொம்புகளையுடைய தன் ஆண் துணையோடு, கானலையே நீரென எண்ணி ஓடிக் கொண்டிருந்தது. கள்ளிகள் கூட வாடிச் சாய்ந் திருக்கும், மலைகளும் வெப்பத்தால் கொதிப்படைய, அங்குள் ளவை அனைத்துமே கருகி விட்டிருக்கும்.

மரங்களை நம்பி வாழ்கின்றவை மந்திகள். அவை உண் பதற்கு எதுவும் கிடையாமற் போகவே, உடல் வருந்தி மெலியும். உரல் போன்ற கால்களையுடைய யானைகள், ஊறுகின்ற நீரூற் றுக்கள் எல்லாம் வறண்டு போய்விடவே, உண்பதற்கு ஒரு நீர் நிலையும் காணாமல், சேற்றின் ஈரத்தை உறிஞ்சிப், போய்க் கொண்டிருக்கும் தம் உயிரைப் போக விடாமல் தாங்கிக் கொண் டிருக்கும். மழை துளி கூடப் பெய்யாது மாறுபட்டுப் போன, கடந்து போவதற்கும் அரியதான, வெம்மைமிக்க பாலை நிலத்தின் தன்மை இதுவாகும்.

ஒளிரும் வளையணிந்தவளே! என்னோடு நீ வந்தால், சிறப் புடைய மென்மைவாய்ந்த நின் சிறிய திருவடிகள் அவ்வழியிலே

நடத்தலைத் தான் தாங்குமோ! தாமரை மலரின் உள்ளிதழ் போன்ற வான நின் பாதங்கள், அரக்கினை நெருப்பிலே தோய்த்தாற் போலப், பரற்கற்களிலே பட்டவுடன் கன்றிக் கறுத்து விடுவன அல்லவோ!

நலம் பெற்ற ஒளிவிடும் நெற்றியை உடையவளே! என்னோடு நீயும் வந்தால், உன் நிலைதான் என்னவாகும்? சிங்கக் கால்களின் மேல் அமைத்த தூங்கும் மஞ்சத்திலே, மாட்சியுடைய அனைத்தின் தூவி போன்ற மென்மையான படுக்கையிலே உறங்குபவள் நீ. அக் காட்டினுள், சிங்கத்தின் உண்மையான குரலையே கேட்பாயானால், பயந்து வெருவுவை அல்லவோ?

கிளி போன்ற மொழியாளே! என்னோடு நீ வந்தால், மழை பெய்ததும் துளிர்கின்ற மெல்லிய பூந்தளிரைப் போன்ற அழகிய நுன் மேனியின் அழகெல்லாம் கானலால் வாடி விடுமே? புதர்கள் மறைவிலே பற்றி எரியும் காட்டுத் தீயில் ஊடாடி வரும் தீக்காற்றுப் பட்டால், நின் மேனியின் அழகும் வாடிவிடும் அல்லையோ?

என்று நின் காதலர் சொல்வதால், 'நம்மை அவர் ஏதோ தொழிலின் பொருட்டாகப் பிரியப் போகின்றார் போலும்' என்று எண்ணிப் பெரிதும் நெஞ்சழிந்து நீயும் துடிக்காதே. வளைவான குழையணிந்தவளே! 'வளம் திரிவுற்றுக் கடுமையாக விள்குவது காடு' என்று அவர் சொன்னாரென்றால், அது நீ நடுங்குவதைக் கண்டு நகைத்து மகிழ்வதற்கேயாகம், என உணர்வாயாக.

விளக்கம் : காட்டின் கொடுமையையும், அங்குச் சென்றால் நீ வாடும் வாட்டத்தையும் அவர் வாயாலேயே விரித்துச் சொல் வதால், அவர் பிரிந்துபோகும் எண்ணமுடையவரன்று என்று தோழி உய்த்துரைக்கின்றனள். சிங்கக் குரல் கேட்கும் என்றது. இடையிலே கொடு விலங்குகளால் துன்பம் உண்டென்பதையும் தீக்காற்றுப் படின் அழகு கெடும் என்றது மனைவியின் அழகைப் பேணும் ஆண்மையின் நிலையையும் கூறியதாகும்.

சொற்பொருள்: 1. சிவந்து - கோபித்து; கோபத்தால் கண்கள் சிவத்தலால் இவ்வாறு கூறினர். 2. கரி வறல் - கரிந்து வறண்ட அந் நிலத்தில். 3. பொறி - புள்ளி. 4. தேர் அல்தேர் - பேய்த்தேர். 5. உயங்க - வருந்த. 10. யாழ: அசை. 12. அல்லி: தாமரைப் பூவின் அகவிதழ் கள். அரக்கு - செவ்வரக்கு. 17. விலங்கு மான் - விலங்காகிய சிங்கம். 18. புரை - ஒத்த. 19. தளி - மழைத்துளி. 20. முளி - உலர்ந்த. அரில் - புதர். பொத்திய - மூண்ட 21. வளி - காற்று. 27. காண்மார் - காண்பதற்காக.

13. வெறுத்துத்தான் போகின்றனை!

(திருடன், காவற்காரனின் வீட்டிலேயே சென்று ஒளித்த கதை போலப், பிரிந்துபோக நினைத்த ஒருவன், தன் எண்ணத்தைத் தலைவி யிடம் நேரே சொல்லத் துணியாமல், அவள் தோழியிடம் சென்று சொல்லி விட்டான். அவளோ ''இனிமையாகப் பேசியவை எல்லாம் மறந்து, 'போகின் றேன்' என்று கூறுகிறாயே! உன்னை உணர்ந்துவிட்டேன்; எங்களை வெறுத்துத்தான் நீ பிரிந்து போகிறாய்'' என்று சீறுகின்றாள். அவன், முன்னர்த் தலைவியைப் புகழ்ந்து கூறியதை எல்லாம் அவனுக்கு நினைவு படுத்தி அவனை இடித்துப் பேசுகின்றாள்.)

'அணை மருள் இன் துயில் அம் பணைத் தட மென் தோள்,
துணை மலர் எழில் நீலத்து ஏந்து எழில் மலர் உண் கண்,
மண மௌவல் முகை அன்ன மா வீழ் வார் நிரை வெண் பல்,
மணம் நாறு நறு நுதல், மாரி வீழ் இருங் கூந்தல்,
அலர் முலை ஆகத்து, அகன்ற அல்குல்,
சில நிரை வால் வளை, செய்யாயோ!' என,
பல பல கட்டுரை பண்டையின் பாராட்டி,
இனிய சொல்லி, இன்னாங்குப் பெயர்ப்பது,
இனி அறிந்தேன், அது துனி ஆகுதலே.
'பொருள் அல்லால் பொருளும் உண்டோ?' என, யாழ நின்
மருளி கொள் மட நோக்கம், மயக்கப்பட்டு அயர்த்தாயோ?
'காதலார் எவன் செய்ப, பொருள் இல்லாதார்க்கு?' என,
எதிலார் கூறும் சொல் பெருளாக மதித்தாயோ?
செம்மையின் இகந்து ஒரீஇப் பொருள் செய்வார்க்கு, அப் பொருள்
இம்மையும் மறுமையும் பகையாவது அறியாயோ?
அதனால்,
எம்மையும் பொருளாக மதித்தீத்தை: நம்முள் நாம்
கவவுக் கை விடப் பெறும் பொருட் திறத்து
அவவுக் கைவிடுதல்; அது மனும் பொருளே.

''இன்பமாகத் தூக்கம் வருகின்ற மென்மையான அணை களைப் போன்றன, அழகுடன், மூங்கில் போன்று பருத்த நினது மென்மையான தோள்கள். எழில்மிகுந்த 'கருநீல மலரின் எழுச்சி மிக்க அழகோடு, மலர் போன்ற மை தீட்டிய நின் கண்கள் இரண் டும் இணையாக அழகுடன் விளங்குகின்றன. மணமுடைய முல்லை மொட்டுப் போன்ற நின் வெண்மையான ஒழுங்கான பல் வரிசை களிலேயும் வண்டுகள் மொய்க்கின்றனவே! நின் நறுநுதலின் மணம் வீசுகின்றதே! கார்மேகம் போல நின் கூந்தலும் அடர்ந்து விளங்கு

கின்றதே! மார்பிலே பெருத்த முலைகள்; அகன்ற அல்குல் தடம்; அணிந்துள்ளன சிலவேனும் ஒளி நிரைத்த வெண்மையான வளையல்கள்! திருமகள் போன்றவளேதான் நீ!'' என்றெல்லாம் பல பல புனைந்துரைகளால் பண்டை நாளிலே நீயும் பாராட்டினாய். இனிமையாக அவ்வாறு பாராட்டிப் பேசிவிட்டு, இப்போது துன்பந் தருமாறும் பேசுகின்றாய். எங்களிடம் உள்ள வெறுப்பினால்தான் உன் பேச்சு மாறுகிறது என்பதை, இப்போதுதான் அறிந்து கொண்டேன்.

'பொருள் உடையவனாக வேண்டும்; அஃதல்லது உண்மையான செல்வமும் வேறு உண்டோ?' என்ற அறியாமை மயக்கம் நிறைந்த எண்ணம் உன்னையும் பிடித்து மயக்க, அதற்குள் அகப்பட்டு, நீயும் நின் உறுதியிலிருந்து தளர்ந்து விட்டாயோ?

'கையிலே பொருள் இல்லாதவர்க்குக் காதல் உடையார் தான் என்ன நன்மை செய்யப் போகின்றனர்?' என்று போக்கற்றவர்கள் கூறும் சொற்களைக் கேட்டு, அதை ஒரு பொருளாக மதித்து, நின் மனம் மாறிவிட்டாயோ?

'செம்மையான வழிகளிலிருந்து மாறுபட்டுச் சென்று பொருள் தேடுவார்க்கு, அப்பொருள் இம்மையும் மறுமையும் அவர்க்குப் பகையாக விளங்கும் என்ற உறுதிமொழியை நீயும் அறிந்ததில்லையோ?

'ஆகவே, எம்மையும் ஒரு பொருளாக மதிப்பாயாக! நமக்குள் நாம், ஒருவரை ஒருவர் கைவிடச் செய்யும், பொருளின் மீதுள்ள அவாவைக் கைவிடுவாயாக, அதனைக் கைவிட்டுத் தலைவியுடன் பிரியாமல் கூடியிருப்பதே நிலையான உண்மைச் செல்வம் என்றும் அறிவாயாக'.

விளக்கம்: தொடர்பில்லாதவர் பேச்சைக் கேட்டோ, அறியாமையாலோ இவ்வாறு பேசுகிறாய். செம்மையிலிருந்து நீங்கிப் பொருள் தேடுவது ஏன்? முன் சொன்னதெல்லாம் மறந்தாய் போலும்? பொருளுக்காகவோ நீ போகின்றாய்? எம்மை வெறுத்து விட்டாய் என்று வாதாடும் திறம் மிகவும் செப்பமுடையது. தலைவியே இவ்வாறு கூறி வாதாடுவதாகவும் கொள்ளலாம்; அதுவும் பொருத்தமாகவே இருக்கும்.

சொற்பொருள் : 1. அணை - தலையணை. பணை - மூங்கில். தட - பெருமை. 2. துணை மலர் - இரண்டாக இணைந்து பூத்த மலர். வால் - வெண்ணிறம் வாய்ந்த. 4. இருங் கூந்தல் - கரிய கூந்தல்.

8. இன்னாங்குப் பெயர்ப்பது - துன்பத்திடத்தே துரத்துவது. 9. துனி - வெறுப்பு. 10. யாழ : இசைநிறை. 11. மருளி கொள் - மயக்கம் கொண்ட. 14. செம்மை - செந்நெறி. இகந்து ஓரீஇ - கைவிட்டு நீங்கி. 17. மதித்தீத்தை - மதிப்பாயாக. 18. கவவுக்கை - கூடி வாழும் வாழ்வு. விட - விடுதலால். 19. அவவு - அவா; பொருளிடத்து ஆசை. மனும் - நிலைபெற்ற.

14. போனால் வராது!

('பொருள் தேடிவரப் பிரிந்து போகின்றேன்' என்றான் ஒருவன், தன் மனைவியின் தோழியிடம். அவள், அது கேட்டதும் பொருமுகிறாள். 'நீ போய்விட்டு வருவதற்குள் இவள் இளமைநலன் முழுவதும் தொலைந்து விடுமே? அதனை நீ கொணரும் பொருள்தான் மீட்டுத் தருமோ?' என்றும் கேட்கின்றாள்.)

அரி மான் இடித்தன்ன, அம் சிலை வல் வில்
புரி நாண், புடையின், புறம் காண்டல் அல்லால் -
இணைப் படைத் தானை அரசோடு உறினும் -
கணைத் தொடை நாணும் கடுந் துடி ஆர்ப்பின்,
எருத்து வலிய எறுழ் நோக்கு இரலை
மருப்பின் திரிந்து மறிந்து வீழ் தாடி,
உருத்த கடுஞ் சினத்து, ஓடா மறவர்,
பொருள் கொண்டு புண் செயின் அல்லதை, அன்போடு
அருள் புறம் மாறிய ஓர் இடை அத்தம் -
புரிபு நீர் புறம் மாறி, போக்கு எண்ணி, புதிது ஈண்டிப்
பெருகிய செல்வத்தான் பெயர்த்தரல் ஒல்வதோ -
செயலை அம் தளிர் ஏய்க்கும் எழில் நலம்; அந் நலம்
பயலைபால் உணப்பட்டுப் பண்டை நீர் ஒழிந்தக்கால்?
பொய் அறற் கேள்வியால், புரையோரைப் படர்ந்து, நீ
மை அற்ற படிவத்தான் மறுத்தரல் ஒல்வதோ -
தீம் கதிர் மதி ஏய்க்கும் திருமுகம்; அம் முகம்,
பாம்பு சேர் மதி போல, பசப்பு ஊர்ந்து தொலைந்தக்கால்?
பின்னிய தொடர் நீவி, பிறர் நாட்டுப் படர்ந்து, நீ
மன்னிய புணர்ச்சியான் மறுத்தரல் ஒல்வதோ -
புரி அவிழ் நறு நீலம் புரை உண் கண் கலுழ்பு ஆனா,
திரி உமிழ் நெய்யே போல், தெண் பனி உறைக்குங்கால்?
என ஆங்கு,
அனையவை போற்றி, நினைஇயன நாடிக் காண்;
வளமையோ வைகலும் செயலாகும்; மற்று இவள்.
முளை நிரை முறுவலார் ஆயத்துள் எடுத்து ஆய்ந்த
இளமையும் தருவதோ, இறந்த பின்னே?

சேனையணிகள் சூழ, அரசனே பெரும்படையுடன் வந்தாலும் அஞ்சமாட்டார்கள். சிலை மரத்தால் செய்த வலிமை மிகுந்த வில்லை வளைத்து, அதிலே முறுக்கமைந்த நாண் கயிற்றைப் பூட்டு வர். அவர் மீது கணைதொடுப்பது தம் வீரத்திற்குத் தகுதியற்றது என்று வெட்கங் கொண்டு, நாணைத் தெறித்து ஒலி எழுப்புவர். சிங்கக் குரலைக் கேட்டு விலங்கினம் சிதறி ஓடுவது போல. அவ்வொலிகேட்டே அரசோடு வந்த பெரும் படையினரும் முதுகு காட்டி ஓடுவர். அத்தகைய கொடிய ஆற்றல் கொண்டவர், காட்டிலே வாழும் மறவர்கள். அவர்கள் ஆரவாரமாக வருவது கூடிய துடியின் ஒலியோடு கேட்கும் வன்மைகொண்ட பார்வையும் வலி மிகுந்த கழுத்தும் உடைய கலைமானின் கொம்புகளைப் போல, அவர்களது தாடி முறுக்குண்டு திருகித் தாழ்ந்து தொங்கும். வெம்மையான கொடுஞ்சினம் உடைய அவர் செய்யும் தொழிலோ தனி வகை யானது. வழியே வருபவரின் பொருள்களை எல்லாம் பறித்துக் கொண்டு, அவற்றுக்கு ஈடாகப் புண்களைத் தந்து போக விடுபவர் அவர். அன்பும் அருளும் அறவே இல்லாது போய்விட்ட அத்தகைய ஆறலைப்பாரை உடையதான கொடிய காட்டு வழி அது. அதனைக் கடந்து சென்று, பொருள் தேடியவனாக மீள்வதற்கும் எண்ணு கின்றாய்.

புறப்பொருளை விரும்பி, அகப்பொருளைக் கைவிட்டுப் போன நின் போக்கை எண்ணி இவளம் வாடுவாள். அசோகின் இளந்தளிர் போன்ற இவளது சிறந்த அழகெல்லாம் பசலையால் விழுங்கப்பட்டுவிடும். பழைய தன்மை ஒழிந்து இவள் தோற்றமும் மாறிவிடும். புதிதாக நீ தேடிக் கொணர்வேன் என்று சொல்லும் அந்தச் செல்வத்தால், போயின இவளது எழிலை எல்லாம் மீட்டுத் தர முடியுமோ?

இனிய ஒளியுடைய மதியை ஒத்தது இவள் அழகிய முகம், அந்த முகம் கிரகணம் பிடித்த சந்திரனைப் போலப் பசலை பாய்ந்து அழகழிந்து விடுமே! அவ்வாறு அழிந்தால், பொய்யற்ற கேள்வி யால் உயர்ந்த சான்றோரைச் சார்ந்து நீயும் மனம் மாசற்றவனாகி வருவேன் என்கின்றாயே, நின் புதிய அந்தத் தெளிவும், இவள் அழகை மீட்டுத் தர வல்லதாகுமோ?

முறுக்கவிழ்ந்து மணம்வீசும் நீலமலர் போன்றன, மையுண்ட இவள் கண்கள். நீ பிரிந்தால் அழுது, எரிகின்ற திரியிலிருந்து சொட்டும் நெய்போலக் கொதிப்புடைய கண்ணீர்த் துளிகளையும் அவை சொரியுமே! இவளோடு நீ கொண்ட காதற் பிணைப்பை

அறுத்துவிட்டுச் சொன்று, நீ வேற்றுநாட்டில் கொள்ளும் புதிய வாணிகத் தொடர்புகள், அந்தக் கண்ணொளியினை மீட்டுத்தர வல்லவோ?

எனவே, இவற்றையெல்லாம் நன்றாக உணர்ந்து, நீ செய்ய வேண்டுவதை ஆராய்ந்து முடிவுக்கு வருவாயாக. வளமையோ எந்நாளும் இங்கிருந்தும் செய்துகொள்ளக் கூடியதே யாகும். ஆனால், இவள் இளமை - முளை வரிசை போன்ற பல் வரிசை யுடைய கன்னியரின் கூட்டத்திலே, 'அழகியாள்' எனத் தேர்ந்தெடுத்த சிறப்புடைய இளமை - அழிந்து போயின பின்னர், எதுவும் அதனை மீளவும் தருவதற்கு இயலாது என்பதனை, நீயும் அறிவாயாக.

கருத்து : போகும் வழியோ கொள்ளையர் நிறைந்தது. பதன மாக நீ திரும்பிப் பொருளுடன் வருவது அரிது. இவள் அழகும் கெடும். எனவே போகாமல் இருந்துவிடு என்று உரைத்தாள் தோழி. அகவாழ்வுதான் புறவாழ்வான பொருள், கல்வி, தொடர்பு ஆகிய வற்றினும் சிறந்தது எனக்கூறும் இப்பாடலின் நயம் காண்க. செல்வ நிலையாமை இளமை நிலையாமை போன்றவும் இதன்கண் வற்புறுத்தப் பெற்றன.

சொற்பொருள்: 1. அரிமான் - சிங்கம். சிலை - வில் செய்யும் மரம். 2. புரிநாண் - முறுக்குண்ட நாண் கயிறு. 5. எருத்து - கழுத்த. எறுழ் நோக்கு - வலிய பார்வை. இரலை - கலைமான். 6. மருப்பு - கொம்பு. மறிந்து - முறுக்குண்டு. 7. உருத்த - கொடிய. 9. புறமாறிய - இல்லாமற் போன. 12. செயலை - அசோகு. 13. நீர் - இயல்பு. 14. புரையோர் - உயர்ந்தோர், படர்ந்து - சென்று வழிபட்டு. 15. படிவம் - ஒழுக்க நெறி. 18. பின்னிய தொடர்பு - அன்பால் பிணைத்த தொடர்பு 23. அனையவை - கூறியவற்றை. நினை இயன நினைந்து தேடுவன. 24. வளமை - செல்வம் முதலாயின. 26. இறந்த பின் - கழிந்த பின்.

15. தெய்வத்தை வணங்கலாமோ?

(காதலன் பிரிந்து சென்றுவிட்டான். அவன் கொடிதான பாதையிலே நடந்து செல்லும் நினைவுகள் அவன் மனைவிக்கு மத்தில் எழுகின்றன. பாதையின் கடுமைபற்றிக் கேட்டிருந்த அவள், அதனால் கவலையுற்றாள். தோழியை அழைத்து, 'அவர்க்குத் தீங்கு நேராதவாறு நாம் இந்திரனை யும், கதிரவனையும், காற்றுத் தேவனையும் வழிபட்டு வணங்குவோமா?'' என்கிறாள். அதற்கு அவள், 'உன் கற்பின் ஆற்றலே துன்பங்களை விலக்கி விடும்' என்று ஆறுதல் கூறுகிறாள். கற்பு மகளிர் பிற தெய்வங்களைத் தொழுதலையும் வேண்டுவதிலர் என்பது இதனால் உணரப்படும்.)

பாடு இன்றிப் பசந்த கண் பைதல பணி மல்க,
வாடுபு வனப்பு ஓடி வணங்கு இறை வளை ஊர,
ஆடு எழில் அழிவு அஞ்சாது, அகன்றவர்திறத்து, இனி
நாடுங்கால், நினைப்பது ஒன்று உடையேன்மன்? அதுவும்தான்.
தொல் நலம் தொலைபு. ஈங்கு, யாம் துயர் உழப்பத் துறந்து,
உள்ளார்,
துன்னி, நம் காதலர், துறந்து ஏகும் ஆர் இடை,
'கல்மிசை உருப்பு அறக் கனை துளி சிதறு!' என,
இன் இசை எழிலியை இரப்பவும் இயைவதோ?
புனையிழாய்! ஈங்கு நாம் புலம்புற, பொருள் வெஃகி,
முனை என்னார் காதலர் முன்னிய ஆர் இடை.
'சினை வாடச் சிறக்கும் நின் சினம் தணிந்தீக!' என,
கனை கதிர்க் கனலியைக் காமுறல் இயைவதோ?
ஒளியிழாய்! ஈங்கு நாம் துயர் கூர, பொருள்வயின்,
அளி ஒரீஇக் காதலர் அகன்று ஏகும் ஆர் இடை,
'முளி முதல் மூழ்கிய வெம்மை தீர்ந்து உறுக!' என,
வளி தரும் செல்வனை வாழ்த்தவும் இயைவதோ?
என ஆங்கு,
செய் பொருட் சிறப்பு எண்ணிச் செல்வார்மாட்டு, இனையன
தெய்வத்துத் திறன் நோக்கி, தெருமரல் - தேமொழி! -
'வறன் ஓடின் வையகத்து வான் தரும் கற்பினாள்
நிறன் ஓடிப் பசப்பு ஊர்தல் உண்டு' என,
அறன் ஓடி விலங்கின்று, அவர் ஆள்வினைத் திறத்தே.

தூக்கம் கொள்ளவில்லை. கண்கள் பசந்தன. வருத்தம் கண்ணீராக நிறைகின்றது. வளைகள் முன் கையினின்றும் கழன்று வீழ்கின்றன. இவ்வாறு, எழில் வாடும் என் அழிவுக்கு அஞ்சாது துணிந்து பிரிந்து சென்றார் அவர். அவரைப் பற்றிய சார்பிலே இப்பொழுது செய்யலாமோ வென்ற நினைப்பு ஒன்றும் உள்ளவளாயிருக்கின்றேன். அது என்ன தெரியுமா? முன்னர் நமக்கிருந்த நலம் முழுதும் தொலைந்தவராக, யாம் இங்கே தனித்திருந்து துயரத்தால் கலங்கவும், அவர் நம்மைப் பிரிந்து சென்று விட்டார். பொருளாசை கொண்ட நம் காதலர் நம்மைத் துறந்து போகும் வழியிடையிலே, 'கல்லின் மேல் உண்டான வெப்பம் நீங்குமாறு செறிந்த மழைத்துளிகளைச் சிதறுவாயாக' என்று இனிய புகழ்பெற்ற மேகத்தை நாம் வேண்டினால், அதுவும் பொருத்தம் உடையதாகுமோ?

'அணிகள் புனைந்தவளே! இங்கே நாம் புலம்பித் தவிக்கின்றோம். பகையுண்டென்றும் கருதாது, பொருள் தேடி வருதலை

விரும்பிக் காட்டு வழியாகச் சென்றுள்ளார் நம் காதலர். 'பூந்தளிர்களும் வாடச் செய்கின்ற நின் பெருஞ் சினந்தணிந்து சற்றே அவர்க்கும் அருள்வாயாக!' என்று, செறிந்த கதிர்களைப் பொழியும் கனலியான கதிரவனை நாம் வேண்டினால், அஃது இயைபு உடையதாமோ.

'ஒளிமிகுந்த ஆபரணங்கள் பூண்டவளே! இங்கே நாம் துயரமுற்று வருந்த, பொருள்மேல் கொண்ட ஆசைமிகுந்த நம் காதலர் பாலைவழியாகச் சென்றுள்ளனர். அவ்வழியிலே, 'உலர்நத சிறு புதர்களிலே பற்றியெரிகின்ற காட்டு நெருப்பிலே தங்கிவரும் வெப்பம் மாறித், 'தண்' என்ற நிலையால் அவன்மேல் வீசுவாயாக!' என்று காற்றுத் தேவனை நாம் வாழ்த்தி வேண்டுதல் பொருத்தமாயிருக்குமோ?''

என்று சொல்லி, நீ ஏனம்மா கவலையுறுகின்றாய். சேமொழீ! செய்வினையாற் பெறுகின்ற பொருளின் சிறப்பை எண்ணிச் சென்றவரிடத்து, இவ்வாறெல்லாம் தெய்வத்தின் அருளை வேண்டி நீ வாடுதல் வேண்டாம். 'உலகமே வறட்சியால் துயருற்ற காலத்தும், மழையைப் பெய்விக்கும் கற்புச் சக்தி உடையவளான இவன் மனைவியானவள், தன் அழகு நிறம் ஓடிப்போகப் பசலை பாய்ந்து விடுதலும் 'நிகழுமே' என்று, அறக்கடவுள் தானே கருதி, அவர் முயற்சியிடமெல்லாம் சென்று, எத்தகைய துன்பங்களையும் விலக்கி நிற்கும். நீதான் அவரைக் குறித்து ஏதும் கவலையடையாதே!

கருத்து: மழையும், கனலியும், காற்றும் வேண்டுவமோ என்றவளுக்கு, 'உன் கற்பின் பெருமையால், அறக்கடவுள் தானே சென்று உதவும்போது, நீ வேண்டுவது ஏன்?' என்று, அவள் கற்பது உயர்வைக் கூறி, அவள் மனக் கலக்கத்தைப் போக்குகிறாள் தோழி.

சொற்பொருள் : 1. பாடு - உறக்கம்: பைதல் - வருத்தம் உடையவாகி. 2. வாடுபு - கெட்டு. வனப்பு ஓடி - அழகுபோய். வணங்குஇறை - வளைந்த முன்கை. 6. துன்னி - பொருள்மேல் ஆசை கொண்டு. 7. எழிலி - மேகம். இரப்பவும் - வணங்கிக் கேட்பவும். 10. முன்னிய - போகக் கருதிய. 12. கனலி - ஞாயிறு. 13. துயர்கூர - துயர்மிக. 14. அளிஒரீஇ - அன்பைக் கைவிட்டு. 16. வளிதரும் செல்வன் - காற்றுக் கடவுள். 19. தெருமரல் - மனங் கவலற்க. 20. வறன் - மழைபெறா வறுமை. ஓடின் - சென்றுபரவின். வான் - மழை. 22. அறன் - அறக்கடவுள். ஓடி - விரைந்து சென்று பரவி. விலங்கின்று - காட்டின் கொடுமைகளை விலக்கிற்று.

16. மருத்துவன் தந்த மருந்து!

(பகைவர் பணிந்து வந்த திறையும் தந்தனர். அந் நாட்டைத் தானே நேரிற் சென்று காத்துப் பேணுதற்கு விரும்பினான் ஒரு தலைவன். அவன் கருத்தை அறிந்த அவன் தலைவி, அவனது பிரிவை நினைந்து மேனி வேறுபட்டவளாயினள். அதனைக் கண்டு, அவள் தோழி தலைவனிடம் செல்கின்றாள். பிரிவால் தலைவிக்கு மிகுதிப்படும் ஆற்றாமை நோயினையும், இளமையது அருமையினையும் எடுத்துக் கூறுகின்றாள். அவனும், பிரிந்து போகும் எண்ணத்தைக் கைவிடுகின்றான். அந்த நல்ல செய்தியைத், தலைவியிடம் மீளச் சென்று, தோழி இவ்வாறு உவகையோடு கூறுகின்றனள்.)

படை பண்ணிப் புனையவும், பா மாண்ட பல அணை
புடை பெயர்ந்த ஒடுங்கவும், புறம் சேர உயிர்ப்பவும்,
'உடையதை எவன் கொல்?' என்று ஊறு அளந்தவர்வயின்
நடை செல்லாய், நனி ஏங்கி நடுங்கற்காண் - நறுநுதால்!
'தொல் எழில் தொலைபு இவள் துயர் உழப்ப, துறந்து நீ,
வல் வினை வியக்குதல் வலித்திமன்: வலிப்பளவை,
நீள் கதிர் அவிர் மதி நிறைவு போல் நிலையாது,
நாளினும் நெகிழ்பு ஓடும், நலன் உடன் நிலையுமோ?
ஆற்றல் நோய் அட, இவள் அணி வாட, அகன்று நீ,
தோற்றம் சால் தொகு பொருள் முயறிமன்; முயல்வளவை,
நாற்றம் சால் நளி பொய்கை அடை முதிர் முகையிற்குக்
கூற்று ஊழ் போல் குறைபடூஉம் வாழ்நாளம் நிலையுமோ?'
வகை எழில் வனப்பு எஞ்ச, வரை போக வலித்து நீ,
பகை அறு பய வினை முயறிமன்; முயல்வளவை,
தகை வண்டு புதிது உண்ணத் தாது அவிழ் தண் போதின்
முகை வாய்த்த தடம் போலும் இளமையும் நிலையுமோ?'
என ஆங்கு,
பொருந்தி யான் தான் வேட்ட பொருள்வயின் நினைந்த சொல்,
திருந்திய யாக்கையுள் மருத்துவன் ஊட்டிய
மருந்து போல், மருந்து ஆகி, மனன் உவப்ப -
பெரும் பெயர் மீளி - பெயர்ந்தனன் செலவே.

படைக்கலங்களைப் புதிதாக வடித்து அவற்றைப் புனைந்து சரிப்பார்ப்பான். பாடுதற் சிறப்புடையதான இன்பம் நுகரும் மலரிணையிலே ஒருபுறமாக ஒதுங்கிக்கிடந்து ஒடுங்குவான். உன்னை விட்டுச் சற்றே அகன்றிருக்கும் வேளையில், 'தான் பிரிந்தால் உன் நிலைதான் என்னவாகுமோ?' என்ற கவலையால் பெருமூச்செறிவான்.

இவற்றை எல்லாம் அறிந்த நீ, 'இவன் உள்ளத்திலே கொண்டுள்ள எண்ணந்தான் யாதோ?' என்று எண்ணி வருந்தித் துயருறுவாய். அவன்பால் அன்போடு மனம் ஒத்து இணைந்திருக்காமல், மிகவும் ஏங்கி நடுங்குதல் கண்டவளாகவும் இருப்பாய். நறிய நுதலை யுடையவளே! நான் சொல்வதனைக் கேள்:

''பழைய அழகெல்லாம் தொலைந்து போக, இவள் துயரால் நலிந்து வாட, நீ இவளைத் தனியே விட்டுப் பிரிந்து சென்று, மிக வல்லாண்மையான செயல்களைச் செய்து புகழ் பெறுவதை நினைக் கின்றாயோ? அவ்வாறு நீ செய்வதற்குள், நீண்ட கதிர்கள் சொரிய விளங்குகின்ற சந்திரனின் நிறைவினைப் போல நிலைத்து இராமல், நாளுக்குநாள் நிலைகெட்டு, இவள் அழகிய உடல் நலனும், அழிவ தன்றி நிலைத்திருக்குமென்றோ எண்ணுகின்றாய்?

ஆற்றமுடியாத காமநோய் வருத்த, இவள் அழகு முழுதும் வாடிவிடுமே? அதனை எண்ணாது, அன்று நீ பிறர் கண்முன் சிறப்பாகத் தோன்றும் பொருள்களைத் தொகுக்க முயல்கின்றாயோ? நீ முயற்சி செய்து கொண்டிருக்கும் காலத்திலேயே, நாற்றம் அமைந்த பெருமைமிகுந்த பொய்கையிலேயுள்ள, இலைகளுக்கு இடையே முகிழ்க்கும் முகைகட்குக் கூற்றத்தைப்போல வந்து, அவற் றின் வாழ்நாளைக் குறைக்கும் - நாள் என்னும் காலமும், இவள் உயிரை வாங்காது இவளை உயிரோடும் நிலைத்திருக்க விடுமோ?

வகையோடு அமைந்த இவளுடைய வனப்பு எல்லாம் தேயுமாறு, இவளைப் பிரிந்து போகவும் நீ முயல்கின்றாய். நீ தொழி லாற்றப் பிரிந்த காலத்திலேயே, அழகான வண்டு வந்து தன் புதுமையை அநுபவிக்கும் படியாகப் பூந்தாதுகளோடு விளங்கும் குளிர்ந்த மலரின் முகைக்கு வாய்த்த மலர்ச்சி போல மலர்ந்திருக் கும், இவள் தன் இளமைச் செவ்வியும் அழிந்துவிடுமே! அல்லாது, அதுதான் நிலைத்திருக்குமென்றோ நீயும் நினைத்தாய்?''

என்றெல்லாம் பொருத்தமாக, யான் அவன் விரும்பிய பொருளார்வத்தினால் விளையும் கேடுகளை நினைந்து கூறிய சொற்களை அவனும் கேட்டனன். திருந்திய உடலுள் மருத்துவன் ஊட்டிய மருந்தைப் போல, என் சொற்கள் அவன் மன மாசு போக்கும் நன் மருந்தாயின. நின் மனம் உவப்பால் களிக்குமாறு, பெரும் புகழ்பெற்ற நம் தலைவன், நின்னைப் பிரிந்து போகும் எண்ணத்தையே கைவிட்டு விட்டான்.

விளக்கம் : ''முழு நிலவு தேய்ந்தால் மீண்டும் வளர்வது போல, இவள் அழகு வாடினால் மீண்டும் வளராது. முகையை மலரச் செய்யும் நாள், மீண்டும் அதனையே அழியச் செய்வது போல, இவளை மலரச் செய்த நீயே இவளுக்குக் கூற்றாயினையோ? மலர்ச்சி வாய்த்தது வண்டுக்குத் தேனூட்டி மகிழ என்றாலும், அதுவே மறுநாள் அதற்கு வாட்டமும் தருவது போல, உன்னோடு கூடிப்பெற்ற உறவுதானும் இப்போது அவளுக்கு அழிவைத் தருவ தாயிற்றே?'' என்று தலைவனிடம் அறிவுறுத்துகிறாள் தோழி.

சொற்பொருள் : 1. பாமாண்ட - பல்லாற்றானும் சிறப்புடைய 2. புடை - ஒரு புறமாக உயிர்த்தல் - பெருமூச்செறிதல். நாடுகாவல். 6. வலித்த - துணிந்தாய். 11. நளிபொய்கை - பெருமை பொருந்திய குளம்.. அடை முதிர் முகை - இலையினும் உயர்ந்த அரும்பு. 12. கூற்று - அழிவிற்கு காரணமாய அதன் மலர்ச்சி. 14. பயவினை - பயன்தரு தொழில். 16. தடம் - குளம்; ஈண்டு அக்குளத்து நீர். 21. மீளி - பாலை நிலத் தலைவன்.

17. ஒன்றினார் வாழ்க்கை!

(ஒன்றாகக் கூடி இன்புற்று வாழ்வதே இல்லறத்தார்க்கு வாழ்க்கை நியதியாகும்; இளமை, நாள் கழியுந்தோறும் கழிந்துகொண்டே போவது, போன இளமையை மீட்டுத் தரும் சக்தியோ எதற்கும் கிடையாது. ஆகவே, இளமையில் இன்பத்தினை ஒன்றியிருந்து அநுபவித்து மகிழ்தல் வேண் டும். பிரிந்து சென்று, இளமையும் இன்பமும் கெடச் செய்வது தவறு. தலைவனுக்குத் தோழி இவ்வாறு இல்லற வாழ்க்கையின் இனிதான தத்துவத் தினை எடுத்துக் கூறகின்றாள்.)

அரும் பொருள் வேட்கையின் உள்ளம் துரப்ப,
பிரிந்து உறை சூழாதி - ஐய! விரும்பி நீ,
என் தோள் எழுதிய தொய்யிலும், யாழ நின்
மைந்துடை மார்பில் கணங்கும், நினைத்துக் காண்;
சென்றோர் முகப்பப் பொருளும் கிடவாது;
ஒழிந்தவர் எல்லாரும் உண்ணாதும் செல்லார்;
இளமையும் காமமும் ஓராங்குப் பெற்றார்
வளமை விழைதக்கது உண்டோ? உள நாள்,
ஒரோஒ கை தம்முள் தழீஇ, ஒரோஒ கை
ஒன்றன் கூறு ஆடை உடுப்பவரே ஆயினும்,
ஒன்றினார் வாழ்க்கையே வாழ்க்கை; அரிதுஅரோ.
சென்ற இளமை தாற்கு!

அருமையான பொருள்களின்மேல் எழுந்த ஆசையால் உள்ளம் தலைவியின் மேலுள்ள பிணைப்பிலிருந்து நீங்க, அவளைப் பிரிந்து சென்று, வேற்றுநாடு போயிருப்பதைப் பற்றி நினையாதிருப் பாயாக, ஐயனே,

என் தோளிலே நீ எழுதி மகிழ்ந்த தொய்யிலையும், நின் வலிய மார்பிலே தழுவுதலால் நான் பெற்ற தேமலையும் நினைத்தாவது, உண்மையைக் காண்பாயாக. போனவர்கள் அப்படியே அள்ளிக் கொண்டு வந்துவிடப் பொருளும் ஓரிடத்திலே குவிந்து கிடப்ப தில்லை. அப்படிப் போய்ப் பொருள் தேடாதிருப்பவர்கள் எல்லாரும் சோற்றுக்கு வகையின்றி அழிந்து விடுவதும் இல்லை. இளமைப் பருவமும், இருவர் உள்ளத்திலும் காமவிருப்பமும் ஒன்றாகப் பெற்றவர்கள். சாதாரணப் பொருட்செல்வத்தை எங்கேனும் விரும்பு வார்களோ? அத்தகைய, அதனினும் சிறந்த, நன்மை எதுவும் செல்வத்தினிடம் இல்லவும் இல்லை. இவை இரண்டும் உள்ள நாள் வரையும் ஒருவரையொருவர் தம்முள் தழுவியும், ஒவ்வொரு சமயம் ஒரு துண்டு ஆடையே உடுப்பவராக வறுமையுற்று வாழ்ந்தாலும், அதனைப்பற்றிக் கவலையுறாது, ஒன்றிக் கலந்து வாழ்பவரின் வாழ்க்கையே சிறந்த இன்ப வாழ்க்கையாகும். சென்று போன இளமையை மீட்டுத் தருவது என்பது எவர்க்கும் அரிதானதல்லவோ?

கருத்து : பெண்மை, எப்பொருளினும் இன்பத்திலும் தன் காதலுடன் கூடிப்பெறும் காதலின்பம் ஒன்றையே சிறப்பாகக் கருதும் இயல்புடையது. அதற்கு வேறெதன் மேலும் அத்துணைப் பாசமும் பற்றும் உண்டாவதில்லை. இத் தத்துவம் நன்றாக விளக்கப் படுகிறது, இப் பாடலில்.

சொற்பொருள் : 1. துரப்ப - வலிந்து துரத்த. 3. யாழ : அசை. 4. மார்பில் சுணங்கு - காதலன் அணைப்பால் காதலி மார்பிற் றோன்றும் தேமல். 8. வளமை விழைதக்கது - செல்வத்திடத்து விரும்பத் தக்கதொரு சிறப்பு 10. ஒன்றன் கூறாடை - ஓர் ஆடையை இரண்டாக்கிப் பெற்ற ஒரு பகுதி. 11. ஒன்றினார் - உள்ளத்தால் ஒன்றுபட்டுக் கலந்தவர். என்தோள் (5), என்றது, தலைவி தோளைத் தன் தோளாகவே கொண்டு உரிமையால் ஒன்று போலப் படைத்துக் கூறியதாகும்.

18. நீயும் ஓர் ஆண்மகனோ?

(எம்மைப் பிரிந்து போகத் துணிந்துவிட்டாய். நீயோர் நல்ல ஆண் மகனே அல்லை, ஒன்று செய். போன இடத்திலிருந்து, இங்கிருந்து

உனக்குப் பின் வருபவரிடம், 'என் மனைவி எப்படியிருக்கிறாள்?'' என்று மட்டும் கேட்க வேண்டாம். கேட்டால், உன் பொருள் முயற்சியும் அங்கே கெட்டுவிடக்கூடும். இவ்வாறு கூறி, அவனை மாற்ற முயல்கிறாள் தோழி.)

செவ்விய தீவிய சொல்லி, அவற்றோடு
பைய முயங்கிய அஞ்ஞான்று, அவை எல்லாம்
பொய்யாதல் யான் யாங்கு அறிகோ மற்று? - ஐய! -
அகல் நகர் கொள்ளா அலர் தலைத் தந்து,
பகல் முனி வெஞ் சுரம் உள்ளல் அறிந்தேன்;
மகன் அல்லை மன்ற, இனி.
செல்; இனிச் சென்று நீ செய்யும் வினை முற்றி,
அன்பு அற மாறி, 'யாம் உள்ளத் துறந்தவள்
பண்பும் அற மாறி, 'யாம் உள்ளத் துறந்தவள்
பண்பும் அறிதிரோ?' என்று, வருவாரை
என் திறம் யாதும் வினவல்; வினவின்,
பகலின் விளங்கு நின் செம்மல் சிதைய,
தவல் அருஞ் செய் வினை முற்றாமல், ஆண்டு ஓர்
அவலம் படுதலும் உண்டு.

ஐயனே! செவ்வையான சொற்கள், இனிதான பேச்சுக்கள் எல்லாம் பேசி, அவற்றோடும் அமையாது பையத்தழுவித் தழுவி மகிழ்ந்தாயே, அப்போது அவையெல்லாம் பொய்யாகப் போகும் என்பதை யாம் எங்ஙனம் அறிவோம்? உள்ளம் அமைதி கொள்ளாத வாறு வாட்டத்தை எமக்குத் தந்துவிட்டுக் கதிரவன் சினங்கொண்டு எரிக்கும் கொடிய பாலைநிலத்தைப் பற்றிய சிந்தனையில் நீ ஈடுபட்டிருப்பதை இப்போது அறிந்து விட்டேன். இனியும், உன்னை 'ஓர் ஆண்மகன்' என்று என்னால் நம்ப முடியவில்லை.

எப்படியாவது போய்ச்சேர். போய், நீ செய்யும் காரியத்தையும் செவ்வனே முடித்துக்கொள். 'அன்பில்லாது மாறியவனாக, இங்கே வர நினைந்து, 'யான் கைவிட்டுவந்த என் தலைவியது நிலைமையை நீவிர் அறிவீர்களோ?' என்று மட்டும், இங்கிருந்து அங்கு வருபவர் யாரையும், இவள் நிலைமை குறித்து எதுவுமே நீ கேட்க வேண்டாம்! கேட்டால், கதிரவன் போல விளங்கும் நின் தலைமை சிதையுமாறும், செய்தற்கு அரிதாகச் செய்யமுயன்ற காரியம் முடியாது போமாறும், அங்கோர் இடையூறு நிகழ்தலும் நினக்கு உண்டாகும்.

விளக்கம்: 'நீ பிரிந்தால் இவள் இறந்துவிடுவாள்' என்று சொல்லாது, போன இடத்தில் இவளைப் பற்றிக் கேளாதே; கேட்டால்,

இவளின் சாவைத்தான் அவர்கள் சொல்வார்கள். அப்போது, உன்னாலும் பொறுத்திருக்க முடியாது. உன் தகுதியும் செயலும் கெட்டாலும் கெட்டுவிடும்' என்று வாதாடுகிறாள் தோழி. இதுவும், தோழி தலைவியது நிலையைத் தன்னதாகவே உரிமையாற் கொண்டு உரைத்ததாகும்.

சொற்பொருள்: *1. செவ்விய - செம்மையான; முறையோடு கூடிய. தீவிய - இனிய. 2. அஞ்ஞான்று - அக்காலத்தில். 4. அகனகர் - பெரிய ஊர். 8. அற - நீங்கும்படி. மாறி - மனம் வேறுபட்டு. 10. என் திறம் - என்னைப் பற்றிய செய்தி. 12. தவல் அரும் - கேடு அடைதல் கூடாத. 13. அவலம் - துன்பச் செய்தி. படுதல் - உண்டாதல்.*

19. மான்கள் பிரியுமோ?

(மனைவியைப் பிரிந்து, வேற்றூர் சென்று பொருள் தேடி வர நினைத்தான் ஒருவன். அவள், 'தானும் அவனுடன் வருவேன்' என்றாள். வழியின் வெம்மையையும் அவளது மென்மையையும் கூறி, அவள் மனத்தை மாற்ற முயன்றான். அவளோ, 'அங்குக் கலைமானும் அதன் பிணையும் பிரிந்தா வாழுகின்றன? ஒன்றாகச் சேர்ந்தே செல்வதைக் காணலாமே! ஆனால், என்னையும் உன்னுடன் அழைத்துப் போனா லென்னவோ?' என்கின்றாள்.)

பல் வளம் பகர்பு ஊட்டும் பயன் நிலம் பைது அற,
செல் கதிர் ஞாயிறு செயிர் சினம் சொரிதலின்
தணிவு இல் வெங் கோடைக்குத் தண் நயந்து அணி கொள்ளும்
பிணி தெறல் உயக்கத்த பெருங் களிற்றினம் தாங்கும்
மணி திகழ் விறல் மலை வெம்ப, மண் பக,
துணி கயம் துகள் பட்ட தூங்கு அழல் வெஞ் சுரம் -
'கிளி புரை கிளவியாய்! நின் அடிக்கு எளியவோ,
தளி உறுபு அறியாவே, காடு?' எனக் கூறுவீர்!
வளியினும் வரை நில்லா வாழு நாள், நும் ஆகத்து
அளி என, உடையேன் யான்; அவலம்கொண்டு அழிவலோ?
'ஊறு நீர் அமிழ்து ஏய்க்கும் எயிற்றாய்! நீ உணல் வேட்பின்,
ஆறு நீர் இல' என, அறன் நோக்கிக் கூறுவீர்!
யாறு நீர் கழிந்தன்ன இளமை, நும் நெஞ்சு என்னும்
தேறு நீர், உடையேன் யான்; தெருமந்து ஈங்கு ஒழிவலோ?
'மாண் எழில் வேய் வென்ற தோளாய்! நீ வரின், தாங்கும்
மாண் நிழல் இல, ஆண்டை மரம்' எனக் கூறுவீர்!
நீள் நிழல் தளிர் போல நிறன் ஊழ்த்தல் அறிவேன்; நும்
தாள் நிழல் கைவிட்டு யான் தவிர்தலைச் சூழ்வலோ?
என ஆங்கு,

'அணை அரும் வெம்மைய காடு' எனக் கூறுவீர்!
கணை கழிகல்லாத கல் பிறங்கு ஆர் இடை,
பணை எருத்து எழில் ஏற்றின் பின்னர்ப்
பிணையும் காணிரோ? பிரியுமோ, அவையே?

விளைநிலங்கள் ஈரப்பசையற்று வறண்டு போயின. சினங் கொண்டு தீமை விளைவிப்பது போல ஞாயிற்றின் கதிர்களும் அனலைச் சொரிகின்றன. 'கோடைக்கு அஞ்சி மலைச்சாரலுக்குச் சென்றாலாவது குளிர்ந்திருக்கும்' என்று எண்ணியவாய், வெம்மை தாக்க ஆற்றாவாய் வருந்திவரும் யானை இனங்களைத் தாங்கும் மணி திகழுகின்ற சிறந்த மலையும், கோடையால் வெம்பிவிட்டது. பூமியின் உள்ளே அகழ்ந்த நீர் நிலைகளும் நீரற்றுப் புழுதிப்பட்டுப் போய்விட்டன. அழல் தூங்குவது போலக் கொடிய வெம்மையே எப்புறமும் பரந்து கிடப்பதுவே, அந்தப் பாலை நிலத்து வழியின் இயல்பாகும்.

'கிளியின் பேச்சுப் போலப் பேசுபவளே! மழைத் துளிகளையே கண்டறியாத அக்கானலின் வெம்மையிலே எவ்வாறு நீ நடந்து வரப்போகின்றாய்?'' என்கின்றீர். வரம்புகட்டிக் கூறவியலாத நிலையாமையினையுடைய காற்றைப் போன்று விளங்குவது வாழ்நாள். அதனிடையே, நாம் கூடிவாழும் இன்பநாளிலே, 'உம் மார்பையே எனக்குத் தஞ்சம்' என்று யானும் ஏற்றுக் கொண்டேன்! அத்தகைய யான், இனி உம்மைப் பிரிந்து துன்பமுற்று அழிவேனோ?

'இதழ்க்கிடையிலே அமுது போன்ற வாயூறல் ஊறும் பல் வரிசையுடையவளே! நீ உண்ண நினைத்தால் அங்கு உண்ணுதற்கு நீருங் கிடையாதே? என்று அறநெறியைக் காட்டிக் கூறுவீர். ஆற்று நீர் கழிந்து போவதுபோலக் கழிந்துபோகும் இந்த இளமையினை, நுமது நெஞ்சமென்கின்ற தெளிவின் தன்மைப்படியே பெற்றிருப் பவள் யான். அத்தகைய யானும் நீர் பிரிந்தபின், வருந்தி இங்கேயே தனித்துக்கிடப்பேனோ?

'சிறந்த அழகும், மூங்கிலையும் வென்ற தோள்களும் உடையவளே! நீ வந்தால் தங்கிக் களைப்பாற நிழல்தரும் மரம் ஒன்றேனும் அவ்வழியில் கிடையாதே' என்று சொல்லுவீர். நீண்ட நிழலடியிலே துளிர்த்த தளிரானது பசலையுற்று நிறமாறிக் கிடப்பது போல, நீர் பிரிந்தால் என் உடலும் பசலை பாய்ந்து அழிந்துவிடும். இதனை அறிந்தவளான நான், உம் தாள்நிழலைக் கைவிட்டு நீங்குவதையும் நினைப்பேனோ?' என்றெல்லாம் நான் சொல்லியும்,

நீர் மீண்டும் 'உன்னால் வரமுடியாத வெம்மை உடையது காடு' என்றுதான் கூறுகின்றீர்.

எய்த கணைகளை மேற்செல்லாதவாறு தடுத்து நிற்கும் பாறைகள் சூழ்ந்த பாதையிலே, பருத்த கழுத்தும் அழகும் கொண்ட கலைமானின் பின்னர்ப் பிணையும் உடன் செல்வதை நீர் காண வில்லையோ? அவை எப்போதாயினும் தம்முட் பிரியுமோ? ஆதலின், எம்மையும் உம்முடன் அழைத்தே செல்வீராக.

விளக்கம்: 'கிளிபுரை கிளவி' என்றது, சொன்னதைச் சொல் லும் கிளிப்பிள்ளை போல, மீண்டும் மீண்டும் தான் சொன்னதையே அவள் சொல்லுபவள்' என்பதைக் குறிப்பால் உணர்த்திற்று; இதனை 'மடம்' என்னும் பெண் தன்மை என்பர்.

சொற்பொருள் : 3. தண் நயந்து - குளிர்ச்சியை விரும்பி. 5. பக - பிளவுபட 6. துணிகயம் - தெளிந்த நீரால் நிறைந்த குளம். தூங்க அழல் - மிக்க வெப்பம். 7. கிளவி - சொல்; கிளத்தப்படுவது கிளவியாயிற்று. 8. தளி - மழைத்துளி. உறுப அறியா. பெய்தலை அறியாத. 17. நீள் நிழல் தளிர் - நீண்ட நிழலில் நின்ற மரஞ்செடி கொடிகளின் தளிர். நிறன் ஊழ்த்தல் - நிறம் கெடல். 18. தாள் நிழல் - தாளாகிய நிழல் - அதாவது பிரியாப்பேரருள். 22. பணை எருத்து - பருத்த கழுத்து.

20. இமைநொடியும் வாழாள்!

(''என்றும் நினைப் பிரியேன்; அஞ்சாதே'' என்று முன்னர்ச் சொன்னாய். இப்போழுதோ 'பிரிவேன்' என்கின்றாய். இவற்றுள் எதுதான் உண்மையோ? நிலையற்ற பொருளை விரும்புபவனாகி, இவள் தோள் நலனையும் நீ மறக்கலாமோ?'' என்று கேட்கிறாள் தோழி.)

'பால் மருள் மருப்பின், உரல் புரை பாவு அடி,
ஈர் நறுங் கமழ் கடாஅத்து, இனம் பிரி ஒருத்தல்
ஆறு கடி கொள்ளும் வேறு புலம் படர்ந்து
பொருள்வயிற் பிரிதல் வேண்டும்' என்னும்
அருள் இல் செல்லும், நீ சொல்லினையே;
நன்னர் நறு நுதல் நயந்தனை நீவி,
'நின்னின் பிரியலன், அஞ்சல் ஓம்பு' என்னும்
நன்னர் மொழியும் நீ மொழிந்தனையே:
அவற்றுள் யாவோ வாயின? - மா அல் மகனே!
'கிழவர் இன்னோர்' என்னாது, பொருள்தான்,

பழ வினை மருங்கின் பெயர்பு பெயர்பு உறையும்;
அன்ன பொருள்வயிற் பிரிவோய் - நின் இன்று
இமைப்புவரை வாழாள் மடவோள்
அமைக் கவின் கொண்ட தோள் இணை மறந்தே.

பால்போன்ற வெண்மையான தந்தங்களும், உரலின் அடி போன்ற பாதங்களும், மணம்வீசும் மதநீரும் உடைய கொடுங் களிறு, தன் இனத்தைப் பிரிந்து, தனியாக மதங்கொண்டு நிற்கும். அவ்வழியாகச் சென்று வேற்றுநாடு போய்ப் பொருள் தேடுவதற்காகப் பிரிய வேண்டுமென்று நீயும் நினைக்கின்றனை! அதனைச் சொல்ல வும் செய்கின்றனை! எம்பால் அருள் அற்ற சொல் அதுவன்றோ?

நன்மை தரும் அவளுடைய நறிய நெற்றியினைத் தடவிய வாறே, 'உன்னை விட்டுப் பிரியேன்; அச்சம் கொள்வதை விடுவா யாக' என்று நன்மை தரும் சொற்களையும் முன்னர்க்களவுக் காலத்தே நீ சொல்லினையே! மயக்கத்தை உடையவனே! இவ்விரண் டனுள் எவைதாம் உண்மையானவோ.

நீ சென்று தேட நினைக்கின்ற பொருளோ, தனக்கு உரியவர் இன்னார்தாம் என்று கருதாமல், அவரவர்க்குரிய பழைய நல்வினை களையொட்டியே போவதும் வருவதுமாயிருக்கும் இயல்பினை யுடையது. அதனை நீ சென்று முயற்சியாற் பெற்றுவிட விரும்பிப் 'பிரிந்து போவேன்' என்பதுதான் நியாமோ? இமை மூடித்திறக்கும் நொடியளவும் உன்னைப் பிரிந்து வாழாத மடப்பம் உடையவள் நின் மனைவி. அழகு தவழும் அவளது இணையற்ற தோள்களை மறந்தோ நீ செல்ல நினைக்கின்றாய்? அது தவறு ஐயனே, தவறு!

விளக்கம்: 'அருளில் சொல்' என்றது, 'பிரிவேன் என்றால் அவன் படும் வேதனையை உணர்ந்தும் கூறியது. 'மா அல் மகனே'' என்றது, காம மயக்கத்தால் முன்னர் அவ்வாறு கூறுகிறாய் என்று, அவள் மயக்கத்தைக் காட்டுவதற்காகும். 'பழவினை மருங்கிற் பொருள் சென்று சேரும்' என்றது, இப்போது நேரில் காண்பவர் நிலையையொட்டிக் காரணம் கூற முடியாததால் இதனாற் பொருளது நிலையின்மையும் கூறினள் ஆயிற்று.

சொற்பொருள்: 1. மருப்பு - யானைக்கொம்பு. 2. ஈர்நறும் கமழ்கடாம் - ஈரமும் நாற்றமும் கொண்ட மதநீர். ஒருத்தல் - யானைத் தலைவன். நீவி - கையால் தடவிக் கொடுத்து. 7. அஞ்சல் ஓம்பு - அஞ்சுதலைக் கைவிடுக. 9. வாயின் - உண்மை உடையன. மா அல் மகன் - மயக்கத்தை உடைய மகனே; திருமால் மகனாகிய

காமதேவனைப் போன்றவனே எனினும் ஆம். 11. மருங்கில் காரண மாக பெயர்பு பெயர்பு - மீண்டு மீண்டு; மாறி மாறி. 13. இமைப்பு வரை - இமைப்பளவும். 14. அமைக்கவின் - மூங்கிலின் அழகை.

21. மொழிக்கண் தாவுதல்!

(தலைவன் பிரிய முனைகிறான். அவன் களவுக்காலத்தே செய்தவும் சொன்னவும் கூறிப், 'பேச்சுமாறும் பண்புடையவன் நீயானால் நான்தான் யாது செய்வேன்?" என்று வாதாடுகிறாள் தோழி.)

உண் கடன் வழிமொழிந்து இரக்குங்கால் முகனும், தாம்
கொண்டது கொடுக்குங்கால் முகனும், வேறாகுதல்
பண்டும் இவ் உலகத்து இயற்கை; அஃது இன்றும்
புதுவது அன்றே - புலனுடை - மாந்திர்! -
தாஅய் உயிர் பெய்த பாவை போல,   5
நலன் உடையார் மொழிக்கண் தாவார்; தாம் தம் நலம்
தாது தேர் பறவையின் அருந்து, இறல் கொடுக்குங்கால்,
ஏதிலார் கூறுவது எவனோ, நின் பொருள் வேட்கை?
நறு முல்லை நேர் முகை ஒப்ப நிரைத்த
செறி முறை பாராட்டினாய்; மற்று, எம் பல்லின்   10
பறி முறை பாராட்டினையோ? - ஐய!
நெய் இடை நீவி மணி ஒளி விட்டன்ன
ஐவகை பாராட்டினாய்; மற்று, எம் கூந்தல்
செய்வினை பாராட்டினையோ? - ஐய!
குளன் அணி தாமரைப் பாசரும்பு ஏய்க்கும்   15
இள முலை பாராட்டினாய்; மற்று, எம் மார்பில்
தளர் முலை பாராட்டினையோ - ஐய!
        என் ஆங்கு,
அடர் பொன் அவிர் ஏய்க்கும் அவ் வரி வாட,
சுடர் காய் சரம் போகும் நும்மை யாம் எங்கண்   20
படர் கூற நின்றதும் உண்டோ - தொடர் கூர,
துவ்வாமை வந்தக்கடை?

அறிவுடையீரே! ஒருவரிடம் சென்று, அவரைப் புகழ்ந்து அவர் போக்குப் போலப் பேசி, உணவுப் பொருளைக் கடனாகப் பெறுவதற்கு இரந்து வேண்டும்போது காட்டும் முகபாவமும், அப்படிப் பெற்ற கடனை அவர்க்குத் திரும்பவும் கொடுக்கும்போது காட்டும் முகபாவமும், மனிதர்களிடத்தில் வேறுபட்டுத் தோன்றல் என்பது, பண்டுதொட்டே இவ்வுலகத்தின் இயற்கைதான். இன்று மட்டும் அது புதிதாக நிகழ்வதன்று. நல்ல நெறியுடையவர் சொற்களைப்

புலியூர்க் கேசிகன்

பேசும்போது, தாய் உயிர்பெய்து பெறும் குழந்தையைப் போல, அதனைக் கருத்துடன் பேணுவர். ஒன்றைச் சொல்லிவிட்டுப் பின் அதனை மறந்து வேறொன்றுக்குத் தாவிச் செல்லவே மாட்டார்கள்.

''தாதுகளைத் தேடியுண்ணும் வண்டினம் போல' அவளுடன் கூடி இன்புற்று நின்றீரே! அந்த அழகை எந்நாளும் அழியாதவாறு பேணி, அவளுக்கு நீர் தந்து கொண்டிருக்கும் போது, ஏதுமற்றவர் பொருளாசை பற்றிக் கூறுவனவெல்லாம் எதற்காகவோ?'

நறுமணமிக்க முல்லையின் முகைகளை, நேரிதாக வைத்தாற் போன்று அமைந்த, பல்வரிசை ஒழுங்கினை முன்னர்ப் பாராட்டினாய். அப்போது, எம் இளமையை உணர்ந்து தானே கூறினாய். அஃதன்றிப் பருவம் முதிர்ந்து பற்கள் வீழ்ந்துபோன எம் தளர்நிலையையோ சுட்டி நீ பாராட்டினாய்?

நெய் பூசி வாரி, நீலமணி ஒளிவிட்டாற் போல ஐவகையாக முடித்திருந்த எம் கூந்தல் அழகினைத்தான் பாராட்டினாயே அல்லது, அக்கூந்தல் வளம்கெட, அதனைப் பொய்யாகப் புனைந்த நிலையையோ குறித்து நீ பாராட்டினாய்?

ஐயனே! சுட்ட பசும்பொன்னின் ஒளிபோன்று விளங்கும் தேமல்கள் வாடக், கதிரவன் காய்கின்ற கானல்வழியே செல்ல முயல்கின்றாயே? துன்பமானது எம்மைத் தொடர்ந்து வந்து வருகின்ற இந்நாளிலே, சொல்பிறழ்ந்து மாறிவிட்ட உம்மைத் தடுத்து நிறுத்துவதற்கு எம்மிடம் ஆற்றல் ஏதும் உண்டோ? ஏதுமில்லையாதலின், நும் விருப்பம்போல் நீர் கருதியதையே செய்வீராக!

விளக்கம்: 'உன் ஆசை மிகுந்தபோது எம்மைப் புகழ்ந்து புகழ்ந்து வேண்டினாய். யாம் இளமை கெட்டுப் போய் விட்டோமோ? இப்பொழுது யாம் நின் துணை வேண்டும் போது, ஒதுக்கிச் செல்ல நினைக்கின்றாயே? நீ 'சொன்ன சொல் போற்றாதவன்' என்று இடித்துக் கூறுகிறாள், தோழி.

சொற்பொருள் : 9. முல்லை நேர் முகை - வரிசையான முல்லை அரும்புகள். நிரைத்த - வரிசையாக அமைத்த. செறிமுறை - செறிந்து நிற்கும் பற்கள். 11. பறிமுறை - வீழ்ந்து போகும் நிலை. 14. செய்வினை - கூந்தலுக்குப் பொய் கூந்தல் புனைந்து செய்யும் செயற்கை அழகு. 15. பாசரும்பு - முற்றாத இளைய அரும்பு. 21. படர் கூற - துன்பத்தைச் சொல்ல. தொடர்கூர - அன்புத் தொடர்பு மிக வேண்டிய காலத்தில். 22. துவ்வாமை - நுகராமைக்குக் காரணமாகிய

தீவினை. இதுவும், உரிமையால் தலைவியைத் தானாகவே கொண்டு கூறியதாகும்.

22. உண்ணேன்! வாழேன்!

(‘தலைவனின் பிரிவுக்கு ஆற்றாமல் உடன் செல்லத் தலைவி துணிந்தும், அவன் இசையாதுபோக, அவள், தான் அடையப் போகும் நிலையை இப்படிக் கூறுகின்றாள். ‘நீ வருத்தினாலும் என்னை உன்னிடம் ஒப்படைத்துவிட்டேன். நீ கைவிட்டால் பலர் ஏச்சுக்கும் உள்ளாகி அழிவேன். இனி உன் விருப்பம் போலவே செய்க’ என்று, உளம் நைந்து கூறுகின்றாள்.)

இலங்கு ஒளி மருப்பின் கைம்மா உளம்புநர்,
புலம் கடி கவணையின், பூஞ் சினை உதிர்க்கும்
விலங்கு மலை வெம்பிய போக்கு அரு வெஞ் சுரம்
தனியே இறப்ப, யான் ஒழுந்திருத்தல்
நகுதக்கன்று, இவ் அழுங்கல் ஊர்க்கே:
இனி யான்,
உண்ணலும் உண்ணேன்; வாழலும் வாழேன்.
தோள் நலம் உண்டு துறக்கப்பட்டோர்
வேள் நீர் உண்ட குடை ஓரன்னர்.
நல்குநர் புரிந்து நலன் உணப்பட்டோர்
அல்குநர் போகிய ஊர் ஓரன்னர்.
கூடினர் புரிந்து குணன் உணப்பட்டோர்
சூடினர் இட்ட பூ ஓரன்னர்.
என ஆங்கு,
யானும் நின்னகத்து அனையேன்; ஆனாது,
கொலை வெங் கொள்கையோடு நாய் அகப்படுப்ப,
வலைவர்க்கு அமர்ந்த மட மான் போல,
நின் ஆங்கு வரூஉம் என் நெஞ்சினை
என் ஆங்கு வாராது ஓம்பினை கொண்மே.

புனத்திலே யானை வந்து அழிவு விளைவிக்க முயல, அதன் மீது காவல் பூண்டவர் வீசி எறிந்த கல்லானது. மலைச் சாரலிலுள்ள மரக்கொம்புகளிலுள்ள பூக்களைச் சென்று தாக்கி, அவற்றை உதிர்ந்து வீழச் செய்யும். அவ்வளவு வளஞ்செறிந்த மலையோ, வெம்மையால் கொதிப்படைந்து, வழிநடந்து போவதற்கும் அரிய வெம்மையான கானலாகவும் மாறி விட்டது. அதன் வழியே நீ மட்டும் தனியே போகவும், யான் இங்கே தனித்திருந்து வாடுதல் என்பது, ஊரவர் கண்டு நகைப்பதற்கே இடமாகும்.

இனி நான் உண்ணவும் மாட்டேன்; உயிர் வாழவும் மாட்டேன்.

கணவர்களால் தோள் நலம் உண்டு கைவிடப்பட்ட பெண்கள், நீரினை ஏந்தி உண்ட பின்னர் வீசி எறிந்துவிடும் பனங்குடைகளைப் போன்றவர்களாவர்!

இன்பந்தருவாரால் வந்து கூடி நலன் உணப்பட்டுக் கை விடப்பட்ட பெண்கள், குடியிருப்போர் காலிசெய்து போன பின் விளங்கும், பாழ்பட்ட ஊருக்குச் சமானமாவார்கள்!

மனம் விரும்பிக் கூடின தம் கணவரால் பெண்மையில் நாற்குணங்களையும் அனுபவித்துக் கைவிடப்பெற்ற பெண்கள், பூ முடித்திருந்தவர்கள் மறுநாள் வீசி எறியும் கழித்த பூவை ஒப்பவர் களாவார்கள்!

அவர்போல, உன்னால் யானும் என்னளவில் அந்நிலையின ளாகிவிட்டேன். கொன்றுபோடும் கொடிய எண்ணத்துடன் வேட்டை நாய்கள் சூழ்ந்து மடக்கத் தவித்த மானானது, வேடனின் வலை யிலே சென்று வீழ்த்தாற் போல, உன் சொல்லாலும் செயலாலும் துன்புற்றுத் தவித்த என் நெஞ்சம், உன்னிடமே சென்று நிலைத்து விட்டது. அதற்கு எத்துணைத் துன்பமும் நேராது காத்துக் கொள்வது இனி உன் பொறுப்பு, ஐயனே!

விளக்கம்: பயனடையும் முன்னர் கருத்தாகப் போற்றப்படும் பனங்குடையும், ஊரும்; மலரும், பின்னர் கவனிப்பாரற்றுக் கைவிடப்படுவதுபோல, எம்மையும் நலனுண்ட பின் கைவிட்டுச் செல்கின்றீரோ? என்று கேட்கும் சொற்கள் உருக்கந் தருவனவாயுள் ளன. வளமிகுந்த மலைச்சாரல் கதிர் வெம்மையால் பாழ்பட்டது போலத் தலைவியின் எழிலும் அவன் பிரிவால் பாழ்படும் என்பது கருத்து.

சொற்பொருள் : 1. கைம்மா - கையை உடைய விலங்கு ; யானை. உளம்புநர் - அடித்து ஓட்டுபவர். 8. வேணீர் உண்டோர் - வேட்கையால் நீர் உண்டோர். குடை - பனை ஓலையால் குடை போல் செய்த பட்டை. 10. அல்குநர் - வாழ்வோர். 14. ஆறாது - அடங்கி இராது. 16. அமர்ந்த - விரும்பிய. 17. நின்னாங்கு - உன் னிடம். 18. கொண்மே - கொள்வாயாக.

23. போயிற்றென்று சொல்!

(கணவனின் சொல்லிலும் செயலிலும் தலைவி புதுமை கண்டாள்; உண்மையை உணரமாட்டாதவளாகி வாடினாள். அந்நிலையில், அவன்

உறங்கும் வேளையில், ஒரு நாள் கனவிலே, வேற்றூர் போவது பற்றிப் புலம்புதலைக் கேட்டுவிட்டாள். வருந்திய அவள், தான் ஏதும் கூறாது, தன் தோழியிடம், 'அவரோடு என் உயிரும் போய்விடும் என்று சொல்லி விடு' என்று, இப்படித் தன் ஆற்றாமையைச் சொல்லுகிறாள்.)

'நெஞ்சு நடுக்குறக் கேட்டும், கடுத்தும், தாம்
அஞ்சியது ஆங்கே அணங்காகும்' என்னும் சொல் -
இன் தீம் கிளவியாய்! - வாய் மன்ற: நின் கேள்
புதுவது பல் நாளும் பாராட்ட, யானும்,
'இது ஒன்று உடைத்து' என எண்ணி, அது தேர,
மாசு இல் வண் சேக்கை மணந்த புணர்ச்சியுள்,
பாயல் கொண்டு என் தோள் கனவுவார், 'ஆய் கோல்
தொடி நிரை முன் கையாள் கையாறு கொள்ளாள்,
கடி மனை காத்து, ஓம்ப வல்லுவள்கொல்லோ -
இடு மருப்பு யானை இலங்கு தேர்க்கு ஓடும்
நெடு மலை வெஞ் சுரம் போகி, நடு நின்று,
செய் பொருள் முற்றும் அளவு?' என்றார்; ஆயிழாய்!
தாம் இடை கொண்டது அதுவாயின், தம் இன்றி
யாம் உயிர் வாழும் மதுகை இலேமாயின்,
'தொய்யில் துறந்தார் அவர்' என, தம்வயின்,
நொய்யார் நுவலும் பழிநிற்ப, தம்மொடு
போயின்று சொல், என் உயிர்.

இனிதாகவும் சுவைபடவும் பேசும் என் தோழியே! நெஞ்சு நடுக்கமுறும்படி பல நாட்களாகக் கேட்டேன், ஒரு செய்தியை. கடுமையான அச்செய்தி உண்மையோவெனவும் அஞ்சினேன். 'அச்சங்கொண்டால் அந்த அச்சமாகிய அதுவே அணங்காகி அவரை வருத்தும்' என்ற சொல், மிகவும் உண்மைதான். நீயும் இதனைக் கேள்:

பலநாளும் என்னைப் புனைந்து புனைந்து புதிதுபுதிதாகப் பாராட்டினார். யானும், 'இஃது ஏதோ ஓர் எண்ணத்தை கொண்டது தான்' என அது குறித்து எண்ணினேன். அது இப்போது தெளிவாய் விட்டது. மாசற்ற வண்மையான படுக்கையிலே என்னோடும் கூடிக் கலந்த வேளையில், என் தோளிலே சாய்ந்தவாறே உறங்கினவர், கனவு கண்டு பிதற்றினார். 'குத்தும் கொம்பானைகள் பேய்த்தேர் நோக்கி ஓடும் நெடிய மலைப்பாங்கான வெம்மைமிகுந்த கானலைக் கடந்து சென்று, நடுநிலைமையோடு முயற்சிசெய்து யான் பொருள் தேடிவரும் அளவும், ஆய்ந்த கோற்றொழிலினையுடைய தொடியினை

முன்கையிலே உடையவள், துன்புற்று வாடி வதங்காமல், மனையறம் காத்துப் பேணி நிற்கவும் வல்லமையுடையாளாவளோ?' என்றார்.

தெரிந்தெடுத்த அணிபூண்பவளே! அவர் உள்ளத்திலே கொண்டிருப்பது அந்த நினைவானால், அவரின்றி நானும் உயிர் வாழ்கின்ற ஆசை இல்லாதவளானால், இனி, 'அவள் மார்பின் தொய்யிலை நீங்காது கிடந்தவர், இதோ துறந்தார்' என்னும் பழி நிலைபெற்று நிற்கும்படியாக, அவர் பிரிவோடு என் உயிரும் பிரிந்து போய்விடும் என்று அவரிடத்தே சென்று இன்னே சொல்வாயாக.

விளக்கம் : 'உயிரும் அவரோடு போகும்' என்பதில், அவரைப் பிரியாது உயிர் அவருடனேயே செல்வதால், இங்குள்ள உடலில் அது தங்கி இராது என்ற நயமும் காண்க.

சொற்பொருள்: *1.* கடுத்தும் - ஐயுற்றும். *6.* கோல் - சித்திரத் தொழில். *8.* கையாறு - இழந்து துயர்உறல். *10.* இடுமருப்பு - குத்தும் கொம்பு. தேர் - பேய்த்தேர். *14.* மதுகை - ஆற்றல். *16.* நொய்யார் - இழிமகளிர்.

24. துளி மாறிய உலகம்!

(தலைவியைப் பிரிந்துசெல்ல நினைத்த தலைவனைப் பலவாறாகக் கூறித் தடுக்க முயல்கிறாள் அவளுடைய தோழி. முடிவில், 'மழையற்ற நிலம்போல நின் அருள்அற்ற இவளும் தன் எழிலெல்லாம் கெடுவாள்' என்று கூறி, அவனை எச்சரிக்கிறாள்.)

வயக்குறு மண்டிலம் வடமொழிப் பெயர் பெற்ற
முகத்தவன் மக்களுள் முதியவன் புணர்ப்பினால்,
'ஐவர்' என்று உலகு ஏத்தும் அரசர்கள் அகத்தரா,
கை புனை அரக்கு இல்லைக் கதழ் எரி சூழ்ந்தாங்கு,
களி திகழ் கடாஅத்த கடுங் களிறு அகத்தவா,
முளி கழை உயர் மலை முற்றிய முழங்கு அழல்,
ஒள் உரு அரக்கு இல்லை வளிமகன் உடைத்தத் தன்
உள்ளத்துக் கிடைகளோடு உயப் போகுவான் போல,
எழு உறழ் தடக் கையின் இனம் காக்கும் எழில் வேழம்,
அழுவம் சூழ், புகை அழல் அதர்பட மிதித்துத் தம்
குழுவொடு புணர்ந்து போம், குன்று அழல் வெஞ் சுரம்
இறத்திரால், ஐய! மற்று இவள் நிலைமை கேட்டீமின்:
மணக்குங்கால் மலர்அன்ன தகையவாய், சிறிது நீர்
தணக்குங்கால் கலுழ்பு ஆனாக் கண் எனவும் உள அன்றோ

சிறப்புச் செய்து உழையராப் புகழ்பு ஏத்தி, மற்று அவர் 15
புறக்கொடையே பழி தூற்றம் புல்லியார் தொடர்பு போல்?
ஈங்கு நீர் அளிக்குங்கால் இறை சிறந்து, ஒரு நாள் நீர்
நீங்குங்கால், நெகிழ்பு ஓடும் வளை எனவும் உள அன்றோ -
செல்வத்துள் சேர்ந்தவர் வளன் உண்டு, மற்று அவர்
ஒல்கத்து நில்கிலா உணர்விலார் தொடர்பு போல்? 20
ஒரு நாள் நீர் அளிக்குங்கால் ஒளி சிறந்து, ஒரு நாள் நீர்
பாராட்டாக்கால், பசக்கும் நுதல் எனவும் உள அன்றோ
பொருந்திய கேண்மையின் மறை உணர்ந்து, அம் மறை
பிரிந்தக்கால் பிறர்க்கு உரைக்ம் பீடிலார் தொடர்பு போல்?
என ஆங்கு, 25
யாம் நிற் கூறுவது எவன் உண்டு, எம்மினும்
நீ நற்கு அறிந்தனை; நெடுந் தகை! - வானம்
துளி மாறு பொழுதின், இவ் உலகம் போலும் - நின்
அளி மாறு பொழுதின், இவ் ஆயிழை கவினே.

ஆதித்த மண்டலத்திற்கு வடமொழியிலே 'பகன்' என்றொரு பெயர் உண்டு. அந்தப் பகன் கண்ணில்லாதவன். அவனைப் போலவே கண்ணற்ற முகமுடையவன் திருதராட்டிரன் என்பவன். அவன் மக்களுள் மூத்தவனான துரியோதனன், 'சேர்க்கையால் ஐவர்' என்று உலகம் புகழும் அரசர்களாகிய பாண்டவர்கள் உள்ளேயிருக்கவும், வேலைப்பாடு மிகுந்ததான அரக்கு மாளிகைக்குக் கொடிய நெருப்பினை அந்நாளிலே ஊட்டினான். அதேபோலக், களிப்புத் திகழும் மதநீரையுடையவான கொடிய களிறு உள்ளே அகப்பட்டுக் கொள்ளவும், உலர்ந்த மூங்கில்களோடு கூடிய உயர்ந்த மலையிலே பெரு நெருப்புப் பற்றிச் சூழ்ந்து கொண்டது. அப்பொழுது, புகையழல் சூழ எரியும் அரக்குமாளிகையை, வாயு புத்திரனானவன் உடைத்து, உள்ளத்து நேயங் கொண்ட தன்னைச் சேர்ந்தவரோடும் பிழைத்துத் தப்பிப் போனதைப் போல, கணையமரத்தையும் தகர்க்கும் தடக்கையினை உடைய வேழமானது, புதர்கள் அழியும்படியாக மிதித்து விலக்கிக் கொண்டே, தன் இனத்தோடும் கூடித் தப்பிச் செல்லும். அத்தகைய கொடிய வெம்மையான கானல்வழியைக் கடந்து செல்லவும் நினைக்கின்றீரே! இவள் நிலைமையையும் கேட்டுச் செயற்குரியன ஆய்ந்து செய்வீராக.

அருகே இருக்கும்போது சிறப்புச் செய்து, அவரைப் புகழ்ந்து போற்றி, அவர் புறத்தே போன அளவிலே அவரைப் பழித்துத் தூற்றும் புன்மையானவரின் தொடர்பு நீ அறிவாயன்றோ? அதேபோன்று, நீ அருகிருந்து கூடும்போது நீல மலர் போல விளங்கிச், சிறிது

புலியூர்க் கேசிகன்

அளவில்தானே நீ பிரிந்தாலும் கலங்கிக் கண்ணீர் செரியும் 'கண்' என்ற ஓர் உறுப்பும், நின் மனைவிக்கு இருக்கின்றது, அல்லவோ?

செல்வம் உடையவராக ஒருவர் இருக்கும்போது, அவரோடு சேர்ந்து அவர் செல்வத்தைத் தாமும் அநுபவித்துப், பின் அவர் வறுமையுற அவரை ஏறிட்டுப் பாராத உணர்வற்றவரின் தொடர்பு எத்தகையது? அதுபோலவே, இங்கே நீர் கூடியிருந்து அருள் செய்யும் போது, தானும் அழகு பெற்றுச் சிறந்து முன் கைகளிலே விளங்கிப், பின் ஒரு நாள் நீர் பிரிந்து போனதும், தோள் மெலியும்போது உடன் இருந்து உதவாது, தான் கைவிட்டுக் கழன்று போய்விடும் நிலை யுடைய வளையல்களும் அவள்பால் உளவன்றோ?

ஒருவரோடு ஒருவர் நட்பாயிருக்கும் காலத்திலே, அவரது இரகசியமான செய்திகளை அறிந்துகொண்டு, பின்னர் இருவரும் பிரிந்து காலத்தில், அந்த இரகசியங்களைப் பிறருக்கு உரைத்து வெளிப்படுத்தும் பெருமையற்றோரின் தொடர்பு இழிந்ததன்றோ? அதுபோல, ஒரு நாள் நீர் வந்து அருளும் போது ஒளிபெற்றுச் சிறந்து, ஒருநாள் நீர் பாராட்டாதபோது பசலை பாய்ந்து உம்மைத் தூற்றும் 'நுதல்' எனவும் ஒன்று அவளுக்கு உண்டல்லவோ?

உன் நிலையை ஊருக்குப் பறை சாற்ற அவை எல்லாம் இருக்கும்போது, யாம் உனக்குக் கூறுவதற்குத்தான் என்ன இருக் கிறது? எம்மினும் நீயே எல்லாம் நன்கு அறிந்தவன் ஆவாய். நெடுந்தகாய்! வானத்திலிருந்து மழை பெய்யாது போனால், இவ் வுலகம் என்னவாகும்? அதுபோலவே, நின் அருள்மழை இல்லாத பொழுது, இந்த ஆயிழையின் கவினும் கெட்டழிந்துவிடும் அல்லவோ? இதனையேனும் நீ அறிந்து கொள்வாயாக!

சொற்பொருள் : 6. முழங்கு அழல் - பேரொலியோடு எரியும் நெருப்பு. 7. வளிமகன் - வீமசேனன்; வாயுபுத்திரன். 9. எழு உறழ் - தண்டாயுதத்தை ஒத்த. 12. இறத்திரால் - இறந்திராயின் - போவ தானால். 13. மணக்குங்கால் - சேர்ந்து வாழும் பொழுது. 14. தணக் குங்கால் - பிரியும் பொழுது. 20. ஒல்கிடத்து - வறுமை உற்றக்கால். உலப்பிலா - உதவாத. 28. துளி - மழை. 29. அளி - அன்பு.

25. தூதர் வந்து சொன்னாரே!

('இளவேனில் காலம் தொடங்கவும் வந்து விடுவேன்' என்று உறுதிகூறிப் பிரிந்து, அரசியல் கடமையை மேற்கொண்டவனாகச் சென்றான் ஒரு கணவன். இளவேனில் வந்த பின்னரும், அவன்

வரவில்லை. அதனால், அவள் துடிதுடித்துப் புலம்ப, அவள் தோழி, 'தூது வந்து சொன்னதையும் மறந்தாயோ' எனக் கூறித் தேற்று கிறாள்.)

'ஒரு குழை ஒருவன் போல், இணர் சேர்ந்த மராஅமும்,
பருதி அம் செல்வன் போல், நனை ஊழ்த்த செருந்தியும்,
மீன் ஏற்றுக் கொடியோன் போல், மிஞிறு ஆர்க்கும் காஞ்சியும்,
ஏனோன் போல், நிறம் கிளர்பு கஞலிய ஞாழலும்,
ஆன் ஏற்றுக் கொடியோன் போல், எதிரிய இலவமும், ஆங்கு
தீது தீர் சிறப்பின் ஐவர்கள் நிலை போல,
போது அவிழ் மரத்தொடு பொருகரை கவின் பெற,
நோ தக வந்தன்றால், இளவேனில் மே தக,
பல் வரி இன வண்டு புதிது உண்ணும் பருவத்து,
தொல் கவின் தொலைந்த என் தட மென் தோள் உள்ளுவார் -
ஒல்குபு நிழல் சேர்ந்தார்க்கு உலையாது காத்து ஓம்பி,
வெல் புகழ் உலகு ஏத்த, விருந்து நாட்டு உறைபவர்.
திசை திசை தேன் ஆர்க்கும் திருமருத முன்துறை,
வசை தீர்ந்த என் நலம் வாடுவது அருளுவார் -
நசை கொண்டு தம் நீழல் சேர்ந்தாரைத் தாங்கி, தம்
இசை பரந்து, உலகு ஏத்த, ஏதில் நாட்டு உறைபவர்.
அறல் சாஅய் பொழுதோடு, எம் அணி நுதல் வேறாகி,
திறல் சான்ற பெரு வனப்பு இழப்பதை அருளுவார் -
ஊறு அஞ்சி நிழல் சேர்ந்தார்க்கு உலையாது காத்து ஓம்பி,
ஆறு இன்றிப் பொருள் வெஃகி, அகன்ற நாட்டு உறைபவர்.
என, நீ -
தெருமரல் வாழி தோழி! நம் காதலர்,
பொரு முரண் யானையர் போர் மலைந்து எழுந்தவர்
செரு மேம்பட்ட வென்டறியர்;
'வரும் என வந்தன்று, அவர் வாய்மொழித் தூதே.

ஒப்பற்ற குழைகளை அணிந்த பலதேவனைப் போல வெண்ணிறப் பூங்கொத்துக்களால் சேர்ந்திருக்கும் மராமரம்: பருதியஞ் செல்வனான கதிரவனைப் போல, பூக்கள் இதழ் விரிந்தவாய் நிரம்பி யிருக்கும் செருந்தி; சுறாமீனைக் கொடியாக உடைய மதனைப் போலக் கரியவாய் வண்டுகள் ஆர்த்துக் கொண்டிருக்கும் காஞ்சி; காமனின் தம்பியான சாமனைப் போல நிறம் மாறுபட்டுப் பசலை பாய்ந்து தோன்றும் ஞாழல்; இடபக்கொடியை உடைய சிவனைப் போலச் செம்மையாக விளங்கும் இலவம்; குற்றமற்ற சிறப்பினை யுடைய ஐவர்களின் தன்மையைப் போல, இவ்வாறு போதவிழ்ந்து

நிறைந்த மரங்களோடு ஆற்றங்கரையின் எம்மருங்கும் விளை விக்கும் அவ்விளவேனில், எமக்கு மட்டுமே நோவுதரும் தன்மையை யுடையதாய் வந்ததுதான் ஏனோ?

வென்றி கொண்ட புகழை உலகமெல்லாம் போற்ற, அப் புதிய நாட்டிலே சென்று அவர் வாழ்கின்றார். திறை செலுத்தித் தன் நிழலிலே சேர்ந்தார்க்கு, ஒரு துன்பமும் நேராது காத்து வாழ்வளிப் பவர் அவர். பல வரிகளையும் உடையவான வண்டினங்கள் புதிய பூந்தாதுகளை உண்டு களிக்கும்ட இவ் இளவேனிலான பருவத் திலே. பழைய அழகெல்லாம் தொலைந்து போன என் அகன்ற மென்மையான தோள்களையும் அவர் நினைப்பாரோ?

விருப்புடன் வந்து தம் நிழலிலே சேர்ந்த பிறரையும் அருளோடு காத்துத், தம் புகழ் உலகம் எங்கும் பரவிப் போற்ற அயல் நாட்டிலே சென்று வாழ்கின்றார் அவர். எத்திசையிலும் தேன் பிலிற்றிக் கொண்டிருக்கும்படியாகத் திருமருத முன்றுறையானது தோன்றும் இந்நாளிலே, குற்றம் அற்ற என் நலம் எல்லாம் வாடுவது எண்ணியும், அவர் வந்து அருள்வாரோ?

தாம் பட்ட கேடுகளால் அஞ்சியவராகி வந்து, தம் நிழலிடத்தே சேர்ந்தவற்கு, அவர் மீண்டும் கலங்காதபடி பேணிக் காத்து, முறைமையின்றிப் பொருளை மட்டுமே விரும்பிப் பரந்த அப் பிறர் நாட்டிலே வாழ்பவர் அவர். அழகு பெற்ற எம் நுதல் வேறுபட்டும், ஆற்றல் நிறைந்த பெருவனப்பு இழந்தும் நாம் வருந்துகின்ற இவ் விளவேனிற் காலத்தே, நம் வருத்தம் தீருமாறு, அவரும் வந்து அருள் செய்வாரோ?

நீ வருந்தவேண்டாம், தோழி! நீ வாழ்க! உன் காதலர் பொரு கின்ற முரண் வலியுடைய யானை மீதேறிப் போரிட்டு எழுந்து, அப்போரிலே மேலான ஆற்றல் காட்டிய வெற்றியும் பெற்றவர் ஆயிற்றே! அவர் வாய்மொழியோடு அதோ அவர் தூதுவன் வந்து, 'வந்து கொண்டிருக்கின்றார்' என்று சொல்வதையும் கேளாய்!

கருத்து: தன்னிழல் சேர்ந்த பிறர்க்கெல்லாம் உதவிப் புகழ் பெறும் அவன், தன்னளவில் மட்டும் அருளற்றவனாகி வராது போயினானே என எண்ணி வருந்துகிறாள் தலைவி. அவளுக்குக் காலத்தினது வரவைத்தூது வந்ததெனச் சொல்லி, ஆறுதல் கூறுகின் றாள் தோழி.

சொற்பொருள்: *1.* ஒருகுழை யொருவன் - பலதேவன். **2.** பருதியம் செல்வன் - ஞாயிறு. நனை - அரும்பு. ஊழ்த்த - மலர்ந்த.

3. மீனேற்றுக் கொடியோன் - காமன். மிஞிறு - வண்டுகள். 4. ஏனோன் - தம்பி; காமன் தம்பி சாமன். 7. பொருகரை - நீர் அலைக்கும் கரை. 9. புதிது - புதிய தேன். 11. ஒல்குபு - ஆள்வோரால் அலைக்கப் பெற்று. உலையாது - அவர் வருந்தாவாறு; 12. விருந்து நாடு -புதிய அயல்நாடு. 13. தேன் - தேனீக்கள். திருமருதமுன் துறை - வையை ஆற்றில் அமைந்த திருமருதத்துறை. 'திசை திசை தேனார்க்கும் திருமருத முன் துறை' என இதன் சிறப்புக் கூறப்பெறுகின்றது. வையையில் புதுப்புனல் ஆடிக் களிக்க விரும்பிய நினைவு இது. 14. வசை தீர்ந்த - குற்றம் அற்ற. 15. நசைகொண்டு - தன்னை விரும்பி. 18. திறல் சான்ற - பெருமை மிக்க 19. ஊறு - கேடு. 20. வெஃகி அகன்ற - வெஃகிய அரசன் அகன்ற. 22. தெருமரல் - மனங் கலங்காதே. பொருமுரண் - போர் செய்யும் மாறுபாடு. எழுந்தவர் செருமேம்பட்ட - எழுந்த பகைவரோடு மேற்கொண்ட போரில் மேன்மையுற்ற.

26. நாம் விரும்பும் காதலர்!

(குறித்துச் சென்ற இளவேனில் வரவும், அவன் மீண்டும் வராததால் தலைவி புலம்ப, முடிவிலே அவனும் வந்துவிட, அவனைக் காட்டித் தோழி தலைவிக்கு உரைக்கின்றாள்.)

'ஈதலில் குறை காட்டாது, அறன் அறிந்து ஒழுகிய
தீதிலான் செல்வம் போல், தீம் கரை மரம் நந்த;
பேதுறு மட மொழி, பிணை எழில் மான் நோக்கின்,
மாதரார் முறுவல் போல், மண மௌவல் முகை ஊழ்ப்ப;
காதலர்ப் புணர்ந்தவர் கதுப்புப் போல், கழல்குபு
தாதொடும் தளிரொடும், தண் அறல் தகை பெற;டு
பேதையோன் வினை வாங்க, பீடு இலா அரசன் நாட்டு,
எதிலான் படை போல, இறுத்தந்தது. இளவேனில்
நிலம் பூத்த மரமிசை நிமிர்பு ஆலும் குயில் எள்ள,
நலம் பூத்த நிறம் சாய, நம்மையோ மறந்தைக்க;
கலம் பூத்த அணியவர் காரிகை மகிழ் செய்ய,
புலம் பூத்து, புகழ்பு, ஆனாக் கூடலும் உள்ளார்கொல்?
கல்மிசை மயில் ஆல, கறங்கி ஊர் அலர் தூற்ற,
தொல் நலம் நனி சாய, நம்மையோ மறந்தைக்க;
ஒன்னாதார்க் கடந்து அடூஉம், உரவு நீர் மா கொன்ற,
வென் வேலான் குன்றின்மேல் விளையாட்டும் விரும்பார்கொல்?
மை எழில் மலர் உண்கண் மரு ஊட்டி மகிழ் கொள்ள,
பொய்யினால் புரிவுண்ட நம்மையோ மறந்தைக்க;

தைஇய மகளிர் தம் ஆயமோடு அமர்ந்து ஆடும்
வையை வார் உயர் எக்கர் நுகர்ச்சியும் உள்ளார்கொல்?'
என ஆங்கு,
நோய் மலி நெஞ்சமோடு இனையல், தோழி!
நாம் இல்லாப் புலம்பாயின், நடுக்கம் செய் பொழுதாயின்,
காமவேள் விழவாயின், 'கலங்குவள் பெரிது' என,
ஏமுறு கடுந் திண் தேர் தடவி,
நாம் அமர் காதலர் துணை தந்தார், விரைந்தே.

அறநெறிகளை நன்றாக உணர்ந்து, கொடுப்பதிற் கொஞ்சமேனும் குறையே காட்டாது நடந்து வரும், மாசற்ற ஒருவனுடைய செல்வமானது, நாளுக்கு நாள் செழித்துப் பெருகும். அச் செல்வத்தைப் போலவே, ஆற்றின் இரு கரைகளிலும் உள்ளவான மரங்கள் எல்லாம் பூத்துக் குலுங்குகின்றன. ஆடவர் எளிதிலே மனம் பேதலிக்குமாறு பேசும் மடப்பத்தையும், மான்பிணை போன்ற மிரண்ட நோக்கினையும் உடைய மாதர்கள் புன்முறுவல் செய்வது போல, முல்லைச் செடிகளில் அரும்புகள் எங்கணும் அரும்பியுள்ளன. கலவிக்களியிலே திளைத்த மகளிரின் கூந்தலைப் போல. ஈரமணலிலே தாதுகளும் தளிர்களும் விழுந்து கிடக்கின்றன. பேதையான அமைச்சனின் திறனற்ற செயலால் பெருமையழிந்த அரசனின் நாட்டிலே, வேற்றுப் படைகள் வந்து அழித்துக் கெடுப்பது போல, இளவேனிலும் என்னை வந்து தாக்கித் துன்புறுத்துகின்றதே!

நிலத்திற்கு அழகுதரும் மரங்களின் மேலிருந்து குயில்கள் கூவுகின்றன. என்னை நோக்கி அவை எள்ளி நகையாடுவது போன்றுள்ளது. அழகாக ஆபரணங்களைப் பூட்டிய மங்கையரின் அழகு அவருக்கு மகிழ்வூட்டும் போதாவது, அறிவு தெளிந்து, எம்பாற் பெற்ற புகழ்மிகுந்த கலவியை அவர் நினையாரோ? நன்மைப் பொலிவுடன் விளக்கிய நம் அழகு, இவ்வாறு அழிந்து போமாறு நம்மையேன் அவர் மறந்து விட்டார்?

நம் சாயல் அழிந்துவிடவே, நம்மைக் கேலி செய்வன போல மயிலினமும் ஆரவாரத்துடன் ஆடுகின்றனவே! ஊரும் ஆரவாரித்து அலர் தூற்றும் வண்ணம் அவரும் நம்மை மறந்து விட்டாரே? பகைவரை மேற்சென்று வெற்றி கொள்ளுபவன் முருகன், கடலிடையிலே மாமரமாகி மறைந்து நின்ற சூரனை, வெற்றி வேலால் எறிந்து கொன்றவனும் அவன், திருப்பரங்குன்றின்மேல், அவனுக்காக நடைபெறும் விளையாட்டைக்கூட, அவர் வந்து காணுதற்கு விரும்பாரோ?

மை தீட்டிய மலர் போன்ற கண்களிலே மயக்கத்தை ஊட்டிப் பொய்யாக எம்மைக் கூடி இன்புற்றுவர், நம்மைத் தான் மறந்து விட்டார்; வையையாற்றின் மணலிலே பரத்தையர் கூட்டம் அமர்ந்து ஆடுகின்ற, புதுப் புனலாட்டு விழாவின் இனிய காட்சியைக் கண்டு மகிழ்வதைக் கூட அவர் நினையாரோ?

நோய்மிகுந்த நெஞ்சோடு இவ்வாறு கூறி வருந்தாதே தோழி! 'நாமில்லாது புலம்புவாளே! நடுக்கஞ் செய்யும் இளவேனிற் காலமாயிற்றே! காமவேள் விழா வந்தால் மிகவும் கலங்குவாளே!' என்று எண்ணி, வலிமைமிகுந்த தேரினை விரைந்து செலுத்தி, அதோ நாம் விரும்பும் காதலரும் வந்துவிட்டார்; பாராய்!

'வென்வேலான் குன்றின்மேல் விளையாட்டு' என்றது. திருப்பரங்குன்றத்து நிகழும் முருகனின் திருவிழாவை.

சொற்பொருள் : தீங்கரை - இனிய நீரை உடைய ஆற்றங்கரை. நந்த - தழைக்க. 3. பேதுறு - கேட்டார் அறிவை மயக்கும். 4. ஊழ்ப்ப - அலர. 5. கதுப்பு - கூந்தல். கழல்குபு - கழன்று உதிர்ந்த. 8. இறுத்தந்தது - வந்து தங்கிற்று. 11. கலம் பூத்த - அணிகளால் அழகு பெற்ற. 12. புலம் பூத்து - அறிவால் மிக்கு. 18. பரிவுண்ட - அன்பு கொண்ட. 22. நோய்மலி - நோய்மிக்க.

27. என்ன அருளோ?

(இளவேனில் வந்ததும், அக்காலத்து வருவதாகச் சொல்லிச் சென்று தன் காதலன் வராதுபோகவே, பலவாறு சொல்லிப் புலம்புகிறாள் ஒரு காதலி, அவள் மனந்தேறுமாறு, அவள் தோழி, அவளுக்கு ஆறுதல் உரைக்கின்றாள்)

'பாடல் சால் சிறப்பின் சினையவும், சுனையவும்
நாடினர் கொயல் வேண்டா, நயந்து தாம் கொடுப்ப போல்,
தோடு அவிழ் கமழ் கண்ணி தையுபு புனைவார்கண்
தோடுறத் தாழ்ந்து, துறை துறை கவின் பெற,
செய்யவள் அணி அகலத்து ஆரமொடு அணி கொள்பு.
தொய்யகம் தாழ்ந்த கதுப்புப் போல் துவர் மணல்
வையை வார் அவிர் அறல், இடை போழும் பொழுதினான் -
விரிந்து ஆனா மலராயின், விளித்து ஆலும் குயிலாயின்,
பிரிந்து உள்ளார் அவராயின், பேதுறூஉம் பொழுதாயின்,
அரும் படர் அவல நோய் ஆற்றுவள் என்னாது
வருந்த, நோய் மிகுமாயின் - நுணங்கிறை! அளி என்னோ?
புதலவை மலராயின், பொங்கரின் வண்டாயின்,

அயலதை அலராயின், அகன்று உள்ளார் அவராயின்,
மதலை இல் நெஞ்சொடு மதனிலள் என்னாது
நுதல் ஊரும் பசப்பாயின் - நுணங்கிறை! அளி என்னோ? 15
தோயின அறலாயின், கரும்பு ஆர்க்கும் சினையாயின்,
மாவின தளிராயின், மறந்து உள்ளார் அவராயின்,
பூ எழில் இழந்த கண் புலம்பு கொண்டு அமையாது
பாயல் நோய் மிகுமாயின் - பைந்தொடி! அளி என்னோ?'
       என ஆங்கு, 20
ஆயிழாய்! ஆங்கனம் உரையாதி; சேயார்க்கு
நாம் தூது மொழிந்தனம் விடல் வேண்டா; நம்மினும்
தாம் பிரிந்து உறைதல் ஆற்றலர்,
பரிந்து எவன் செய்தி - வருகுவர் விரைந்தே?

"கனைப்பூக்களைத் தேடிச் சென்று எதற்காக முயன்று கொள்கின்றீர்கள்? இதோ, சிறந்த மணமலர்களை நாங்களே தருகின்றோம்' என்பன போல, வையை ஆற்றில் இருகரைகளிலும் மரக்கிளைகள் தாழ்ந்து, மலர்க்கொத்துக்களுடன் அழகாக விளங்குகின்றன. ஆற்றின் இடையிடையே தோன்றும் செந்நிறமான மணல் மேடுகள், கன்னியர்கள் தம் தலையிலே தலைக்கோலம் சூடி வருவது போன்று காட்சி தருகின்றன. தொய்யில் எழுதி திருமகளின் மார்பிலே விளங்கும் முத்தாரம் போல, ஆற்றுநீர் அறல்மணலை ஊடறுத்துச் சென்று கொண்டிருக்கின்றது. அந்த இளவேனிற் பொழுதும் வந்தது.

மலரெல்லாம் இதழ் விரித்தன. குயில்கள், காதலுடன் தம் இணையைக் கூவுகின்றன. அவர் மட்டும் இவ்வேளையிலே நம்மைப் பிரிந்திருக்கின்றாரே! "காமத்தால் தனித்திருக்கின்ற மகளிரை வருத்தும் பொழுதாயிற்றே இது; அதற்கு, இவன் வாழாது இறந்து போவாளே?" என்று நீயும் வருந்துகிறாய். என் நோய் இப்படி அதிகமாகுமானால், அவர் நமக்குச் செய்யும் அருள்தான் யாதோ?

புதர்களிற்கூட மலர்கள் நிறைந்துள்ளன. சோலைகளிலே வண்டினம் சூழ்ந்துள்ளன. நம் நிலை என்ன? அயலவர் அலர் தூற்றுகின்றனர். அவரோ, பிரிந்தவர், நம்மை நினைக்கலே இல்லை. 'இவள் தாங்க மாட்டாளே' என்றும் கருதாது, இரக்கமற்ற நெஞ்சுடன் பசப்பும் நுதலிலே படர்கின்றது. அவர் நம்மீது கொண்ட அன்புதான் என்னவோ?

மணலிலே நீர் நிறைந்துள்ளது. பூக்களிலே கரும்பினம் தேனுன்னுகின்றன மாமரத்திலே இளந்தளிர்கள் துளிர்த்துள்ளன. அவரோ நம்மை அடியோடு மறந்திருக்கின்றார். மலர்போன்ற கண்கள் ஓயாது அழுது புலம்புகின்றன. காம நோயோ மிகுகின்றது! பைந்தொடி! அவர் அருள்தான் யாதோ?

ஆபரணங்கள் அணிந்தவளே! அப்படி எல்லாம் சொல்லாதே. தொலைவிலே சென்றவருக்கு, நாம் காது சொல்லி ஆள் விடவும் வேண்டாம். நம்மை விட நம்மைப் பிரிந்து இருப்பதை அவரும் பொறுக்க முடியாதவராவர். வருந்தி என்ன செய்வது? விரைவில் அவரும் வருவார்; அதுகாறும் நீயும் பொறுத்திருப்பாயாக!

சொற்பொருள்: 1. சினைய - கோட்டுப்பூ. கனைய - நீர்ப்பூ. 6. தொய்யகம் - தலைக்கோலம் எனும் அணி. கதுப்பு - கூந்தல். துவர்மணல் - சிவந்த மணல் 7. ஆலும் - கூவும். பேதுறூஉம் - மயக்கம் செய்யும். 10. படர் - துன்பம். அவலநோய் - துயர் மிகும் காமநோய். 11. அளி - அருள். என்னோ - என்ன பயனைத் தருமோ? அல்லது எத்தன்மையதோ? 13. அயல் - அயலார். 14. மதலை - பற்றுக்கோடு. மதன் - ஆற்றல். 18. புலம்பு - பிரிவுத்துயர். 24. பரிந்து - வருந்தி.

28. இனிமையாகப் பேசு!

(கணவன் சொன்னபடி திரும்பி வராத வேனிற்காலத்துத் தன் தோழி யிடம் சொல்லி வருந்தினாள் ஒரு தலைவி. அவன் வந்ததும், தோழி, முன் சொன்னதையெல்லாம் திரும்பச் சொல்லி, 'இனிச் சிரித்து இனிதாகப் பேசி மகிழ்வாயாக' என்று, தலைவியை நகையாடுகின்றாள்)

'தொல் எழில் வரைத்து அன்றி வயவு நோய் நலிதலின்,
அல்லாந்தார் அலவுற ஈன்றவள் கிடக்கை போல்,
பல் பயம் உதவிய பசுமை தீர் அகல் ஞாலம்
புல்லிய புனறு ஓரீஇப் புது நலம் ஏர்தர;
வளையவர் வண்டல் போல், வார் மணல் வடுக் கொள;
இளையவர் ஐம்பால் போல், எக்கர் போழ்ந்து அறல் வார;
மா ஈன்ற தளிர்மிசை, மாயவள் திதலை போல்,
ஆய் இதழ்ப் பல் மலர் ஐய கொங்கு உறைத்தர;
மே தக இளவேனில் இறுத்தந்த பொழுதின்கண் -
சேயார்கண் சென்ற என் நெஞ்சினை - சின்மொழி!-
நீ கூறும் வரைத்து அன்றி, நிறுப்பென்மன்? நிறை நிவி,
வாய் விரிபு பனி ஏற்ற விரவுப் பல் மலர் தீண்டி,

நோய் சேர்ந்த வைகலான், வாடை வந்து அலைத்தரூஉம்.
போழது உள்ளார் துறந்தார்கண் புரி வாடும் கொள்கையைச்
சூழ்பு அங்கே - சுடரிழாய்! - கரப்பென்மன்? கைநீவி
வீழ் கதிர் விடுத்த பூ விருந்து உண்ணும் இருந் தும்பி
யாழ் கொண்ட இமிழ் இசை இயல் மாலை அலைத்தரூஉம்.
தொடி நிலை நெகிழ்த்தார்கண் தோயும் என் ஆர் உயிர் -
வடு நீங்கு கிளவியாய்! - வலிப்பென்மன்? வலிப்பவும்,
நெடு நிலா, திறந்து உண்ண, நிரை இதழ் வாய் விட்ட
கடி மலர் கமழ் நாற்றம், கங்குல் வந்து, அலைத்தரூஉம்.
என ஆங்கு,
வருந்தினை வதிந்த நின் வளை நீங்க, சேய் நாட்டுப்
பிரிந்து செய் பொருட் பிணி பின் நோக்காது ஏகி, நம்
அருந் துயர் களைஞர் வந்தனர் -
திருந்து எயிறு இலங்கு நின் தேமொழி படர்ந்தே.

எழில் மிகுந்த ஒரு காதலி, தான் கருப்பம் கொண்ட போது, மசக்கையால் வாடினாள். அவளது பழைய அழகும் மாறியது. அது கண்டு வருந்திய சுற்றத்தார், அவள் ஒரு குழந்தையைப் பெற்றதும் மனமகிழ்ந்து, அவளைப் போற்றினர். அதை போலப் பல விளை பொருள்களையும் உதவுவது நிலம்; அது பசுமை தீர்ந்த தன் நிலை மாறி, எங்கணும் புது நலத்துடன் அழகாகக் காட்சியளிக்கிறது. வளையணிந்த இள மகளிர் வண்டலிழைத்தது போல, ஆற்று மணலிலே நீர் சென்ற வடுக்கள் விளங்குகின்றன. இளம்பெண்கள் வகுப்பெடுத்து தலைவாரி வருவதுபோல, கருமணல் மேடுகளி னூடே நீர் தெளிந்து ஊடறுத்தச் செல்கின்றது. மாந்தளிர்களின் மீது மாமை நிறம் படர்ந்தாற்போலப், பூந்தாதுகள் தரையில் உதிர்ந்து கிடக்கின்றன. இளவேனிற் காலமும் வந்துவிட்டது.

சிலவாகிய சொற்களே பேசும் என் தோழியே! தொலைவிற் சென்றவர்பால் சென்றுவிட்டது என் நெஞ்சு. அந் நெஞ்சினை, நீ கூறும் எல்லைக்கு அப்பாலும் நான் செல்ல விடாது பொறுமை யோடு சகித்துக் கொள்வேன்! ஆனால், இதழ் விரிந்து, பனித்துளி களைச் சுமந்து தோன்றும் பல மலர்களின் மீதும், படர்ந்து வரும் வாடைக் காற்றானாது, என் நிறையைத் தாக்கிக் கலங்கச் செய்கின் றதே!

விளங்கும் அணியுடைய தோழியே! இளவேனில் வந்த தென் றும் நினையாதவராய்ப் பிரிந்திருக்கும் அவர் மேல் மனம் செலுத்தி வாடும் நிலையை, வேண்டுமென்றே முயன்று மறைக்கவும்

முயல்வேன். கதிரவனின் கதிர் மலர்த்திய பூவிதழ்களிலே வண்டினம் அமர்ந்து தேனுண்டு பாடிவருகின்ற மாலைக்காலம் வந்து, என் வருத்தத்தைத் தூண்டி விடுகின்றதே!

குற்றமற்ற சொல்லையுடைய தோழியே! என் கைவளை களைக் கழன்றுவிழச் செய்தவர்பால் சென்று தங்கும் என் ஆருயிரைப் 'போகாதே அங்கு' என மீட்டுக் கொணரவும் முயல்வேன்! ஆனால், வண்டுண்ணும் மலர்ந்த மலர்களின் மணமும், நிலா எரிக்கும் இராக்காலமும் வந்து, என்னை வாட்டுகின்றதே!

என்றெல்லாம் பலவாறு சொல்லி வருந்தியிருந்தாயே! நின் வளைகள் நீங்கப் பிரிந்து, அயல்நாடு சென்று பொருள் தேடப் போனவர், அந்தப் பொருள் முயற்சியைப் பின்னும் தொடர்ந்து செய்தற்கு நினைக்காது, புறப்பட்டு, நம் துயர் தீர்க்க இதோ வந்து விட்டனர். இனிய வார்த்தைகள் படர்ந்து, நின்வாயிதழ்களிடையே நின் திருந்தின எயிறுகள் தோன்ற, இனியேனும் நீ தான் மகிழ்வுடன் வாழ்வாயாக!

சொற்பொருள்: *1. தொல்லெழில் - பண்டைப் பேரழகு வயவு - கருவுற்ற மகளிர்க்கு உண்டாகும் மசக்கை நோய். 2. அல்லாந் தார் - அவள் நோய் கண்டு வருந்திய கற்றத்தார். 4. புல்லிய - பற்றிய. புனிறு - தூய்மைக் குறைபாடு. 12. விரிபு - விரிந்து. 17. இயன் மாலை - ஒலிக்கும் மாலைக்காலம். 18. வலிப்பேன் - போகாத வாறு தடுத்து நிறுத்துவன். 20. வாய்விட்ட - மலர்ந்த. 24. பின்னோக் காது ஏகி - விரைந்து தொழிலாற்றி. 25. சுளைஞர் - போக்குதற் பொருட்டு.*

29. திண்தேர் அயர்மதி!

(ஒரு தலைவி, தன் தலைவன் சொன்னபடி வராததால் துன்புற்றுப் புலம்பினள். அதுகண்டு இரங்கிய பாணன், அவள் தலைவன் இருக்கும் போர்ப் பாசறைக்குச் சென்று, அவனிடம் இப்படிக் கூறுகின்றான்).

'அருந்தவம் ஆற்றியார் நுகர்ச்சி போல், அணி கொள
விரிந்து ஆனாச் சினை தொறூஉம், வேண்டும் தாது அமர்ந்து ஆடி,
புரிந்து ஆர்க்கும் வண்டொடு, புலம்பு தீர்ந்து எவ் வாயும்,
இருந் தும்பி, இறை கொள எதிரிய வேனிலான் -
துயில் இன்றி யாம் நீந்த, தொழுவை அம் புனல் ஆ.டி,இ
மயில் இயலார் மரு உண்டு, மறந்து அமைகுவான்மன்னோ -
'வெயில் ஒளி அறியாத விரி மலர்த் தண் காவில்
குயில் ஆலும் பொழுது' எனக் கூறுநர் உளராயின்.

பானாள் யாம் படர் கூர, பணை எழில் அணை மென் தோள்
மான் நோக்கினவரோடு மறந்து அமைகுவான்மன்னோ -
'ஆனாச் சீர்க் கூடலுள் அரும்பு அவிழ் நறு முல்லை,
தேன் ஆர்க்கும் பொழுது' எனத் தெளிக்குநர் உளராயின்.
உறல் யாம் ஒளி வாட, உயர்ந்தவன் விழிவினுள்
விறல் இழையவரோடு விளையாடுவான்மன்னோ -
'பெறல் அரும் பெழுதோடு, பிறங்கு இணர்த் துருத்தி சூழ்ந்து,
அறல் வாரும், வையை' என்று அறையுநர் உளராயின்'.
என ஆங்கு,
தனியா நோய் உழந்து ஆனாத் தகையவள் - தகை பெற,
அணி கிளர் நெடுந் திண் தேர் அயர்மதி - பணிபு நின்
காமர் கழல் அடி சேரா
நாமம் சால் தெவ்வரின் நடுங்கினள் பெரிதே.

''அருந்தவம் செய்தவர்கள் எவ்விடத்தும் இன்பத்தையே பெற்று வாழ்வார்களல்லவோ! அதுபோல, அழகாக மலர்கள் விரிந்து விளங்கும் மரக்கொம்புகள் தோறும், வேண்டிய அளவு வரையும் அமர்ந்து தேனுண்டு, களிப்புடன் வண்டுகளும் ஆரவாரித் திருக்கும். அவற்றுடன், கருத்தும்பிகளும் தம் துயர் தீர்ந்தவாய்த் தேனுண்டு மகிழ்ந்திருக்கும். அத்தகைய இளவேனிலும் இதோ வந்து விட்டது!

''இரவுக் கொடுங்கடலைத் தூக்கம் கொள்ளாது நீந்திக் கடந்து, யாமோ கரைகாணாது வருந்துகின்றோம், மடுக்களிலே வீழ்ந்து நீராடி, மயிலனைய சாயலுடைய பரத்தையரின் இன்பத்தை உண்பவனாக, அவனோ நம்மை மறந்து வாழ்கின்றான். ''வெயிலின் ஒளியே கொஞ்சமேனும் படாதவாறு குளிர்ந்த சோலைகள் செழித்து மலர்களால் நிறைந்துள்ளன; குயில் இனிதாகக் கூவுகின்றது; இளவேனிற் காலமும் வந்து விட்டது; இதை அவனிடம் கூறுபவர் எவரேனும் இருந்தால், அவன் அவ்வாறு மறந்திருப் பானோ?

''பெரும் புகழுடைய மதுரையிலே, அரும்பவிழும் மண முல்லையிலே தேன் துளிர்க்கும் இளவேனிற் காலம் இது. இதனை அவனுக்குத் தெளிவாகச் சொல்பவர் யாரும் இல்லையே! இருந்தால், பலநாளும் நாம் துன்புற்று வருந்தவும், தான் மூங்கிலின் எழிலும், அணையின் மென்மையும் மான் நோக்கும் உடைய பரத்தையரோடு கூடியிருப்பவன், என்னையும் மறந்து அங்கேயே தங்கி இருப்பானோ?''

''பெறுதற்கரிய இளவேனில் வந்தது. பூங்கொத்துக்கள் எங்கும் நிறைந்துள்ளன. ஆற்றுமேடுகளைச் சூழந்து வையையிலே வெள்ளமும் செல்லுகிறது! இதனை அவனிடம் சென்று சொல்பவர் எவரும் இல்லையே! இருந்தால், அவனோடு கூடி மகிழ உரிமை யுடைய யாம் ஒளி கெடும்படியாக, இந்தக் காமன் திருநாளிலே, அவன் பரத்தையருடன் கூடிக் காமக்களி கடத்திக் கொண்டிருப் பானோ?''

தணியாத நோய் கொண்டு நின் மனைவி இவ்வாறெல்லாம் புலம்பி வருந்துகின்றாள். அவள் மீண்டும் தன் அழகு பெற வேண் டாமோ? அழகான நின் நெடுந்தேரை இப்போதே நின் வீடு நோக்கிச் செலுத்துவாயாக. பணிந்து நின் அழகிய திருவடிசேராத பகைவர். நீ அவர்க்கு விளைக்குந் தண்டனையை எண்ணி எண்ணி நடுங்குவதைப் போல, அவள் தன் உள்ளமும் நடுங்குகின்றாள். அதனால், அவளைக் காத்தற் பொருட்டாக நீயும் விரைந்து செல் வாயாக''.

சொற்பொருள்: 3. புலம்பு - தனிமை. 4. இருந்தும்பி - கரிய தும்பி. இளைகொள - தங்க. தொழுவை - நீர் நிலை. 11. ஆனாச் சீர்க்கூடல் - புகழால் மிகுந்த மதுரை. 13. உறலியாம் - அவனை அடைதற்குரிய யாம். 19. அயர்மதி - செலுத்துவாயாக. 21. தெவ்வர் - பகைவர்.

30. கொடி எழுத்தது!

(பனிக்காலத்திலும் தலைவன் வாராது போகத், துயரத்தால் துடித்த தலைவிக்கு, அவன் வருவதைக் காட்டித் தோழி கூறியது இது.)

'கடும் புனல் கால் பட்டுக் கலுழ் தேறிக் கவின் பெற,
நெடுங் கயத்து அயல் அயல் அயிர் தோன்ற, அம் மணல்
வடுத்து ஊர வரிப்ப போல் ஈங்கை வாடு உதிர்பு உக,
பிரிந்தவர் நுதல் போலப் பீர் வீய, காதலர்ப்
புணர்ந்தவர் முகம் போலப் பொய்கை பூப் புதிது ஈன,
மெய் கூர்ந்த பனியொடு மேல் நின்ற வாடையால்,
கையாறு கடைக்கூட்டக் கலக்குறூஉம் பொழுதுமன் -
''பொய்யேம்'' என்று, ஆயிழாய்! புணர்ந்தவர் உரைத்ததை.
மயங்கு அமர் மாறு அட்டு, மண் வெளவி வருபவர்,
தயங்கிய களிற்றின்மேல், தகை காண விடுவதோ -
பயங் கெழு பல் கதிர் பால் போலும் பொழுதோடு,
வயங்கு இழை தண்ணென, வந்து இவ் அசை வாடை?

தாள் வலம்பட வென்று, தகை நன் மா மேல்கொண்டு,
வாள் வென்று வருபவர் வனப்பு ஆர விடுவதோ -
நீள் கழை நிவந்த பூ நிறம் வாடத் தூற்றபு,
தோள் அதிர்பு அகம் சேர, துவற்றும் இச் சில் மழை?
பகை வென்று திறை கொண்ட பாய் திண் தேர் மிசையவர்
வகை கொண்ட செம்மல் நாம் வனப்பு ஆர விடுவதோ -
புகை எனப் புதல் சூழ்ந்து, பூ அம் கள் பொதி செய்யா
முகை வெண் பல் நுதி பொர, முற்றிய கடும் பணி?'
என ஆங்கு,
வாளாதி, வயங்கிழாய்! 'வருந்துவள் இவள்' என,
நாள் வரை நிறுத்துத் தாம் சொல்லிய பொய் அன்றி,
மீளி வேற் தானையார் புகுந்தார் -
நீள் உயர் கூடல் நெடுங் கொடி எழவே.

பெருகிவரும் வையையாற்று நீரானது கால்களின் வழியாக எங்கும் பாய்தலால் பாண்டியனின் நாடெங்கும் அழகு பெற்றன. குளங்களின் அயற்புறங்களிலே மழைநீர் சென்று சேர்ந்ததால் படிந்த நுண் மணல்கள் காணப்படுகின்றன. அந்த மணல் வடுவினை மறைத்து மூடுவது போல, ஈங்கைப் பூக்கள் வாடி உதிர்ந்து வீழ் கின்றன. பிரிந்தவரின் நுதல்போல முன்னர்ப் பூத்த பீர்க்கம் பூக்கள், இப்போது எங்கும் காணப்படவில்லை. அதற்கு மாறாகக் காதலரைக் கூடியவரின் முகம்போலப் பொய்கைகளிலே தாமரையின் செவ்விய புதுப்பூக்கள் மலர்ந்துள்ளன. உடலை வருந்திய பனிக்காலத்தோடு, மேல்நின்ற வாடைக் காலமும் பிரிவுத் துயரை மிகுவிக்கின்றன! 'இந்த இளவேனிற் காலத்து வருவேன்' என்று அவர் சொல்லிச் சென்றனரே! 'யாம் பொய்யேம்' எனப் பொழுதும் முறையாக வந்தது; உறுதி கூறிய அவர் மட்டிலும் வரக்காணேனே! ஆயிழையே! எவ்வாறு அந்தத் தனிமையை இனியும் பொறுப்பேனடீ?

பயன் நிறைந்த பல்கதிர்களையும் பால்போல நிலவும் பொழி கிறது. சில்லென்று வாடையும் அசைந்துவந்து வீசுகிறது. இவை எல்லாம் என் நோயை மிகுவிக்கின்றனவே! பகைவரைப் போரிலே வென்று, அவர் நாட்டையும் கவர்ந்து கொண்டு, யானை மீதமர்ந்து அசைந்துவரும் அவன் அழகினை, யான் அதுவரை உயிரோடிருந்து காண்பேனோ? அங்ஙனம் காணவிடாது, இக்காலம் என்னைக் கொன்றுதான் விடுமோ?

வலசாரியாகக் களத்திலே சுற்றி வெற்றி தந்த குதிரையின் மேலேறி, வாளால் பகைவரை வென்று வருவார் எம் காதலர்.

கரும்புப் பூக்கள் நிறம் கெடவும், என் தோள் நடுங்கவும், நான் வீட்டினுள் செல்லவும் தூற்றிக் கொண்டிருக்கின்றது இத் தூறல். இது, அவர் வரும் அழகைக் காண விடுமோ? அல்லது, அதற்குள் என் உயிரையே குடித்து விடுமோ?

பகைவரை வென்று திறைகளைப் பெற்றுக் கொண்டு பாய்ந்து வரும் வலிய தேர்மேல் அவர் வீற்றிருந்து வரும் அழகை ஆசை தீர நான் காண்பேனோ? புகைபோலச் சிதறிப் புதர்களைச் சூழ்ந்துள்ளது பனி. பூவின் தேன்போலக் கள்ளை மூடி மறைத்துக் கொண்டிராத முல்லையரும்புகளான வெண் பற்கள், தம்முள் ஒன்றுடனொன்று மோதி அடித்துக் கொள்ளுகின்றன. இவ்வாறு, என்னை முற்றுகையிடும் கடுமையான பனியானது, அவர் வரும் அதுவரை என்னை உயிரோடும் வாழ வைத்திருக்குமோ? யாதோ அறியேனே?

விளங்கும் இழைகள் பல உடையவளே! அவ்வாறு ஏன்? ஏதேதோ சொல்லி வருந்துகின்றாய்? 'இவள் வருந்துவள்' என்று, நாளின் எல்லையை எண்ணிக் கொண்டேயிருப்பவர் அவர்! தாம் சொல்லியது பொய்யாகாமல், அதோ நம் ஊரினுள்ளேயே வந்து விட்டார். கூற்றுப் போன்ற வேற்படையுடன் தானையர் சூழ வருபவரைப் பாராய்! நீண்டு உயர்ந்த கூடல் நகரிலே, அவரை வரவேற்க, நீண்ட கொடிகள் எப்புறத்தும் எழுகின்றன; அதனையும் காண்பாயாக!

சொற்பொருள்: 1. கால்பட்டு - சிறுசிறு கால்வாய்களாகி. கலுழ்நெறி - கலக்கம் தெளிந்து. 6. கூர்ந்த - நடுங்கிய. 7. கையாறு செயலாற்றுப் போதல். 15. கழை - கரும்பு. 16. அதிர்பு - நடுங்கி. 19. பூவம்கள் பொதிசெய்யா முகை வெண்பல் - இனிய தேன் உள்ளே பெறுதல் அற்ற அரும்பாகிய வெண்பல்.

31. விருந்து செய்வோம் வா!

(காதலன் வராததனாற் காதலியானவள் வருந்த, வேனிலாகிய தூதுவன் வந்து அவன் வருகையை உரைக்கின்றான். தோழி அதைக் கூறி, 'விருந்து செய்வோம், வா' என்கிறாள்.)

எஃகு இடை தொட்ட, கார்க் கவின் பெற்ற ஐம்பால் போல் -
மை அற - விளங்கிய, துவர் மணல் - அது: அது
ஐதாக நெறித்தன்ன அறல் அவிர் நீள் ஐம்பால்
அணி நகை இடையிட்ட ஈகை அம் கண்ணி போல்,
பிணி நெகிழ் அலர் வேங்கை விரிந்த பூ நெறி கொள -

துணி நீரால், தூ மதி நாளால், அணி பெற -
ஈன்றவள் திதலை போல் ஈர் பெய்யும் தளிரொடும்,
ஆன்றவர் அடக்கம் போல் அலர்ச் செல்லச் சினையொடும்,
வல்லவர் யாழ் போல வண்டு ஆர்க்கம் புதலொடும்,
நல்லவர் நுடக்கம் போல் நயம் வந்த கொம்பொடும்,
உணர்ந்தவர் ஈகை போல் இணர் ஊழ்த்த மரத்தொடும்,
புணர்ந்தவர் முயக்கம் போல் புரிவுற்ற கொடியொடும் -
நயந்தார்க்கோ நல்லைமன், இளவேனில்! எம் போல?
பசந்தவர் பைதல் நோய் பகை எனத் தணித்து, நம்
இன் உயிர் செய்யும் மருந்தாகி, பின்னிய
காதலர் - எயிறு ஏய்க்கும் தண் அருவி நறு முல்லைப்
போது ஆரக் கொள்ளும் கமழ் குரற்கு என்னும் -
தூது வந்தன்றே, தோழி!
துயர் அறு கிளவியோடு: அயர்ந்தீகம் விருந்தே.

கத்திரிகையால் ஒழுங்காகக் கத்திரிக்கப் பெற்று, கார் மேகத்தின் அழகையும் பெற்ற மகளிரின் கூந்தலைப் போலக் கரு நிறமுடன் விளங்கியது, நீர் வடிந்து போன பின்னர்த் தோன்றிய கருமணல். கூந்தலை முடித்துப் பொன்னாலான நகைகள் சூடிய வாறுபோல வேங்கைப் பூக்கள் அதன்மேல் உதிர்ந்து கிடக்கின்றன. நல்ல பௌர்ணமி நாளிலே, அழகான மகவை ஈன்றவளின் மேனியின் திதலை போலப் பளபளவென்னும் தளிர்களை மரங்களும் துளிர்ந்தன. ஆன்றோரின் அடக்கம் போல, அதுவரை அமைந்திருந்த மரங்களிலே மணமலர்கள் பூத்துக் குலுங்கின. வல்லவன் யாழ் இசைப்பது போல, வண்டினங்கள், புதர்களில் இசை பாடிக் கொண்டிருந்தன. பெண்கள் நடனமிடுவது போல, மரக்கிளைகள் அசைந்தாடிக் கொண்டிருந்தன. பொருளின் தன்மையை உணர்ந்தவர் வரையாது வழங்குவது போல, மரங்கள் பூந்தாதுகளை உதிர்த்துக் கொண்டிருந்தன. கலவியிலே தழுவிக் கிடக்கும் காதலுடையார் போலப் பூங்கொடிகள் பின்னிப் பிணைந்து விளங்கின. இவையெல்லாம் காதலரால் விரும்பப்பட்டுக் கூடிவாழும் மகளிர்க்கு நன்றாகத் தானிருக்கின்றன. ஆனால், அந்த இளவேனில், என்போல் காதலனைப் பிரிந்து நோயுற்றிருப்பவளுக்குத் துயரத்தையன்றோ தருகின்றது! என்ன செய்வேன்?

தோழி! அருவிக் கரையிலே நின் பல்வரிசை போல அரும்பி நிற்கும் முல்லைப் பூக்கள், 'மணம் கமழும் உம் கூந்தலிலே, எம்மைச் சூட்டிக் கொள்ளுங்கள்' என்று கூறுவன போல மலர்ந்திருக்கின்றன. அதுவல்லாமலும், பசந்தவருடைய வருத்தந்தரும் காம

நோயையும், தனக்குப் பகை என்று கருதிப் போக்கி, வெற்றி கொள்பவர் நாம் காதலர். நம் இனிய உயிரை வாழ்விக்கும் மருந்தினைப் போல, நின் துயர் தீர்க்கும் இனிய மொழிகளைக் கூறிக்கொண்டே, தூதுவன் வந்து அவர் வரவை உரைக்கின்றான்; அவனுரையைக் கேள். துயரத்தை விட்டு, அவரை வரவேற்று மகிழ, நாம் விருந்து சமைப்போம், வா.

சொற்பொருள்: எஃகு - கத்தரிகை. 2. துவர் மணல் - புலர்ந்த மணல். 3. நெறித்தன்ன - பிடித்துவிட்டாற்போன்ற. நெறிகொள - ஒழுங்காக வீழ்ந்து கிடக்க. 6. துணிநீர் - தெளிந்த நீர். 8. அலர் செல்லா - பருவம் வருந்துணையும் அலராத. 10. நல்லவர் - நல்ல மகளிர். நுடக்கம் - அரங்கு ஆட்டம். நயம் வந்த - விரும்பத்தக்க. 11. இணர் ஊழ்த்த - மலர்க் கொத்துக்களை ஈன்ற. 16. ஏய்க்கும் - ஒக்கும். 17. போது - மலரும் பருவத்தில் உள்ளே பேரரும்பு. குரற்கு - கூந்தலுக்கு. 19. அயர்ந்தீகம் - விருந்தேற்றுப் போற்றுவம்.

32. என்னை மறந்தாரோ?

(''இளவேனில் வந்ததே! அவர் வரக் காணேனே! என்னை அறவே அவர் மறந்தாரோ?'' என்று, தன் தோழியிடம் கூறி வருந்துகிறாள் ஒரு தலைவி, அவளுக்குத் தேறுதல் கூறுகிறாள் அவள் தோழி).

**'வீறு சால் ஞாலத்து வியல் அணி காணிய
யாறு கண் விழித்த போல், பயம் நந்திக் கவின் பெற,
மணி புரை வயங்கலுள் துப்பு எறிந்தவை போல,
பிணி விடு முருக்கு இதழ் அணி கயத்து உதிர்ந்து உக,
துணி கய நிழல் நோக்கித் துதைபு உடன் வண்டு ஆர்ப்ப,
மணி போல அரும்பு ஊழ்த்து மரம் எல்லாம் அலர் வேய,
காதலர்ப் புணர்ந்தவர் கவவுக் கை நெகிழாது,
தாது அவிழ் வேனிலோ வந்தன்று; வாரார், நம்
போது எழில் உண்கண் புலம்ப நீத்தவர்!
எரி உரு உறழ இலவம் மலர,
பொரி உரு உறழப் புன்கு பூ உதிர,
புது மலர்க் கோங்கம் பொன் எனத் தாது ஊழ்ப்ப,
தமியார்ப் புறத்து எறிந்து எள்ளி, முனிய வந்து,
ஆர்ப்பது போலும் பொழுது; என் அணி நலம்
போர்ப்பது போலும் பசப்பு.
நொந்து நகுவன போல் நந்தின, கொம்பு; நைந்து உள்ளி
உகுவது போலும், என் நெஞ்சு; எள்ளி,
தொகுபு உடன் ஆடுவ போலும், மயில்; கையில்**

உகுவன போலும், வளை; என் கண் போல்
இகுபு அறல் வாரும் பருவத்தும் வாரார்;
மிகுவது போலும், இந் நோய்.
நரம்பின் தீம் குரல் நிறுக்கும் குழல் போல்
இரங்கு இசை மிஞிறொடு தும்பி தாது ஊத -
தூது அவர் விடுதரார் துறப்பார்கொல்? - நோதக.
இருங் குயில் ஆலும் அரோ'.
என ஆங்கு,
புரிந்து நீ எள்ளும் குயிலையும், அவரையும், புலவாதி,
நீல் இதழ் உண்கணாய்! நெறி கூந்தல் பிணி விட,
நாள் வரை நிறுத்தித் தாம் சொல்லிய பொய் அன்றி,
மாலை தாழ் வியன் மார்பர் துனைதந்தார் -
கால் உறழ் கடுந் திண் தேர் கடவினர் விரைந்தே.

வேனலால் வாடிக்கிடந்த நிலத்திலே இளவேனில் வந்ததும், பசுமை வீறுடன் எழுந்தது. அந்தக் காட்சியைக் கண்டு மகிழ விரும்புவதுபோல, நீரற்று கிடந்த தன் தூக்கம் நீங்கிக் கண் விழித்து, எம்மருங்கும் கால் வழியாகப் பாய்ந்து, ஆறும் நீருடன் விளங்கிற்று. குளங்களெல்லாம் நீர்ப்பூக்களால் நிறைந்து அழகு பெற்றன. முதிர்ந்த இதழ்கள் நீருள் உதிர்ந்து விழுகின்ற காட்சி, தெளிவான கண்ணாடிப் பாத்திரத்தினுள்ளே மணியை இட்டது போன்றிருந்தது. கரையோர மரக்கிளைகளிலே குலுங்கும் புதுமலர்களின் நிழல், நீரினுள்ளும் தோன்றிற்று. அதனைப் பூக்கள் என்றே. மயங்கிய வண்டினம், நீரைச் சுற்றி வட்டமிட்டு ஆரவாரித்துக் கொண்டிருந்தன. மணி மணியான அரும்புகளைத் தோற்றுவித்து, மரங்கள் எல்லாம் பூப்பந்தர் இட்டவை போல விளங்கின. காதலரைக் கூடி மகிழும் கன்னியர் தாம் அவரை அணைத்த கையை நெகிழவிடாமற் பின்னிக் கிடந்தனர். இவ்வாறு இளவேனில் வந்தபோதிலும், நம் காதலரை வரக்காணேனே! மலர் அழகுடன், மைதீட்டி விளங்கும் என் கண்கள் அழுது புலம்பவும், என்னை விட்டுப் பிரிந்தாரே! அவர் இன்னமும் திரும்பி வரவில்லையே?

இலவ மரங்கள், நெருப்பின் உருவத்தைத் தம்மேல் கொண்டிருப்பது போலச், செந்நிற மலர்களுடன் விளங்கின. பொரி சிதறியது போலப் புங்க மலர்கள் உதிர்ந்து கிடந்தன. புதுமலர் நிறைந்த கோங்க மரங்கள், பொன் தூளினைச் சிதறினதுபோலத் தாதுகளைச் சிதறின. தனித்திருப்பவரை வெறுத்து ஒதுக்கித் தள்ளி, எள்ளி அலர் தூற்றி ஆர்ப்பது போல, இளவேனிலும் இங்கே வந்தது. அதனை

எண்ணி, என் அழகு அழிந்துவிடாமல் காப்பதுபோலப் பசலை என் உடல் முழுதும் மூடிக் காத்துக் கிடக்கின்றது.

மலர் சூடிச் செல்லும் என்னைக் கண்டு, 'நாமும் மலர் சூடக் காலம் இன்னமும் வரவில்லையே?' என்று முன்னர் நொந்து வாடியிருந்தன கொம்புகள். அவை, இப்போது எம்மைக் கண்டு நகைப்பன போல, மலர்களை நிறையச் சூடிக்கொண்டிருக்கின்றன. அதனைக் கண்டு நகைப்பன போல, மலர்களை நிறையச் சூடிக் கொண்டிருக்கின்றன. அதனைக் கண்டு நைந்து வாடி உருகிவிடுவது போல, என் நெஞ்சம் அழிகின்றதே! நம்மை இகழ்ந்து தாமும் மரக்கிளைகளுடன் சேர்ந்து அசைந்தாடுவன போல, மயில்கள் அசைந்து ஆடுகின்றன. கைவளைகள் கட்டுக்கும் அடங்காமல் உதிர்ந்து விடுவன போலிருக்கின்றன. என் கண்களைப் போலவே, மழையும் விடாது துளியாகத் தூறிக் கொண்டே இருக்கின்றது. இந்த நிலைமையிலும் அவர் வரவில்லையே! இந்த நோய் இனி அதிகரிக்கத்தான் செய்யுமோ?

யாழின் இனிய இசை நாதத்தை அங்கங்கே நிறுத்திச் சுவை சேர்க்கும் சூழலின் நாதம். அதுபோல, வண்டுகளின் ஒலியோடு இணைந்து, தும்பிகளும் தாது ஊதிப் பாடுகின்றன. நம்மை மேலும் நோவு செய்வன போலக் கருங்குயில்களும் கூவுகின்றன! இவ்வளவு தூரம் நாம் துயர்கொள்ள, 'விரைவில் வருவேன்' எனத் தூது கூட அனுப்பாமல், நம்மை அவர் அறவே மறந்தாரே! நம்மை விட்டு முற்றிலும் நீங்கியே அவர் போய்விடுவாரோ?

இதைக் கேட்ட தோழி சொல்லுகிறாள்: ''இவ்வாறெல்லாம் மனம் வெதும்பி ஏனடி வருந்துகின்றாய். நீலமலர் மைதீட்டிக் கொண்டது போன்றது கண்ணழகியே! இகழும் குயிலையும், அவரையும் வெறுத்துப் பேசாதே! பிணிப்புச் சேர்ந்துவிட்ட உன் அழகிய கூந்தல் புனைந்து அழகுடன் விளங்குமாறு அவர் விரைவி லேயே நின்னிடத்தே வருவார். 'இன்ன நாளிலே வருவேன்' என்று வரையறை சொல்லிப் போனாரே, அவர் சொல்லிய சொல் பொய் யாகாதவாறு உறுதியாக மீண்டு வருவார். மாலை சூடிய அகன்ற மார்பினராக உன் அன்பர் வந்து, உனக்குத் துணையும் செய்வார். காற்றுப்போல விரைந்து வரும் கடுந்தேரைச் செலுத்தி, அவரே அதோ வந்துவிட்டார்! அவரைக் காண்பாயாக!

சொற்பொருள்: 1. வீறுசால் - பெருமை பொருந்திய. ஞாலம் - உலகம். 2. நந்தி - நிறைந்து. 3. மணி - பளிங்கு. புரை - ஒக்கும். வயங்கல்

- கண்ணாடி துப்பு - பவளம். 4. பிணி விடும் - மலரும். 5. துணி கயம் - தெளிந்த குளம். துதைபு - நெருங்கி. 6. வேய - சூட. 9. போது - பேரரும்பு. 15. நந்தின - மலர்களால் நிறைந்தன. நைந்து - வருந்தி. 17. உகுவது போல் - அழுவதுபோல். 24. மிஞிறு - தேன்வண்டின் இனம். 25. ஆலும் - கூவும். ஆரோ: அசை. 27. புரிந்து - மனம் வேறுபட்டு. 28. நீல் - நீலமலர். நெறி கூந்தல் - பின்னிய கூந்தல். பிணிவிட - சிக்குப்போக.

33. அவர் கையாலேயே துடைப்பார்!

(''அழுது ஏனடி புலம்புகின்றாய். அதோ அவரே வந்து விட்டார். அவரே உன் கண்ணீரைத் துடைப்பார்'' என்று தலைவிக்குத் தோழி சொல்லு கின்றனள்)

மன்னுயிர் ஏமுற, மலர்ஞாலம் புரவுஈன்று,
பல் நீரால் பாய் புனல் பரந்து ஊட்டி, இறந்த பின்,
சில் நீரால் அறல் வார, அகல் யாறு கவின் பெற,
முன் ஒன்று தமக்கு ஆற்றி முயன்றவர் இறுதிக்கண்
பின் ஒன்று பெயர்த்து ஆற்றும் பீடுடையாளர் போல்,
பல் மலர் சினை உக, சுரும்பு இமிர்ந்து வண்டு ஆர்ப்ப,
இன் அமர் இளவேனில் இறுத்தந்த பொழுதினான் -
விரி காஞ்சித் தாது ஆடி இருங் குயில் விளிப்பவும்,
பிரிவு அஞ்சாதவர் தீமை மறைப்பென்மன்; மறைப்பவும்,
கரி பொய்த்தான் கீழ் இருந்த மரம் போலக் கவின் வாடி,
எரி பொத்தி, என் நெஞ்சம் கடும்ஆயின், எவன் செய்கோ?
பொறை தளர் கொம்பின்மேல் சிதரினம் இறை கொள,
நிறை தளராதவர் தீமை மறைப்பென்மன்; மறைப்பவும்,
முறை தளர்ந்த மன்னவன் கீழ்க் குடி போலக் கலங்குபு,
பொறை தளர்பு பனி வாரும் கண்ஆயின், எவன் செய்கோ?
தளை அவிழ் பூஞ் சினைச் சுரும்பு யாழ் போல இசைப்பவும்,
கொளை தளராதவர் தீமை மறைப்பென்மன்; மறைப்பவும்,
கிளை அழிய வாழ்பவள் ஆக்கம் போல் புல்லென்று,
வளை ஆனா நெகிழ்பு ஓடும் தோள் ஆயின் எவன் செய்கோ?'
என ஆங்கு,
நின்னுள் நோய் நீ உரைத்து அலமரல்; எல்லா! நாம்
எண்ணிய நாள்வரை இறவாது, காதலர்
பண்ணிய மாவினர் புகுதந்தார் -
கண் உறு பூசல் கை களைந்தாங்கே.

இளவேனில் வந்துவிட்டது. 'உயிரினம் வாழ வேண்டும் என்ற பெருநோக்கத்தால், கால்வாய்கள் வழியாகப் புவியெங்கும் பரவிப் பாய்ந்து நீருட்டிய ஆற்றிலே, நீரும் வற்றிவிட்டது. மண லொடு சேர்ந்து போவது போலக் கால்வாய்களில், குறைந்த அளவே தண்ணீரும் சென்று கொண்டிருக்கிறது. முன்னர், ஆறு தந்த வெள்ளத்தை உண்ட மரங்கள் எல்லாம், இப்போது மலர்கள் நிறைந்து, பிஞ்சும் பூவுமாக வண்டுகள் ஒலி முழங்கவும், தும்பிகள் ஆர்ப்பவுமாக விளங்குகின்றன. முன், ஒரு பொருளைத் தமக்கு உதவியவர் வருந்தி வாடும் நாளிலே, அவருக்குத் தாமும் ஒன்று தந்து நன்றியுடன் மீண்டும் உதவும் பெருந்தன்மையுடையவர் போல், இருந்தது அக் கவின் காட்சி.

காஞ்சிப் பூவின் தாதிலே அளைந்து வந்து, மகிழ்வோடு கருங் குயில்கள் கூவுகின்றன. 'இந்தக் காலத்திலும் பிரிந்திருக்கலாகுமா?' என அஞ்சாது, அப்படி இருப்பவரின் தீய செயலை யானும் மறைக்கத் தான் முயல்வேன். ஆனால், இயலவில்லையே! பொய்ச் சாட்சி கூறியவன் வந்து கீழே இருந்ததனால், உடன் தான் பட்டுப் போன மரம் போலிருக்கிறதே என் நிலை! காமத்தீயினைப் பொத்திப் பொத்தி மறைத்தாலும், என் நெஞ்சம் சுட்டு வருத்துகின்றதே! அதனால், என் அழகும் வாடுகிறதே! யான், எவ்வாறு என் நிலையை மறைப்பேன்? என்ன செய்வேன்? ஏதும் அறியேனடி?

பூவின் பாரந் தாங்காமல் தளர்ந்திருக்கும் மரக்கொம்பின் மேல், வண்டின் திரளும் சென்று தங்கி வருத்துகின்றதே! இந்நிலை யிலே, அவர் தீமை செய்யவும் நிறை தளராது என்னால் மறைக்க முடியுமோ? முறை தளர்ந்த மன்னவனின் ஆட்சியின்கீழ்க் குடிமக்கள் கலங்குவது போல, அவர் செய்யும் முறையற்ற செயலால் பொறுமை யிழந்து நீர் சொரியும் கண்ணினளாயினேன்? என் நிலையை மறைக்க என்னதான் செய்வேனோ தெரியவில்லையே?

முறுக்கவிழ்ந்த மலர்களையுடைய மரக்கொம்பிலே கரும் பினம் யாழ்போல இசைபாடுகின்றனவே! அவர் செய்த தீமையைக் கொள்கை தவறாமல் யான் தான் எவ்வாறு மறைக்க முடியும்? உறவினரையெல்லாம் கெடுத்து வாழ்பவனின் கொள்ளி முடிந்த சொத்துப்போலப் பொலிவு கெட்டு, வளைகழன்று ஓடும் நிலை யிலே என் தோள்களும் மெலிந்தனவே! இனி, என் நிலைமையை மறைக்க, என்ன தான் நானும் செய்வேனடி?

இதனைக் கேட்ட தோழி சொல்கிறாள்: 'ஏடீ! உன் உள்ளத்து நோயையெல்லாம் இவ்வாறு சொல்லிச் சொல்லி ஏனடி வருந்து

கின்றாய்? நான் வருவாரென்று எண்ணியிருந்த நாளின் எல்லை தவறாது, உன் கண் கலங்கும் வருத்தத்தைத் தாமே தம் கையாலேயே நீக்குவாரைப்போல வந்து கொண்டிருக்கின்றார். அதைப் பாரடீ!'

சொற்பொருள் : மன் உயிர் - உயிரினங்கள். ஏமுற - வாழு மாறு. 4. ஆற்றி - செய்து. இமிர்ந்து - ஒலித்து. 7. இறுத்தந்த - வந்து தாங்கிய. 8. தாதுஆடி - மகரந்தத் தூள்களிற் படிந்து இருங்குயில் - கரிய குயில். 10. கரிபொய்த்தான் - பொய்ச்சான்று கூறியவன். 11. எரிபொத்தி - காமத்தீ மூண்டு. 12. பொறை தளர் - மலர்ப்பாரம் தாங்காது தளரும். சிதரினம் - வண்டுக்கூட்டம்.. 17. கொளை - கொள்கை; ஒழுக்கம் 19. நெகிழ்பு - கழன்று. 21. அலமலரல் - வருந்தற்க. 32. இறவாது - கடவாது. 24. பூசல் - துன்பம்.

34. வாய்மை தவறாதான் பாண்டியன்!

(''இளவேனில் பிறந்ததும் வருவேன்'' என்றான்; வரவில்லை. அவன் காதலி பலவும் சொல்லிப் புலம்புகிறாள். அவள் தோழி தேற்ற முயல்கிறாள். அவ்வேளை, அவனே அங்கு வந்து விடக் காட்சி இனிதாக முடிகிறது.)

'மடியிலான் செல்வம் போல் மரன் நந்த, அச் செல்வம்
படி உண்பார் நுகர்ச்சி போல் பல் சினை மிஞிறு ஆர்ப்ப;
மாயவள் மேனி போல் தளிர் ஈன, அம் மேனித்
தாய சுணங்கு போல் தளிர்மிசைத் தாது உக;
மலர் தாய பொழில் நண்ணி மணி நீர கயம் நிற்ப,
அலர் தாய துறை நண்ணி அயிர் வரித்து அறல் வார;
நனி எள்ளும் குயில் நோக்கி இனைபு உகு நெஞ்சத்தால்,
துறந்து உள்ளார் அவர்' எனத் துனி கொள்ளல் – எல்லா! நீ
'வண்ண வண்டு இமிர்ந்து, ஆனா வையை வார் உயர் எக்கர்,
தண் அருவி நறு முல்லைத் தாது உண்ணும் பொழுதன்றோ –
கண் நிலா நீர் மல்கக் கவவி, நாம் விடுத்தக்கால்
ஒண்ணுதால்! நமக்கு அவர் ''வருதும்'' என்று உரைத்ததை?
மல்கிய துருத்தியுள் மகிழ் துணைப் புணர்ந்து அவர்,
வில்லவன் விழவினுள் விளையாடும் பொழுதன்றோ –
''வலன் ஆக, வினை!'' என்று வணங்கி, நாம் விடுத்தக்கால்,
ஒளியிழாய்! நமக்கு அவர் ''வருதும்'' என்று உரைத்ததை?'
நிலன் நாவில் திரிதரூஉம் நீள் மாடக் கூடலார்
புலன் நாவில் பிறந்த சொல் புதிது உண்ணும் பொழுது அன்றோ –
பல் நாடு நெஞ்சினேம் பரிந்து,நாம் விடுத்தக்கால்,
சுடரிழாய்! நமக்கு அவர் ''வருதும்'' என்று உரைத்ததை?'

என ஆங்கு,
உள்ளுதொறு உடையும் நின் உயவு நோய்க்கு உயிர்ப்பாகி,
எள் ஆறு காதலர் இயைதந்தார் - புள் இயல்
காமர் கடுந் தின் தேர்ப் பொருப்பன்
வாய்மை அன்ன வைகலொடு புணர்ந்தே.

சோம்பலே இல்லாதவன் ஒருவன்; அவனிடம் செல்வம் ஏராளமாகச் சேரும் அல்லவா! அதுபோல, மரங்கள் பூத்துக் குலுங் கின. அச் செல்வத்தைச் சோம்பேறிகள் உண்டு திரிவது போல, வண்டினம் தேனுண்டு கிளைகளைச் சுற்றிச் சுற்றி ஆரவாரித்தன. திருமகளின் நிறம் செம்மை; அந்நிறம் போலத் தளிர்களை மரங்கள் ஈன்றன. அவள் மேனியில் சுணங்கு பரந்தது போலத் தாதுகள் அத்தளிர்களின் மேல் உதிர்ந்தன. கருமணி போலத் தெளிந்த தண்ணீ ரால் நிறைந்த குளங்கள் மலர்ச் சோலைகளிலே விளங்கின. பூவிதழ் கள் உதிர்ந்து கிடக்குந் துறைகளிலே, அவற்றை வாரிச் செல்வது போலத் தெளிந்த நீரும் ஓடிக் கொண்டிருந்தது.

இப்படியான பலவற்றையும் இளவேனிற் காலத்திலே கண் டாள் ஒரு தலைவி. அவ்வேளையில் எங்கிருந்தோ குயில் ஒன்றும் கூவிற்று. பிரிந்த தன் காதலனை எண்ணினாள். தன் தனிமையைக் குயில் கண்டு எள்ளி நகையாடுகிறதோ எனவும் நினைத்தாள். நெஞ்சம் வருந்தினாள். அச்சமயத்திலே, அவள் தோழியும் அங்கு வந்தாள். நிலைமையை உணர்ந்த அவள் தலைவிக்குத் தேறுதல் உரைகிறாள். ''ஏடீ! நீ அவர் இன்னமும் வராமல் இருக்கிறார் என்றா வருந்துகிறாய், வருந்தாதே'' என்று ஆறுதல் சொல்லுகிறாள்.

தலைவி கூறியன

ஒளி தவழும் நுதலாளே! கேள் : முன்னர் அவர் பிரிந்து செல்லும் வேளையிலே, கண்ணுள் அடங்காத கண்ணீர் பெருகி வழிய நாமும் நின்றேமன்றோ? அப்போது, அதனைப் போக்கிப் பிரியும் போது, நமக்கு அவர், 'வருவேம்' என்று உரைத்துச் சென்ற காலத்தையும் நீ அறிவாயே! வையையின் உயர்ந்த மணற்கரையிலே, குளிர்ந்த அருவிநீர் போல நறுமண முல்லைகள் மலர்ந்துள்ளன. அவ்விடத்தே, பலநிற வண்டுகள் ஆரவாரத்துடன் கூடித் தாது உண்டு களிப்பதைப் பார்! ஏனோ, இன்னமும் அவர் மட்டும் வரவில்லை?

'நீர் மேற்கொள்ளும் செயல் வெற்றி பெறுவதாக' என்று வாழ்த்தி வணங்கி, அன்று நாம் அவரை அனுப்பினோமே! அவ் வேளையில், அவர் 'வருவேம்' என்று சொன்ன காலத்து எல்லையை

அறிவாயே! ஒளிவீசும் இழையினையுடையவனே ஆற்றிடைக் குறையுள், அவர் துணையான என்னுடன் சேர்ந்து, காமன் திருநாளில் மகிழ்வோடு களித்திருக்க வேண்டிய நாளன்றோ இது! இருந்தும் அவர் வரவில்லையே?

'கடரும் இழையினை உடையாளே!' என்னென்னவோ பலவற்றையும் நினைந்து வருந்தி நம் அவரைப் பிரிந்தபோது, 'வருவோம்' என்று அவர் சொன்னதை நீயும் அறிவாயே! உலகெங்கும் புகழ்ந்து பேசப்படும் நெடுமாடக் கூடலான இம் மதுரையிலே உள்ளவர், புலவர் நாவிலே புதிதுபுதிதாகப் பிறக்கும் பாடல்களைக் கேட்டு மகிழும், இளவேனிற்காலம் அல்லவோ இது? ஏனடி அவர் மட்டும் இன்னமும் வரவில்லை?

தோழியின் பதில்

'நின் காமநோயை நினைக்க நினைக்க நெஞ்சம் அடைகின்றதே! பறந்து செல்லும் பறவையிலும் வேகமாகச் செல்லக்கூடிய தேரினை உடையவன் நம் பாண்டியன். அவன் சொன்ன சொல் தவறாத வாய்மையாளனும் ஆவான். அவனைப் போலப் பேச்சுத் தவறாது குறித்த நாளிலே அவரும் வருவார். அதோ! உன்னால் இகழப்பட்ட உன் காதலர், உனக்கு இனி உயிர்ப்புத் தருவதற்கு வந்து விட்டார்! இனி, நான் என் வீட்டிற்குச் செல்கிறேனடி!

சொற்பொருள்: 3. ஈன - துளிர்க்க. 5. நண்ணி - அடுத்து. 6. அயிர் - நுண்மணல். வரித்து - அழகு செய்து. அறல்வார - அருவி ஓட 7. நனி - மிகவும். எள்ளும் - நகைக்கும். இனைபு - வருந்தி. உகும் - கெட்டழியும். 9. உள்ளார் - நினையர். துனி - வெறுப்பு. 9. இமிர்ந்து - ஆரவாரித்து. ஆனா - இன்பம் குறையாத. 15. வினை வலனாக - வினைக்கண் வெற்றி பெறுக. 18. புலன் நாவில் - புலவர்களுடைய நாவில். 18. நாடு - எண்ணி எண்ணி வருந்தும். 22. உயவு நோய் - வருத்தம் மிக்க காம நோய். 23. இயைதந்தார் - வந்து சேர்ந்து கூடினார். புள் - பறவை. புள் இயல் - பறவை போல் விரைந்து பாயும் இயல்பு.

35. நெஞ்சிலே தீ எரிகிறதடி!

(வருவதாகக் குறித்த காலத்தில் கணவன் வராததறிந்து துடிக்கிறாள் ஒரு தலைவி. அவளைத் தேற்ற எண்ணிய தோழிக்கு எதுவும் சொல்ல முடியவில்லை. உங்கள் இருவரையும் பார்த்துப் பார்த்து என் நெஞ்சுதான் வேகிறது என்று வெம்புகிறாள்)

‘கொடு மிடல் நாஞ்சிலான் தார் போல், மராத்து
நெடுமிசைச் சூழும் மயில் ஆலும் சீர,
வடி நரம்பு இசைப்ப போல் வண்டொடு சுரும்பு ஆர்ப்ப,
தொடி மகள் முரற்சி போல் தும்பி வந்து இமிர்தர,
இயன் எழீஇயவை போல, எவ் வாயும் இம்மென,
கயன் அணி பொதும்பருள் கடி மலர்த் தேன் ஊத,
மலர் ஆய்ந்து வயின் வயின் விளிப்ப போல் மரன் ஊழ்ப்ப,
இருங் குயில் ஆல, பெருந் துறை கவின் பெற,
குழவி வேனில் விழவு எதிர்கொள்ளம்
சீரார் செவ்வியும், வந்தன்று;
வாரார், தோழி! நம் காதலோரே.
பாஅய்ப் பாஅய்ப் பசந்தன்று, நுதல்;
சாஅய்ச் சாஅய் நெகிழ்ந்தன, தோள்.
நனி அறல் வாரும் பொழுது என, வெய்ய
பனி அறல் வாரும், என் கண்.
மலையிடைப் போயினர் வரல் நசைஇ, நோயொடு
முலையிடைக் கனலும், என் நெஞ்சு.
காதலன் பிரிந்தார் கொல்லோ? வறிது, ஓர்
தூதொடு மறந்தார் கொல்லோ? நோதக,
காதலர் காதலும் காண்பாம் கொல்லோ?
துறந்தவர் ஆண்டு ஆண்டு உறைகுவர் கொல்லோ. யாவது?’ -
‘‘நீள் இடைப் படுதலும் ஒல்லும்; யாழ நின்,
வாள் இடைப்படுத்த வயங்கு ஈர் ஓதி!
நாள் அணி சிதைத்தலும் உண்டு’’ என நய வந்து,
கேள்வி அந்தணர் கடவும்
வேள்வி ஆவியின் உயிர்க்கும், என் நெஞ்சே’.

வெண்கடப்ப மரங்களின் மேலிருந்து மயில்கள் அழகுடன் ஆடுகின்றன. அந்தக் காட்சி, கலப்பைப் படையையுடைய பலராமன், தோளிலே பசுந்துழாய் மாலை அணிந்திருப்பதைப் போல விளங்குகிறது. யாழிசை ஒலிப்பது போல வண்டும் சுரும்பும் அங்கே ஆரவாரம் செய்கின்றன. தொடி யேந்திவரும் விறலியின் இசைபோலத் தும்பிகள். சூழ்ந்து ஒலிக்கின்றன. எங்கும் இசை எழுந்ததுபோல எப்புறத்தும் இம்மென்னும் ஒலி எழுகின்றனது. குளங்கள் அணிசெய்யும் சோலைகளிலே, மணமலர்களின் தேனை உண்ண, மலர்கள் வண்டினங்களை ‘வருக. வருக’ என்று கூப்பிடு வதுபோல, மரக் கிளைகள் அசைந்தாடுகின்றன. ஒருபால் கருங் குயில் கூவுகிறது. பெரிய நீர்த்துறைகள் எல்லாம் புது அழகுடன்

விளங்குகின்றன. இளவேனிற் காலத்தே, காமன் விழாவினை நடைபெறுவிக்க வேண்டிய சிறப்பான பருவமும் வந்து விட்டது. தோழி! நம் காதலுக்கு உரியவர் மட்டும், தாம் சொன்னபடி இன்னமும்வாரார்போலும்?

என் நெற்றி படிப்படியாகப் பசலை பாய்ந்ததும் இல்லை; முழுவதுமே பசந்துவிட்டது. மெலிந்து மெலிந்து என் தோள்களும் இப்பொழுது முழுவதுமாகத் தளர்ந்துவிட்டன.

'இக்காலம் குளிர்ந்த சாரல் செய்யும் காலமாயிற்றே' என நினைந்து, என் கண்கள் வெம்மையுடைய கண்ணீரால் நிறைந்து ஒழுகிக் கொண்டிருக்கின்றன.

மலையிடை வழியே போனவர் வரவேண்டும் என்று விரும்பி, காமநோயோடு, என் முலைகளுக்கு இடையிலிருந்து வெம்மை யால் எரிந்து கொண்டிருக்கிறது, என் நெஞ்சு.

நம் மீதுள்ள காதலிலிருந்துதான் அவர் நீங்கிவிட்டாரோ? இல்லை, ஒரு தூது அனுப்பக்கூட அவர் மறந்துவிட்டனர் போலும்? நம் காதலர் திரும்பவும் வந்து நம்மோடு செய்யும் காதலையும் காண்போமா? அல்லது நொந்து நொந்து அதற்குமுன் இறந்துவிடு வோமா? பிரிந்து போனவர் அங்கங்கேதான் தங்கிவிடுவாரோ? இவ்வாறெல்லாம் பலவும் கூறிக்கூறிப் புலம்புகிறாள் தலைவி.

தோழி! நெடுநாள் பிரிந்திருத்தல் அவருக்கும் பொருந்தும். கத்தரிக்கையால் ஒழுங்காகக் கத்தரித்து விடப்பட்ட அழகான நின் கூந்தல், நாள்தோறும் அணிபெறாது, நின் அழகைச் சிதைத்துக் கொண்டிருப்பது உனக்கும் பொருந்தும். ஆனால், உங்களிருவர் நிலையையும் நினைந்து என் உள்ளந்தான் வேதனைப்படுகின்றது. யாகம் செய்பவரின் வேள்வித் தீயிலிருந்து கிளம்புகின்ற செந்தீ யைப் போல, என் உள்ளம்தான் மூண்டு எழுகின்ற வெப்பத்தால் வேகின்றது. இவ்வாறு, தோழி இருவர் நிலையையும் கண்டு தன் மனம் வெதும்பிக் கூறுகின்றாள்.

சொற்பொருள்: 1. கொடுமிடல் நாஞ்சில் - கொடிய வலிய கலப்பை. நாஞ்சிலான் - பலதேவன்; கலப்பையைப் படையாகக் கொண்டவன். 3. வடிநரம்பு - முறுக்கற வடித்த நரம்பு 9. குழவி வேனில் - இளவேனில். 12. பாஅய் - பரவி. 13. சாஅய் - வளர்ந்து. 17. கனலும் - வேகும்; காந்தா நிற்கும். 25. கேள்வி - நூலைக் கற்றுப் பெற்ற கேள்விச் செல்வம். கடவும் - செய்மம்.

பாலைக்கலி முற்றும்.

இரண்டாவது

கபிலர் பெருமான்

செய்தருளிய

குறிஞ்சிக் கலி

குறிஞ்சி

மலையும் மலைசார்ந்த இடமும் குறிஞ்சியாகும். இங்கே பசுமையான சோலைகளும், தெண்ணீர்ச் சுனைகளும், வானுயர் மரங்களும், மனங்கவர் மண மலர்களும், துள்ளித் திரியும் மான் களும், அசைந்தசைந்து செல்லும் யானைகளும் பிற விலங்குகளும் மிகுதியாகும்.

இயற்கையின் எழிலே பரிபூர்ணமாக ஒளிவீசிக் கொண் டிருக்கும் இங்குத்தான். காளையொருவனும் கன்னியொருத்தியும் தமக்குள் தாமே கண்டு காதலுற்றுக் கலந்துவிடும் உயிர்க் கலப்பும் உதயமாகின்றது.

அந்தத் தெய்வீக கலப்பையும், அதன் தொடர்பாக எழுகின்ற நெஞ்சத்து உணர்வுகளையும், தோன்றும் இடர்ப்பாடுகளையும், மற்றும் பல செய்திகளையும் இப் பகுதியிற் காணலாம்.

குறிஞ்சிக்கு ஒருவரென்ற வகையில் சிறப்புப் பெற்ற கபிலர் பெருமானின் தமிழ் நயத்திலே எழில் வண்ணச் சொல்லோவியங் கள் பல, உயிரோவியங்களாகத் திகழ்வதை உணர்ந்து, அவர்களுடன் நாமும் கலந்து களிக்கலாம்.

குறிஞ்சிக் கலி

1. காதல் பிறந்த விதம்!

(தலைவிக்கும் தலைவனுக்கும் இடையேயுள்ள களவுறவினைத் தோழி குறிப்பினாலே அறிந்தாள். அதனை முற்றவும் தெளிவுபடுத்துமாறு, இப்படித் தலைவிபால் படைத்துக் கூறுகின்றாள்.)

கய மலர் உண்கண்ணாய்! காணாய்: ஒருவன்
வய மான் அடித் தேர்வான் போல, தொடை மாண்ட
கண்ணியன் வில்லின், வரும்; என்னை நோக்குபு,

முன்னத்தின் காட்டுதல் அல்லது, தான் உற்ற
நோய் உரைக்கல்லான் பெயரும்மன், பல் நாளும்;
பாயல் பேறேஎன், படர் கூர்ந்து, அவன்வயின்
சேயேன்மன் யானும் துயர் உழப்பேன்; ஆயிடைக்
கண் நின்று கூறுதல் ஆற்றான், அவனாயின்;
பெண் அன்று, உரைத்தல், நமக்காயின்; 'இன்னதூஉம்
காணான் கழிதலும் உண்டு' என்று, ஒரு நாள், என்
தோள் நெகிழ்பு உற்ற துயரால் துணிதந்து, ஓர்
நாண் இன்மை செய்தேன்: நறுநுதால்! ஏனல்
இனக் கிளி யாம் கடிந்து ஓம்பும் புனத்து அயல்,
ஊசல் ஊர்ந்து ஆட, ஒரு ஞான்று வந்தானை,
'ஐய! சிறிது என்னை ஊக்கி' எனக் கூற,
'தையால்! நன்று' என்று அவன் ஊக்க, கை நெகிழ்பு
பொய்யாக வீழ்ந்தேன், அவன் மார்பின்; வாயாச் செத்து,
ஒய்யென ஆங்கே எடுத்தனன் கொண்டான்; மேல்
மெய் அறியாதேன் போல் கிடந்தேன்மன்; ஆயிடை
மெய் அறிந்து ஏற்று எழுவேனாயின், மற்று ஒய்யென,
'ஒண்குழாய்! செல்க' எனக் கூறி விடும் பண்பின்
அங்கண் உடையன் அவன்.

கயத்திலே உள்ள நீலமலர்கள் தமக்கு மைதீட்டிக் கொண்டது போன்று விளங்கும் கண்களையுடையவளே! நீயும் ஆராய்ந்து பார்: ஒருவன், அழகாகக் கட்டிய கண்ணியைச் சூடிக்கொண்டு, கையிலே ஏந்திய வில்லுடன், வலிய விலங்குகளின் தடத்தை ஆராய் பவனைப் போல, நாள்தோறும் நம் புனத்திடத்திற்கு வருவான். என்னையே பார்த்துக் கொண்டுமிருப்பான். தான் கொண்ட காம நோயை முகத்தாலே காட்டுவானேயல்லாமல், வாய் திறந்து ஏதும் சொல்லவும் மாட்டான். பலநாளும் இப்படியே வந்து வந்து அவனும் போய்க்கொண்டே இருந்தான்.

அவனுக்கும் எனக்கும் எவ்வித நெருக்கமுமில்லை. இருந் தாலும், அவன் தோற்றத்தைக் கண்டு இரங்கி வருந்தியவளாக, யானும் இரவெல்லாம் உறக்கங் கொள்ளாது வாடினேன். அந்த இடத்திலே, வெளிப்படையாகத் தன் நோயைக் கூற ஆற்றலில்லாதவனாக அவனும் இருந்தான். நாம் கேட்கலாமென்றாலோ, பெண்கள் அவ்வாறு கேட்பதும் முறையன்று. 'எதுவும் காணாமல் இவன் அழிந்தே போவானோ? அதுதன் உறுதியோ?' என்று ஒருநாள் எண்ணி னேன். அதனால், என் தோள்களும் மெலிந்து துயர் கொள்ளவே, துணிந்து ஒரு வெட்கமில்லாத செயலையும் அன்று யான் செய்தேன்.

நறுநுதலாளே, கேள்: தினைப்புனத்திலே கிளிகளை ஓட்டிக் காவலிருந்த நம் புனத்துப் பக்கத்திலே, ஒரு நாள் ஊசலில் அமர்ந்து ஆடியிருந்தேன். அவனும் அங்கு வந்தான். வந்தவனை, 'ஐயா! சிறிது என்னை ஊக்கி விடுக' என்று கூறினேன். 'தையலே! நன்று!' என்று அவனும் ஊக்கினான். பொய்யாகக் கைநெகிழ்வது போலக் காட்டி, அவன் மார்பில் வீழ்ந்தேன். உண்மையென்றே அவனும் நினைத்துவிட்டான். விரைந்து, என்னை அப்படியே அணைத்து எடுத்துக் கொண்டான். உண்மை யறியாதவளே போல நானும் அவன் மார்பின் மேலேயே வீழ்ந்து கிடந்தேன். அப்பொழுது, அவன் மார்பிற் கிடக்கிறோமே என்ற உண்மையை அறிந்து நான் நிமிர்ந்து எழுந்தால், ஒய்யென, ''ஒண்குழாய்! செல்க' என்று கூறிவிடும் பண்புடன், அவனும் அங்கே காணப்பட்டான்!

விளக்கம் : பெண்மை, 'மென்மையின் உறைவிடம்; ஆண்மை, வலிமையின் சின்னம். ஆனால், அந்த ஆண்மை மென்மையை எதிர்ப்படும்போது வன்மைக்கட்டுச் சிதைந்து தளர்ந்துவிடுகிறது. மென்மையோ தன்னியல்பான நாணத்தால் தலை கவிழ்கிறது. முடிவில், மென்மையின் சக்தியே தளர்ந்த ஆண்மைக்கு அருளைக் காட்டி மீண்டும் உயிர் கொடுக்க வேண்டி யிருக்கிறது. அருமையான வாழ்வியல் தத்துவம். இதனை இலக்கிய அழகோடு கூறுகின்றார் கபிலர். 'வாயாற் சொல்வது பெண்மை யின் இயல்பன்று' என்று சொல்லி, அவளே, 'பொய்மையால் மார்பில் விழுந்தாள்' எனக் காட்டும் நயம் நினைந்து நினைந்து இன்புறத் தக்கது. 'வாய்ச்சொற்கள் என்ன?' என்ற வள்ளுவரின் நெறிக்கு நல்ல விளக்கம் இந்தப் பாடல். தலைவியிடம் இப்படிச் சொல்லி, கேட்கும் போது உண்டான அவளுடைய வேறுபாடுகளை உற்றறிந்து, அவளது களவையும் கண்டுபிடித்து விடுகிறாள் தோழி.

சொற்பொருள்: 1. கயம் - குளம். 2. வயம் - வலிமை. தொடைமாண்ட - மாண்புறத் தொடுக்கப்பெற்ற. 3. நோக்குபு - நோக்கி. 4. முன்னம் - குறிப்பு. 5. உரைக்கல்லான் - உரையான். 6. படர் - துன்பம். 10. கழிதல் - இறத்தல். 12. ஏனல் - தினைப்புனம். 14. ஒருஞான்று - ஒருநாள். 15. ஊக்கி - ஆட்டுக - 16. நெகிழ்பு - நழுவி. 17. வாய் - உண்மை. செத்து - கருதி. வாயாச்செத்து - உண்மை யாகக் கருதி. 18. ஒய்யென - விரைவாக. 20. ஏற்று - மயக்கம் தெளிந்து.

2. நல்ல மலைநாடன்!

(களவிலே கூடி மகிழ்ந்தனர் காதலர். 'களவு நெடுநாள் போவது நன்றன்று;ம விரைவிலே மணவினை நிகழவேண்டும்' என விரும்பினாள், அக் காதலியின் தோழி. தலைவி இல்லாத வேளையிலே, தலைவனிடம் அதுபற்றிப் பேசினாள். அவனும் உணர்ந்தான். அந்தச் செய்தியை வந்து ஆவலுடன் தலைவிக்கு உரைக்கின்றாள், தோழி!)

இமைய வில் வாங்கிய ஈர்ஞ் சடை அந்தணன்
உமை அமர்ந்து உயர்மலை இருந்தனனாக,
ஐ இரு தலையின் அரக்கர் கோமான்
தொடிப் பொலி தடக் கையின் கீழ் புகுத்து, அம் மலை
எடுக்கல்செல்லாது உழப்பவன் போல -   5
உறு புலி உரு ஏய்ப்பப் பூத்த வேங்கையைக்
கறுவு கொண்டு, அதன் முதல் குத்திய மத யானை
நீடு இரு விடர் அகம் சிலம்பக் கூய், தன்
கோடு புய்க்கல்லாது, உழக்கும் நாட! கேள்;
ஆர் இடை என்னாய் நீ அரவு அஞ்சாய் வந்தக்கால்,   10
நீர் அற்ற புலமே போல் புல்லென்றாள், வைகறை,
கார் பெற்ற புலமே போல், கவின் பெறும்; அக் கவின்
தீராமல் காப்பது ஓர் திறன் உண்டேல், உரைத்தைக்காண்.
இருள் இடை என்னாய் நீ இரவு அஞ்சாய் வந்தக்கால்,
பொருளில்லான் இளமை போல் புல்லென்றாள், வைகறை,   15
அருள் வல்லான் ஆக்கம் போல் அணிபெறும்; அவ் அணி
தெருளாமல் காப்பது ஓர் திறன் உண்டேல், உரைத்தைக்காண்.
மறம் திருந்தார் என்னாய் நீ மலையிடை வந்தக்கால்,
அறம் சாரன் மூப்பே போல் அழிதக்காள், வைகறை,
திறம் சேர்ந்தான் ஆக்கம் போல் திருத்தகும்; அத் திருப்   20
புறங்கூற்றுத் தீர்ப்பது ஓர் பொருள் உண்டேல், உரைத்தைக்காண
    என ஆங்கு,
நின் உறு விழுமம் கூறக் கேட்டு,
வருமே, தோழி! நல் மலை நாடன்
வேங்கை விரிவு இடம் நோக்கி,   25
வீங்கு இறைப் பணைத் தோள் வரைந்தனன் கொளற்கே.

கையிலே சிவதனுசும், 'சடையிலே கங்கையும், ஒரு பாதி யிலே உமையம்மையும் கொண்டவனாக, இமயத்தின் உச்சியிலே சிவபெருமான் வீற்றிருந்தான். பத்துத்தலை இராவணனாம் அரக்கர் கோமான், அம்மலையடியிலே, தன் அகன்ற கையைச் செலுத்தி அதனை

அவருடன் எடுத்தேக முயன்றான். ஆனால் எடுக்க இயலாது வருந்தி அரற்றினான். வேங்கை மரமானது பூத்து இருக்கப் புலியுருவாக அது விளங்கக் கண்ட மத யானைக்குச் சினம் மிகுந்தது. தன் கொம்பு களை மரத்தடியில் ஆழமாகப் பதிந்தன. மரமோ அதனாற் சாய வில்லை. கொம்புகளையும் யானையால் வெளியே எடுக்க முடிய வில்லை. அந்நிலையில், மலைச் சிகரங்கள் அதிருமாறு அது பிளறியது. இராவணன் கைலையடியே செலுத்திய கை யெடுக்க முடியாது கதறியது போன்றிருந்த அந்தக் காட்சியைக் குறவர்கள் தம் ஊரவரோடு சொல்லி வியந்தனர். 'அப்படிப்பட்ட மத யானைகள் நிறைந்துள்ள மலைநாடனே! நான் சொல்வதையும் கேள்!'' என்று, தோழி தன் பேச்சைத் தொடங்குகின்றாள்:

பசுமையான பயிர்கள் நீரில்லா போது வாடிவிடும். அது போல, நின் அருள் பெறாமல், தன் அழகுகெட்டு வாடினாள் இவள். வருவதற்கரிய இடம் என்றும் நீ நினைப்பதில்லை. அங்குக் கிடக்கும் பாம்புகளுக்கும் அஞ்சுவதில்லை. நீயும் வந்தாய். மழை பெய்த விளைநிலம் விடியற்காலை வேளையில் பசுமை அழகுடன் விளங்குவது போல, இவளும் நின் வரவாலே அழகு பெற்றாள். அந்த அழகு போய்விடாமல் என்றும் நிலைத்திருக்க வேண்டாமோ? அதற்கு ஒரு வழியுண்டானால், அதனைச் சொல்வாயாக!

இரவு என்றும் நீ அஞ்சுவதில்லை. இடைவழியானது துன்பம் நிறைந்ததென்றும் நீ நினைப்பதில்லை. வந்துவிடுவாய். பொருள் இல்லாதவனின் இளமை போல வாடியிருந்தவள், விடியற்காலை வேளையிலே அருள்வல்லவன் செல்வம்போல் அணிபெற்று விட்டனள். அந்த அழகு மாறாமல் காப்பதற்கு ஒரு சக்தி இருக் கிறதா? இருந்தால், அதைச் சொல்வாயாக!

கானவர்கள் கொடுமையிற் குறைந்துவிட்டார் என்றும் நீ சொல்வதில்லை. ஆனாலும், அந்த மலைப்பாதையினைக் கடந்தும் நீ வந்துவிடுவாய். அறம் செய்யாதவனின் முதுமை போல, நேற்றெல் லாம் கவலை கொண்டிருந்தவள், இன்று காலையில், ஆற்றலுடை யவனின் செல்வம்போலத் திருத்தமாக விளங்குகிறாளே! அப்படித் திருத்தம் பெற்றவள், மீண்டும் நிலைகெட்டு அயலார் பழிப்புக்கு ஆளாகாமல் தீர்க்கும் பொருள் ஒன்றிருந்தால், அதனைச் சொல்ல மாட்டாயோ!

தோழி! இவ்வாறு அவனில்லாதபோது நீ படும் வேதனை களை நான் புனைந்து கூறக் கேட்டான், நல்ல மலை நாடனாகிய

அவன்! வேங்கை பூக்கும் காலத்தை எதிர்பார்க்கின்றான். இறை செறியுமாறு பணைத்த நின்தோள் நலனைக் கேட்டுப் பெற்றுக் கொள்வதற்கு, நம் ஊருக்கு அவன் தவறாமல் மணம் பேசி வருவான்!

சொற்பொருள்: *1. வாங்கிய - வளைத்த. 4. தொடி - வீரவளை. 5. உழத்தல் - வருந்துதல். 6. உறுபுலி - ஊக்கம்மிக்க புலி. 8. நீடு இருவிடரகம் - நீண்ட பெரிய மலையின் பிளவுகள். சிலம்ப - எதிரொலிக்க. 9. புய்க்கல்லாது - பிடுங்கமாட்டாமல். 10. புலம் - விளைநலம். புல்லென்றால் - அழகு இழந்தவள். 13. உரைத்தைக் காண் - கூறு. 17. தெருளாமல் - உணராமல். (அவ்வழகு தலைவன் வருகையால் வந்தது என உணராவண்ணம்) 18. மறந்திருந்தார் - கொலைத் தொழிலைக் குறைவறப் பெற்ற கானவர். 21. புறங் கூற்று - அயலார் கூறும் அலர். 26. வீங்கு இறை பணைத்தோள் - பெருத்த முன் கையினை உடைய பெரிய தோள்.*

3. இருவரிடமும் குற்றமில்லை!

(அவனுக்கு அவளைத் தருவதற்கு உறவினர் மறுத்தனர். தோழி செவிலித் தாயிடம் சென்றாள். அவனைத்தான் மணமுடிக்க வேண்டும் என்று வற்புறுத்தினாள். அவள், பெற்ற தாயிடம் சென்று சொன்னாள். அவள், அவளுடைய தகப்பனுக்கும் அண்ணன்மார்க்கும் சொல்லி வற்புறுத் தினாள். அவர்களும் ஒருவாறு இசைவு தந்தனர். திருமணம் விரைவில் முடியவேண்டும் அல்லவா? அதற்காகக் கன்னிப் பெண்கள் தெய்வத்தை வேண்டுகின்றனர்; குரவை ஆடிப் போற்றுகின்றனர்.)

‘காமர் கடும் புனல் கலந்து எம்மோடு ஆடுவாள்,
தாமரைக்கண் புதைத்து, அஞ்சித் தளர்ந்து, அதனோடு ஒழுகலான்,
நீள் நாக நறுந் தண் தார் தயங்கப் பாய்ந்து, அருளினால்,
பூண் ஆகம் உறத் தழீஇப் போத்தந்தான் அகன் அகலம்
வரு முலை புணர்ந்தன என்பதனால், என் தோழி
அரு மழை தரல் வேண்டின் தருகிற்கும் பெருமையளே.
அவனும்தான், ஏனல் இதணத்து அகிற் புகை உண்டு இயங்கும்
வான் ஊர் மதியம் வரை சேரின், அவ் வரை,
‘‘தேனின் இறால்’’ என, ஏணி இழைத்திருக்கும்
கான் அகல் நாடன் மகன்.
சிறுகுடியீரே! சிறுகுடியீரே!
வள்ளி கீழ் வீழா; வரைமிசைத் தேன் தொடா;
கொல்லை குரல் வாங்கி ஈனா - மலை வாழ்நர்
அல்ல புரிந்த ஒழுகலான்.

காந்தள் கடி கமழும், கண் வாங்கு, இருஞ் சிலம்பின் 15
வாங்கு அமை மென் தோட் குறவர் மட மகளிர்
தாம் பிழையார், கேள்வர்த் தொழுது எழலால், தம் ஐயரும்
தாம் பிழையார் தாம் தொடுத்த கோல்'.
    என ஆங்கு,
அறத்தொடு நின்றேனைக் கண்டு, திறப்பட 20
என்னையர்க்கு உய்த்து உரைத்தாள், யாய்.
அவரும் தெரி கணை நோக்கி, சிலை நோக்கி, கண் சேந்து,
ஒரு பகல் எல்லாம் உருத்து எழுந்து, ஆறி,
'இருவர்கண் குற்றமும் இல்லையால்' என்று,
தெருமந்து சாய்த்தார் தலை. 25
தெரியிழாய்! நீயும் நின் கேளும் புணர,
வரை உரை தெய்வம் உவப்ப, உவந்து
குரவை தழீஇ யாம் ஆட குரவையுள்
கொண்டுநிலை பாடிக்காண்.
    நல்லாய்! - 30
நல் நாள் தலைவரும் எல்லை, நமர் மலைத்
தம் நாண் தாம் தாங்குவார், என் நோற்றனர்கொல்?
புன வேங்கைத் தாது உறைக்கும் பொன் அறை முன்றில்,
நனவில் புணர்ச்சி நடக்குமாம் அன்றோ?
நனவில் புணர்ச்சி நடக்கலும், ஆங்கே 35
கனவில் புணர்ச்சி கடிதுமாம் அன்றோ?

தோழி கூற்று

விண் தோய் கல் நாடனும் நீயும் வதுவையுள்
பண்டு அறியாதீர் போல் படர்கிற்பீர்மன் கொலோ?
பண்டு அறியாதீர் போல் படர்ந்தீர் பழங் கேண்மை
கண்டு அறியாதேன் போல் கரக்கிற்பென்மன் கொலோ? 40
மை தவழ் வெற்பன் மண அணி காணாமல்
கையால் புதை பெறூஉம் கண்களும் கண்களோ?

தலைவியின் மறுமொழி

என்னை மன் நின் கண்ணால் காண்பென்மன், யான்

மீண்டும் தோழி உரைத்தல்

நெய்தல் இதழ் உண்கண் நின் கண் ஆக, என் கண் மன்!
    என ஆங்கு, 45
நெறி அறி செறி குறி புரி திரிபு அறியா அறிவினை முந்துறீஇ,
தகை மிகு தொகை வகை அறியும் சான்றவர் இனமாக,

வேய் புரை மென் தோட் பசலையும், அம்பலும்,
மாயப் புணர்ச்சியும், எல்லாம் உடன் நீங்க,
சேய் உயர் வெற்பனும் வந்தனன்;
பூ எழில் உண் கணும் பொலிகமா, இனியே!

எம்மோடு நீராட வந்தாள். கால் தளர்ந்து நீரோடே போனாள். பயத்தால் கண்களை மூடிக்கொண்டாள். அங்கு வந்த இளைஞன் தன் மார்புமாலை அசைய அப்படியே நீரிற் குதித்தான். பூண் விளங்கும் இவள் மார்பகங்கள், தன் மார்பிலே இறுக்கமுறும்படி அணைத்துக் கொண்டுவந்து, அவளைக் கரை சேர்த்தான். 'அவன் அகன்ற மார்பை இவளுடைய முலைகள் தழுவின' என்று, அதனைக் கண்டாரான பிறர் கூறினர். அதனால், அவனே அவள் மணவாள னாவான்! என் தோழி, அருமழை தரல் வேண்டினாலும், உடனே தரக்கூடிய கற்புப் பெருமையுடையவள். பிறனை என்றும் இனி மணக்கக் கருதாள்.

'அவன் மட்டுமென்ன? புனத்திடையில் பரணிலே எழுந்த அகிற்புகையானது எழுந்து நிலவை மறைக்க, அந் நிலவு ஒளிகுன்றி மலைமுகட்டில் வான்வழியே சென்று தங்கியிருக்குமானால், அதனையும் 'தேன் கூடு' என்று நினைத்து நூலேணி இழைத்துக் கொண்டிருக்கும், காட்கன்ற நாட்டிற்கு உரிய தலைவனின் மகனாவான்.

''சிறு குடியீரே! சிறு குடியீரே! நம் மலை வாழ்பவர் அவள் விருப்பத்தை அறியாது தீமை செய்து நடக்கின்றனர். அதனால், இனி வள்ளியிலே கிழங்கு வீழாது; மலைமுகட்டில் தேன்கூடுகள் உண்டாகா; தினைக் கொல்லையிலும் கதிர்கள் வளமாகத் தோன்றா, இதனையும் நீவிர் காண்பீராக!''

கரியமலையின் மூங்கில்போல அழகிய மென்மையான தோள்களை உடையவர்; மடப்பத்தையுடைய குறக் கன்னியர். பார்த்தவர் வைத்த கண்களை அப்படியே வாங்க வியலாது துடிக்கும் பேரழிகனை உடையவர் அவர். காந்தள் மலரின் மணம் கமழும் உடலினர். அவர்கள் என்றும் பிழை செய்வதில்லை.

கணவரைத் தொழுது எழும் அவரது கற்புச் சிறப்பினால்தான், அவர்களின் அண்ணன்மாறும், தாம் குறி தப்பாது கணை செலுத்தும் ஆற்றலை உடையவராயிருக்கின்றனர். இப்படிக் கூறி, நான் அறத் துணையோடும் நிற்கக் கண்டனள் தாய். திறமையாக மூத்தோர் களிடம் அவர்களுக்குத் தக்கவாறு சொல்லினாள்.

அவர்களும் உடனே இசைந்து விடவில்லை. கண் சிவந்து, வில்லையும் அம்பையும் பார்த்தவாறே, ஒரு நாள் பகல் முழுவதும் உருத்து எழுந்தனர். பின்னர், அவர்களின் சினமும் ஆறிற்று, 'இருவர் பேரிலும் குற்றமில்லைதான்' என்று சொல்லித், தாம் சினங் கொண்ட செயலுக்கு நாணினவர் போலத் தலைகவிழ்ந்தனர்.

தெரியிழாய்! நீயும் நின் காதலனும் மணம் செய்து கொள்ள, வரைஉறை தெய்வம் மகிழ்ந்து அருள வேண்டாமோ? அதனை வேண்டி, மகிழ்வுடன் நாம் குரவையாடலாம். குரவையினுள் கொண்டுநிலை பாடிக் காண்போம், வா!

தலைவி : நல்லவளே! அந்த நல்ல நாள் வரும் வரையும், நம்மவரின் மலையிலே, தம் வெட்கத்தைத் தாம் தாங்கிக் கொண் டிருப்பவர், என்ன தவஞ் செய்தனரோ?

புனத்தில் நிற்கும் வேங்கையின் தாது வீழ்ந்து பொன்னிற மாகக் காட்சிதரும் முற்றத்து வெளியிலே, நனவாகவே அவருடன் என்னைச் சேர்த்து வைக்கும் நிகழ்ச்சி நடக்குமல்லவோ? அன்று, அந்த ஒப்பற்ற நனவிற் புணர்ச்சி நடந்ததும், அப்பொழுதே கனவிலே அவருடன் சேர்ந்து உறவாடும் எண்ணத்தை, நாமும் விட்டு விடுவோம் அல்லவோ?

தோழி: வானத்தை எட்டும் மலைநாடனும் நீயும், திருமணப் பொழுதிலே, முன்னர் அறியாதவர் போலத்தான் காட்டிக் கொள் வீர்களோ? நீங்கள் அப்படிக் காட்டினாலும், உம் பழைய உறவைக் கண்டவளான யானும், அதனை அறியாதவள்போல மறைக்க முடியுமோ?

மேகந்தவழும் மலைக்குரியவனுடைய திருமணக் காட்சி களைக் காணாமல், வெட்கத்தால், கையால் முடப்படுங் கண்களும் கண்களாகுமோ?

தலைவி: அதனாலென்ன? உன் கண்ணாலேயே யானும் கண்டு களிப்பேனே!

தோழி: நெய்தல் இதழ் மையுண்டது போன்ற நின் கண்களும் என் கண்கள் போன்று திறந்தேயிருப்பவாகுக!

இவ்வாறு, ஆடி மகிழ்கின்ற போதிலே, நாள் குறிப்பதில் தேர்ந் தவனான கணியை முன்னாகக் கொண்டு, தகைமிக்கவரும் தொகை வகை அறிந்தவருமான சான்றோர் சூழ, உயர்ந்த மலைக்கு உரிய வனும் பெண் கேட்க வந்தான். மூங்கில் போன்ற நின் மென்தோளின்

பசலையும், ஊரின் அம்பலும், கனவிலே காணும் மாயக்கூட்டமும் எல்லாம் இனி உடனே நீங்கிவிடுமாக! நின்னுடைய மையுண்ட கண்ணும் அழகுடன் இனிதாக விளங்குமாக.

சொற்பொருள்: *1. காமர் - விருப்பம் தரும். 3. நாகம் - புன்னை. தார் - மாலை. 4. போதந்தான் - வந்தவன். 7. இதணம் - பரண். 9. இறால் - தேனடை. 16. வாங்கு அமை - வளைந்த மூங்கில். 18. கோல் - அம்பு. 20. அறத்தொடு நிற்றல் - உண்மை கூறல். 25. நெருமந்து மனம் கவன்று. 34. நனவிற் புணர்ச்சி - நாடறிய நடைபெறும் திருமணம். 36. கனவிற் புணர்ச்சி - கனவிற் கண்ட திருமணம். 46. நெறியறி - கணிநூல் கூறும் முறை அறிந்த. செறிகுறி - மணமக்கள் இருவர் கூடுதற்காம் நல்லநாள். புரிதரிபு - தவறுதல். அறிவன் - கணிகூறுவோன். 48. வேய்புரை - மூங்கிலை ஒத்த. 49. மாயப்புணர்ச்சி - கனவிலே கண்ட திருமணம்.*

4. செம்மலை வந்தான்!

(மலையுறை தெய்வத்தைப் பாடினர் தோழியர் இருவர். 'ஒருத்தியின் காதலன், முடிவில் அவளை மணம்பேசி வந்தான்' என்ற செய்தியை, அவர்களுள் ஒருத்தி, மற்றவர்களுக்கு அப்போது சொல்லுகிறாள்).

'பாடுவோம்' என்ற தோழியை நோக்கித் தலைவி உடம்பட்டுக் கூறுதல்

'அகவினம் பாடுவாம், தோழி!' - 'அமர் கண்,
நகை மொழி, நல்லவர் நாணும் நிலை போல்,
தகை கொண்ட ஏனலுள் தாழ் குரல் உரீஇ,
முகை வளர் சாந்து உரல், முத்து ஆர் மருப்பின்
வகை சால் உலக்கை வயின் வயின் ஓச்சி,
பகை இல் நோய் செய்தான் பய மலை ஏத்தி',
அகவினம் பாடுவாம், நாம்'.

தோழியின் மறுமொழி

ஆய் நுதல், அணி கூந்தல், அம் பணைத் தட மென் தோள்,
தேன் நாறு கதுப்பினாய்! - யானும் ஒன்று ஏத்தகு -
வேய் நரல் விடரகம் நீ ஒன்று பாடித்தை.

தலைவி இயற்படப் பாடாமையின் தோழி பாடுதல்

கொடிச்சியர் கூப்பி வரை தொழு கை போல்,
எடுத்த நறவின் குலை அலங்காந்தள்
தொடுத்த தேன் சோர, தயங்கும் - தன் உற்றார்

இடுக்கண் தவிர்ப்பான் மலை.
கல்லாக் கடுவன் கணம் மலி சுற்றத்து, 15
மெல் விரல் மந்தி குறை கூறும் செம்மற்றே -
தொல் எழில் தோய்ந்தார் தொலையின், அவரினும்
அல்லற்படுவான் மலை.

தலைவி இயற்பழித்துப் பாடுதல்

புரி விரி, புதை துதை, பூத் ததைந்த தாழ் சினைத்
தளிர் அன்ன எழில் மேனி தகை வாட, நோய் செய்தான் 20
அரு வரை அடுக்கம் நாம் அழித்து ஒன்று பாடுவோம்.
விண் தோய் வரை, பந்து எறிந்த அயா வீட,
தண் தாழ் அருவி, அரமகளிர், ஆடுபவே -
பெண்டிர் நலம் வௌவி, தண் சாரல் தாது உண்ணும்
வண்டின் துறப்பான் மலை. 25

தோழி இயற்பட மொழிதல்

ஒடுங்கா எழில் வேழம் வீழ் பிடிக்கு உற்ற
கடுஞ்சூல் வயாவிற்கு அமர்ந்து, நெடுஞ் சினைத்
தீம் கண் கரும்பின் கழை வாங்கும் - 'உற்றாரின்
நீங்கலம்' என்பான் மலை.

தலைவன் வரைவொடு புகுந்தமையைத் தோழி தலைவிக்கு அறிவித்தல்

என நாம்,
தன் மலை பாட, நயவந்து கேட்டு, அருளி,
மெய்ம் மலி உவகையன் புகுந்தான் - புணர்ந்து ஆரா
மென் முலை ஆகம் கவின் பெற,
செம்மலை ஆகிய மலைகிழவோனே.

'அகவினம் பாடலாம் வா, தோழி!' என்று அழைக்கின்றாள் ஒருத்தி. ''நல்ல பெண்கள் நாணத்தால் தலைகவிழ்வது போலத் தினைப் பயிரிலே கதிர்கள் முற்றித் தலைசாய்ந்துள்ளன. அவற்றை உருவிச், சந்தனமர உரலிலே இட்டு, யானைத் தந்தத்தாலான உலக்கையைக் கொண்டு குற்றலாம். மாறி மாறி உலக்கையை உயர்த்தி, நமக்கு நோய் செய்தவனுடைய மலையைப் பாடற் பொருளாகக் கொண்டு போற்றிப் பாடுவோம்'' என்று, அதற்கு இசைகிறாள் ஒரு தலைவி இருவரும் பாடிபாடித் தினை குற்றுகின்றனர்.

'ஆய்நுதல்; அணிகூந்தல்; அழகிய பணைத்த அகன்ற மென்மையான தோள்கள்; தேன் நாறும் கன்னம்; எல்லாம்

உடையவளே! நான் ஒன்று பாடுகின்றேன். அவன் மலையைப் பற்றி நீயும் ஒன்றுபாடு' என்று தலைவி கூறத், தோழியும் அதற்கு இசைந்து விட்டாள்.

தலைவி இயற்படப் பாடவில்லை. அதனால் தோழியே முதலிற் பாடுகிறாள்: ''கொடிச்சியர் கைகூப்பி மலையுறை தெய்வத்தை வணங்குவர். அவர் கைவிரல்கள் போன்ற காந்தள் மலரிலே மலர்கள் தேன் சொரியும், அதனால் காந்தள் மலர்கள் அசையும். தனக்கு வேண்டியவரின் துயரத்தைத் தீர்ப்பவனுடைய மலையில், இதனைக் காணலாம்.

''கற்றறிவு இல்லாத ஆண் குரங்கு ஒன்று, மந்தியின் சுற்றத் திடம் சென்று, 'இவளை எனக்குத் தருக!'' என்பது போல, விரலினை நீட்டிக் கேட்டுத் தன் குறையைச் சொல்லி நிற்கும். தான் கூடின பெண்கன் தன் பிரிவால் இயற்கை நலம் கெட்டால், அவரினும் தான் பெரிதும் துயர் கொள்பவனின் மலையிலே, மற்றொரு காட்சி இது.

தலைவி இயற்பழித்தல் : 'முறுக்கு விரிந்த கொம்பு மறைந்த, அடர்த்தியான மலர்கள் நிரம்பிய, தாழ்ந்த கிளையிலே விளங்கும் தளிர் போன்ற அழகிய என் உடல் எழில் வாடுமாறு, அவன் நோய் செய்தான். அவனுடைய மலையடுக்குகளைப் பழித்து நாமும் இனி ஒன்று பாடுவோம்:

''மலைச்சாரலிலே தாதை உண்ட வண்டினம், மீண்டும் அந்த மலரைத் தேடாது வேறொரு மலரை நாடிச் செல்லும். அவ் வண்டு போலப் பெண்டிர்பால் நலம் அனுபவித்து அவர் வாடுமாறு பிரிந்து சென்றான் அவன். அவன் மலையாயிருந்தும், விண்ணைத் தொடும் மலைமுகடுகளிலே, தாம் பந்தடித்து விளையடிய களைப்புத் தீரத், தெய்வமகளிர் பலரும் தாழ்ந்த அருவியின் குளிர்ந்த நீரிலே ஆடி மகிழ்கின்றனரே? இதுதான் ஏனோ?

தோழி : 'உற்றாரை விட்டு என்றும் பிரியேம்' என்பவ னுடைய மலையல்லவா? அதனால் போலும், களிற்றியானை ஒன்று தன் அன்புப் பிடியின் தலைச்சூலால் ஏற்பட்ட மசக்கைக்குத் தருவதற்காக, இனிய கண்ணிலே கிளைத்த நீண்ட கிளைகளை யுடைய கரும்புகளைத்தான் முறித்துக் கொண்டிருக்கிறது!

தலைவன் வந்தது கூறுதல்: ''இவ்வாறு நாம் அவனுடைய மலையைப் பாடினோம். விருப்பமுடன் கேட்ட அவன், உடல் முழு வதும் உவகையால் பூரிப்படைந்தவனாக நம்பால் வந்துவிட்டான். கனவிலே எவ்வளவுதான் கூடுவது போலக் கண்டாலும், ஆசை

தீராதல்லவா? அதனால், உன் மென் முலைகளையுடைய மார்பைத் தழுவி அழகு பெறுமாறு செய்ய, நின்னை வரைந்து கொள்ளக் கருதிய வனாக, அச் செம்மலாகிய மலைநாடனும் வந்துவிட்டான், பாரடீ!''

சொற்பொருள்: *1. அகவினம் - குரல் எடுத்துப் பாடும் பாட்டு. அமர் - விருப்பம் தருகின்ற. 3. தகை - அழகு. குரல் - கதிர். 4. முகை - அரும்பு. 6. பகை இல்நோய் - மருந்து இல்லாத நோய்; நோய்க்குப் பகை மருந்து. 11. கொடிச்சி - குறப்பெண். 12. நறவு - தேன். அலம் - அசையும். 15. கடுவன் - ஆண்குரங்கு. 19. புரிவரி - இதழ் விரியும். புதை துதை - மகரந்தம் நிறைந்த. ததைந்த - நெருங்கிய. 20. தகை - அழகு. 21. அழித்து - பழித்து. 22. வயா - தளர்ச்சி. 26. வீழ் பிடி - விரும்பப்பட்ட பெண் யானை. 27. கடுஞ் சூல் - முதற் கரு. வயா - கருவுற்ற காலத்து பெண்டிற்கு உண்டாம் ஆசை.*

5. திருமணம் உறுதியடீ!

(காதலால் கட்டுண்ட இருவருள், தலைவியைத் தலைவன் பிரிந்து சில நாட்களாயின. தோழியும் தலைவியும் பாடிக் கொண்டே நெல் குற்று கின்றனர். தலைவி தன்னைப் பிரிந்தவனின் மலையின் வளத்தைப் பழிக் கிறாள்; தோழியோ புகழ்கிறாள். முடிவில், அவர்கள் 'மணம் உறுதியாயிற்று' என்ற செய்தியைத் தோழி தலைவிக்குக் கூறுகிறாள்.)

பாடுகம், வா - வாழி, தோழி! - வயக் களிற்றுக்
கோடு உலக்கையாக, நல் சேம்பின் இலை சுளகா,
ஆடு கழை நெல்லை அறை உரலுள் பெய்து, இருவாம்
பாடுகம், வா - வாழி, தோழி! நல் தோழி! - பாடுற்று.
இடி உமிழ்பு இரங்கிய விரவு பெயல் நடு நாள்,
கொடி விடுபு இருளிய மின்னுச் செய் விளக்கத்து,
பிடியொடு மேயும் புன்செய் யானை
அடி ஒதுங்கு இயக்கம் கேட்ட கானவன்
நெடு வரை ஆசினிப் பணவை ஏறி,
கடு விசைக் கவணையில் கல் கை விடுதலின்,
இறு வரை வேங்கை ஒள் வீ சிதறி,
ஆசினி மென் பழம் அளிந்தவை உதிரா,
தேன் செய் இறாஅல் துளைபடப் போகி,
நறு வடி மாவின் பைந் துணர் உழக்கி,
குலையுடை வாழைக் கொழு மடல் கிழியா,
பலவின் பழத்துள் தங்கும் மலை கெழு வெற்பனைப்
பாடுகம், வா - வாழி, தோழி! நல் தோழி! - பாடுற்று.

தலைவி

இலங்கும் அருவித்து; இலங்கும் அருவித்தே;
வானின் இலங்கும் அருவித்தே - தான் உற்ற
சூள் பேணான் பொய்த்தான் மலை.

தோழி

பொய்த்தற்கு உரியனோ? பொய்த்தற்கு உரியனோ?
'அஞ்சல் ஓம்பு' என்றாரைப் பொய்த்தற்கு உரியனோ? -
குன்று அகல் நல் நாடன் வாய்மையில் பொய் தோன்றின்,
திங்களுள் தீத் தோன்றியற்று.

தலைவி

இள மழை ஆடும்; இள மழை ஆடும்;
இள மழை வைகலும் ஆடும் - என் முன்கை
வளை நெகிழ வாராதோன் குன்று.

தோழி

வாராது அமைவானோ? வாராது அமைவானோ?
வாராது அமைகுவான்அல்லன் - மலைநாடன்
ஈரத்துள் இன்னவை தோன்றின், நிழற் கயத்து
நீருள் குவளை வெந்தற்று.

தலைவி

மணி போலத் தோன்றும்; மணி போலத் தோன்றும்;
மண்ணா மணி போலத் தோன்றும் - என் மேனியைத்
துன்னான் துறந்தான் மலை.

தோழி

துறக்குவன் அல்லன்; துறக்குவன் அல்லன்;
தொடர்பு வரை வெற்பன் துறக்குவன் அல்லன் -
தொடர்புள் இனையவை தோன்றின், விசும்பில்
சுடருள் இருள் தோன்றியற்று.

தந்தை வரைவு உடம்பட்டமையைத் தலைவிக்குத் தோழி அறிவித்தல்

என ஆங்கு -
நன்று ஆகின்றால் - தோழி! நம் வள்ளையுள்
ஒன்றி நாம் பாட, மறை நின்று கேட்டு அருளி,
மென் தோட் கிழவனும் வந்தனன்; நுந்தையும்
மன்றல் வேங்கைக் கீழ் இருந்து,
மணம் நயந்தனன், அம் மலைகிழவோற்கே.

றயானைக் கொம்பினை உலக்கையாகவும், சேம்பின் இலையைச் சுளகாகவும் கொள்வோம். மூங்கில் நெல்லைப் பாறை உரலிலே பெய்து நெல் குற்றுவோம்; பாடிக்கொண்டே நெல்லைக் குற்றுவோம், தோழி! நீயும் வருகின்றாயோ!

மழைக்காலத்து இருண்ட இரவில், மின்னல் வெளிச்சத்திலே, இடி முழக்கமும் கேட்கும். அவ்வேளை, யானைகள் தம் பிடியோடு வந்து புன் செய்ப்பயிரைத் தின்னும். அவற்றின் காலடிச் சத்தங் கேட்ட கானவன், ஆசினிப் பலாவின் உச்சியில் அமைந்த பரணிலே ஏறுவான். கவணிலே கல்லை வைத்து வேகமாக எறிவான். அந்தக் கல் எவ்வளவு வேகமுடன் செல்லும் தெரியுமா? வேங்கை மலர் களைத் தாக்கிச் சிதறும். ஆசினிப் பழங்களை உதிர்க்கும். தேன் கூடுகளைத் துளைக்கும். மாமலர்களைச் சிதற அடிக்கும். குலை வாழையின் மடலைக் கிழிக்கும். அதன்பின் பலாப்பழத்துள் சென்று தங்கும். அத்தகைய வளமலைக்கு உரிய நாடன் உன் காதலன். அவன் மலையைப் பாடுவோம், வா!

'தான் சொன்ன சூள்உரையைப் பேணவில்லை. அதனைப் பொய்த்து விட்டான், அவன். அவன் மலையிற்கூட அருவிகளா? மழை பெய்து அருவிகள் அங்கே விழுந்து கொண்டிருப்பதா!'

'அவனோ பொய்த்து வாழ்பவன்? 'அஞ்சாதே' என்று சொல்லிச் சென்றவரிடமோ பொய்த்துவிடுவான்? குன்று அகன்ற நாட்டினனான அவனே பொய்த்தான் என்றால், நிலவிலே தீ தோன்றினது போலத்தான்!

'அவன் பிரிவால் வாடி, என் கைவளைகள் கழன்று ஓடுகின்றனவே! இருந்தும் அவனை வரக்காணனே! மேகங்கள் அவன் மலையிலும் கவிந்து சாரல் பெய்கின்றனவே! அது நியாயமா? நாடோறும் அல்லவோ பெய்கின்றன.'

'வராது இருக்கக் கூடியவனா அவன்? அவன் அப்படிப் பட்டவனே அல்லன். அருள் உள்ளம் உடையவனல்லவா? அவன் அருளிலும் பொய் தோன்றுமானால், என் சொல்வது? நிழலில் உள்ள குளத்து நீருள்ளே கிடக்கும் நீலமலரில் பெரு நெருப்பு எழுந்த கதைதான்!

'மலையைப் பார்! நீலமணி போல ஒளிர்கின்றதே? என்னைத் தழுவாது பிரிந்தவனான அவன் மலையா, இவ்வாறு கழுவாத நீலமணிபோல விளங்க வேண்டும்?''

'கைவிட மாட்டானடி, கைவிட மாட்டான்! மலைத் தொடர் களுக்கு உரியவன் கைவிடவே மாட்டான். அவன் உறவிலும் குற்றந் தோன்றுமோ? தோன்றினால், அது ஞாயிற்றினுள்ளே இருள் தோன் றியது போலத்தான்!

'இப்படி நாம் வள்ளை பாடினோமே அதை, மறைவிலே நின்று அவனும் கேட்டு விட்டான். நம்மேல் அவளுடன் பெண் கேட்டும் வந்தான். உன் தந்தையும் வேங்கை மரத்தின் கீழே அமைத்த மேடையிலே, இருவருக்கும் மணம் செய்யவும் இசைந்து விட்டான். இனியும் ஏனடீ வருந்துகின்றாய்? (தோதி தலைவி என்னும் இருவரின் உரையாடல் போல் அமைந்த சுவையான பாடல் இது)

சொற்பொருள் : *2. சுளகு - முறம். 3. அறை - பாறை. இருவாம் - குற்றுவாம். 5. இரங்கிய -ஒலிக்கும். 9. பணவை - பரண். 11. வீ - மலர். 13. தேன்செய்இறாஅல் - தேனடை 18. இலங்கும் - விளங்கித் தோன்றும். 3. ஈரம் - அருள். கயம் - குளம். 33. மண்ணா - கழூவாத. 34. துன்னான் - சேராது. 37. இனையவை - இவை போன்றன. 41. ஒன்றி - கலந்து. 42. கிழவன் - உரிமை உடையவன். 44. நயந்தனன் -இசைந்தனன்.*

6. கதிர்முன் இருள்போல!

(தலைவியும் தோழியும், தம்முள், காதலனின் மலையின் அழகினைப் பழித்தும் புகழ்ந்தும் பாடினர். அவன் அனைத்தையும் மறைந்து நின்று கேட்டு, மனந்தெளிந்து வந்து, தலைவியைத் தழுவுகின்றான்.)

வள்ளைப் பாட்டுப் பாடத் தோழி அழைக்க, தலைவி இசைதல்

'மறம் கொள் இரும் புலித் தொல் முரண் தொலைத்த
முறம்செவி வாரணம் முன் குளகு அருந்தி,
கறங்கு வெள் அருவி ஒலின் துஞ்சும்
பிறங்கு இருஞ் சோலை நல் மலை நாடன்
மறந்தான்; மறக்க, இனி; எல்லா! நமக்குச்
சிறந்தமை நாம் நற்கு அறிந்தனம், ஆயின்; அவன் திறம்,
கொல் யானைக் கேட்டால் வெதிர் நெல் குறுவாம் நாம்,
வள்ளை அகவுவம், வா'. 'இகுளை! நாம்
வள்ளை அகவுவம், வா'.

தோழி இயற்பழித்தல்

காணிய வா - வாழி, தோழி! - வரைத் தாழ்பு
வாள் நிறம் கொண்ட அருவித்தே, நம் அருளா
நாணிலி நாட்டு மலை,

தலைவி இயற்பட மொழிதல்

ஆர்வுற்றார் நெஞ்சம் அழிய விடுவானோ -
ஓர்வு உற்று ஒரு திறம் ஒல்காத நேர்கோல்
அறம் புரி நெஞ்சுத்தவன்?

தோழி

தண் நறுங் கோங்கம் மலர்ந்த வரையெல்லாம்
பொன் அணி யானை போல் தோன்றுமே - நம் அருளாக்
கொன்னாளன் நாட்டு மலை,

தலைவி

கூரு நோய் ஏய்ப்ப விடுவானோ? - தன் மலை
நீரினும் சாயல் உடையன், நயந்தோர்க்குத்
தேர் ஈயும் வண் கையவன்.

தோழி

வரைமிசை மேல் தொடுத்த நெய்க் கண் இறாஅல்
மழை நுழை திங்கள் போல் தோன்றும் - இழை நெகிழ
எவ்வம் உறீஇயினன் குன்று.

தலைவி

எஞ்சாது, எல்லா! கொடுமை நுவலாதி -
அஞ்சுவது அஞ்சா அறனிலி அல்லன், என்
நெஞ்சம் பிணிக்கொண்டவன்.
என்று யாம் பாட, மறை நின்று கேட்டனன்,
தாழ் இருங் கூந்தல் என் தோழியைக் கை கவியா,
சாயல் இன் மார்பன் சிறு புறம் சார்தர,
ஞாயிற்று முன்னர் இருள் போல மாய்ந்தது, என்
ஆய்இழை மேனிப் பசப்பு.

"தன் பழைய பகையான புலியைக் கொன்றது ஒரு கொடிய காட்டு யானை. பின்னர்ச் சுளகுபோலக் காதுடைய அது, குளகைத் தின்று பசியாறி, அருவி நீரையும் குடித்து விட்டு, அயர்ந்து கிடந்து தூங்கியது. அத்தகைய மலை நாட்டிற்கு உரியவன் நம்மை மறந்து விட்டான். அவன் மறப்பானாக. இகுளையே! நமக்கு அவன் உதவிய நிலையை மீண்டும் அறிந்தோம். இனி, யானைக் கொம்பினால்

மூங்கில் நெல்லைக் குற்றுவோம் வா. அவன் செய்த கொடுமை யையே வள்ளையாகப் பாடுவோம் வா!'' என்று தோழி தலைவியை அழைக்கிறாள். 'வேண்டாமடி! அவன் புகழையே நாம் எடுத்துப் பாடுவோம்' என்கிறாள் தலைவி.

'நம்மை அருளாது கொடுமை செய்தான். வெட்கமின்றி அங்கேயே இருக்கின்றான். அப்படியிருந்தும், அவன் மலையிலே, அருவியும் வழிகின்றதேடீ!'

'ஒரு பக்கம் சாயாத நேர்மையினையுடையது துலாக்கோல். அதுபோல, அவனும் சொல்தவறாத நேர்மையாளன். அறம் நிறைந்த நெஞ்சினன். தன்னால் இன்புறப்பட்டவர் நெஞ்சம் அழியுமாறு செய்வானோ? செய்யவோ மாட்டானடீ!'

'நமக்கு அருள் செய்யவில்லை. இல்வாழ்வுப் பயனும் கொள்ளவில்லை. வறிதே தன் நாட்டை ஆள்கின்றான். அவன் மலை யாயிருந்தும், கோங்குமலர்ந்து பக்கமலையெங்கும் சிதறுகின்றன! மாலை சூடிய மதயானைகளைப்போல மலைகள் தோன்றுகின்றன! என்னேடீ!'

'அவனிடம் சென்று வேண்டியவருக்குத் தேரையுங் கொடுக் கும் கொடைவள்ளல் அவன். தன் மலையின் நீரினும் மென்மை உடைய உள்ளத்தான். நம்மை மணந்து கொள்ளாமல் இருப் பானோ? நம்மைக் காமநோயால் அவன் வருந்த விடுவானோ?

'மார்பும் மெலிந்தது. பூண்கள் நெகிழ்ந்து வீழ்ந்தன. நம்மை வருத்தங் கொள்ளச் செய்துவிட்டான். அவன் மலையைப் பாராடி! மழையிலே நுழைகிற மந்திபோலத் தேன்கூடுகள் அல்லவோ தோன்றுகின்றன!'

'ஏனடி, அவன் கொடுமை பற்றியே கூறுகின்றாய்? என் நெஞ்சினைத் தன் அன்பால் பிணித்துக் கொண்டவன் அவன் ஒருவனே! அவன் பிறரஞ்சும் கொடுந்தொழிலைச் செய்தற்கு அஞ்சாத கொடியவனல்லன்!

இவ்வாறு பாடுவதை மறைவிலே நின்று காதலனும் கேட்டு விட்டான். கேட்டவன், என் தோழியை யானறியாதவாறு கைகவித்து அழைத்தான். அழகான அவன் மார்பிலே அவள் தழுவிச் சேர்ந் தாள். ஞாயிற்றின் முன்னர் இருள் போல, அந்நொடியே அவள் பசலையும் மறைந்து விட்டதே!

சொற்பொருள் : *1. மறம் - வீரம். இரும் - பெரிய. தொன் முரண் - பழம் பகை. 2. குளகு - தழை உணவு. 3. கறங்கு - ஒலிக்கின்ற. ஒலி - தாலாட்டுதல் போன்ற அருவி ஒலி. 4. பிறங்கு - வளம் பெருகும். இரும் - கரிய. 5. மறக்கு - மறப்பானாக. 6. நற்கு - நன்கு. 7. வெதிர் - மூங்கில். 12. நாண்இலி - நாண் அற்றவன். 14. ஓர்வு உற்று - ஆராய்தலை மேற்கொண்டு. ஒல்காத - சாயாத. 18. கொன் - பயன் இன்மை. ஆளன் - செய்பவன்; அஃதாவது பயனில் செயல்புரிபவன். 19. கூரும் நோய் - மிக்க நோய். ஏய்ப்ப - அடைய. 22. நெய்க்கண் இறால் - தேன் நிறைந்த தேனடை. 24. எவ்வம் - துன்பம். உறீ இயினான் - தந்தவன். 25. எல்லா - ஏடீ!*

7. தோள்களும் வீங்கின!

(பாடிக்கொண்டே நெல்குற்றுவது என்பது இன்றும் நாட்டுப்புறப் பெண்களின் மரபு. இதேபோல, அன்றும் ஒரு தோழியும் அவள் தலைவியும் பாடியவாறே நெல் குற்றுகின்றனர். காதலனை அவள் பிரிந்திருந்ததனால் தோள்கள் நலிந்திருந்தன. 'பாட்டிலே அவனைப் பற்றிப் போற்றிப் பாடவே, அதனால் அவள் தோள் நலிவு தீர்ந்தது' என்கிறாள் தோழி).

தோழி வள்ளைப் பாட்டுப் பாடத் தலைவியை அழைத்தல்

வேங்கை தொலைத்த வெறி பொறி வாரணத்து
ஏந்து மருப்பின், இன வண்டு இமிர்பு ஊதும்
சாந்த மரத்தின், இயன்ற உலக்கையால்,
ஐவன வெண் நெல் அறை உரலுள் பெய்து, இருவாம்,
ஐயனை ஏத்துவாம் போல, அணி பெற்ற
மை படு சென்னிப் பய மலை நாடனை,
தையலாய்! பாடுவாம், நாம்.

தோழியின் பாடல்

தகையவர் கைச் செறிந்த தாள்போல, காந்தள்
முகையின்மேல் தும்பி இருக்கும் - பகை எனின்,
கூற்றம் வரினும் தொலையான், தன் நட்டார்க்குத்
தோற்றலை நாணாதோன் குன்று.

தலைவியைப் பாடுமாறு தோழி வேண்டுதல்

வெருள்பு உடன் நோக்கி, வியல் அறை யூகம்,
இருள் தூங்கு இறு வரை ஊர்பு இழிபு ஆடும்
வருடைமான் குழவிய வள மலை நாடனைத்
தெருள - தெரியிழாய்! - நீ ஒன்று பாடித்தை.

தலைவி

நுண் பொறி மான் செவி போல, வெதிர் முறை
கண் பொதி பாளை கழன்று உகும் பண்பிற்றே -
மாறு கொண்டு ஆற்றார்எனினும், பிறர் குற்றம்
கூறுதல் தேற்றாதோன் குன்று.

தோழி

புணர் நிலை வளகின் குளகு அமர்ந்து உண்ட
புணர் மருப்பு எழில் கொண்ட வரை புரை செலவின்
வயங்கு எழில் யானைப் பய மலை நாடனை -
மணம் நாறு கதுப்பினாய்! - மறுத்து ஒன்று பாடித்தை.

தலைவி

கடுங் கண் உழுவை அடி போல வாழைக்
கொடுங் காய் குலைதொறூஉம் தூங்கும் - இடும்பையால்
இன்மை உரைத்தார்க்கு அது நிறைக்கல் ஆற்றாக்கால்,
தன் மெய் துறப்பான் மலை.

தோழி

என ஆங்கு -
ஆடி அவர்திறம் பாட, என் தோழிக்கு
வாடிய மென் தோளும் வீங்கின -
ஆடு அமை வெற்பன் அளித்தக்கால போன்றே.

தையலே! பாறை உரலிலே மூங்கில் நெல்லைப் பெய்வோம். வேங்கையை வென்ற யானையின் கொம்பினை உலக்கையாகக் கொள்வோம். சந்தனமரத்தினாற் செய்த உலக்கையையும் எடுத்துக் கொள்வோம். மேகந் தவழ்கின்ற மலையுச்சிகளை உடைய, நம் மலை நாட்டானைப் பாடிக் குற்றுவோம்.

எமனே பகையாக வந்தாலும் அவன் தோற்றுவிட மாட்டான். என்றும் வெற்றியே பெறுவான். ஆனால், நண்பர்களைப் பொறுத்த மட்டில் எளிதாக அவருக்கு இணங்கியிருப்பான். அவன் மலையைப் பார்! தகைமையுள்ள பெண்கள் கையிலே கடகம் பூட்டியிருப்பார்கள் அல்லவா? அதுபோலக் காந்தள் முகையின் மேல் தும்பி அமர்ந்து, அது மலர்வதை நோக்கிக் காத்திருப்பதனைப் பாராய்!

''தெரிந்தெடுத்த அணி புனைந்தவளே! அகன்ற மலைப் பாறையின் மேல் இருக்கின்றது ஒரு கருங்குரங்கு. அந்தக் குரங்கைக்

கண்டு அஞ்சிய ஒருவருடைய மானின் குட்டி, பயந்து மலைச்சரி வெல்லாம் ஓடிக்கொண்டிருப்பதைப் பார். அந்த மலைநாட்டானைப் பற்றி நீயும் ஒன்று பாடுவாயாக!

''அவனை எதிர்த்து எவரும் வெற்றிபெறவே முடியாது. அதற்காக, அவன் எவரையாவது குறைவாகப் பேசும் இயல்பு கொண்டவனும் அல்லன். அதோ, அவன் மலையைப் பார்! மூங்கில் முளைகளிலிருந்து கழன்றுவீழும் தோடுகள், புள்ளிமானின் காது களைப் போலிருப்பதையும் காண்!

''மணம் நாறும் கூந்தலினை உடையவளே! பிடியோடு கூடி மகிழ்கின்றது ஒரு களிறு; அது வளகின் தழையைத் தின்றுவிட்டு, எழில் கொண்ட கொம்புகளுடன், மலைச் சாரலிலே செல்வதைப் பார். அவ்வாறு, யனைகள் பலவும் அழகாகத் திரியும் வளமலை நாடனை மறுத்து, நீயும் ஒரு பாட்டுப் பாடுக''.

'வறுமையால் வாடி வந்து, தம் இல்லாமையை அவனிடம் சொல்வார் சிலர். அதனைப் போக்கி அவரை நிறைவுடையவர் ஆக்காமற் போனால், தன் உடலையே போக்கிவிடும் இயல்பை உடையவன் அவன். அவனது மலையைப் பாராய்! கொடுங் கண்களையுடைய புலியின் பாதம் போல, வாழைக் குலைகளிலே வளைந்த காய்கள் தொங்குவதையும் பாராய்!

இவ்வாறு, அங்கே நாங்களிருவரும் கூடி, அவன் பெருமை யைப் பாடினேம். அதைக் கேட்ட அவளுடைய வாடிய மென்மை யான தோள்களும் பூரித்தன - அசைந்தாடும் மூங்கில்கள் நிறைந்த மலைநாடன், நேரிலேயே வந்து அருள் செய்துவிட்டது போலன்றோ இருந்தது, அது!

சொற்பொருள் : 1. வெறி - மதம். 2. இமிர்பு - ஒலித்து. 4. இருவாம் - குற்றுவோம். 5. ஐயன் - முருகன். 6. மை - மேகம். படு - உண்டாகி நின்ற. பயமலை - பயன் தரும் மலை. 8. தகையவர் - மகளிர். செறித்த - அணிந்த. தாள் - விரல் அணி. 9. முகை - அரும்பு. 12. வெருள்பு - மருண்டு. யூகம் - கருங்குரங்கு. 13. இருள் தூங்கு - இருள் நிறைந்த. ஊர்புஇழிபு - ஏறி இறங்கி. 15. தெருள - விளங்க. பாடித்தை - பாடு, 16. நுண்பொறி - மெல்லிய ஒலிகளையும் கேட்க வல்ல உருப்பு. வெதிர் - மூங்கில். 18. மாறுகொண்டு - மாறுபட்டு. 19. தேற்றாதோன் - தெளியாதவன். 20. வளகு - ஒருவகைத் தழை. 21. வரைபுரை - மலையை ஒத்த. 22. வயங்கு எழில் - விளங்கு கின்ற அழகு. 23. உழுவை - புலி. 25. கொடுங்காய் - வளைந்த காய். தூங்கும் - தொங்கும். 31. ஆடு அமை - அசைகின்ற மூங்கில்.

8. மருந்தாகிச் செல்வாய்!

(ஒரு தலைவன், தலைவியைத் திருமணம் செய்துகொள்ள முயற்சியே எடுத்துக் கொள்ளவில்லை. ஆனால், அடிக்கடி வந்து களவிலே மட்டும் உறவாடுகின்றான். அதனால், ஊரிலே பலர் பலவாறு பேசத் தொடங்கி விட்டனர். அவனைத் தோழி கண்டாள். விரைவிலே வந்து 'மணம் பேசுக' என்று, அவனுக்கு அறிவுறுத்துகின்றாள்.)

கதிர் விரி கனை சுடர்க் கவின் கொண்ட நனஞ் சாரல்
எதிர்எதிர் ஓங்கிய மால் வரை அடுக்கத்து,
அதிர் இசை அருவி தன் அம் சினைமிசை வீழ,
முதிர்இணர் ஊழ் கொண்ட முழவுத்தாள் எர்வேங்கை,
வரி நுதல் எழில் வேழம் பூ நீர் மேல் சொரிதர,
புரி நெகிழ் தாமரை மலர் அம் கண் வீறு எய்தி,
திரு நயந்து இருந்தன்ன தேம் கமழ் விறல் வெற்ப!
தன் எவ்வம் கூரினும், நீ செய்த அருள் இன்மை
என்னையும் மறைத்தாள், என் தோழி - அது கேட்டு,
நின்னை யான் பிறர் முன்னர்ப் பழி கூறல் தான் நாணி.
கூரும் நோய் சிறப்பவும், நீ செய்த அருள் இன்மை
சேரியும் மறைத்தாள், என் தோழி - அது கேட்டாங்கு,
'ஒரும் நீ நிலையலை' எனக் கூறல் தான் நாணி.
நோய் அட வருந்தியும், நீ செய்த அருள் இன்மை
ஆயமும் மறைத்தாள், என் தோழி - அது கேட்டு,
மாய நின் பண்பு இன்மை பிறர் கூறல் தான் நாணி.
என ஆங்கு -
இனையன தீமை நினைவனள் காத்தாங்கு,
அனை அரும் பண்பினான், நின் தீமை காத்தவள்
அருந் துயர் ஆர் அஞர் தீர்க்கும்
மருந்து ஆகிச் செல்கம், பெரும! நாம் விரைந்தே.

அடுக்கடுக்கான மலைத் தொடர்கள்; ஒன்றனுக்கொன்று எதிர்த்து வளர்வது போன்ற உயர்ந்த மலையுச்சிகள்; கதிர் விரித்து வரும் இளஞாயிற்றின் கிரணங்கள் பட்டு, ஒளிவீசிக் கொண்டிருக்கும் மலைச்சாரல்; அந்தச் சாரலிலே ஒரு வேங்கை மரம்; முழவு போன்று அதன் அடிமரம் பருத்து விளங்கும்; நெருப்புக் கங்குகளைப் போல அதன்கண் மலர்கள் மலர்ந்துள்ளன. அதிர்ந்து வீழும் அருவி, அதன் கொம்புகளின் மீது வீழ்ந்துகொண்டேயிருக்கிறது. விரிபடர்ந்த மத்தகத்தினையுடைய அழகான யானை ஒன்று, மலரும் நீருமாகக் கலந்து நீரை முகந்து அதன்மேற் சொரிகின்றது.

அந்நீர் கீழே விழுவதால், முறுக்கவிழ்ந்த தாமரை மலர்கள் அழகுடன் வீறுபெற்று விளங்குகின்றன. இவ்வாறு எம்மருங்கும் திருமகள் விருப்புடன் குடிகொண்டிருப்பது போலத் தோற்றும், தேன் மணம் செறிந்த, வெற்றியையுடைய மலைநாடனே!

அவள் மிகவும் வருந்துகின்றாள். நீ செய்த அருளற்ற தன்மை தான் அதற்குக் காரணம். அதனை என்னிடமும் சொல்லாது மறைக் கின்றாள். அதனைக் கேட்டு, நான், உன்னைப் பற்றிப் பிறர் முன்பாகப் பழித்துப் பேசிவிடுவேனோ என்ற நாணமே, அதற்குக் காரணமாகும்.

அவளாற் காமநோயினைச் சகிக்க முடியவில்லை. இருந்தும் 'நீ செய்த அருளற்ற செயலைச் சேரியினர் அறிந்துவிடக் கூடாதே' என்று அவள் மறைத்துக் கொள்வாள். அதைக்கேட்டு, 'நீ ஓர் நிலை யான போக்கு உடையவனல்லவன்' என்று கூறிவிடுவார்களோ என்ற வெட்கமே, அதற்குக் காரணமாகும்.

நோய் தாக்குவதனால் வருந்தியும், நீ செய்த அருளற்ற செயலை உடன் விளையாடும் தோழியர்க்குக்கூட அவள் மறைத்து விட்டாள். அதுகேட்டு, 'நின் பண்புகெட்ட தன்மையின் மாயத்தைப் பலரும் கூறுவரே' என்ற நாணம் தான், அதற்குக் காரணம்.

என் தோழி, இவ்வாறெல்லாம் நீ தீமை செய்தாலும் உனக்குப் பழி நேராதபடி காத்து வருகின்றாள். அவள் அப்படிப்பட்ட அருமை யான பண்புடையவள். உனக்குத் தீமையின்றிக் காத்தவள், கொடுந்துயரால் படுந்துன்பத்தை நீயும் போக்க வேண்டாமோ? பெருமானே! அவள் நோய் தீர்க்கும் மருந்தாகி நாம் இப்போதே விரைந்து செல்வோம், வருவாயாக!

சொற்பொருள்: *1.* கதிர் - ஞாயிறு. கனைசுடர் - பேரொளி. 3. அம்சினை - அழகிய கிளை. 4. இணர் - பூங்கொத்து. ஊழ் கொண்ட - நெருங்க மலர்ந்த. முழவுத்தாள் - முரசுபோல் பருத்த அடி. 6. வீறு - பிறவற்றிற்கில்லாத சிறப்பு. 7. திரு - திருமகள். 8. எவ்வம் - துயர். கூரினும் - மிகினும். 13. ஒரும் - அசை. 17. இனையன - இவை போலும். நினைவனள் - பிறர் அறியாவாறு மனத்தால் எண்ணி. அனை அரும் பண்பு - அத்தகைய உயர்ந்த பண்பு.

9. உவக்கும் நாளே!

(களவு தடைப்பட்டது! அதனால், தலைவி துடிக்கிறாள். தோழி தலைவனிடம் சென்று அவனால் விளைந்த கேடுகளைக் கூறுகிறாள். அதனைக் கேட்டுத் தெளிவுபெற்று, முறையாக மணம் பேச வருகிறான்

அவன். பெண் வீட்டார் இசைகின்றனர். தூது சொல்லி வந்த தோழி, தலைவியிடம் சென்று, தான் போய்ச் சொன்னதும், நிகழ்ந்ததும் கூறுகிறாள்.)

விடியல் வெங் கதிர் காயும் வேய் அமல் அகல் அறை,
கடி சுனை கவினிய காந்தள் அம் குலையினை,
அரு மணி அவிர் உத்தி அரவு நீர் உணல் செத்து,
பெருமலை மிளிர்ப்பன்ன காற்றுடை கனை பெயல்
உருமுக் கண்ணுறுதலின், உயர் குரல் ஒலி ஓடி,   5
நறு வீய நனஞ் சாரல் சிலம்பிலின், கதுமென,
சிறுகுடி துயில் எழூஉம் சேண் உயிர் விறல் வெற்ப!
கால் பொர நுடங்கல் கறங்கு இசை அருவி நின்
மால் வரை மலி சுனை மலர் ஏய்க்கும் என்பதோ -
புல் ஆராப் புணர்ச்சியால் புலம்பிய என் தோழி
பல் இதழ் மலர் உண்கண் பசப்ப, நீ சிதைத்ததை?   10
புகர் முகக் களிறொடு புலி பொருது உழக்கும் நின்
அகன் மலை அடுக்கத்த அமை ஏய்க்கும் என்பதோ -
கடை எனக் கலுழும் நோய் கைம்மிக, என் தோழி
தடையின் திரண்ட தோள் தகை வாட, சிதைத்ததை?   15
சுடர் உற உற நீண்ட சுரும்பு இமிர் அடுக்கத்த
விடர் வரை எரி வேங்கை இணர் ஏய்க்கும் என்பதோ -
யாமத்தும் துயிலலள் அலமரும் என் தோழி
காமரு நல் எழில் கவின் வாட, சிதைத்ததை?
    என ஆங்கு,   20
தன் தீமை பல கூறிக் கழறலின், என் தோழி
மறையில் தான் மருவுற மணந்த நட்பு அருகலான்,
பிறை புரை நுதல்! அவர்ப் பேணி நம்
உறை வரைந்தனர், அவர் உவக்கும் நாளே.

    விடியற்காலத்திலே இளவெயில் வீசுகின்றது. அது தலை யிலே படாதவாறு தடுத்துக் கொண்டிருக்கின்றன அடர்ந்த மூங்கிற் காடுகள். அத்தகையது அகன்ற மலை! அதனிடத்தே மணிநீர் நிறைந்த சுனைகள் உள்ளன. சுனைக்கரையிலே அழகாகப் பூத்திருந்தன காந்தள் மலர்கள். அதனை மணியுடைய பாம்புகள் நீருண்கின்றன என்று கருதி விட்டது இடி. உடனே அதற்குச் சினம் பிறந்தது. மலைகளைக் கீழ்மேலாகப் பெயர்த்து விடுவதுபோலக் குமுறிற்று. காற்றோடு கலந்து எங்கும் பெருமழையும் கொட்டத் தொடங் கிற்று. மலைச் சாரல்களிலே இடிக்குரல்கள் எதிரொலித்தன. உறங்கிக் கொண்டிருக்கும் சிறு குடியிருப்புகளிலேயுள்ள கானவர்

அதனைக் கேட்டுக் கண்விழித்தனர். அத்தகைய உயர்ந்த மலைகளுக்கு உரியவேன!

என் தோழி, கனவிலே உன்னைக் கூடுவதுபோலக் கண்டு வாடுகிறாள்; தழுவப் பெறாத, அந்தக் கூட்டத்தை நினைந்து புலம்புகிறாள்; பல இதழ்களையுடைய மலர்கள் மை தீட்டியது போன்ற அவள் கண்கள் வெளுத்துவிட்டன. ஏன் இவ்வாறு அதன் அழகைச் சிதைத்தாய்? காற்று அசைத்தும் சிதற வில்லை: ஒலி முழக்குடன் அருவியாக உன் மலையில் வீழ்ந்து கொண்டே இருக்கின்றது. அம் மலையில். வீழ்ந்து கொண்டே இருக்கின்றது. அம் மலையிற் சுனைகளில் நீல மலர்கள் மலர்ந்துள்ளன. அம் மலர்போல இவள் கண்கள் விளங்குகின்றன என்ற பொறாமையாலோ, அவ்வாறு இவள்கண்ணெழிலைச்சிதைத்தாய்?

'இவளுக்குக் கடைசி நாள் வந்துவிட்டதோ' என்னும்படியாகக் காமநோய் பொறுக்க முடியாமல், அழிகின்றாள், என் தோழி. அவளுடைய திரண்ட தோள்கள் வாடுமாறு நீ சிதைத்தனையே, அது ஏனோ? புள்ளிமுகக் களிறுகளோடு புலிகள் சண்டையிட்டுக் கிடக்கும் நின் அகன்ற மலைச் சரிவிலே, அங்குள்ள மூங்கில்கள் போலத் தோள்கள் விளங்குவதனாலோ, நீ அதனைச் சிதைத்தாய்?

சாமவேளைகளிலும் உறக்கங்கொள்ளாமல் உன்னையே நினைந்து வாடுகிறாள் என் தோழி. அவள் அழகின் பொலிவு வாடச் சிதைத்தாயே, அது ஏனோ? சூரியனைத் தொடப்போவது போல, உயர்ந்த சுரும்புகள் ஒலிக்கும் நின் மலைச் சாரலிலுள்ள வேங்கைப் பூவினைப் போலிருக்கின்றதென்ற பொறாமையோ, நீ அதனைச்சிதைத்தது.

பொறாமை இல்லை என்றால், அவள் கண்ணும் தோளும் எழிலும் வாடச் செய்தனையே, அது எதனாலோ? அதனைச் சொல்வாயாக.

இவ்வாறு, அவனால் விளைந்த தீமைகள் பலவும் சொல்லிப் பேசினேன். என் தோழியே! களவிலே உன்னுடன் கூடிய தொடர்பு இனி எளிதில் கிடையாது என்ற நிலையும் ஏற்பட்டு விட்டதனால், பிறையை ஒத்த நுதலாளான உன்னைத் தன்னுடனேயே வாழுமாறு செய்ய எண்ணினன். வந்து மணமும் வேட்டனன். நம்மவரும் இணங்கிவிட்டனர். இனி நீயும் வருந்த வேண்டாம். நாம் மகிழும் நாட்களே, இனி வருபவை எல்லாம்!

சொற்பொருள் : 2.கடி-மணம். 3. அருமணி - அரிய மாணிக்கம். அவிர் - விளங்குகின்ற. உத்தி - பாம்பின் படத்தில் உள்ள வளைந்த கோடு. செத்து - கருதி. 4. மிளிர்த்தல் - கீழ் மேலாகப் புரட்டல். 5. உருமு - இடி. 6. வீ - மலர். வீய - மலர்களை உடைய. சிலம்பல் - ஒலித்தல். 8. கால் - காற்று. நுடங்கல - அசையா. கறங்கு - ஒலிக்கும். 10. புல் ஆராப் புணர்ச்சி - புல்லப் புல்ல வேட்கை மிகும் புணர்ச்சி. 12. புகர் - புள்ளிகள். 13. அமை - மூங்கில். 14. கடை என - இதுவே என் வாழ்நாளின் இறுதிக் காலமாம் என. கலுழும் - வருந்தும். 15. தடையின - பருத்த. 16. சுடர்உற - ஞாயிற்றைத் தீண்ட. உறநீண்ட - மிக நீண்ட. 17. எரி வேங்கை - நெருப்புப் போலும் நிறம் பொருந்திய பூக்களைப் பூக்கும் வேங்கை மரம். 21. கழறல் - இடித்துக் கூறல். 27. மறையில் - களவொழுக்கக் காலத்தில். 23. புரை - ஒத்த. 24. முறை - உறவினர்.

10. பொய்யானே வெல்குவாய்!

(காத்திருந்து, தலைவனைக் காணாது துடிக்கிறாள் தலைவி. வந்தும், காணாது வாடினாள் அவன். தோழி அவன்பாற் சென்றதும் இருவர் நிலையையும் அறிகிறாள். 'எப்படியாவது போகட்டும், பொய்யாக ஏதாவது கூறியேனும் அவள் நோயைத் தீர்ப்பாயாக' என்று அவனை வேண்டுகின்றாள்.)

வீயகம் புலம்ப, வேட்டம் போகிய
மாஅல் அம் சிறை மணி நிறத் தும்பி,
வாய் இழி கடாத்த வால் மருப்பு ஒருத்தலோடு
ஆய் பொறி உழுவை தாக்கிய பொழுதின்,
'வேங்கை அம் சினை' என விறற் புலி முற்றியும்,
பூம் பொறி யானைப் புகர் முகம் குறுகியும்,
வலி மிகு வெகுளியான வாள் உற்ற மன்னரை
நயன் நாடி நட்பு ஆக்கும் வினைவர் போல், மறிதரும்
அயம் இழி அருவிய அணி மலை நல் நாட!
ஏறு இரங்கு இருள் இடை இரவினில் பதம் பெறாஅன்,
மாறினென் எனக் கூறி மனம் கொள்ளும், தான் என்ப -
கூடுதல் வேட்கையான், குறி பார்த்து, குரல் நொச்சிப்
பாடு ஓர்க்கும் செவியோடு பைதலேன் யான் ஆக.
அருஞ் செலவு ஆர் இடை அருளி வந்து, அளி பெறாஅன்,
வருந்தினென் எனப் பல வாய்விடூஉம், தான் என்ப -

**நிலை உயர் கடவுட்குக் கடம் பூண்டு, தன்மாட்டுப்
பல சூழும் மனத்தோடு பைதலேன் யான் ஆக.
கனை பெயல் நடு நாள் யான் கண் மாற, குறி பெறாஅன்,
புனையிழாய்! என் பழி நினக்கு உரைக்கும், தான் என்ப -
துளி நசை வேட்கையான் மிசை பாடும் புள்ளின், தன்
அளி நசைஇ ஆர்வுற்ற அன்பினேன் யான் ஆக,
என ஆங்கு,
கலந்த நோய் கைம்மிக, கண் படா என்வையின்
புலந்தாயும் நீ ஆயின், பொய்யானே வெல்குவை -
இலங்கு தாழ் அருவியோடு அணி கொண்ட நின் மலைச்
சிலம்பு போல், கூறுவ கூறும்,
இலங்கு ஏர் எல் வளை, இவளுடைய நோயே.**

வலிமிகுந்த மன்னவர் இருவர் தமக்குள் மாறுபட்டு வாட் போரிலே ஈடுபட்டனர். அவர்களிடையே சமாதானம் செய்ய முயன்றனர் சிலர். அவரிடமும் இவரிடமுமாக இடையிலே மாறி மாறி அலைந்து கொண்டே இருந்தனர். வேங்கையின் பூங்கொத் துகள் போன்ற தோற்றமுடையது புலி; வேங்கையின் பூந்தளிர் போன்ற புள்ளிகளை முகத்திலே உடையது களிறு. இவ்விரண்டும் மலைச்சாரலிலே தம்முள் சண்டை யிட்டுக் கொண்டிருந்தன. மலர்கள் நிறைந்தது அச்சாரல். அது வண்டுகளை எதிர்பார்த்துக் காத்திருக்கின்றது. ஆனால், அவையோ புலியையும் களிற்றின் முகப் புள்ளிகளையும் மலர்கள் என மயங்கின; அவற்றையே மாறி மாறி வட்டமிட்டுப் பறந்து கொண்டிருந்தன. போரிட்ட அக் காட்சி. இத்தகைய காட்சிகள் நிறைந்த, பள்ளத்தே குதித்துவரும் பல அருவி களையும் உடைய, மலை நாடனே! கேள்:

'உன்னைக் கூடும் ஆசையால் வெதும்பிக் கொண்டிருந் தாள்; இரவுக் குறியிடத்தேயும் காத்திருந்தாள்; நொச்சிப்பூ விழு கின்ற ஓசையைக் கேட்டு, வந்ததை அறிவிக்க நீ எறிந்த மலரோ என்றெண்ணி ஏமாந்தாள். அங்ஙனமிருக்கவும் 'இடி முழங்கும் நடு இரவிலே வந்தும் நான் பயன் பெறவில்லை; ஏமாறித் திரும் பினேன்; பகற்குறியையும் இகழ்ந்தேனே என வருந்தினேன்' என்று நீ சொல்லுகின்றாய்?

நிலை உயர்ந்த கடவுள்களை வேண்டிக் கிடந்தாள்; நீயோ வரவில்லை. அவ்விதமாகவும், 'கடத்தற்கரிய வழியும் கடந்து வந்தும் இன்பம் பெறாமல் வருந்தினேன்' என, நீ பலவாறும் வாய்விட்டுக் கூறுகின்றாயே, இதுதான் முறையாகுமோ?

மழைத்துளி வேண்டி வானை நோக்கிப் பாடிக் கொண்டிருக்கும் வானம்பாடி போல, அவள் உன் வரவை எதிர்பார்த்துக் காத்துக் கிடந்தாள், 'மழை பெய்யும் இரவின் நடுச் சாமத்திலே நான் வந்தும் அவளைக் காணப் பெறாமல் புனையிழாய்! வாடினேன்; என் தீவினையை உனக்குச் சொல்லுகின்றேன்' என்று நீ உரைக்கின்றாயே!

உன் கூட்டத்தாலே பெற்ற நோய்க்கு ஆற்றாது துடிக்கிறாள் அவள். உனக்கோ எம்மீது இரக்கமில்லை. நீயும் வெறுத்து விட்டவன் போலப் பேசுகின்றாய். அருவிகளோடு அழகுடன் விளங்கும் நின் மலையடுக்குகள், ஒன்றை அப்படியே எதிரொலிக்குமல்லவா? அதுபோலவேதான், இலங்கும் அழகுடைய எதிரொலிக்கின்றது. ஏதாவது பொய் கூறியாயினும் சென்று, அவள் காம நோயான பகையைப் போக்கி வெல்வாயாக, ஐயனே!

விளக்கம் : 'பொய்யானே வெல்லுதலாவது', அவள் துயர் போகுமாறு, புனைந்துரை பலவும் கூறி, அவளை ஆற்றுவித்துக் கூடுதல்.

சொற்பொருள்: 3. கடாம் - மதநீர். மருப்பு - தந்தம். ஒருத்தல் - யானைத் தலைவன். 9. அயம் - பள்ளம். 10. ஏறு - இடி. பதம் - காணும் வாய்ப்பு. 12. குரல் - கொத்து. 13. பாடு - வீழும் ஒலி. ஓர்க்கும் - நுணுகிக் கேட்கும். பைதல் - துன்பம். 26. சிலம்பு - பக்க மலை. எல் - ஒளி.

11. மேவாய் நெஞ்சே!

(ஓர் இளைஞன் ஒரு தலைவியைச் சுற்றிக் கொண்டே இருக்கின்றான். அவன் தோற்றமும், நிலையும் அவளுக்கும் பிடித்திருந்தது. என்ன செய்வது? எப்படி, யார் முதலில் உறவைத் தொடங்குவது? இந்தப் பிரச்சினை தீரும் பொருட்டுத் தோழி, இப்படித் தலைவி கேட்கத் தனக்குள் தானே படைத்துப் பேசுகின்றாள்.)

ஒன்று, இரப்பான் போல் எளிவந்தும் சொல்லும்; உலகம்
புரப்பான் போல்வது ஓர் மதுகையும் உடையன்;
வல்லாரை வழிபட்டு ஒன்று அறிந்தான் போல்,
நல்லார்கண் தோன்றும் அடக்கமும் உடையன்;
இல்லோர் புன்கண் ஈகையின் தணிக்க
வல்லான் போல்வது ஓர் வன்மையும் உடையன்;
அன்னான் ஒருவன் தன் ஆண்தகை விட்டு, என்னைச்
சொல்லும் சொல், கேட்டீ – சுடரிழாய்! – பல் மாணும்:

'நின் இன்றி அமையலேன் யான்' என்னும் அவன் ஆயின்,
அன்னான் சொல் நம்புண்டல் யார்க்கும் இங்கு அரிதுஆயின்,
என் உற்ற பிறர்க்கும் ஆங்கு உளகொல்லோ? - நறுநுதால்!
'அறியாய் நீ; வருந்துவல் யான்' என்னும் அவன்ஆயின்,
அளியரோ, எம் போல ஈங்கு இவன் வலைப்பட்டார்?
'வாழலேன், யான்' என்னும் 'நீ நீப்பின்' அவன் ஆயின்,
'ஏழையர்' எனப் பலர் கூறும் சொல் பழிஆயன்,
சூழுங்கால், நினைப்பது ஒன்று - அறிகலேன், வருந்துவல்;
சூழுங்கால், நறுநுதால்! நம்முளே சூழ்குவம்.
'அவனை,
நான் அட, பெயர்த்தல் நமக்கும் ஆங்கு ஒல்லாது;
''பேணினர்'' எனப்படுதல் பெண்மையும் அன்று; அவன்
வௌவினன் முயங்கும் மாத்திரம் வா' எனக்
கூறுவென் போலக் காட்டி,
மற்று அவன் மேஎவழி மேவாய், நெஞ்சே!

என்னிடம் வந்து ஒருவன் சொல்லுகின்ற சொற்களைக் கேட்டாயோடீ! சுடரும் இழையணிந்தவளே! பலவகையிலும் பொருள்படும் அவற்றைக் கேள்:

என்னிடம், 'ஏதோ வந்து இரந்து வேண்டுபவனைப் போலவும், தன்னை மிகவும் எளிமையுடையவன் போலவும் காட்டி, ஒரு சமயம் ஏதேதோ பேசுகின்றான். உலகத்தையே காப்பாற்றும் உறுதியுடையவனைப் போன்ற ஆற்றல் உடையவன் போலவும் தோன்றுகின்றான். வல்லவர்களைப் பின்பற்றிச் சிறந்த அறிவுத் திறங்களை அறிந்தவன்போலச் செருக்குடனும் தோற்றுகின்றான். நல்லவர்களிடம் தோன்றும் அடக்கமும் உடையவனாயிருக்கின் றான். இரவலர்களின் வறுமையைப் போக்க வல்லவன் போன்ற வளமுடையவன் போலவும் அவனைக் காண்கின்றேன். அப்படிப் பட்ட ஒருவன், தன் ஆண்மைகளை எல்லாம் இழந்துவிட்டு, என்னையும் வந்து வேண்டி நிற்கின்றானே! அவன் சொல்வனவற் றையும் கேள்:

''நறிய நுதலாளே! நீயின்றி யான் உயிர் வாழேன்'' என்பான் அவன். 'அவன் பேச்சை நம்புவது இங்குள்ளார் யார்க்கும் அரிது' என்றால், என்னைப் போலப் பிறர்க்கும் இந்நிலை ஏற்படுவது உண்டோ?

''யான் வருந்துகின்றேன்; என் வருத்தத்தை நீ அறியாயோ?'' என்பான் அவன். 'அதன் உண்மையைத் தனியாக இருக்கும் ஒரு

பெண் உணர்வதற்கு முடியுமோ?'' முடியாதென்றால், எம்போல் இங்கு இவன் வலைப்பட்டார் பிறர் இருப்பின், அவர்கள் அவனுக்கு அருள் வார்களோ?

'நான் இனியும் உயிர் வாழேன்' என்பான் அவன். அதற்கு இரங்கி அவனுக்கு அருளலாமோ? என்றால், 'இப்பெண் இவ்வளவு பேதையாகுபவளோ?' எனப் பலரும் பழி சொல்வார்களே? ஆராய்ந்தாலும், எவ்விதச் சிந்தனையும் எழாமல் வருந்துகின்றேன். நறிய நுதலாளே! இனி அவனுக்குச் செய்வதை ஆராயும்போது, நாம் இருவரும் சேர்ந்தே ஒரு முடிவுக்கு வருவோம்.

இதனைக் கேட்டபின், தோழி, தலைவி கேட்குமாறு, தானே தனக்குள் பேசுவதுபோல இப்படிக் கூறுகின்றாள்:

நாணத்தை வென்று போக்கிவிடல் நமக்கும் அங்கே பொருந் தாது. நாணத்தைப் பேணி அவனைக் கைவிடுதலோ பெண்மையின் இயல்பும் அன்று. அவனோ நம்மை விரும்புகின்றான். 'தழுவிக் கொள்ள மாத்திரம் வருக' என்று கூறுவது போலக் காட்டுகின்றேன். அதன்பின், அவன் விருப்பம் போலவே நடந்து கொள்வாயாக, நெஞ்சமே!

சொற்பொருள் : 12. நீப்பின் - ஆட்கொள்ளாது. கைவிடின். 16. ஏழ்மை - ஈண்டு அறிவுக் குறைபாடு. 27. சூழ்தல் - ஆராய்தல். 22. வெளவுதல் - மேற்கொள்ளுதல். 24. மேஎவழி - தங்கி உள்ள இடம். மேவாய் - சென்று சேர்வாயாக.

12. மலையினும் பெரிதே!

(யாதோ காரணத்தால் தலைவன் வாராதிருந்தான். அதனால், தலைவி வாடினாள்; அழுதாள்; மெலிந்தாள். தாய் அறிந்து காவலிட்டாள். ஊரார் பழி தூற்றினர். அனைத்தும் கண்ட தோழி, நேராகத் தலைவனிடம் சென்று, தலைவியின் துயரம் எல்லாம் எடுத்துக்கூறி, மணம் பேசி வந்து, தலைவி வாழ்விளக்க வேண்டுகின்றாள்.)

ஆம் இழி அணி மலை அலர் வேங்கைத் தகை போல,
தே மூசு, நனை கவுள், திசை காவல் கொளற்கு ஒத்த,
வாய் நில்லா வலி முன்பின், வண்டு ஊது புகர் முகப்
படு மழை அடுக்கத்த, மா விசுப்பு ஓங்கிய
கடி மரத் துருத்திய, கமழ் கடாம் திகழ்தரும்
பெருங் களிற்றினத்தொடு, வீங்கு எருத்து எறுழ் முன்பின்
இரும் புலி மயக்குற்ற இகல் மலை நல் நாட!

வீழ்பெயற் கங்குலின் விளி ஓர்த்த ஒடுக்கத்தால்,
வாழும் நாள் சிறந்தவள் வருந்து தோள் தவறு உண்டோ -
தாழ் செறி கடுங் காப்பின் தாய் முன்னர், நின் சாரல்   10
ஊழ் உறு கோடல் போல், எல் வளை உகுபவால்?
இனைஇருள் இது என ஏங்கி, நின் வரல் நசைஇ,
நினைதுயர் உழப்பவள் பாடு இல் கண் பழி உண்டோ -
'இனையள்' என்று எடுத்து அரற்றும் அயல் முன்னர், நின் சுனைக்
கனை பெயல் நீலம் போல், கண் பனி கலுழ்பவால்?   15
பல் நாளும் படர் அட, பசலையால் உணப்பட்டாள்,
பொன் உரை மணி அன்ன, மாமைக்கண் பழி உண்டோ -
இன் நுரைச் செதும்பு அரற்றும் செவ்வியுள், நின் சோலை -
மின் உகு தளிர் அன்ன, மெலிவு வந்து உரைப்பதால்?
    என ஆங்கு -   20
பின் ஈதல் வேண்டும், நீ பிரிந்தோள் நட்பு - என நீவிப்
பூங் கண் படுதலும் அஞ்சுவல்; தாங்கிய
அருந் துயர் அவலம் தூக்கின்,
மருங்கு அறிவாரா மலையினும் பெரிதே.

அருவிநீர் வழிகின்ற அழகிய மலை. அதன்கண், வேங்கை மலர்கள் அழகாக மலர்ந்திருக்கும். அவற்றின் அழகுபோலக் காட்டு யானை முகத்தின் புள்ளிகள் விளங்கும். யானைகள் பால், மதநீர் பெருகிக் கன்னங்களிலே வழிந்தோடும். தேனீக்கள் மதநீரை மொய்த்துக் கொண்டிருக்கும். எட்டுத் திசைகளுக்கும் காவல் காப்பன என்று சொல்லப்படுவன அஷ்டகஜங்கள். அவை போன்ற பெரிதான வலியுடையன அக் காட்டு யானைகள். அவற்றின் முகத்தப் புள்ளிகளிலே அவற்றை வேங்கைப்பூவென மயங்கிய வண்டுகள் மொய்த்துக் கொண்டிருக்கும். பல மேகங்கள் அடுக்கடுக் காகத் தங்கியிருக்க வானை முட்ட உயர்ந்தவாய் மலையுச்சிகள் விளங்கும். ஆற்றிடையிலே பல திட்டுக்கள் பெருமரங்களடர்ந்து அழகுடன் காணப்படும். வளமிகுந்த கழுத்தும், மிக்க வலியும் உடைய புலிகள், அக் காட்டு யானைகளுடன் பகை கொண்டு எந்நேரமும் எதிர்ப்பட்டால் சண்டையிட்டுக் கொண்டேயிருக்கும். இப்படிப்பட்ட மலைநாட்டிற்கு உரியவனே!

உன் காதலியின் நிலை என்னவென உனக்குத் தெரியுமோ? வீட்டுக் கதவைத் தாளிட்டு, வெளியே மகள் சென்றுவிடாதபடி காவல் காத்தக் கொண்டிருக்கிறாள், அவளின் தாய், கடுமையான அந்தக் காவலிலே, தாயின் முன்னர் இருக்கும் அவள், உன்னையே நினைத்து ஏங்குவதனால், அவள் கைவளைகள் கழன்று வீழ்கின்றன.

அது, உன் மலைச் சாரலில் காந்தள் மலர்களின் முதிர்ந்த இதழ்கள் உதிர்வது போலிருக்கும். அடைமழை பெய்யும் இராக்காலத்திலும், நீ வந்து அழைக்கும் குறிப்பொலி கேட்டு, அந்த தைரியத்தினால் இதுவரை உயிரோடிருப்பவள் அவள். அவள் தோள்கள் இப்போது வாடி மெலிந்தன. அவளை, ஏன் மறந்தாய். அத் தோள்கள் செய்த தவறுதான் யாதாகிலும் உண்டோ?

'இவள் ஒரு களவு ஒழுக்கம் உடையவள்' என்று பேசித் தூற்றும் அயலவர் முன்னிலையிலே, நின் சுனையிலே மழையை ஏற்று விளங்கும் நீலமலர் போலக் கண் கலங்கி நிற்கின்றாள் அவள். இத்தகைய இருளில்தானே முன்னர் வந்தான் என நினைந்து ஏங்கி, நின் வரவை விரும்பி நினைந்து நினைந்து துயரத்தால் வாடுகிறாள். உறங்காத அவள் கண்கள் உனக்கு யாதும் பழி செய்தது உண்டோ?

இனிய நுரைகளோடும் கூடிச் சிறிதாக வழிகின்ற அருவி நீர் ஒலி செய்யும் இளவேனிற் பருவத்திலே, உன் சோலையிலே பளபளப்பாக விளங்கும் ஒளியற்ற தளிரைப்போல, அவள் நிறங் கெட்டு மெலிந்தாள். பலர்க்கும் அவள் ஒழுக்கத்தை அது கூறுவது போலிருக்கும். இப்படிப் பல நாளும் துன்பம் வருத்தப் பசலை நோயால் விழுங்கப்பட்டாள் அவள். பொன்னிலே பொதிந்த மணிபோன்ற அவளது தேமல் உனக்குச் செய்த பழிதான் ஏதேனும் உண்டோ?

அவளுடைய மலர்க்கண்கள் ஒளிகெட்டு விடுமோ என்று அஞ்சுவேன். அவள் தாங்கிய பெருந்துயரின் கொடுமையை எண்ணினால், எல்லையறிய முடியாத மலையின் அளவினும் பெரிதாகும். பிரிந்திருத்தலைப் போக்கி அவள் அழகையெல்லாம் மீண்டும் பெறுமாறு நீ செய்தல் வேண்டும். பிரிந்தவள் பால் இனியேனும் ஊடல் கொள்ளாது நட்புக் கொள்வாயாக.

சொற்பொருள்: 1. ஆம் - நீர். 2.தேம் - தேனீக்கள். மூசு - மொய்க்கும். நனைகவுள் - மதநீரால் நனைந்த கன்னம். 3. வாய் நில்லா - எதிர் நிற்கமாட்டாத. 5. கடிமரம் - மிக்க மரங்கள். துருத்தி - ஆறுகளின் இடையிடையே அமைந்த திட்டுகள். 6. எருத்து - கழுத்து. 8. விளி - அழைக்க எழுப்பும் ஒலி. 12. இனை - வருந்துதல். நசைஇ - நச்சி. 13. நினைதுயர் - நினைப்பதால் உண்டாகும் துயர். பாடு இல் கண் - உறக்கம் இல்லாத கண். 14. அரற்றும் - அலர் கூறும். 18. செதும்பு - சிறிதே ஓடும் அருவி நீர். 21. பின்ஈதல் - உறவு ஒன்றுபடுதல். நீவி - போக்கி.

13. பகலும் பெறுவை!

(இரவிலே தலைவன் வந்து இன்பந்தருவது இனிதாயிருந் தாலும், அவன் வரும் வழியின் கொடுமையால், அவனுக்கு ஆபத்து நேரிடக்கூடுமோ என்று அஞ்சுகின்றனர் பெண்கள். அதனால், 'இரவில் வரவேண்டாம், இனி மலைச்சாரலிற் பகலிலேயே வருக' என்கிறாள் தோழி. இதனால் வரைந்து வருதலையே அவள் வற்புறுத்தினாள் என்க.)

கொடுவரி தாங்கி வென்ற வருத்தமொடு
நெடு வரை மருங்கின் துஞ்சும் யானை,
நனவில் தான் செய்தது மனத்தது ஆகலின்,
கனவில் கண்டு, சுதுமென வெரீஇ,
புதுவதாக மலர்ந்த வேங்கையை
'அது' என உணர்ந்து, அதன் அணி நலம் முருக்கி,
பேணா முன்பின் தன் சினம் தணிந்து, அம் மரம்
காணும் பொழுதின் நோக்கல் செல்லாது,
நாணி இறைஞ்சும் நல் மலை நல் நாட!
போது எழில் மலர் உண்கண் இவள்மாட்டு நீ இன்ன
காதலை என்பதோ இனிது - மற்று இன்னாதே,
மின் ஒரும் கண் ஆக, இடி என்னாய், பெயல் என்னாய்,
இன்னது ஓர் ஆர் இடை, ஈங்கு நீ வருவதை.
இன்புற அளித்தனை இவள்மாட்டு நீ இன்ன
அன்பினை என்பதோ இனிது - மற்று இன்னாதே.
மணம் கமழ் மார்பினை, மஞ்சு இவர் அடுக்கம் போழ்ந்து,
அணங்குடை ஆர் இடை, ஈங்கு நீ வருவதை.
இருள் உறழ் இருங் கூந்தல் இவள்மாட்டு நீ இன்ன
அருளினை என்பதோ இனிது - மற்று இன்னாதே,
ஒளிறு வேல் வலன் ஏந்தி, 'ஒருவன் யான்' என்னாது,
களிறு இயங்கு ஆர் இடை, ஈங்கு நீ வருவதை,
அதனால் -
இரவின் வாரல், ஐய! விரவு வீ
அகல் அறை வரிக்கும் சாரல்,
பகலும் பெறுவை, இவள் தட மென் தோளே.

வேங்கைப்புலி வந்து தன்னைத் தாக்க, அதனை மிக வருத்தத்துடன் எதிர்த்து வென்றது ஒரு யானை. பின், அந்தக் களைப்பினாலே அயர்ந்து, மலைச்சாரலில் ஒருபுறம் கிடந்தும் தூங்கிற்று. நனவிலே தான் செய்தது மனத்திலே நிலைத்திருந்தத னால், கனவிலும் வேங்கை வரக் கண்டது. கண்டதும் சினங்

கொண்டு, அண்மையில் புதுமலர்கள் நிறைந்திருந்த ஒரு வேங்கை மரத்தைப் புலியே என்றெண்ணி, அதனை அடங்காத தன் ஆற்றலாற் சாய்த்து அழித்தது. கொண்ட சினம் தணிந்ததும், அஃது 'மரம்' எனக் கண்ட பொழுது, அதைப் பார்க்கவும் நாணங்கொண்டு, தலைகவிழ்ந்தபடியே சென்றது. அத்தகைய, நல்ல மலை நாட்டிற்கு உரியவனே!

அழகாக மலர்ந்த நீலமலரானது மைதீட்டிக் கொண்டது போன்ற கண்களை உடைய இவளிடம், 'உனக்கு இன்னவளவு காதல் உடையையாயிருக்கின்றனை' என்று காண்பது இனிமை தருவதுதான். ஆனால், அதனால் மின்னலின் ஒளியே வழியை உணர்ந்து, இடி என்றும் மழை என்றும் பாராது, இப்படிப் பட்டதோர் பயங்கரமான பாதையைக் கடந்து இங்கு நீ இரவில் வருவதை நினைந்தால், துன்பந்தான் ஏற்படுகின்றது.

இவள் இன்புறும்படியாகக் கூடி மகிழ்வித்தாய். இன்ன அன்பு உடையவன் நீ என்பது இனிதாயிருக்கிறது. ஆனால், மணம் கமழும் மார்புடன் மேகந் தவழும் மலையடுக்குகளின் இடை வழியாக, அணங்குகள் உள்ள பயங்கரமான பாதையைக் கடந்து, நீ இங்கு இரவிலே வருவதை நினைத்தால்தான் துன்பம் உண்டாகிறது.

இருள்போன்ற அடர்ந்த கருங்கூந்தல் உடையவளான இவளிடத்திலே, இன்ன அருள் உடையவன் நீ என்பது இனிதானதே! ஆனால், ஒப்பற்ற வேலினை வலக்கையிலே ஏந்தியவனாக, 'யான் ஒருவன்' என்றும் கருதாமல், காட்டு யானைகள் நடமாடும் பயங்கரமான வழியைக் கடந்து, இரவிலும் நீ வருவதை நினைத்தால் தான் வருத்தமாயிருக்கிறது.

அதனால், ஐயனே! இனி இரவிலே வரவேண்டாம். இவளுடைய பரந்த மென்தோளினைத் தழுவும் இன்பத்தை பலவகைப் பூக்களும் வீழ்ந்து கிடக்கும் அகன்ற பாறைகளையுடைய மலைச் சாரலில், பகலிலும் வந்து பெறுவாயாக!

சொற்பொருள் : *1.* கொடுவரி - வளைத்த கோடுகளை உடைய புலி. *4.* வெரீஇ - மருண்டு. *6.* முருகி - அழித்து. *17.* அணங்கு - ஆடவரை வருந்தும் பெண் தெய்வம். *18.* இருங் கூந்தல் - கரிய கூந்தல். *24.* வரிக்கும் - அழகு செய்யும்.

14. மான்குட்டியும் அழகும்!

(ஒரு தலைவியைக் காதலித்த தலைவன், அவளுடைய தோழியின் உதவியை வேண்டி நின்றான். அவள், தன் தலைவியின் சிறப்புக் களையும் பண்புகளையும் எடுத்துக்கூறி, 'இவளைப் பிரிந்து நோய் செய்யாதிருக்க வேண்டும்' எனவும் எச்சரித்த பின், அவர்களைக் கூட்டு விக்கிறாள்).

வாங்குகோல் நெல்லொடு வாங்கி, வருவைகல்,
மூங்கில் மிசைந்த முழந்தாள் இரும் பிடி,
தூங்கு இலை வாழை நளி புக்கு, ஞாங்கர்
வருடை மட மறி ஊர்வு இடைத் துஞ்சும்
இருள் தூங்கு சோலை, இலங்குநீர், வெற்ப!
அரவின் பொறியும் அணங்கும் புணர்ந்த
உரவு வில்மேல் அசைத்த கையை, ஓராங்கு
நிரைவளை முன்கை என் தோழியை நோக்கி,
படி கிளி பாயும் பசுங் குரல் ஏனல்
கடிதல் மறப்பித்தாய்ஆயின், இனி நீ
நெடிது உள்ளல் ஓம்புதல் வேண்டும்; இவளே
பல் கோட் பலவின் பயிர்ப்பு உறு தீம் கனி
அல்கு அறைக் கொண்டு ஊண் அமலைச் சிறுகுடி
நல்கூர்ந்தார் செல்வ மகள்.
நீயே, வளியின் இகல் மிகும் தேரும், களிறும் -
தளியின் சிறந்தனை - வந்த புலவர்க்கு
அளியொடு கைதூவலை.
அதனால்,
கடு மா கடவுறூஉம் கோல் போல், எனைத்தும்
கொடுமை இலையாவது அறிந்தும், அடுப்பல் -
வழை வளர் சாரல் வருடை நன் மான்
குழவி வளர்ப்பவர் போல, பாராட்டி,
உழைப்பின் பிரியின், பிரியும்.
இழை அணி அல்குல் என் தோழியது கவினே.

தாமாகவே முற்றி வளைந்து கிடக்கும் மூங்கில் நுனிகள்; மூங்கில் நெல்லும் அவற்றின்பால் காணப்படும் நெல்லோடு அந்த நுனியையும் சேர்த்து வளைத்து யானைகள் தின்னும். அதன்பின், அண்மையில் வாழைமரங்கள் செறிந்த சாரலுள் செல்லும். அங்கே மான் குட்டிகள் சிறிதும் அச்சமின்றித் திரிந்துகொண்டிருக்கக் கண்டு, தாமும் கவலையின்றி ஒரு பக்கமாகப் படுத்து உறங்கும்.

அத்தகைய வளஞ் செறிந்த சோலைகளும் நீர்ப்பெருக்கும் உடைய வெற்பிற்கு உரிய தலைவனே!

இவளோ, நெடுநாள் குழந்தையின்றி வாடிய குடும்பத்திலே பிறந்த ஒரே செல்வ மகள்! பலாப்பழம் வீழ்ந்து வீழ்ந்து கறைப் பட்ட பாறையின்மேற் கிடக்கும் கனிந்த பலாப்பழத்தையும், பெருஞ் சோற்றையும் உண்டு வாழும் கானக் குறவரின் சிறுகுடி யிலே வந்து தோன்றியவள்.

பாம்பின் படத்திலே விளங்குவது போன்ற புள்ளிகளை உடைய, கொடியவலிமிகுந்த வில்லின்மேல் வைத்த கையனாக நீயும் விளங்குகின்றாய். என் தோழியைக் காதலித்தால் அவளை என்றும் பிரியாதிருத்தலன்றோ முறை! வளைகள் நிறைந்த முன் கையுடன் விளங்கும் அவள், உன் நினைவால் மயங்கிக், கிளி ஓட்டுதலையும் மறந்து, செயலற்று இருக்குமாறு செய்துவிட்டாயே? அது நியாயமாகுமோ?

காற்றினும் விரைந்து செல்லும் தேர்கள், களிறுகள் ஆகிய வற்றைப் புலவர்களுக்குக் கொடுத்துக் கொடுத்துக் கை ஓயாத வள்ளல் நீ. நான் சொல்வதையும் கேள்: விரைந்து செல்லும் குதிரை யைத் தாற்றுக் கோலாற் குத்தல் செய்யாத பண்புடையவன் என்று அறிந்து தான் உங்களின் இணைப்பிறகு நானும் இசைந்தேன். இயற்கையாகவே உன்பால் அளவற்ற காதல் உடையவளான இவளைப் பிரிந்து வருத்துவதை இனியேனும் செய்யாதிருப் பாயாக. சுரபுன்னை வளரும் வீட்டின் பக்கத்தே, வருடை நன்மானின் குட்டியை எடுத்து வந்து வளர்ப்பவர் போலக், கவன மாக இவளை அன்புடன் பேணிக் கணமும் போற்றி வாழ்வாயாக. சற்றே பிரிந்தாலும் அந்த மான் குட்டியானது துள்ளி ஓடிவிடுமல் லவா? அதே போல, மேகலையணிந்த என் தோழியின் அழகும், நீ சற்றே பிரிந்தாலும் அவளை விட்டு நீங்கிவிடும். இதனை மறவாதே மனத்திற் கொள்வாயாக!

சொற்பொருள்: 1. வாங்கு - வளைந்த. கோல் - மூங்கில். **3.** தூங்கு - செறிந்த. நளி - நெருங்க வளர்ந்த தோட்டம். **4.** மறி - குட்டி. ஊர்வு இடை - ஆடும் இடம். 7. உரவு - வன்மையும் உறுதியும். **9.** குரல் - கதிர். ஏனல் - தினை. **12.** பயிர்ப்பு - பலாப்பழம் வீழ்ந்த கறை. **13.** அல்கு - வீழ்ந்து கிடக்கும். அமலை - பெருஞ்சோற்றுத் திரள். **14.** நல்கூர்ந்தார் - மகப்பேறில்லா வறுமை உற்றவர். **15.** வளி - காற்று. **16.** தளி - மழைத்துளி. **17.** அளி - அருள். கைதூவல் -

கைஒழியாமை. 19. கடுமா - இயல்பாகவே விரைந்து செல்லும் குதிரை. கடவுஉறும் - செலுத்தும். எனைத்தும் - சிறிதும். வழை - சுர புன்னைமரம். 23. உழை - இடம். உழையின் - இடத்தினின்றும்.

15. திருடன் மகன் திருடன்!

(ஒரு சிற்றூர்; அங்கே ஒரு கன்னி; பல தோழியருடன் அவள் கூடி விளையாடுவாள். அவ்வூர் இளைஞன் ஒருவன் அவளைக் காதலித்தான். அவள், அவனைப் பாராதே இருந்தாள். எனவே, தானாகவே அவளுடன் தொடர்புகொள்ள முனைகிறான் அவன். அவன் செய்த செயல்களைத் தன் தோழியிடம் சொல்லி மகிழ்கிறாள் அந்தக் கன்னி, கதை போலக் கற்பித்துச் சொல்லும் பாணியைக் கையாண்டிருக்கிறார் கபிலர்.)

**சுடர்த்தொடீஇ! கேளாய்! - தெருவில் நாம் ஆடும்
மணற் சிற்றில் காலின் சிதையா, அடைச்சிய
கோதை பரிந்து, வரிப் பந்து கொண்டு ஓடி,
நோ தக்க செய்யும் சிறு பட்டி, மேல் ஓர் நாள்,
அன்னையும் யானும் இருந்தேமா, 'இல்லிரே!
உண்ணு நீர் வேட்டேன்' என வந்தாற்கு, அன்னை,
'அடர் பொற் சிரகத்தால் வாக்கி, சுடரிழாய்!
உண்ணு நீர் ஊட்டி வா' என்றாள்; என, யானும்
தன்னை அறியாது சென்றேன்; மற்று என்னை
வளை முன்கை பற்றி நலிய, தெருமந்திட்டு,
'அன்னாய்! இவன்ஒருவன் செய்தது காண்' என்றேனா,
அன்னை அலறிப் படர்தர, தன்னை யான்,
'உண்ணு நீர் விக்கினான்' என்றேனா, அன்னையும்
தன்னைப் புறம்பு அழித்து நீவ, மற்று என்னைக்
கடைக்கணால் கொல்வான் போல் நோக்கி, நகைக் கூட்டம்
செய்தான், அக் கள்வன் மகன்.**

ஒளி செய்யும் வளையணிந்தவளே! இந்தக் கதையைக் கேளடீ: நாம் தெருவில் மணற்சிற்றில் விளையாடும்போது வந்து நம் சிற்றில்லைத் தன் காலால் சிதைத்தானல்லவா ஒருவன். நாம் தலையிற் சூடியிருந்த கோதையைப் பிய்த்து நம்மை அழவிட்டானே அவன். நாம் விளையாடிய பந்தினைப் பறித்துக் கொண்டு ஓடி நம்மையெல்லாம் கதறவிட்டானே அந்தக் கட்டுக் கடங்காதவன்! அவன், ஒருநாள் என்ன செய்தான் தெரியுமா.

ஒரு நாள், யானும் என் அன்னையுமாக வீட்டினுள் இருந் தோம். தெருவாசலில் வந்து நின்று கொண்டான். 'வீட்டிலிருப்

பவர்களே! கொஞ்சம் உண்ணும் நீர் வேண்டுகின்றேன்' என்று சொன்னான். அதைக் கேட்ட என் தாய், என்னை அழைத்தாள். 'சுடரிழாய்! யாரோ ஒருவன் உண்ணும் நீர் கேட்கின்றான். தகட்டுப் பொன்னால் செய்த கலயத்திலே நீர் மொண்டு சென்று அவனுக்கு வார்த்து வா' என்றாள். அவன் தான் வந்திருப்பவன் என்று அறியாமல், நானும் நீர் எடுத்துக் கொண்டு போனேன். போனேனோ? அந்த குறும்புக்காரன், வளைகுலுங்கும் என் முன்னங்கையைப் பற்றி வலித்தான். நான் நடுங்கிவிட்டேன். 'அன்னாய்! இவன் செய்கின்ற காரியத்தை வந்து பாரம்மா' என்று கதறினேன். அலறித் துடித்து அன்னையும் ஓடி வந்தாள். அவன் நடுங்கினான்; பாவமாயிருந்தது. எனவே, நடந்ததை மறைத்தேன். 'நீர் குடிக்கும்போது போது விக்கினான்' என்றேன். உண்மை தெரியாத அன்னையும், அவன் முதுகைத் தடவிக் கொண்டிருந்தாள். அப்பொழுது, அந்தக் கள்வன் மகன், கடைக் கண்ணால் என்னைக் கொல்வது போலப் பார்த்து, மகிழ்ச்சியோடும் நகையாடினானடீ!

சொற்பொருள் : அடைச்சிய - கூந்தலில் வைத்த. 3. பரிந்த - அறித்து. 4. பட்டி - காவல் இன்றி வளர்ந்தவன். 7. சுடர் - ஒளிவீசும். சிரகம் - நீர் உண்ணும் கலம். வாக்கி - வார்த்து. 10. தெருமந்திட்டு - மருண்டு. 14. புறம்பழித்து 'மெதுவாக உண்பதற்கென்ன' என்பது போல்வன கூறிக் கண்டித்து. நீவ - தடவிக் கொடுக்க. 15. நகைக் கூட்டம் - மனமகிழ்ச்சி தரும் நட்பு. 16. கள்வன் - திருடனாகிய அவன்.

16. கல்யாண வெட்கம்!

(எவ்வளவுதான் பழகியிருந்தாலும், பலரும் காணக் கல்யாண நாளிலே தன் காதலனருகே இருக்கும்போது, மணப் பெண்ணுக்கு வெட்கம் தானாகவே வந்து விடுகிறது. இரவு வேளையில் மறைவாகத் தன் காதலியைக் காண வந்தவனிடம், திருமணத்திற்கு விரைவிலே ஏற்பாடு செய்யுமாறு கூறும் தோழி, இவ்வடி நயமாகக் கூறுகின்றாள்.)

முறம் செவி மறைப் பாய்பு முரண் செய்த புலி செற்று,
மறம் தலைக்கொண்ட நூற்றவர் தலைவனைக்
குறங்கு அறுத்திடுவான் போல், கூர் நுதி மடுத்து, அதன்
நிறம் சாடி முரண் தீர்ந்த நீள் மருப்பு எழில் யானை,
மல்லரை மறம் சாய்த்த மால் போல், தன் கிளை நாப்பண்,
கல் உயர் நனஞ் சாரல், கலந்து இயலும் நாட! கேள்:
தாமரைக் கண்ணியை, தண் நறுஞ் சாந்தினை,

நேர் இதழ்க் கோதையாள் செய்குறி நீ வரின்,
‘மணம் கமழ் நாற்றத்த மலை நின்று பலி பெறூஉம்
அணங்கு’ என அஞ்சுவர், சிறுகுடியோரே.
ஈர்ந் தண் ஆடையை, எல்லி மாலையை,
சோர்ந்து வீழ் கதுப்பினாள் செய்குறி நீ வரின்,
ஒளி திகழ் ஞெகிழியர், கவணையர், வில்லர்,
‘களிறு’ என ஆர்ப்பவர், ஏனல் காவலரே.
ஆர மார்பினை, அண்ணலை, அளியை,
ஐது அகல் அல்குலாள் செய்குறி நீ வரின்,
‘கறி வளர் சிலம்பில் வழங்கல் ஆனாப்
புலி’ என்று ஓர்க்கும், இக் கலி கேழ் ஊரே.
என ஆங்கு -
விலங்கு ஓரார், மெய் ஓர்ப்பின், இவள் வாழாள்; இவள் அன்றி,
புலம் புகழ் ஒருவ! யானும் வாழேன்;
அதனால், பொதி அவிழ் வைகறை வந்து, நீ குறை கூறி,
வதுவை அயர்தல் வேண்டுவல்; ஆங்கு,
புதுவை போலும் நின் வரவும், இவள்
வதுவை நாண் ஒடுக்கமும், காண்குவல், யானே.

அறத்தை மறந்து, மறத்தையே கொண்டவனாயிருந்தான், நூற்றுவரின் தலைவனான துரியோதனன். அவனது தொடையை முறித்து, விமசேனன் அவனைக் கொன்றான். அது போலவே, தன் முறம் போன்ற செவிப்புறமாக வந்து பாய்ந்து தாக்கிய புலியின் தொடையிலே, தன் கொம்புகளால் குத்திக் கொன்றது ஒரு களிறு. அதன்பின், அக்களிறு, மல்லனை வென்ற திருமாலைப் போலக் கம்பீரமாக, அந்த மலைச்சாரலில் தன் கூட்டத்தினிடையே உலவிக் கொண்டிருந்தது. அத்தகைய மலைநாட்டவனே!

ஒத்த இதழ்களால் கட்டின் கோதையினை உடையவள் என் தலைவி. அவள் செய்த இரவுக்குறியிடத்திற்கு நீயும் வருகின்றாய். தாமரைப் பூவினாற் செய்த கண்ணியைச் சூடியுள்ளாய். மணமிக்க குளிர்ந்த சந்தனத்தைப் பூசியுள்ளாய். எம் சிறு குடியிலுள்ளோர் அந்த நிலையிலே உன்னைக் கண்டால், ‘மணம் கமழும் மலைக் கண்ணே நின்று, தாங்கள் தரும் பலியை ஏற்றுக்கொள்ளும் அணங்குதானோ, நீ!’ என்று நினைத்து அஞ்சுவார்களே! அப்போது என்ன செய்வோம்!

காலையிலே நீராடி ஈரமான ஆடையுடன் விளங்குவாய் மாலையிலோ அழகாகப் புனைந்து வருகின்றாய். மயிர்கள்

கன்னங்களிலே அழகாகக் கிடந்து புரளும் இவள் செய்த இரவுக் குறியிடத்திற்கும் நீ வருகின்றாய். அப்போது ஏற்படும் மரக் கிளைகள் தழைகளின் அசைவுகளினால், 'யானை தான் வந்ததோ?' என்று எழுவர், ஏனலைக் காத்திருப்பவர்கள். கையிலே தீப்பந்தங் களுடன், கவணும் வில்லுங் கொண்டு, 'யானை வந்த'தென அவர் அப்போது ஆர்ப்பரித்து எழுந்தால், நின் நிலைமை என்னவாகும்?

ஆரம் சூடிய மார்பினை யுடையவன்; மலைநாட்டின் தலைவன்; அருள் உடையவன் நீ. மெல்லியதாக அகன்ற அல்குலை யுடைய இவள் செய்த குறியிடத்திற்கும் வருகின்றாய். வந்தால், 'மிளகுக் கொடி வளரும் மலைச்சாரலிலே, புலி வந்துவிட்டதோ?' என்று செருக்கு மிகுந்த இவ்வூரிலுள்ளோர் நினைப்பார்களே? நினைத்தால் என்னவாகுமோ?

பலரும் பாராட்டும் சிறந்த அறிவுடையவனே! அவ்வாறு வேறாகக் கருதும் ஊரினர் உண்மையையும் உணர்ந்து விட்டால்; இவள் செய்துவரும் களவுற தானும் வெளிப்பட்டு விடுமே! அதன் பின், இவள் உயிர் வாழ்ந்திருக்க மாட்டாள். இவளை இழந்த நானும் வாழேன்! அதனால், 'மலர்கள் அலர்கின்ற விடியற்காலத் திலே வந்து, நின் குறையைக் கூறி, இவளை வரைந்து வந்து மணந்து கொள்வாயாக' என வேண்டுகிறேன். புதியவனைப் போல நீ வந்து இவள் வீட்டிலே பெண் கேட்கும் அந்தக் காட்சியையும், உன்னருகிருக்க நாணங் கொண்டவள் போல திருமணக் கோலத் தில் இவள் ஒடுங்கியிருக்கும் அந்தக் காட்சியையும், நான் காண வேண்டாமோ!

சொற்பொருள்: 1. செற்று - சினந்து. 3. குறங்கு - தொடை. மடுத்து - குத்தி. 4. நிறம் - மார்பு. சாடி - திறந்து. 6. நனம் - அகன்ற. 11. எல்லி - இருட்டு. மாலை - இயல்பு எல்லிய மாலையை - இருண்ட தன்மை வாய்ந்து, அதாவது கருநிறப் போர்வை மேற்கொண்டு. 13. ஞெகிழி - தீப்பந்தம். 14. கறி - மிளகு. 18. ஓர்க்கும் - கருதும். 20. விலங்கு - பிரிது ஒன்றாக. 21. புலம்புகழ் ஒருவ - அறிவால் புகழப்படும் ஒப்பற்றவனே.

17. அளிபெறக் கவின் நந்தும்!

(பிரிந்திருக்கும் தலைவனிடம் தோழி சென்று, தலைவியின் பிரிவுத் துன்ப வேதனையைக் கூறி, அவள்பால் செல்லுமாறு தூண்டுகிறாள்.)

வறன் உறல் அறியாத வழை அமை நறுஞ் சாரல்
விறல் மலை வியல் அறை, வீழ் பிடி உழையதா,
மறம் மிகு வேழம், தன் மாறுகொள் மைந்தினான்,

புகர் நுதல் புண் செய்த புய் கோடு போல,
உயர் முகை நறுங் காந்தள் நாள்தோறும் புதிது ஈன,
அயம் நந்தி அணி பெற, அருவி ஆர்த்து இழிதரும்
பய மழை தலைஇய பாடு சால் விறல் வெற்ப!
மறையினின் மணந்து ஆங்கே மருவு அறத் துறந்தபின்,
இறை வளை நெகிழ்பு ஓட, ஏற்பவும் ஒல்லும்மன் -
அயல் அலர் தூற்றலின், ஆய்நலன் இழந்த, கண்;
கயல் உமிழ் நீர் போல, கண் பணி கலுழாக்கால்?
இனிய செய்து அகன்று, நீ இன்னாதாத் துறத்தலின்,
'பனி, இவள் படர்' எனப் பரவாமை ஒல்லும்மன் -
ஊர் அலர் தூற்றலின், ஒளி ஓடி, நறு நுதல்
பீர் அலர் அணி கொண்டு, பிறை வனப்பு இழவாக்கால்?
'அஞ்சல்' என்று அகன்று, நீ அருளாது துறத்தலின்.
நெஞ்சு அழி துயர் அட, நிறுப்பவும் இயையும்மன் -
நனவினால் நலம் வாட, நலிதந்த நடுங்கு அஞர்
கனவினால் அழிவுற்று, கங்குலும் அரற்றாக்கால்?
என ஆங்கு,
விளியா நோய் உழந்து ஆனா என் தோழி, நின் மலை
முளிவுற வருந்திய முளை முதிர் சிறு தினை
தளி பெறத் தகை பெற்றாங்கு, நின்
அளி பெற நந்தும், இவள் ஆய் நுதற் கவினே.

வளம் செறிந்த மலைநாடு நாடு அது. அருவிகளில் வழிந்த நீர் பள்ளத்தாக்குகளை எல்லாம் வளப்படுத்தியது. சுரபுன்னை மரங்கள் சாரல்களில் அடர்த்தியாக வளர்ந்திருந்தன. எங்கும் எழில் நிறைந்திருந்தது. மழை மேகங்கள் எப்போதும் மலை முகடுகளிலே கவிந்திருந்தன. அந்த மலைச்சாரலிலே, தன் இனிய பிடியோடும் பாறையின் மேல் கூடியிருந்தது ஒரு களிறு. அப்போது, அந்தப் பிடியை விரும்புகின்ற ஆசையானது மேலெழ, மற்றொரு களிறும் அவ்விடத்துக்கு வரவே, அதற்குச் சினம் எழுந்தது, வந்த களிற்றின் நெற்றியிலே தன் கொம்புகள் புதையுமாறு குத்தி அதனைத் துரத் திற்று. அதன் கொம்பு முனைகள் எதிர் வந்த யானையின் செந்நீரால் சிவந்து தோன்றின. அதுபோலக், காந்தள் மலர்கள் எங்கும் புதுப் பூக்களுடன் சிவப்பாக மலர்ந்து விளங்கும் அணிபெற்ற, அத்தகைய மலை நாட்டவனே!

களவிலே கூடிவிட்டுப் பின்னர் கூட்டம் கிடையாதபடி நீ முற்றவும் பிரிந்துவிட்டனை! இவளுடைய முன்கை வளைகள் கழன்று ஓடின. அத்தகைய வருத்தத்தை அவளால் தாங்குதலும் முடியுமோ? அயலவர் தெரிந்து அலர்கூறித் தூற்றுகின்றதனால்

அழுது, அழுது இவள் கண்ணழகும் கெட்டன. மீனினம் உண்டு உமிழும் நீர் போல, இவள் கண்களிலிருந்து இடைவிடாது நீரும் வழிந்து கொண்டேயிருக்கின்றது!

இன்பங்கள் விளையும் கூடலைச் செய்துவிட்டு நீ அகன் றாய். இவளுக்குத் துயர்மிகுமாறு வராதும் இருந்துவிட்டாய். இவள் படும் வேதனையை அணங்குத் தாக்குதலால் வந்த நோய் என்று எண்ணித் தெய்வத்தை வழிபடவும் உற்றார் முயல்கின்றனர். இது நியாயமோ? ஊர் அலர் தூற்றலால் நெற்றியின் ஒளி என்றோ ஓடி விட்டது. பீர்க்கம் பூவினைப் போன்ற பசலையை அணியாகக் கொண்டாள். பிறை வனப்பையும் இழந்து விட்டாள். ஏன் இதனைச் செய்தனை?

'அஞ்சேல்' என்று கூறி அன்று அகன்றாய்! பின் நீ அருள் கொள்ளாது பிரிந்ததனால், நெஞ்சை அழிக்குமாறு துயரமும் வருத்து கின்றதே. இவள் ஆற்றியிருக்கவும் வல்லாளோ? நனவிலே நலம் வாடும்படியாக வந்து நலிவைத் தந்த கொடுந்துயரம், கனவினால் சற்றே மறைந்தாலும், அந்த இரவெல்லாம் கொடுமை செய்ததே! இவ்வாறெல்லாம் தீராத நோயினால் வருந்தி வாடுகின்றாள் என் தோழி. நின் மலையிலே, வறட்சியால் வருந்திய முளைக்கும் பருவத்துச் சிறு தினை, மழை வீழ்ந்ததும் அழகு பெறுவதனைப் பார். அது போல, அருள் பெற்ற அந்நேரமே இவளது அழகிய நுதலினும் கவின் வந்து சேரும் என்றறிவாயாக.

சொற்பொருள் : 1. வறன் உறல் - பழை இன்றி வாடுதல். வழை - சுரபுன்னை. 3. மைந்து - வலிமை. 6. அயம் - பள்ளம். நந்தி - நீர் நிறைந்து. 7. பயமழை - பயன் மிக்க மழை. தலைஇய - உச்சியிற்கொண்ட 8. மறை - களவொழுக்கம். மருவுதல் - கூடுதல். 13. பனி - நோய். படர் - நோய். பரவுதல் - வழி படுதல். 14. ஒளி ஓடி - ஒளி கெட்டு. 15. பீர் அலர் - பீர்க்க மலர். 17. நிறுப்பவும் - உயிரைப் போக்காது நிறுத்தவும். 18. நலிதந்த - வருந்திய. விளியா நோய் - அழைக்காமல் தானே வந்த காதல் நோய். 22. முளிவுற - உலர்ந்து போம்படி.

18. அவனும் நானும்!

(பெற்றோர், தனக்குரிய திருமண ஏற்பாடுகளைச் செய்யக் கண்டாள் ஒரு தலைவி, தான் தலைவனின் வசமாய்விட்ட நிலையினைத் தாயிடம் சொல்லி, அவனுக்கே தன்னைத் தருதற்கு வற்புறுத்துமாறு, தன் தோழியை வேண்டுகிறாள்.)

'கொடியவும் கோட்டவும் நீர் இன்றி நிறம் பெற,
பொடி அழல் புறந்தந்த பூவாப் பூம் பொலன் கோதை,
தொடி செறி யாப்பு அமை அரி முன்கை, அணைத் தோளாய்!
அடி உறை அருளாமை ஒத்ததோ, நினக்கு?" என்ன,
நரந்தம் நாறு இருங் கூந்தல் எஞ்சாது நனி பற்றி, 5
பொலம் புனை மகரவாய் நுங்கிய சிகழிகை,
நலம் பெறச் சுற்றிய குரல் அமை ஒரு காழ்
விரல் முறை சுற்றி, மோக்கலும் மோந்தனன்;
நறாஅ அவிழ்ந்தன்ன என் மெல் விரற் போது கொண்டு,
செறாஅச் செங் கண் புதைய வைத்து, 10
பறாஅக் குருகின் உயிர்த்தலும் உயிர்த்தனன்;
தொய்யில் இள முலை இனிய தைவந்து,
தொய்யல் அம் தடக் கையின், வீழ் பிடி அளிக்கும்
மையல் யானையின், மருட்டலும் மருட்டினன்.
    அதனால், 15
அல்லல் களைந்தனன், தோழி! நம் நகர்
அருங் கடி நீவாமை கூறின், 'நன்று' என
நின்னொடு சூழ்வல், தோழி! 'நயம் புரிந்து,
இன்னது செய்தாள் இவள்' என,
மன்னா உலகத்து மன்னுவது புரைமே. 20

"கொடிப்பூவும் கோட்டுப்பூவும் நீரின்றியே அழகு பெற்றன போலப், பொன்னினால் பொடியழலிலே இட்டுப் பொலிவுடன் செய்த, பூவாத பூக்களைக் கொண்ட கோதையினை அணிந்தவளே! தொடி செறிந்த கட்டுவடங்களைச் சூடிய முன் கையினாளே! மூங்கில் போன்ற தோளினாய்! நின் திருவடியின் கீழ் நான் இருக்கு மாறு அருள் செய்யாதிருத்தல் தான் நின் தகைமைக்கு இசைந் ததோ" என்று கூறி, அவன் மிகவும் வேண்டினான். கத்தூரியின் மணம் நாறும் என் கரிய கூந்தலை அள்ளியெடுத்து, அழகாக மகர மீனின் வாய்போல வேலைப்பாடமைந்த மாலையைத் தன் விரலாலேயே சுழற்றி, அதனை மோந்தும் பார்த்தான். அது மட்டு மின்றி, நறவம்பூ மலர்ந்தாற்போன்ற மெல்விரல்களையுடைய என் கையைத் தாங்கித், தன் கண் மறையுமாறு வைத்துக் கொண்டு, உலைவாய் உயிர்ப்பது போமல நெட்டுயிர்ப்பும் செய்தான். தொய் யில் எழுதிய என் இளமுலைகளை இனிதாகத் தடவினான்; தொய்த லூடைய அழகிய அகன்ற கையால், தன் பிடியைக் களிறு மையல் கொண்டு தழுவுவது போல என் மேனி முழுதும் தடவி, என்னை அவன் வசமாக்கி, மயக்கியும் விட்டான்.

அதனால் தோழி! காம வாதையால் நான் பட்ட துயரத்தையும் போக்கினான். நம் நகரில், பலரும் அறிய நடைபெறும் அரிய என் திருமணம், பிறன் ஒருவனுடன் ஏற்படாதவாறு, நம் தாயிடம் நீ சென்று கூறினால் நன்று என்றே உன்னோடு ஆராய்கின்றேன். தயவு செய்து என் அன்னையிடம் கூறி, நீ எனக்கு உதவினால், 'இன்னது செய்தாள் இவள்' என்ற புகழ், நிலையற்ற உலகம் உள்ளவரையும் நினக்கு நிலைக்கும் இதனை எண்ணுவாயாக!

சொற்பொருள்: *2. பொடி அழல் - நீறு மூடிய நெருப்பு. புறந்தந்த - பண்ணிய. 3.. யாப்பு - வளையல்களைச் சேர்த்துப் பிணிக்கும் கட்டுவடம். 4. அடி உறை - அடியின்கண் கிடந்து வாழ்தல். 5. நரந்தம் - கத்தூரி. 6. பொலம் - பொன். மகரவாய் - மகரமீன் வாய்போல் பண்ணிய தலையணி. நுங்கிய - விழுங்கிய. 7. காழ் - வடம். 9. நறா - நறவமலர். 10. செறா அச்செங்கண் - சினவாத கண்; அருள் புரியும் கண்.11. புறா அக்குருகு - பறவாக் குருகு; கொல்லன் உலைக்கண் துருத்தி. 17. கடி - திருமணம். 20. மன்னா - நிலையற்ற. புரைமே - புரைமே - பொருந்தும்.*

19. அவன் ஒரு வேடன்!

(தலைவனின் நடவடிக்கைகளை நினைத்துத் தலைவி வருந்தினாள். தோழி வந்தவள், தலைவியிடம் தலைவனைக் குறித்துப் பரிந்து பேசினாள். 'இத்துணைக் கொடுமை செய்தான்; யான் என் நாணமும் மடமும் இழந்துவிடவில்லை' என்று, அப்பொழுது பெருமிதத்துடன் கூறுகிறாள், தலைவி.)

**மின் ஒளிர் அவிர் அறல் இடை போழும் பெயலேபோல்,
பொன் அகை தகை வகிர் வகை நெறி வயங்கிட்டு,
போழ் இடை இட்ட கமழ் நறும் பூங் கோதை,
இன் நகை, இலங்கு எயிற்று, தே மொழி, துவர்ச் செவ் வாய்,
நன்னுதால்! நினக்கு ஒன்று கூறுவாம்; கேள், இனி:
'நில்' என் நிறுத்தான்; நிறுத்தே வந்து,
நுதலும், முகனும், தோளும், கண்ணும்,
இயலும், சொல்லும், நோக்குபு நினைஇ,
'ஐ தேய்ந்தன்று, பிறையும் அன்று:
மை தீர்ந்தன்று, மதியம் அன்று;
வேய் அமன்றன்று, சுனையும் அன்று;
மெல்ல இயலும், மயிலும் அன்று;
சொல்லத் தளரும், கிளியும் அன்று'
என ஆங்கு,**

அனையன பல பாராட்டி, பையென,
வலைவர் போல, சோர் பதன் ஒற்றி,
புலையர் போல, புன்கண் நோக்கி,
தொழலும் தொழுதான்; தொடலும் தொட்டான்;
காழ் வரை நில்லாக் கடுங்களிற அன்னோன்
தொழூஉம்; தொடூஉம்; அவள் தன்மை
ஏழைத் தன்மையோ இல்லை, தோழி!

மின்னும் கருமேகத்திடையே பெய்யும் அடைமழையைப் போலப், பொன்னாற் செய்த அணிகள் பலவும் அழகுறப் புனைந்த நின் கூந்தலிலே சூட்டப்பெற்று, அதனை அணிசெய்கின்றன. தாழைப் பூவிதழ்கள் தொடுத்த பூமாலையும் பல பகுதிகளாக இடையிடையே அழகுடன் விளங்குகிறது. புன்னகை மிளரும் ஒளிமிகுந்த வெண்பல்லும், இனிய பேச்சும், சிவந்த வாயும், நல்ல நுதலும் உடையவளே! உனக்கு ஒன்று கூறுவேன்; இனி, அதனையும் கேட்பாயாக:

வழியே சென்ற என்னிடம் வந்து, 'நில்' எனக் கூவி அவன் நிறுத்தினான். யான் நிற்கவும், என் அருகிலே வந்தான். 'நின் நுதல் வளைவும் ஒளியும் உடையதாயினும் தேய்வதில்லை; ஆதலின் பிறையும் அன்று. நின் முகம் மாசற்றது; அதனால் மதியும் அன்று. நின் தோள்கள் மூங்கில் போல்வன; எனினும் நீ மலையும் அன்று, நின் கண்கள் நீலமலர் போல்வன; எனினும் ஓர் சுனையும் அன்று. நின் சாயல் மெல்லென அசைவதே; எனினும் மயிலும் அன்று. நின் சொற்கள் சொல்லுக்குச் சொல் தளரும்; எனினும் கிளியும் அன்று; என்று ஒவ்வோர் உறுப்பாகப் பார்த்துப்பார்த்து, எண்ணி எண்ணி, இவ்விதம் எல்லாம் என்னைப் பலபடப் புனைந்து பேசிப் பாராட்டினான்.

அதனால் மயங்கி யான் சோர்ந்திருக்கும் நிலையை உணர்ந்து, பையென, வலைவிரித்த வேடன்போல என்னையும் அகப்படுத்த எண்ணினான். கலங்கும் என கண்களைக் கண்டதும், இழிந்தவன் போல என்னைத் தொழவும் செய்தான்; என்னைத் தொட்டும் விட்டான். மதத்தால் அறிவும் கெட்ட களிறானது, குத்துக்கோலாரின் ஆணைக்கு அடங்காது கட்டுப்பாடுகளைக் கடந்து செயலாற்றி விளங்குவதுபோல, அவனும் கட்டுமீறி நடந்து கொண்டான். தொழுதாலும், தொட்டாலும், அவன் நிலைமையிலே எவ்விதமான வொரு ஏழைமைத் தன்மையையும் யான் காணேனடீ!

புலியூர்க் கேசிகன் 143

சொற்பொருள் : 2. அகை - வெட்டி வேறாக்கிய. தகை - அழகு. வகிர் - தலைக் கோலம் என்னும் அணி. வகை - ஐந்து வகைக் கூந்தல். நெறி - அடர்ந்த மயிர் வயங்கிட்டு - விளங்கச் சூட்டி. 3. போழ் - தாளம்பூவின் துண்டு இதழ்கள். 4. எயிறு - பல். துவர் - பவளம். 9. ஐ - வியப்பு. ஐதேய்ந்தன்று - கண்டார் வியக்குமாறு தேய்ந்துவிட்டது. 23. ஏழைத்தன்மை - அறிவால் ஏழ்மையுற்ற தன்மை; அஃதாவது அறிவு மயங்கிய நிலைமை.

20. அவள்தான் யாரோ?

(தலைவியைக் கண்டு உள்ளம் பறிகொடுத்தான் ஓர் இளைஞன். அவள்பால் எதுவும் பதிலுரை பெறாத அவன், தான் பட்ட நிலையை இப்படித் தருக்கி உரைக்கின்றான்.)

ஊர்க்கால் நிவந்த பொதும்பருள், நீர்க் கால்,
கொழு நிழல் ஞாழல் முதிர் இணர் கொண்டு,
கழும முடித்து, கண்கூடு கூழை
சுவல்மிசைத் தாதொடு தாழ, அகல் மதி
தீம் கதிர் விட்டது போல, முகன் அமர்ந்து,
ஈங்கே வருவாள் இவள் யார்கொல்? ஆங்கே, ஓர்
வல்லவன் தைஇய பாவைகொல்? நல்லார்
உறுப்பு எலாம் கொண்டு, இயற்றியாள்கொல்? வெறுப்பினால்,
வேண்டும் உருவம் கொண்டதோர் கூற்றம்கொல்? - ஆண்டார்,
கடிது, இவளைக் காவார் விடுதல்; கொடிய இயல்,
பல் கலை, சில் பூங் கலிங்கத்தள் - ஈங்கு, இது ஓர்
நல்கூர்ந்தார் செல்வ மகள்!
இவளைச் சொல்லாடிக் காண்பேன், தகைத்து
நல்லாய்! கேள்:
ஆய் தூவி அனம் என, அணி மயிற் பெடை என,
தூது உண் அம் புறவு என, துதைந்த நின் எழில் நலம் -
மாதர் கொள் மான் நோக்கின் மட நல்லாய்! - நிற் கண்டார்ப்
பேதுறூஉம் என்பதை அறிதியோ? அறியாயோ?
நுணங்கு அமைத் திரள் என, நுண் இழை அணை என,
முழங்கு நீர்ப் புணை என, அமைந்த நின் தட மென் தோள் -
வணங்கு இறை, வால் எயிற்று, அம் நல்லாய்! - நிற் கண்டார்க்கு
அணங்காகும் என்பதை அறிதியோ? அறியாயோ?
முதிர் கோங்கின் முகை என, முகம் செய்த குரும்பை என,
பெயல் துளி முகிழ் என, பெருத்த நின் இள முலை -
மயிர் வார்ந்த வரி முன்கை மட நல்லாய்! - நிற் கண்டார்

உயிர் வாங்கும் என்பதை உணர்தியோ? உணராயோ?
என ஆங்கு,
பேதுற்றாய் போலப் பிறர் எவ்வம் நீ அறியாய்,
யாது ஒன்றும் வாய்வாளாது இறந்தீவாய்! கேள், இனி:
நீயும் தவறு இலை; நின்னைப் புறங்கடைப்
போதர விட்ட நுமரும், தவறு இலர்;
நிறை அழி கொல் யானை நீர்க்கு விட்டாங்கு,
‘பறை அறைந்தல்லது செல்லற்க!’ என்னா
இறையே தவறு உடையான்.

கொன்றையின் புது மலரைத் தலைநடுவே முடித்துக் கொண்டிருக்கின்றாள். மலரும் மயிரும் கலந்து பின்னியது போன்ற சடை. தோளிலே கிடந்து அழகு செய்கின்றது. முழுமதிபோல் அவள் முகமும் ஒளி வீசுகிறது. இப்படி வருகின்ற அவள்தான் யாரோ?

வல்லவன் செய்து உயிரூட்டி உலவவிட்ட பொற்பாவையோ? மகளிரிலே சிறந்தவர்களின் சிறந்த உறுப்பெல்லாம் ஒன்றாகக் கூட்டி, அயனானவன் சமைத்த சித்திரமோ? தன் உருவிலே வெறுப்புக் கொண்ட கூற்றம், இவ்வாறு அழகுருவம் எடுத்து ஆடவரின் உயிர்களை வாங்க எண்ணி உலா வந்ததோ? இவள் பெற்றோர் இவளை வீட்டிலே அடைத்து வைத்திருக்க வேண்டாமோ? வெளியே உலவ விடுதல் எவ்வளவு கொடுமை! மென்கொடி போல அசைந்து, இடையிலே பல கோவைகளால் அமைந்த மேகலையும் தவழப், பூக்கரையிட்ட கலிங்கத்தையும் உடுத்தவளாக வருகின்றாளே! ஒருக்கால், பிள்ளையற்று வாடியவர் பெற்றெடுத்த ஒரே ஒரு செல்வ மகளோ? எதற்கும், இவளுடன் சென்று பேசலாம்; இவள் தகைமையையும் யான் சற்றுக் காண்பேன்;

‘‘மானின் கண்களைப் போலக் காண்பாரை மயக்கும் கண்ணழகினை உடையவளே! அன்னம் என்னும் நின் மென்னடையும், மயில் போன்ற நின் அழகுச் சாயலும், புறாப் போன்ற நின் மடப்பம் அமைந்த பேரெழிலும், கண்டவரை மயக்கி அழியச் செய்யும் என்பதை நீதான் அறிவாயோ? அல்லது அறிய மாட்டாயோ?

‘‘வளைந்த முன்கையினை உடையவளே! வெண்மையான பற்களை உடையவளே! நின் தோள்கள் தாம் என்ன? நிறத்தாலும் திரட்சியாலும் மூங்கிலைப் போலிருக்கின்றன; மென்மையினால் பட்டுத் தலையணையைப் போலிருக்கின்றன; காமக் கடலை நீந்துவதற்குரிய தெப்பமும் போல்வன; ஆதலினால், வேழங்கோலாற்

செய்த தெப்பம் போலவும் தோன்றுகின்றன. ஆனால், அவை பிறருக்கு வருத்தம் செய்வன வென்பதை நீ அறிவாயோ? அன்றி அறிய மாட்டாயோ?

அழகிய மயிர் வரிசையுடையன நின் முன்னங்கைகள்! மடப்பஞ் சிறந்த நல்லாளே! நின் முலைகள் தாம் என்ன? முற்றின கோங்கின இள முகையோ? அடிபரந்து விளங்கும் குரும்பையோ? மழைத்துளி விழும்போது கிளம்பும் குமிழ்களோ? பெருத்த நின் இளமுலைகள் இவைபோலிருக்கின்றன தாம். ஆனால், கண்டவரின் உயிரை அவை வாங்கும் என்பதை நீ அறிவாயோ? அன்றி அறியமாட்டாயோ?

இவ்வளவும் கூறியும், பிறர் பிறர் வருத்தத்தை நீயும் அறிய வில்லையோ? மயக்கங் கொண்டவளைப் போல, ஏதுஞ் சொல் லாது என்னைவிட்டு அகன்று போகின்றாயே? நான் கூறுவதைக் கேள்: 'நீயும் குற்றம் உடையவள் அல்லள்; இப்படித் தெருவிலே நின்னை உலவவிட்ட சுற்றத்தாரும் தவறுடையவரல்லர்; யார் குற்றம்? என்பாயேல், அதனையும் கேள்: மதங்கொண்ட கொல்லும் யானையை நீர்த்துறைக்கு விட்டால், முற்படப் பறையறைந்து அதன் பின்னர் அனுப்புவார்களே! அது போல, நின்னையும் முற்படப் பறைசாற்றியே செல்லவிடல் வேண்டும் என்று ஆணை யிடாத இந்நாட்டு மன்னனே பெரிதும் தவறு உடையவன்.

சொற்பொருள் : 1. நிவந்த - வளர்ந்த. 3. கழும - ஒன்றோ டொன்று மயங்க. கூழை - கூந்தல். 11. பல்கலை - எண்கோவை மேகலை. கலிங்கம் - ஆடை. 16. தூது - கல். தூதுணம் - கல்லை உணவாகக் கொண்ட துதைந்த - மிகப் பொற்ற. 17. மாதர் - காதல். 20. புணை - தெப்பம். 21. வணங்கு இறை - வளைந்த முன்கை. 24. முகிழ் - மொக்குகள். இறந்து ஈவாய் - கடந்து செல்கின்றவளே. 31. போதரவிட்ட - போகவிட்ட.

21. அறிவைக் கவர்ந்து சென்றான்!

(வீட்டினுள்ளே பந்தாடியிருந்தாள் ஒரு கன்னி. பந்து தெரு வுக்குச் செல்ல, அதைத் தொடர்ந்து அவளும் ஓடி வந்தாள். அவளைக் கண்ட இளைஞன் ஒருவன் மயங்கினான்! பிதற்றினான்! முடிவில், 'தலை கவிழ்ந்து நிலத்தை நோக்கி, என் அறிவைத் தன்வயமாக்கிக் கொண்டு அவள் தன் வீட்டினுள்ளே போய்விட்டாளே!' என்று கூறி ஏங்கு கிறான்.)

**வேய் எனத் திரண்ட தோள், வெறி கமழ் வணர் ஐம்பால்,
மா வென்ற மட நோக்கின், மயில் இயல், தளர்பு ஒல்கி -
ஆய் சிலம்பு அரி ஆர்ப்ப, அவிர் ஒளி இழை இமைப்ப,
கொடி என மின் என, அணங்கு என, யாது ஒன்றும்
தெரிகல்லா இடையின்கண் கண் கவர்பு ஒருங்கு ஓட,
வளமை சால் உயர் சிறப்பின் நுந்தை தொல் வியல் நகர்
இளமையான் எறி பந்தோடு இகத்தந்தாய்! கேள், இனி:
பூந் தண் தார், புலர் சாந்தின், தென்னவன் உயர் கூடல்,
தேம் பாய அவிழ் நீலத்து அலர் வென்ற அமர் உண்கண்,
ஏந்து கோட்டு எழில் யானை ஒன்னாதார்க்கு அவன் வேலின்,
சேந்து நீ இனையையால்; ஒத்ததோ? - சின்மொழி!
பொழி பெயல் வண்மையான் அசோகம் தண் காவினுள்,
கழி கவின் இள மாவின் தளிர் அன்னாய்! அதன் தலை,
பணை அமை பாய் மான் தேர் அவன் செற்றார் நிறம் பாய்ந்த
கணையினும், நோய் செய்தல் கடப்பு அன்றோ? - கனங்குழாய்!
வகை அமை தண் தாரான் கோடு உயர் பொருப்பின்மேல்,
தகை இணர் இள வேங்கை மலர் அன்ன சுணங்கினாய்!
மத வலி மிகு கடாஅத்து அவன் யானை மருப்பினும்
கதவவால் - தக்கதோ? - காழ் கொண்ட இள முலை.
என ஆங்கு,
இனையன கூற, இறைஞ்சுபு நிலம் நோக்கி,
நினையுபு நெடிது ஒன்று நினைப்பாள் போல், மற்று. ஆங்கே
துணை அமை தோழியர்க்கு அமர்த்த கண்ணள்,
மனை ஆங்குப் பெயர்ந்தாள், என் அறிவு அகப்படுத்தே.**

மூங்கில் போலத் திரண்ட தோள்கள்; ஐந்து வகையாகப் பிரித்துப் பின்னிய மணம் கமழும் கூந்தல்; மானையும் தோற்கடிக்கும் மருண்ட பார்வை; மயிலின் சாயல்; எல்லாம் பொருத்தமாக உடையவளே! சிலம்பின் உள்ளிடு பரல்கள் ஒலி முழங்க, அணிந்துள்ள ஆபரணங்கள் ஒளிவீச, கொடி என, மின்னல் என, அணங்கு என, நீ தளர்ந்தசைந்து வருவாய்! தெரியவே முடியாத நுண்மையான நின் இடையினிடத்தே, என் கண்கள் களவாகச் சென்று பார்த்தன. செல்வம் நிறைந்த, உயர்ந்த சிறப்புடைய நின் தந்தையின் பழைய பெருமாளிகையிலே, இளமை வேகத்தால் வெளியே பந்தை எறிந்துவிட்டுப், பந்தின் பின்னாகவே ஓடி வந்தவளே! இப்போது யான் கூறுகின்ற இதனையும் கேட்பாயாக.

சிலவாகப் பேசும் இயல்பினை உடையவளே! அழகிய வேப்பந்தாரும், புலர்ந்த சாந்தமும் கொண்ட தென்னவனின் உயர்ந்த

கூடல் நகரிலே, தேன் பாய்ந்து இதழ் விரிக்கின்ற நீலமலரினும் சிறந்தன உன் கண்கள். செவ்வரி உடையவாயும் மை தீட்டப் பெற்றும் அவை உள்ளனவன்றோ? யானைப் படையுடன் சென்று பகைவரை வெல்லும் பாண்டியனின் சிவந்த வேலினைப் போல, அவை என்னைத் தாக்கி வருத்துகின்றனவே! உனக்கு இதுதான் தகுமோ?

பொன் குழையினை உடையாளே! மழைபோலும் கொடையுடையான் பாண்டியன். அவனது அசோக மரச் சோலையினுள் அழகாக விளங்கும் மாந்தளிர் போல் விளங்ககின்றதே உன் மேனி! பந்தியிலே நிற்கும் பாய்ந்து செல்லும் குதிரை பூட்டிய தேரிலே சென்று, அவனாற் கொல்லப்பட்ட பகைவரின் மார்பிலே பாய்ந்த அம்புகளிலும், உன் கண்கள் என்பாற் பாய்ந்து கொடுமை செய்கின்றனவே! இதுதான் நினக்கு முறையோ?

வகையாக அமைந்த குளிர்ந்த தாரோன் பாண்டியன். அவனது பொதியமலைச் சிகரங்களிலே மலர்ந்துள்ள வேங்கைப் பூக்களைப் போலச் சுணங்கு பரந்திருப்பவளே! முத்துவடம் தவழ்கின்ற நின் இளைய முலைகள், பாண்டியனின் வலிமிகுந்த யானைக் கொம்புகளினும் கொடுமையாக என்னைத் தாக்கி வருத்துகின்றனவே? இக்கொடுமையைச் செய்தல் நின் பருவத்துக்குத்தான் தகுதியுடையதோ?''

இப்படி யெல்லாம் நான் நீண்ட நேரமாக அவளைப் பற்றிப் பழி கூறியும், ஏதும் பதில் கூறாது, தன் தலையைக் கவிழ்ந்து நிலத்தையே பார்த்தவாறு நின்றாள். பின்னரும், அயலேயுள்ள தோழியரைத் தான் தேடுபவளே போல நோக்கி, என் அறிவையும் தன்வயப்படுத்திக் கொண்டவளாகத் தன் வீட்டினுள்ளேயும் போய் விட்டாள்!

சொற்பொருள் : *10.* ஒன்னாதார் - பகைவர். *11.* இணையையால் - இத்தன்மை உடையை. *13.* கழிகவின் - பேரழகு. *14.* பணை - பந்தி; குதிரைக் கொட்டி. மான் - குதிரை. *15.* கடப்பு - மிக்கது. *16.* கோடு - மலைஉச்சி. பொருப்பு - மலை. *19.* கதவ - கோபம் உடைய; கொடுமை உடைய காழ் - ஆரம். *21.* இறைஞ்சுபு - கவிழ்ந்து. *24.* அகப்படுத்து - கைப்பற்றிக் கொண்டு; உள்ளத்தே சிறைப் படுத்துக் கொண்டு!

22. மடல் ஏறி வருவேன்!

(தலைவி ஒருத்தி, தன் காதலை ஏற்றுத் தனக்கு இணங்காதது கண்டு துயருற்ற ஒரு தலைவன், அவளிடத்தே சென்று, ''மடலேறி வருவேன் பார்?'' என்று எச்சரிக்கின்றான்.)

வார் உறு வணர் ஐம்பால், வணங்கு இறை நெடு மென் தோள்,
பேர் எழில் மலர் உண் கண், பிணை எழில் மான் நோக்கின்,
கார் எதிர் தளிர் மேனி, கவின் பெறு சுடர் நுதல்,
கூர் எயிற்று முகை வெண் பல், கொடி புரையும் நுசுப்பினாய்!
நேர் சிலம்பு அரி ஆர்ப்ப, நிரை தொடிக் கை வீசினை,
ஆர் உயிர் வெளவிக்கொண்டு அறிந்தீயாது இறப்பாய்! கேள்:
உளனா, என் உயிரை உண்டு, உயவு நோய் கைம்மிக,
இளமையான் உணராதாய்! நின் தவறு இல்லானும்,
களைநர் இல் நோய் செய்யும் கவின் அறிந்து, அணிந்து தம்
வளமையான் போத்தந்த நுமர் தவறு இல் என்பாய்.
நடை மெலிந்து, அயர்வு உறீஇ, நாளும் என் நலியும் நோய்
மடமையான் உணராதாய்! நின் தவறு இல்லானும்,
இடை நில்லாது எய்க்கும் நின் உரு அறிந்து, அணிந்து, தம்.
உடைமையால் போத்தந்த நுமர் தவறு இல் என்பாய்.
அல்லல் கூர்ந்து அழிவுற, அணங்காகி அடரும் நோய்
சொல்லினும் அறியாதாய்! நின் தவறு இல்லானும்,
ஒல்லையே உயிர் வெளவும் உரு அறிந்து, அணிந்து, தம்
செல்வத்தால் போத்தந்த நுமர் தவறு இல் என்பாய்.
என ஆங்கு -
ஒறுப்பின், யான் ஒறுப்பது நுமரை; யான், மற்று இந் நோய்
பொறுக்கலாம் வரைத்து அன்றிப் பெரிதாயின், பொலங்குழாய்!
மறுத்து இவ் ஊர் மன்றத்து மடல் ஏறி,
நிறுக்குவென் போல்பல் யான், நீ படு பழியே.

கோதி முடிந்த கூந்தல்; வளைந்த முன் கைகள்; நெடிய மென் தோள்கள்; பேரழகு வாய்ந்த நீலமலர் போன்ற மை தீட்டிய கண்கள்; மான்பிணையின் பார்வை போன்ற வெருண்ட பார்வை; மழைக்காலத்து இளந்தளிரைப் போன்ற பளபளப்பான மேனி; ஒளிர்கின்றன நெற்றி; கூரிய முல்லை முகை போன்ற வெண் பற்கள்; கொடி போன்ற நுண்ணிய இடை; இத்துணையும் அமைந் தவளே! காலுக்கு ஏற்றவான சிலம்பின் உள்ளிடு பரல்கள் நின் நடையால் ஒலி முழங்குகின்றன. நிரைத்த தொடிகள் பூண்ட நின்

கைகளை வீசி வீசி நீயும் நடந்து வந்தாய். அருமையான என் உயிரையும் கவர்ந்தாய். அதனை அறியாதேயும் போகின்றாய். நான் சொல்வதையும் கேள்:

என் உயிர்ப்பையெல்லாம் உண்டுவிட்டாய். வருந்தும் காமநோயோ பெரிதும் அதிகமாகின்றது. இளமைச் செருக்கினால் நீ அதனை உணர்ந்தாயில்லை. அது உன் தவறும் அன்று. தீர்ப்பார் இல்லாத நோயைச் செய்வது நின் பேரழகு. இதனை அறிந்தும், தம் செல்வச் செருக்கினாலே உனக்கு அணிகளும் சூட்டித் தெருவோடு போகவிட்டனரே உன் சுற்றத்தார், அவருமோ தவறில்லாதவர்கள் என்று கூறுகின்றாய்?

நடையும் மெலிந்தேன்; அயர்வுற்றேன்; நாளும் என்னை மெலியச் செய்கின்றது நீ தந்த காம நோய். உன் மடமையால், அதனை நீ உணரவும் மாட்டாய். உன் தவறு இல்லையென் றாலும், பொறுக்கலாற்றாது இளைக்கும் இடையினையுடைய நின் உருவத்தை அறிந்தும், அணிபுனைந்து, தம் பொருள் உடைமை யால் தெருவிலே போகவிட்ட உன் சுற்றத்தாரும், தவறில்லாதவர் என்றோ நீயும் கூறுகின்றாய்?

துன்பங் கொண்டு நெஞ்சம் அழிந்தேன். ஏன் உயிரை வாங்கும் அணங்காகி வருத்துகின்றது இக் காமநோய். உன் மேல் தவறில்லையாயினும், கண் எதிர்ப்பட்ட இளைஞர் உயிரை அப்பொழுதே வாங்கிவிடும் உன் உருவத்தினது கவினை அறிந்தும், அணிகள் சூட்டித், தம் செல்வத்தால், உன்னை வெளியே அனுப்பின உன் சுற்றத்தாரும் தவறிலர் என்றோ சொல்லுகின்றாய்?

எனவே, நான் நின்னாலுற்ற துயருக்கு மாற்றமாகத் தண்டிப் பதாயின், நின் சுற்றத்தாரைத்தான் தண்டிக்க வேண்டும். இந்நோய் பொறுக்கும் எல்லை கடந்து பெரிதானால், இவ்வூர் மன்றத்திலே மடலூர்ந்து வந்து, நீ எனக்கு விளைவிக்கும் பழியை ஊரறிய நிலை நாட்டுவேன்!

சொற்பொருள்: 7. உயவுநோய் - காமநோய். கைம்மிக- அளவின்றிப் பெருக. 8. இல்லானும் - இல்லையாயினும். 10. போத்தந்த - அனுப்பிய. 11. நடை - அறிவு, ஒழுக்கம் முத லாயின. 13. எய்க்கும் - இளைக்கும், தளரும். 17. ஒல்லையே - விரைவாக. 20. ஒறுப்பின் - தண்டிப்பின்.

23. விருப்பம் கொண்டவன்!

(கன்னிப் பருவம் கொண்டவர் ஒருத்தி, எனினும் அவளின் விளையாட்டு விருப்பமோ மறையவில்லை. அவளைக் கண்டு மயங்கிய ஒருவன், 'அவளுக்குத் தன்மீது அருள் ஏற்படவில்லையே' என மிகவும் வருந்திக் கூறுகின்றான்.)

தளை நெகிழ் பிணி நிவந்த பாசடைந் தாமரை
முறை நிமிர்ந்தவை போலும் முத்துக் கோல் அவிர் தொடி,
அடுக்கம் நாறு அலர் காந்தள் நுண் ஏர் தண் ஏர் உருவின்
துடுப்பு எனப் பரையும் நின் திரண்ட, நேர், அரி, முன்கை,
சுடர் விரி வினை வாய்ந்த தூதையும் பாவையும்
விளையாட, அரி பெய்த அழகு அமை புனை வினை
ஆய் சிலம்பு எழுந்து ஆர்ப்ப, அம் சில இயலும் நின்
பின்னு விட்டு இருளிய ஐம்பால் கண்டு, என் பால
என்னை விட்டு இகத்தர, இறந்தீவாய்! கேள், இனி:
மருளி, யான் மருள் உற, ''இவன் உற்றது எவன்?'' என்னும்
அருள் இலை இவட்கு' என அயலார் நிற் பழிக்குங்கால்,
வை எயிற்றவர் நாப்பண், வகை அணிப் பொலிந்து, நீ
தையில் நீர் ஆடிய தவம் தலைப்படுவாயோ?
உருளிழாய்! ' ''ஒளி வாட, இவன் உள் நோய் யாது?'' என்னும்
அருள் இலை இவட்கு' என அயலார் நிற் பழிக்குங்கால்,
பொய்தல மகளையாய், பிறர் மனைப் படி, நீ
எய்திய பலர்க்கு ஈத்த பயம் பயக்கிற்பதோ?
ஆய்தொடி! ' ''ஐது உயிர்த்து, இவன் உள் நோய் யாது?'' என்னும்
நோய் இலை இவட்கு' என நொதுமலர் பழிக்குங்கால்,
சிறு முத்தனைப் பேணி, சிறு சோறு மடுத்து, நீ
நறு நுதலவரொடு நக்கது நன்கு இயைவதோ?
என ஆங்கு,
அனையவை - உளையவும், யான் நினக்கு உரைத்ததை
இனைய நீ செய்தது உதவாயாயின், சேயிழாய்!
செய்ததன் பயம் பற்று விடாது;
நயம் பற்று விடின் - இல்லை - நசைஇயோர் திறத்தே.இ

இதழ் விரியப் போகும் நிலையிலேயுள்ள, தாமரையிலை சூழ்ந்த தாமரையின் மொட்டுகளைப் போலப், பொன்னிலே முத்தும் பதித்துச் செய்த அழகான 'தொடி' என்னும் நகையினை அணிந்தவளே! பக்கமலைச் சாரமெல்லாம் மணம் நாறும் மெல்லிய காந்தள் மலர்போன்ற விரல்களுடன் விளங்குபவளே!

அந்த விரல்களுடன் துடுப்புப் போலத் திரண்டு நீண்ட முன் கையினையும் உடையவளே! செந்நிறக் கோடுகளிட்டு அழகாகச் செய்த செப்புக்களும் பொம்மைகளும் கொண்டு சிற்றில் கட்டி விளையாடவோ நீயும் வந்தாய்! அழகிய சிலம்புகள் ஒலிமுழங்க நீ நடந்து வரும்போது, பின்னலவிழத் தோளிலே சரிந்து கிடக்கும் நின் கூந்தலழகைக் கண்டேன். என் ஆற்றலும் அறிவும் என்னை விட்டு அகன்றன. நியோ, ஏதும் உரையாதேயே செல்லுகின்றாய். இதனையும் கேட்பாயாக.

உன்னழகிலே மயங்கி நான் மயக்கங்கொண்டு நிற்கவும் 'இவனுக்கு என்ன நேர்ந்தது என்றுங் கேளாது செல்லுகின்றாயே! இதனை அறிந்து பிறர், 'இவளோர் அருளில்லாதவளோ?' என்று உன்னை இகழ்வார்களே! கூர்மையான பல் வரிசையினரான உன் னொத்த இளைய மகளிர் சூழ, வகை வகையாக அணிபுனைந்து, நீ தைத்திங்களில் நீராடிச் செய்கின்றன தவம் எல்லாம், அதன்பின் உனக்கு என்னதான் பயனைத் தருமோ?

கூந்தலிலே கிடந்தசையும் 'தலைப்பாளை' என்ற அணியைப் புனைந்தவளே! 'திடுமென இவன் ஒளிவாட இவனுக்கு வந்த நோய்தான் யாது?'' என்று கேளாதேயே போவாய். 'அருள் இல்லை போலும் இவளுக்கு' என்று அயலார் உன்னைப் பழிப்பார்கள். அப்போது, விளையாட்டு நினைவு மாறாத நீ, பிறர் மனைகள் தோறும் சென்று பாடி, கிடைத்ததைப் பலருக்கும் கொடுத்து நோன்பு செய்தாயே, அதுதான் உனக்குப் பயன் தருமோ?

ஆராய்ந்தெடுத்த அழகிய தொடியினை அணிந்தவளே! 'பெரு மூச்சுவிட்டு வாடுமாறு இவனுக்கு வந்த நோய்தான் யாதோ?' என்று கேட்கும் உள்ளக் கசிவு உன்னிடம் இல்லையே, பிறர் நோய் கண்டு கலங்.கித் தானும் துடியாத உன்னை, 'அருள் இல்லா தவள்' என அயலார் பழிப்பார்களே! அப்போது சிறுமுத்தனைப் பேணி, அவனுக்குச் சிறு சோறு சமைத்து, நீ பிற பெண்களுடன் சிரித்து விளையாடுவதுதான் நன்றாக விளங்குமோ?

மனம் உளைந்தவனாக, யான் இவ்வாறெல்லாம் நின்னிடம் சொன்னேன். ஆனால், என்பால் அருள் செய்த நீயே உதவாதிருக் கின்றாய். சேயிழையே! நீ செய்த இக்கொடுஞ் செயல் அதற்கு உரிய பயனைத் தராமல் போகாது, அருள் கொள்ளாயாயின் உனக்கோர் நன்மையும் விளையாது. உன்னையே விரும்பி வந்தவனிடமுமோ, இப்படி நீ பொருள் படுத்தாதே நடப்பது?

சொற்பொருள்: *8. என்பால் - என்பால் உள்ள அறிவு ஆண்மை முதலாய பண்புகள். 9. இகத்தர - போகும்படி. இறந்தீவாய் - செல்கின்றவளே. 12. வைஎயிற்றவர் - கூரிய பற்களை உடைய மகளிர். நாப்பண் - நடுவே. 13. தலைப்படுவாயோ - பெறுவையோ. 14. உருள் - தலைப்பாளை என்னும் தலை அணி. 16. பொய்தல மகள் - விளையாட்டு மகள். 18. ஐது உயிர்த்து - மெல்ல உயிர்த்து. 20. சிறுமுத்தன் - பாவைத் திருமணத்தில் வரும் ஆண் பாவை. சிறுசோறு - நிலாச்சோறு. மடுத்து - சமைத்து விருந்திட்டு. 23. உளையவும் - வருந்தவும். உரைத்ததை - கூறியது. 26. நயம் - அருள். நயம்பற்றுவிடின் - அருளைப் பற்றுதல் விடுவையாயின்.*

24. உருகுவான் போலும்!

(ஒரு தலைவியைக் கண்டு உள்ளத்திலே காதலுற்று உருகுகிறான் ஒருவன். அவன்பால் இரக்கங் கொண்டாள் தலைவியின் தோழி. அவனுக்காகத் தலைவியிடம் சென்று பேசுகின்றாள். தோழியின் பரிவும், பிடிபடாமல் பேசும் தலைவியின் பேச்சும், இங்கே சுவைபட விளங்கக் காணலாம்.)

தோழி

சுணங்கு அணி வன முலை, சுடர் கொண்ட நறு நுதல்,
மணம் கமழ் நறுங் கோதை மாரி வீழ் இருங் கூந்தல்,
நுணங்கு எழில், ஒண் தித்தி, நுழை நொசி மட மருங்குதல்,
வணங்கு இறை வரி முன்கை, வரி ஆர்ந்த அல்குலாய்!
'கண் ஆர்ந்த நலத்தாரை, கதுமென, கண்டவர்க்கு
உள் நின்ற நோய் மிக, உயிர் எஞ்சு துயர் செய்தல்
பெண் அன்று, புனையிழாய்!' எனக் கூறி - தொழூஉம்; தொழுதே,
கண்ணும் நீராக நடுங்கினன், இன் நகாய்!
என் செய்தான்கொல்லோ - இஃது ஒத்தன் தன்கண்
பொருகளிறு அன்ன தகை சாம்பி உள்உள்
உருகுவான் போலும், உடைந்து?

தலைவி

தெருவின்கண் காரணம் இன்றிக் கலங்குவார்க் கண்டு, நீ,
வாரணவாசிப் பதம் பெயர்த்தல், ஏதில
நீ நின்மேல் கொள்வது: எவன்?

தோழி

'அலர்முறை ஆய்இழை நல்லாய்! கதுமென,
பேர் அமர் உண்கண் நின் தோழி உறீஇய

ஆர் அஞர் எவ்வம் உயிர் வாங்கும்;
மற்று இந் நோய் தீரும் மருந்து அருளாய், ஒண்தொடீ!
நின் முகம் தான் பெறின் அல்லது, கொன்னே
மருந்து பிறிது யாதும் இல்லேல், திருந்திழாய்!
என் செய்வாம் கொல், இனி நாம்?

தலைவி

பொன் செய்வாம்.
ஆறு விலங்கித் தெருவின்கண் நின்று ஒருவன்
கூறும் சொல்வாய் எனக் கொண்டு, அதன் பண்பு உணராம்,
'தேறல், எளிது' என்பாம் நாம்.

தோழி

'ஒருவன் சாம் ஆறு எளிது' என்பாம், மற்று.

தலைவி

சிறிது, ஆங்கே - 'மாணா ஊர் அம்பல் அலரின் அலர்க்' என,
நாணும் நிறையும் நயப்பு இல் பிறப்பு இலி.

தோழி

பூண் அகம் நோக்கி இமையான், நயந்து, நம்
கேண்மை விருப்புற்றவனை, எதிர் நின்று,
நாண் அடப் பெயர்த்த நய வரவு இன்றே.

தோழி: *சுணங்குகள் பரந்த அழகிய முலையினை உடையாளே! பிறை போன்ற ஒளிவீசும் நுதலையுமுடையாளே! நறுமலர் மாலை சூட்டி மழைமேகம் போன்று கருமையுடன் விளங்கும் கூந்தலாளே! நுண்மையான எழிலும், காண்பவர் 'உளதோ! இலையோ?' என உற்றுப் பார்க்கும் மிக நுண்மை வாய்ந்த இடையும் உடையாளே! வளைவான இறைகள் பூண்ட வளையணிந்த முன்கையும், ஒளிவீசும் 'தித்தி' எனும் செவ்வரிபடர்ந்த அல்குலும் உடையவளே! கேள்:*

இனிமை தரும் நகையுடையாளே! ''கண் நிறைந்த அழகுடையாரைக் கண்டவர்க்கு, கதுமென உள் நின்று வாட்டும் காமநோய் மிகுமானால், உயிரும் போய்விடுமே! அத்தகைய துயரைச் செய்தல் பெண்தன்மையல்லவா? புனையிழாய்!'' என்று, என்னிடம் கூறி என்னைத் தொழுதான். தொழுது, கண்கள் நீர்மல்க நின்றும் நடுங்கினான். தன்னிடமுள்ள பொருகளிறு போன்ற வலுவெல்லாம் அழிந்து, மனமுடைந்து, ஏதோ ஒன்றை நினைந்து நினைந்து உருகிக் கழிபவன் போலவும் தோன்றினான், ஒருவன். அவன் இங்கு வந்து என்னதான் செய்தான்?

தலைவி : காரணமில்லாமல் தெருவிலே பலர் கலங்கி நிற்பார்கள். அவரைக் கண்டு, நீ அவர் துயரை எல்லாம் உன் தலை மேற் போட்டுக் கொள்ளல்தான் ஏனடீ! வாரணவாசிப் பதமாவது, பிறராகத் தன்னைப் பாவித்து, அவர்க்குரியன தாமும் பெறுகின்ற நிலை. அதுதான் உனக்கும் இப்போது எதற்கடியோ?

தோழி: அடிபரந்து எழும் முலைகளும், அதன்மேல் ஆய்ந் தெடுத்த அணிகளும் உடைய நல்லவளே! அப்படியேதான் வைத்துக் கொள். பெரிய அமர்த்த கண்களை உடையவளே! அவன் உற்ற பெருந் துயரம் அவன் உயிரையே வாங்குகின்றது. இதற்கு, இந் நோய் தீர்தற்கு, ஒண்தொடீ! மருந்து தருகின்றாயா?'' 'நின்முகம் காண்பது ஒன்றே மருந்து' என்கிறான் அவன். 'நின் முகம்' அவனைக் காணப்பெற்றாலன்றி, வீணே பிறிது மருந்து எதனாலும் பயன் இல்லை' என்கின்றான். திருந்திழாய்! இனி, நான் என்ன செய்யலாம்? அதனையேனும் கூறுவாயாக.

தலைவி : 'அவன் விரும்பியபடியே செய்து விடுவோமா?' என்று நகைத்துப் பின்னர் தொடர்கிறாள். ''ஒழுக்கம் கெட்டுந் தெருவிலே நின்று ஒருவன் பிதற்றிய சொற்களை எல்லாம் உண்மை என ஏற்றுக் கொண்டு, வந்து உரைத்தாயே? அதன் பண்பைச் சிந்தித்து உணர்வோம். 'தேறித் தெளிதல் எளிது' என்றா நாம் கருதுவது?

தோழி: அப்படியானால், ஒருவன் சாகும் எல்லை வரையும், 'அதனை எளிது' என்றே சொல்வேம் என்கின்றனையா?

தலைவி : 'மாட்சியற்றது இவ்வூர்; இங்கே எழும் ஊர் அலர், எழுந்தால் எழுக' எனச் சிறிதேனும் நாணமும் நிறைவும் கொஞ்ச மும் நினையாத இழி பிறப்பாளன் அங்கே நிற்கின்றான். இனி, நாம் என்னதான் செய்வது?

தோழி: 'நின் பூண் தவழும் மார்பைத் தழுவுதலை விரும் பியே அவன் கண் இமையாது அங்கே காத்திருக்கின்றான். நம் உறவை விரும்பி வந்தவனை, இப்படிக் கைவிடுகின்றாயே? நாணம் தடுத்தலினால், இனியும் அவனுக்கு மாறுபடுவதையே விரும்புவது, நமக்கு நல்ல பண்பன்று, இதனையேனும் நீ அறிவாயாக'.

சொற்பொருள் : 2. வீழ் - விரும்புகின்ற. **3.** தித்தி - தேமல். **6.** எஞ்சு - போகும். **10.** தகை - அழகு. சாம்பி - கெட்டு. **13.** வாரண வாசிப்பதம் - பிறர்போலத் தம்மைக் கொள்வது. **16.** உறீஇய - செய்த. **17.** அஞர் - மனக்கவலை. எவ்வம் - துயரம். **24.** ஆறு - ஒழுக்க

நெறி. 25. வாய் - உண்மை. 29. நயப்புஇல் - விருப்பம் இல்லாத. பிறப்பில் - நற்குடிப் பிறப்பிற்குரித்தான நல்லொழுக்கம் இல்லாதவன் 32. நயவரவு இன்று - பொருந்தாது.

25. எள்ளி நகினும் வருவான்!

(நல்ல காதல் காட்சி இது. தம்மையே வளையவளையச் சுற்றி வரும் இளைஞனைத் தோழி கேட்பதும், அவன் அவட்குப் பதில் உரைப்பதும் வேடிக்கையாகவும் சுவையாகவும் உள்ளன. முடிவில், தோழி கொண்ட முடிவும், அதனை அவள் தலைவியிடம் கூறும் திறனும் மிகவும் இனியன.)

தலைவன் வருகை கண்டு தோழி தலைவியை நோக்கிக் கூறுதல்

**எல்லா! இஃது ஒத்தன் என் பெறான்? – கேட்டைக் காண்:
செல்வம் கடைகொள, சாஅய், சான்றவர்
அல்லல் களை தக்க கேளிருழைச் சென்று,
சொல்லுதல் உற்று, உரைக்கல்லாதவர் போல –
பல் ஊழ் பெயர்ந்து என்னை நோக்கும்: மற்று யான் நோக்கின்,
மெல்ல இறைஞ்சும் தலை.**

தலைவன் எதிர் சென்று, அவனை நோக்கித் தோழி வினாவுதல்

**எல்லா! நீ முன்னத்தான் ஒன்று குறித்தாய்போல் காட்டினை;
நின்னின் விடாஅ நிழல் போல் திருதருவாய்!
என், நீ பெறாதது? ஈது என்?**

தலைவன்

**சொல்லின், மறாதீவாள் மன்னோ, இவள்?
செறாஅது ஈதல், இரந்தார்க்கு ஒன்று, ஆற்றாது வாழ்தலின்,
சாதலும் கூடுமாம் மற்று.**

தோழி

**இவள் தந்தை காதலின் யார்க்கும் கொடுக்கும், விழுப் பொருள்;
யாது, நீ வேண்டியது?**

தலைவன்

**பேதாய்! பொருள் வேண்டும் புன்கண்மை ஈண்டு இல்லை; யாழ
மருளி மட நோக்கின் நின் தோழி என்னை
அருளீயல் வேண்டுவல், யான்.**

‘அன்னையோ? என, அறியாதாள் போன்று, தலைவனுக்குத் தோழி கூறி, அவன் நீங்கிய பின்னர், தலைவியொடு உசாவுதல்

‘அன்னையோ?’ - ‘மண்டு அமர் அட்ட களிறு அன்னான் தன்னை ஒரு
பெண்டிர் அருளக் கிடந்து எவன்கொலோ?’
தோழி தலைவியை நோக்கிக் குறை நயப்பித்தல்
ஒண்தொடீ! நாண் இலன் மன்ற இவன் -
ஆயின், ஏஎ!
‘பல்லார் நக்கு எள்ளப்படு மடல்மா ஏறி,
மல்லல் ஊர் ஆங்கண் படுமே, நறுநுதல்
நல்காள் கண்மாறிவிடின்’ எனச் சொல்வானம் -
எள்ளி நகினும் வரூஉம்; இடைஇடைக்
கள்வர் போல் நோக்கினும் நோக்கும்; குறித்தது
கொள்ளாது போகாக் குணன் உடையன், எந்தை தன்
உள்ளம் குறைபடாவாறு.

தலைவி சொன்னாள் : *ஏடீ! அவன் ஒருவன்! எதனைப் பெறாமல் இவன் வருந்துகிறான்? இவன் கேடுற்றதைப் பார்! சான்றோர், தம் செல்வம் எல்லாம் போய்விட்டதனால் துன்புற்று, அதனைப் போக்கும் தகுதியுடைய தம் உறவினரிடம் சென்று, தம் நிலையைச் சொல்லத் தொடங்கியும், சொல்வதற்கு நா எழாது நிற்பது போலவே, இவனும் வாயெழாதவனாய் நிற்கின்றானே! பலமுறையும் திரும்பித் திரும்பி என்னையே பார்க்கின்றானே! நான் அவனை நோக்கினாலோ, மெல்லத் தலையையும் கவிழ்கின்றானே! அவன் ஏனடி அவ்வாறு காணப்படுகிறான்?*

தோழி அவனிடம் கேட்கிறாள்: *ஏடா! ஏதோ குறித்து வந்தவன்போல உன் முகம் காட்டுகின்றதே! உன்னைப் பிரியாத நிழல்போல, எம்மைத் தொடர்ந்தே நீயும் திரிந்து கொண்டிருக்கின்றாய். நீ பெறாததுதான் யாதோ? அல்லது, ஏனோ இவ்வாறு நீயும் வருகின்றாய்?*

அவன் பதில்: *சொன்னால், இவள் - உன் தோழி - இல்லை என்று சொல்லாது அதனைத் தருவாளோ? நான் அவ்வாறு இரந்து வேண்டியும், முகம் மாறாது, அவள் அதனைத் தாராது போனால், உயிர் வாழ்வதற்கில்லாமல் யான் இறந்து போகவும் கூடுமே!*

தோழி : *யார் வந்து எதனை இரந்து வேண்டினாலும், அதனை மனம் விரும்பிக் கொடுக்கும் பண்பு உடையவன் இவளது தந்தை.*

நீ செய்யவேண்டிய சிறந்த பொருள்தான் எதுவோ? அதனையும் எமக்குச் சொல்வாயாக:

தலைவன்: பேதாய்! பொருளை வேண்டி வரும் இழி தகைமை எனக்கில்லை. மருண்ட நோக்குடைய நின் தோழி, என் மேல் அருள்கொண்டு, தன்னையே எனக்குத் தருவதைத்தான், யானும் வேண்டியவனாக இங்கே வருகின்றேன்.

தோழி : 'அப்படியா! என்று தோழி வியப்புற்றாள். 'மூண்டு வரும் போரிலே வெற்றிகொண்டு போரிடவல்ல களிறு போன்றான் இவன். இவனுக்கு ஒருபெண் அருளக்கிடக்கும் பொருள் தான் யாதோ?' என்று தனக்குள் சொல்வாள் போல, மீண்டும் கேலி யாகவே கூறினாள்.

தோழி தலைவியிடம் : தலைவன் போய்விடத் தோழியும் தலைவியும் தமக்குள் பேசுகின்றனர். ''ஒண்தொடீ! இவன் ஒரு வெட்கங்கெட்டவன் போலும்! பலரும் நகையாட, இழிந்த மடல்மா ஏறி, ஆரவாரம் உடைய ஊரின்கண், நீ அருள் செய்யாது கைவிட் டால், இவன் ஊர்ந்து வருவானாம்? எள்ளி இகழ்ந்து நகையாடி னாலும், நம்பால் தொடர்ந்து வருகின்றான். இடையிடையே கள்வனைப் போலக் கரவாகவும் நம்மைப் பார்க்கின்றான். தாம்ட விரும்பிய பொருளைக் கொண்டாலல்லது போகாத பிடிவாத குணம் உடையவன் போலவும் இருக்கின்றான். அவன் குறைபடாத வாறு நீ அருள் செய்தாலும், அதில் தவறில்லையடி!

சொற்பொருள்: 2. கடைகொள - அழிந்துபோக, சா அய் - வறுமையுற்று. 5. பல்லூழ் - பலமுறை. 7. முன்னம் - குறிப்பு. 11. செறா அது - சினவாது; வெறுக்காமல். 16. மருளி - மருண்டு. 23. மல்லல் - வளம். 24. கண்மாறிவிடின் - அன்பை மறந்து விடின். 21. ஏஎ - இகழ்ச்சிப் பொருள் உணர்த்தும் ஓர் இடைச்சொல்.

26. அறமும் காதலரும்!

(காதலனும் காதலியும், இருவர் தம் நெஞ்சிலும் அன்பு நிலவச் சேர்கின்ற உள்ளத் தன்மையின் படப்பிடிப்பு இது. உள்ளத்திலே காதல் பொங்கி வழிந்தாலும், அதனை வெளியே காட்டாது பேசும் குறிப்பான சொல்நயத்தையும் காண்க.)

தலைவி

ஏஎ! இஃது ஒத்தன், நாண் இலன் – தன்னொடு
மேவேம் என்பாரையும் மேவினன் கைப்பற்றும்.

தலைவன் பதிலும், தலைவி வேட்கை மறுத்து உரைத்தலும்

‘மேவினும், மேவாக்கடையும், அஃது எல்லாம்
நீ அறிதி: யான் அஃது அறிகல்லேன்; பூ அமன்ற
மெல் இணர் சொல்லாக் கொடி அன்னாய்! நின்னை யான்
புல் இனிது ஆகலின், புல்லினென்’ - ‘எல்லா!
தமக்கு இனிது என்று, வலிதின் பிறர்க்கு இன்னா
செய்வது நன்று ஆமோ மற்று?’

‘மகளிரை வலிதிற் புணர்தலும் அறநூல் வழக்கு’ என, தலைவன் மொழிதல்

சுடரத்தொடீ! போற்றாய் களை, நின் முதுக்குறைமை; போற்றிக்கேள்!
வேட்டார்க்கு இனிது ஆயின் அல்லது, நீர்க்கு இனிது என்று
உண்பவோ, நீர் உண்பவர்?
செய்வது அறிகில்லேன்; யாது செய்வேன்கொலோ -
ஐ வாய் அரவின் இடைப்பட்டு, நை வாரா?
‘மை இல் மதியின் விளங்கும் முகத்தாரை
வெளவிக் கொளலும் அறன்’ எனக் கண்டன்று.

புணர்ச்சிக்கு உடம்பட்டு, தலைவி நெஞ்சொடு கூறுதல்

‘அறனும் அதுகண்டற்றாயின், திறன் இன்றி,
கூறும் சொல் கேளான், நலிதரும்; பண்டு நாம்
வேறு அல்லம் என்பது ஒன்று உண்டால்; அவனொடு
மாறு உண்டோ, நெஞ்சே! நமக்கு?’

தலைவி: *ஏஎ! இவன் ஒருவன்! நாணம் இல்லாதவன்! தன்னோடு சேரமாட்டோம் என்று சொல்பவரையும், வலிந்து வந்து கைப்பற்றித் தழுவுகின்றானே.*

தலைவன் : *தழுவ நினைக்கின்றாயோ நினைக்கவில்லையோ? எல்லாம் உனக்குத்தான் தெரியும். யான் ஏதொன்றும் அறியேன். பூத்துக் குலுங்கும் மென்கொடி போன்றவளே! உன்னைத் தழுவுதல் எனக்கு இனிமையாயிருந்தது. அதனாலே தான், நான் நின்னைப் பற்றித் தழுவினேன்.*

தலைவி: *ஏடா? உனக்கு இனிது என்று பிறருக்கு வலிந்து துன்பஞ் செய்வதுதான் நீயறிந்த நல்லதோ?*

தலைவன்: *சுடர்த்தொடீ! அதையேன் நினைக்கின்றாய்? வருத்தத்தை விட்டுவிடு. நான் சொல்வதைக் கேள். நீர் உண்பவர்,*

தாகமுடைய தமக்கு இனிது என்றுதானே நீரை உண்பார்கள்? நீர்க்கு இனிது என்றா உண்கின்றனர்? 'ஐந்து தலை நாகத்தின் இடைப்பட்டு வருந்துதலில்லாத மாசற்ற முழுமதி போல விளங்கும் முகம் உடைய காதலியரைத் திருடிச் செல்வதும் அறத்தொடு பட்டதே' என, அறவிதியும் கூறுகின்றது. நான் என்ன செய்வேன்? உன்னைத் தழுவாது வேறென்னதான் செய்வேன்?

தலைவி: நெஞ்சோடு சொல்வது போலக் கூறியது - 'அறனும் அப்படி உரைக்கின்றது; அந்தக் காதல் எண்ணத்தைத் தாங்கும் வலிமையின்றி, யான் தடுத்துக் கூறயும் கேளாது, இவனோ மிகவும் வாடுகின்றான். முன்னரே, 'நாம் வேறெல்லாம்; உறவு உடையோ' என்றொரு நிலை பண்டே உண்டு போலும்! இவனோடு இனியும் நெஞ்சமே, உறவாட நமக்குத்தான் ஏதும் தடையுளதோ?

சொற்பொருள் : 2. மேவேம் - பொருந்தோம். 3. மேவாக் கடை - பொருந்தாத விடத்து. 4. அமன்ற - நெருங்கிய. புல் - அணைத்துக் கொள்ளுதல். 9. போற்றாய் - அவ்வாராய்ச்சியில் ஆழ்ந்து விடாதே. முதுக்குறைமை - பேரறிவு. 10. வேட்டார் - நீர் வேட்கை உடையார். 13. நைவாரா - வருத்தம் கொண்டு. 15. அறனும் - அறவழி நிகழும் மணமும். கண்டன்று - அற நூல்கள் அறிந்து கூறும்.

27. அவனோடு இருந்துவிடு!

(தன் காதலனைப் பற்றித் தோழியிடம் கூறுகிறாள் ஒரு தலைவி. உண்மையை உணர்ந்த அவள், இருவரையும் கூட்டுவிக்கத் திட்டமும் தருகிறாள். முடிவில், 'என்னோடு உன்னால் இனி இருக்க முடியாது; அவனோடேயே இருந்து விடு' என்று பகடியும் பேசுகிறாள்.)

நோக்குங்கால், நோக்கித் தொழூஉம், பிறர் காண்பார்
தூக்கு இலி; தூற்றும் பழி எனக் கை கவித்துப்
போக்குங்கால், போக்கு நினைத்து இரக்கும்; மற்று நாம்
காக்கும் இடம் அன்று, இனி.
எல்லா! எவன் செய்வாம்?
பூக்குழாய்! செல்லல் அவனுழைக் கூஉய்க் கூஉய்
விரும்பியான் விட்டேனும் போல்வல்; என் தோள்மேல்
கரும்பு எழுது தொய்யிற்குச் செல்வல்; 'ஈங்கு ஆக
இருந்தாயோ?' என்று ஆங்கு இற.
அவன் நின் திருந்துஅடிமேல் வீழ்ந்து இரக்கும், நோய் தீர்க்கும்
மருந்து நீ ஆகுதலான்

தலைவி

இன்னும், கடம் பூண்டு, ஒருகால் நீ வந்தை; உடம்பட்டாள்
என்னாமை என் மெய் தொடு.

தோழி

இஃதோ? அடங்கக் கேள்:
நின்னொடு சூழுங்கால், நீயும் நிலம் கிளையா,
என்னொடு நிற்றல் எளிது அன்றோ? மற்று அவன் -
தன்னொடு நின்று விடு.

தலைவி சொல்கிறாள்: *நாம் பார்க்கும்போது நம்மையே நோக்கித் தொழுவானைப் போலக் காட்டுவான். 'பிறர் காண்பாரே' என்றும் மனத்திலே நினைப்பவனுமல்லன். பிறர் பழி தூற்றுவார் என நாம் அஞ்சி, அவனைக் கைகுவித்து அகன்று போமாறு சொல்லு வோம். அப்போதும், போவதால் வரும் துயரை எண்ணுபவனைப் போலப் போகாது வாழாதே நின்றிருப்பான். இன்னமும் நாம் நம்மைக் காத்துக் கொள்ளக்கூடிய இடமாகவும் இது தோன்ற வில்லை! ஏடீ! இனி நாம் என்னதான் செய்யலாமோ?*

தோழியின் பதில்: *அழகிய குழையணிந்தவளே! அவனுக்காக விரும்பி உன்னைக் கூப்பிட்டுக் கொண்டு வந்து விட்டவளல் லவோ நான். என்னிடம் ஏனடி மறைக்கின்றாய். 'என் தோள்மேல் தொய்யில் எழுதுவதற்குக் குழம்பு கொணரப் போவது போலப் போய், அவனிருக்குமிடத்திலே நான் சென்று நிற்கிறேன். சற்று நேரத்தில், என்னைத் தேடி வருவது போல, 'என்னடீ! இங்கேயே இருந்து விட்டாயோ?' என்று கூறிக்கொண்டே நீயும் அங்கே அவ னிடம் வந்துவிடு. அவன் நோய் தீர்க்கும் மருந்து நீயே ஆதலினால், அவன் நின் திருந்திய அடிமேல் விழுந்தும், உன்னைப் பணிந்து, தனக்கு அருளுமாறு அப்போது நின்னை வேண்டுவான்.*

தலைவி: *இப்பொழுது, ஏதோ திட்டமிட்டுத்தான் நீயும் வந்திருக்கிறாயடீ! 'உடம் பட்டாள்' என்று அவனிடம் சென்று சொல்ல மாட்டேனென்று' என் உடலைத் தொட்டு முதலிற் சத்தியம் செய்து தருவாயாக!*

தோழி : *இதுதானா! முற்றுங் கேள்; உன்னோடு அவன் பேசும் போது, கால் விரல்களால் நிலத்தைக் கிளறிக் கொண்டே என்னுடன் நிற்பது எளிது இல்லையோ? அவ்வாறாயின், யான் செல்வேன். நீ அவனோடு இங்கேயே தனியாகவே இருந்துவிடு.*

சொற்பொருள்: *2. தூக்கிலி - ஆராய்ந்து பாராதவன். கைகவித்த - கையை ஆட்டி. 9. இற - சென்று சேர்வாயாக. 12. கடம் பூண்டு - கடமையாக மேற்கொண்டு. 14. இஃதோ - நான் செய்த*

குற்றம் இதுவோ? அடங்கக் கேள் - சுருங்கச் சொல்லுகிறேன் கேள்.
17. தன்னோடு நின்றுவிடு - தலைவனோடு மாறுபடாது ஒன்றிக் கலந்துவிடு.

28. பொய்யாகவேனும் தழுவுவாய்!

(கூடி மகிழும் காதலர் தம்முட் பேசும் பேச்சுகள் எல்லாம் காம மயக்கத்திற் பிறப்பவை தாமே! அப்படித் தம்முள் மயங்கிய இருவர் பேசுவதைக் காட்சியாகக் காட்டுகிறார் கபிலர்.)

தலைவன்

அணிமுகம் மதி ஏய்ப்ப, அம் மதியை நனி ஏய்க்கும்,
மணி முகம், மா மழை, நின் பின், ஒப்ப, பின்னின்கண்
விரி நுண் நூல் சுற்றிய ஈர் இதழ் அலரி
அரவுக்கண் அணி உறழ் ஆரல் மீன் தகை ஒப்ப,
அரும் படர் கண்டாரைச் செய்து, ஆங்கு இயலும்   5
விரிந்து ஒலி கூந்தலாய்! கண்டை; எமக்குப்
பெரும பொன் படுகுவை பண்டு.

தலைவி

ஏஎ, எல்லா! மொழிவது கண்டை, இஃது ஒத்தன்; தொய்யில்
எழுதி இறுத்த பெரும் பொன் படுகம்;
உழுவது உடையமோ, யாம்?   10

தலைவன்

உழுதாய்,
சுரும்பு இமிர் பூங் கோதை அம் நல்லாய்! யான் நின்
திருந்து இழை மென் தோள் இழைத்த, மற்று இஃதோ,
கரும்பு எல்லாம் நின் உழவு அன்றோ? ஒருங்கே
துகள் அறு வாள் முகம் ஒப்ப மலர்ந்த   15
குவளையும், நின் உழவு அன்றோ? இகலி
முகை மாறு கொள்ளும் எயிற்றாய்! இவை அல்ல,
என் உழுவாய் நீ, மற்று இனி.

தலைவி

எல்லா! நல் தோள் இழைத்த கரும்புக்கு நீ கூறு;
முற்று எழில் நீல மலர் என் உற்ற,   20
இரும்பு ஈர் வடி அன்ன, உண்கட்கும், எல்லாம்,
பெரும் பொன் உண்டு என்பாய்! இனி.

தலைவன்

நல்லாய்! இகுளை! கேள்:
ஈங்கே தலைப்படுவன், உண்டான் தலைப்பெயின்,
வேந்து கொண்டன்ன பல.   25

தலைவி 'ஆக' என உடம்பட்டுக் கூற, தலைவன் உரைத்தல்

'ஆங்கு ஆக!' - 'அத் திறம் அல்லாக்கால், வேங்கை வீ
முற்று எழில் கொண்ட சுணங்கு அணி பூண் ஆகம்
பொய்த்து ஒருகால் எம்மை முயங்கினை சென்றீமோ,
முத்து ஏர் முறுவலாய்! நீ படும் பொன் எல்லாம்
உத்தி எறிந்துவிடற்'.   30

தலைவன்: உன் அழகான முகமோ முழு நிலவைப் போல் இருக்கிறது. உன் கூந்தலோ மதியின் ஒளிக்குச் சற்றுங் குறையாத, நீலமணியின் ஒளி போன்றும் கார்போன்றும் இருக்கிறது. அந்தக் கூந்தலிலே நீ குடியிருக்கும் பூவோ நுண்மையான நூலால் கட்டப் பட்டுக் கருவழலைப் பாம்பின் மீது விளங்கும் ஆரல் வடிவின தான வெண்கோட்டைப் போல விளங்குகிறது. இவ்வாறாகக் கண்டவர்க்குத் துயரை விளைத்து விளங்கும் கூந்தலுடையவளே! காண்பாயாக: எமக்குப் பண்டு புதைக்கப்பட்டுக் கிடைத்த பெரும் பொன் புதையலைப் போன்றவளன்றோ, நீ!

தலைவி: ஏள்! ஏடா சொல்வதைப் பார்! இவனும் ஒருவன்! தொய்யிலை என் மார்பகங்களில் எழுதி எழுதிக் கலைத்த பெரும் செல்வந்தான் இதுவரை பெற்றோம், நின் மார்பினைத் தழுவி உழுதலையும் பெற்று உடையேமோ யாம்?

தலைவன்: நீ தழுவுவாய்? வண்டுகள் மொய்க்கும் பூங்கோதையுடன் விளங்கும் அழகுடைய நல்லவளே! இதோ உன் மென்தோளிலே என் கைப்பட யானே எழுதிய கரும்பின் தோற்றப் பொலிவெல்லாம் நீ தழுவியதன் பயனே அன்றோ? மாசற்ற ஒளி யுடைய முகத்திற்கு ஒப்பச் சிவப்பாகி மலர்ந்த நின் நீல விழிகளும் என்னைத் தழுவியதன் பயன்னறோ? எதிராக முல்லை முகையோடு மாறுபாடு கொள்ளும் பல்லழகியே! இவையெல்லாம் தழுவுதலால் பெற்றதன்றெனின், இனி எவ்வாறுதான் தழுவுதல் வேண்டுமென் கிறாயோ?

தலைவி: ஏடா! என் உடலிலே இல்லாத பொலிவோ நீ எழுதிய கரும்புக்கு உண்டாயிற்று? அழகு நிறைந்த நீலமலர் போன்றவும், இரும்பினால் வெட்டப்பட்ட வடுப்போன்றவுமான என் கண்களுக்கும், இனிப் பசப்பு உண்டு என்றோ நீயும் சொல்லு கின்றாய்?

தலைவன்: நல்லாய்! இகுளையே! கேள்: உனக்கு உரியவ னான உன் தகப்பன் மட்டும் அருள் செய்தானொன்றால், பல அரசு

களை வெற்றி கொண்டவனைப் போல; நான் இங்கேயே நின்னைப் பெற்று, அதனால் எல்லா நலனுமே ஒருங்கே பெற்றவனாகி விடுவேனே!

தலைவி : ஆங்கு, அப்படியே ஆகட்டுமாக!

தலைவன் : 'அதுவரையும் பொறுத்திருக்கும்' வலிமை இல்லையென்றால், வேங்கையின் முற்றிய மலரின் நன்மையைக் கொண்ட, சுணங்குகள் அழகு செய்து கொண்டிருக்கும் பாண்கள் பூண்ட நின் மார்பினைக் கொண்டு, பொய்த்தேனும், ஒருமுறை என்னைத் தழுவித்தான் சென்றாலென்ன? முத்தின் அழகு தவழும் முறுவலாளே! உன் பசலை நோயெல்லாம். அப்படியே என் மார்பால் ஒற்றி முழுதும் எடுத்து எறிந்து விடலாமே!

சொற்பொருள்: *1. ஏய்ப்ப - ஒப்ப. நான் - மிகவும் 9. இறுத்த - வந்து தங்கின. 10. உழுவது - தலைவன் மார்பைத் தழுவுதல் உழு தொழிலில் ஒன்றாகும். 13. இழைத்த - வரைந்த. 14. நின் உழவு அன்றோ - நின் மார்பைத் தழுவியதன் பயன் அன்றோ. 15. துகள் - குற்றம். 16. இகலி - மாறுபட்டு. 18. என் உழுவாய் - வேறு எதை உழத் தெரியும். 21. இரும்பு ஈர் வடியன்ன கண் - இரும்பு ஈர்ந்த வடுப்போலும் கண்.*

29. புலிக்குப் பதில் குள்ள நரி!

(குறியிடத்திற்குத் தலைவன் இரவிலே வந்து தன் காதலிக் காகக் காத்திருக்கின்றான். 'அவன் இரவு வருவதை நிறுத்த வேண்டும்: விரைவில் மணம் மெற்கொள்ள வேண்டியன செய்தல் வேண்டும்'. இப்படிக் கருதின தலைவியும் தோழியும் ஒரு பொய்யான நாடகமே நடத்து கின்றனர். முதல் நாள், தான் அவனை இரவில் சந்திக்கச் சென்றபோது பட்ட துயரைத், தலைவி தோழிக்கு உரைப்பதுபோல் அமைந்தது பாடல்.)

திருந்திழாய்! கேளாய், நம் ஊர்க்கு எல்லாம் சாலும்
பெரு நகை! அல்கல் நிகழ்ந்தது: ஒரு நிலையே
மன்பதை எல்லாம் மடிந்த இருங் கங்குல்,
அம் துகில் போர்வை அணி பெறத் தைஇ, நம்
இன் சாயல் மார்பன் குறி நின்றேன் யான் ஆக –
தீரத் தறைந்த தலையும், தன் கம்பலும்,
காரக் குறைந்து, கறைப்பட்டு வந்து, நம்
சேரியின் போகா முடி முதிர் பார்ப்பானை,
தோழி! நீ போற்றுதி என்றி – அவன் ஆன்கே,
பாரா, குழறா பணியா, பொழுது அன்றி
யார், இவண் நின்றீர்?' எனக் கூறி, பையென,,,

வை காண் முது பகட்டின், பக்கத்தின் போகாது,
'தையால்! தம்பலம் தின்றியோ?' என்று, தன்
பக்கு அழித்து, 'கொண்டீ' எனத் தரலும் - யாது ஒன்றும்
வாய்வாளேன் நிற்ப - கடிது அகன்று கைமாறி,
'கைப்படுக்கப்பட்டாய், சிறுமி! நீ' - 'மற்று யான்
ஏனைப் பிசாசு; அருள்; என்னை நலிதரின்,
இவ் ஊர் பலி நீ பெறாஅமல் கொள்வேன்'
எனப் பலவும் தாங்காது வாய் பாடி நிற்ப -
முது பார்ப்பான் அஞ்சினன் ஆதல் அறிந்து, யான், எஞ்சாது,
ஒரு கை மணல் கொண்டு, மேல் தூவக் கண்டே,
கடிது அரற்றிப் பூசல் தொடங்கினன், ஆங்கே,
ஒடுங்கா வயத்தின், கொடும் கேழ், கடுங்கண்,
இரும் புலி கொண்மார் நிறுத்த வலையுள் ஓர்
ஏதில் குறு நரி பட்டற்றால்! காதலன்
காட்சி அழுங்க, நம் ஊர்க்கு எலாஅம்
ஆகுலம் ஆகி விளைந்ததை - என்றும் தன்
வாழ்க்கை அதுவாகக் கொண்ட முது பார்ப்பான்
வீழ்க்கைப் பெருங் கருங் கூத்து.

திருந்திய அணிகளைப் புனைபவளே! கேளாய்: நம் ஊருக்கு எல்லாம் பொருந்தும் ஒரு வேடிக்கையும் நேற்றிரவு நடந்தது. மக்கள் எல்லாம் ஒருசேர மடிந்துவிட்டனரோ என்பதுபோல, ஆழ்ந்து உறங்கிக் கொண்டிருந்த நள்ளிரவு வேளையிலே, அழகிய போர்வை ஒன்றால் என்னை அழகாக மூடிக்கொண்டு, அழகிய மார்பனான நம் காதலன் வரச்சொன்ன இடத்திலே போய், யானும் அவன் வரவை எதிர்நோக்கியவளாகக் காத்து நின்றேன்.

நின்றேனோ? அங்கே மாற்றான் ஒருவன் வந்தான். மயிர் சொட்டையாய்ப் போன வழுக்கைத்தலை; அதன்மேல் ஒரு முக்காடு; கருங்குட்டத்தால் குறைந்துபோன கால் கைகள்! ஒழுக்கங் கெட்டவன்! நம் சேரியை விட்டுப் போகாது வந்து கிடக்கும் முடவனான கிழட்டுப் பார்ப்பான் தானடி அவன்! தோழி! நீ 'அவனைக் கண்டால் எச்சரிக்கையாய் இரு' என்றாயே, அவன் அங்கு என்னதான் செய்தான் தெரியுமா?

என்னையே பார்த்தான்; மண்டியிட்டான்; பணிந்தான். 'பொழுதல்லாத பொழுதிலே, இங்கு வந்து தனித்து நிற்கின்றாயே' எனக் கூறினான். வைக்கோலைக் கண்ட கிழட்டு எருது போல ஆசைகொண்டவனாகி, என்னைவிட்டுப் போகாமல் சுற்றிச் சுற்றி வந்தான். 'தையலே! தம்பலம் தின்கிறாயோ?' என்று தன் பையைத் திறந்து எடுத்து நீட்டினான்.

நானோ, பேச்சும் எழாமல் நின்றேன். அவன் விரைந்து அகன்று சென்றான். தம்பலந் தருவதை நிறுத்திவிட்டு, ‘சிறுமியே! நீ என் கையில் வந்து வசமாக அகப்பட்டுக் கொண்டாய். நீயோர் பெண் பிசாசு. நானும் ஓர் ஆண் பிசாசு. என்னை ஏற்று அருள்க’ என்று பிதற்றினான். ‘எனக்கு அருள் செய்யாமல் என்னை வருத்து வாயானால், இவ்வூரில் நீ பலிகொள்ள விடாமல், முழுவதும் நானே சென்று கொள்வேன்’ என்றும் பலவாறாக வாய்க்கு வந்த வாறெல்லாம் சொல்லி உளறினான்.

‘முதுபார்ப்பான் அஞ்சிவிட்டான்’ என்பதை நானும் அறிந்து கொண்டேன். ஒரு கை நிறைய மணலை அள்ளி அவன் மேல் தூவினேன். அந்நிலையே, அவன் உரத்துக் கதறினான். ஊரெல்லாம் கேட்குமாறு உரத்த குரலில் கூச்சலிடவும் தொடங்கி விட்டான்.

அங்கே, கெடாத வலியும், வளைந்த கோடுகளும், கடுமையான கண்களும் உடைய பெரிய பெரிய புலியைப் பிடிக்க நினைத்து விரித்தவோர் வலையினுள், ஒன்றுக்கும் உதவாத ஒரு குள்ளநரி வந்து விழுந்ததைப் போலிருந்ததடி, என் நிலைமை! நம் ஊரி லுள்ள கன்னியர்க்கெல்லாம் இப்படித் துன்பம் தருவதே நம் காதலனைக் கண்டு மகிழவும் முடியாமற் போனதுடன், எல்லாம் நமக்குத்துன்பந்தரும் பெருங்கேலிக் கூத்தாகவும் முடிந்தது!’

தலைவி கூறிய இதனைக் கேட்ட தலைவன், அவள் தன்னால் படும் துயரை எண்ணி, விரைய வேட்டு வந்து மணம் செய்து கொண்டான் என்பது கருத்து.

சொற்பொருள்: 6. தீர் - மயிர் உதிர்ந்து போக. தறைந்த - வழுக்கையான. கம்பல் - போர்வை. 7. காரம் - கருங்கூட்டம். கறைப் பட்டு - குல ஒழுக்கம் விட்டுக் கெட்டு. 10. குறழா - குனிந்து. 12. வை - வைக்கோல். முதுபகடு - கிழஎருது. 13. தம்பலம் - வெற்றிலைபாக்கு. 14. பாக்கு - பாக்குப்பை. அழித்து - திறந்து காட்டி. 15. வாய் வாளேன் - பேச நாவெழாதவளானேன். 22. கொடும்கேழ் - வளைந்த வண்ணக் கோடுகள். 24. இரும்புலி - பெரியபுலி. 26. அழுங்க - கெடும்படி. 27. ஆகுலம் - வருத்தம். 28. வாழ்க்கை - தொழில். 29. வீழ்க்கை - விரும்புதல் உடைய. கருங்கூத்து - கோமாளி நாடகம்; கேலிக்கூத்து.

குறிஞ்சிக் கலி முற்றும்

மூன்றாவது
மருதன் இளநாகனார்
செய்தருளிய
மருதக் கலி

மருதம்

வயல் வளமும் நீர் வளமும் மிகுந்த பகுதி; பெரு நிலக் கிழார்களும் அவர்களைச் சார்ந்து வாழும் பிற மக்களும் வாழும் ஊர்கள் செறிந்தது.

வளமை மிகுதியும், அதனால் அமையும் போக நுகர்ச்சியிலே விருப்பமும் தலைவனைக் காமத்தில் எளியனாகும்படி செய்து விடுகின்றது. அவன் பரத்தனாகச் சுற்றுதலும் இயல்பாகின்றது.

கற்புச் செறிவுடைய தலைவியை அவனால் மறக்கவும் இயலாது; அவள் தகுதியை மதியாமலும் முடியாது; அவள் தான். தன் குடிமரபை வாழ்விப்பவள் என்பதை அவன் உணராமலு மில்லை.

அவன் வீடு - அவன் மனைவி - அவன் உரிமை - தலைமை - அவள் தலைவி - அவள் உரிமை - கோபம் - தாபம் - குமுறல் - விரக்தி இவையெல்லாம் காட்சிகளாகக் கருத்தைக் கனிவிப்பன இப்பகுதியில்.

மருதக் கலி
1. அருள் பெற்றோம் யாம்!

(வைகறைப் போதுவரை பரத்தையரின் சேரியிலேயே சுற்றிவிட்டு, அதன்பின் வீடுவந்த கணவனை, 'நீ வந்தாய், அதுவே போதும்; நின் பரத்தையர் வருந்துவார்கள்: அங்கேயே மீண்டும் போய் வருக!'' என்று, மனைவி ஒதுக்குகின்றாள்.)

வீங்கு நீர் அவிழ் நீலம் பகர்பவர் வயற் கொண்ட
ஞாங்கர் மலர் சூழ்தந்து, ஊர் புகுந்த வரி வண்டு,
ஓங்கு உயர் எழில் விருந்து ஆற்ற, பகல் அல்கி, கங்குலான்,
வீங்கு இறை வடுக் கொள், வீழுநர்ப் புணர்ந்தவர்   5

தேம் கமழ் கதுப்பினுள் அரும்பு அவிழ் நறு முல்லை
பாய்ந்து ஊதி, படர் தீர்ந்து, பண்டு தாம் மரீஇய
பூம் பொய்கை மறந்து, உள்ளாப் புனல் அணி நல் ஊர!
அணை மென் தோள் யாம் வாட, அமர் துணைப் புணர்ந்து நீ,
‘மண மனையாய்’ என வந்த மல்லலின் மாண்பு அன்றோ -
பொதுக் கொண்ட கவ்வையின் பூ அணிப் பொலிந்த நின்
வதுவை அம் கமழ் நாற்றம் வைகறைப் பெற்றதை?
கனலும் நோய்த் தலையும், ‘நீ கனங் குழையவரொடு
புனல் உளாய்’ என வந்த பூசலின் பெரிது அன்றோ -
தார் கொண்டாள் தலைக் கோதை தடுமாறிப் பூண்ட நின்
ஈரணி சிதையாது, எம் இல் வந்து நின்றதை?
தணந்ததன் தலையும், ‘நீ தளரியலவரொடு
துணங்கையாய்’ என வந்த கவ்வையின் கடப்பு அன்றோ -
ஒளி பூத்த நுதலாரோடு ஓர் அணிப் பொலிந்த நின்
களி தட்ப வந்த இக் கவின் காண இயைந்ததை?
என ஆங்கு,
அளி பெற்றேம்; எம்மை நீ அருளினை; விளியாது
வேட்டோர் திறந்து விரும்பிய நின் பாகனும்,
‘நீட்டித்தாய்’ என்ற, கடாஅம், கூடுந் திண் தேர்;
பூட்டு விடாஅ நிறுத்து.

மருத நிலம் வயல்வளத்தால் நிறைந்திருப்பது. குளங்கள் பலவும் அங்கே காணப்படும். ஒரு தாமரைப் பொய்கையிலே ஒரு வரியமைந்த வண்டு தாமரை மலரில் அமர்ந்து தேனுண்டு மகிழ்ந் திருந்தது. வயல்களிலே குவளை மலர்கள் மலர்ந்திருந்தன. பூ விற்பவர்கள் வந்து, குவளையை வயலிலிருந்து கொய்து கொண்டு, ஊருள்ளே விற்பதற்காகக் கொண்டு சென்றனர். தாமரைப் பொய்கை வண்டு, அதை விட்டு விட்டு, நீலமலரின் மேல் ஆசைப் பட்டு, அதனுடன் தானும் ஊருக்குள் வந்து விட்டது. பெரிய களிறுகள் அவ்வூரில் இருந்தன. அவற்றின் மதநீர் வாடையைக் கண்டதும், நீலமலரை விட்டு மதநீரை நாடிப் போய் விட்டது. இப்படியே பகல்முழுதும் ஒன்று மாற்றி மற்றொன்றாகக் கழித்தது. அவ்வூர் மகளிர் மாலையிலே முல்லை யரும்புகளைத் தலையிலே சூடியிருந்தனர். இரவிலே தம் கணவரோடு கலந்து இன்புற்று, அவரோடு இறுகத் தழுவிக் கிடந்தனர். தலையிலிருந்து முல்லை முகைகள் அலர்ந்து மணம் பரப்பின. முல்லை மணம் வந்ததும், வண்டு அங்கேயும் வந்து அந்த மங்கையர் கூந்தலை வட்டமிடத் தொடங்கிற்று. தாமரைப் பொய்கையை அறவே மறந்து, இவ்வாறு

கண்ட பூவின் இடம் எல்லாம் ஆசை வைத்துச் சுற்றும் வண்டினம் போல்வன நீ! நீர்வளம் நிறைந்த ஊர்வனே! இதனைக் கேள்:

'இங்கே அணைபோன்ற என் தோள்கள் வாட, யானும் கிடந்து வருந்துகின்றேன். பரத்தையோடு கூடிக் கலந்து மகிழ்ந்து விட்டு ஒரே மணத்தின் உருவமாக, இவ் வைகறை வேளையிலே, நீயும் இங்கு வந்துள்ளாய் ஊரெல்லாம் பழித்தப் பேசுமாறு காம வசத்தனாகிப் பரத்தையர் மாலை சூடி மகிழ அவரோடுகூடி இன்புற்றும் மகிழ்ந்தாய். உன் பெருமையை என்னென்பது? அதனினும், இப்படி அந்தச் சின்னங்களோடு என்முன் வந்து நிற்கின்றாயே, இதுதான் மிகவும் பெருமையுடையது அல்லவோ!

'கனவிய குழையணிந்த பரத்தையரோடும் கூடிக்கலந்து, நீர் விளையாட்டிலே மகிழ்ந்திருக்கின்றாய்' எனப், பிறர் வந்து என்பாற் கூறினர். அந்தக் கூச்சலைக் கேட்டு என் நோயோ நெருப்பாகி எழுந்து என்னைச் சுட்டு வருத்தியது. நான் அவ்வாறு கிடந்து துடித்து நலிந்திருக்க, நீயும் இப்படி வந்து நிற்கின்றாய்? உன் மாலையை எவளுக்கோ அணிந்துவிட்டு காம மயக்கத்தால் அவள் தலையிலணிந்திருந்த கோதையைச் சூடியவனாகவும் வந்திருக்கின்றாய்! அந்த அழகைச் சிதையாமலேயே என் முன் வந்து நிற்கும் உன் பெருந்தன்மை, முன் உன்னை அவருடன் நீராடினதாக எழுந்த அந்தக் கூச்சலினைக் காட்டிற் சிறந்ததல்லவோ?

என்னைப் பிரிந்தாய். அதனால் யான் வருந்திக் கிடந்தபோது, தளர்ந்த இயல்பினரான பரத்தையரோடு நீ துணங்கைக் கூத்தாடிக் கொண்டிருக்கிறாய் என்ற செய்தியையும் கேட்டேன். இப்போது, நீயோ, ஒளிபூத்த நுதலினரான அவரோடும் ஒன்றாக விளங்கி மகிழ்ந்த களிப்புப் பொங்கி வழிய, அந்த அழகுடனே எம்முன் வந்துள்ளாய். உன்னை இப்படிக் காண நேர்ந்தது. அதனைக் காட்டில் மிகுதியன்றோ?

ஏதோ? இந்த அளவாவது என்பால் வந்து அருள் செய்தாயே! அந்த அளவில் நாங்களும் உன் அன்பைப் பெற்று மகிழ்ந்து விட்டோம். உன் பரத்தையர்களுக்கு மிகவும் வேண்டியவனான உன் பாகன், பூட்டி வைத்த தேரோடும் அதோ வெளியே காத்திருக்கின்றான். இங்கே நீ காலம் கடத்துகிறாய் என்று கருதி, உன்னைக் கூப்பிடாமலேயே அவன் சென்றாலும் சென்று விடுவான். அதனால் போய் வருக! பரத்தையரோடு உள்ள நின் பிணிப்பாவது, எம்மேபோல் அற்று விடாமல் சென்று, அதனையேனும் நிலை நிறுத்துவாயாக!

சொற்பொருள்: *1. வீங்குநீர் - மிக்க நீர். 2. சூழ்தந்து - சூழ்ந்து வந்து. 3. கனைகடாம் - மிக்க மத நீர். 4. அல்கி - தங்கி. 5. வீங்கு இறை - மகிழ்ச்சி மிகுதியால் பருத்த முன்கை. 12. வதுவை - திருமணம். 13. கனலும் - வருத்தும். நோய்த் தலையும் - நோய்க்கு மேலும். 14. பூசல் - அலர். 15. தார் ஆடவர் அணியும் மாலை. தலைக்கோதை - மகளிர் அணியும் தலை மாலை. 22. வேட்டோர் திறத்து - விரும்பும் பரத்தையரிடத்திலே.*

2. அறைபோகும் நெஞ்சு!

(பரத்தையரோடு தொடர்புற்றிருக்கும் நின் தலைவனோடு 'கொஞ்சமாவது நீயும் ஊடியிருந்தால்தானே அவனுக்குத் தன் பிழைபாட்டின் குற்றம் உறைத்துத் தெளிவு பிறக்கும்' என்கிறாள் தோழி. 'நானும் அப்படித் தானேடி எண்ணுவேன்; பாழும் நெஞ்சு சமயத்தில் காலை வாரி விட்டு விடுகிறதே' என்று தன் நிலையைத் தலைவி விளக்குகிறாள்.)

கார் முற்றி, இணர் ஊழ்த்த கமழ் தோட்ட மலர் வேய்ந்து,
சீர் முற்றி, புலவர் வாய்ச் சிறப்பு எய்தி, இரு நிலம்
தார் முற்றியது போல, தகை பூத்த வையை தன்
நீர் முற்றி, மதில் பொரூஉம் பகை அல்லால், நேராதார்
போர் முற்று ஒன்று அறியாத புரிசை சூழ் புனல் ஊரன் -
நலத்தகை, எழில் உண்கண் நல்லார் தம் கோதையால்
அலைத்த, புண், வடு, காட்டு, அன்பு இன்றி வரின் - எல்லா!?
புலப்பென் யான் என்பேன்மன்? அந் நிலையே, அவற் காணின்,
கலப்பென் என்னும், இக் கையறு நெஞ்சே.
கோடு எழில் அகல் அல்குற் கொடி அன்னார் முலை மூழ்கி,
பாடு அழி சாந்தினன், பண்பு இன்றி வரின் - எல்லா! -
ஊடுவென் என்பேன்மன்? அந்நிலையே, அவற் காணின்,
கூடுவென் என்னும், இக் கொள்கை இல் நெஞ்சே.
இனிப் புணர்ந்த எழில் நல்லார் இலங்கு எயிறு உறாஅலின்,
நனிச் சிவந்த வடுக் காட்டி, நாண் இன்றி வரின் - எல்லா! -
துனிப்பென் யான் என்பேன்மன்? அந் நிலையே, அவற் காணின்,
தனித்தே தாழும், இத் தனி இல் நெஞ்சே.
என ஆங்கு,
பிறை புரை ஏர் நுதால்! தாம் எண்ணியவை எல்லாம்
துறைபோதல் ஒல்லுமோ - தூ ஆகாது ஆங்கே
அறை போகும் நெஞ்சு உடையார்க்கு?

கார்காலமோ உச்ச நிலையிலிருக்கிறது. ஆற்றங்கரையின் இருமருங்குமிருக்கும் மரங்களெல்லாம் பூங்கொத்துக்களால்

நிறைந்திருந்தன. இடையே செல்லுகின்ற வையையாறு, எவளோ ஒருத்தி பூச்சூட்டிக் கிடப்பது போலிருந்தது! மதுரையைச் சுற்றி வையை விளங்கிய காட்சி, மதுரை நகரமே தன்னைச் சுற்றிலும் பூமாலையிட்டு மகிழ்ந்தது போன்றிருந்தது. வையை யாற்று நீர், மதுரையின் கோட்டையைப் பொருவதே யல்லாமல், பகைவர் போருக்கு வந்து அதனை வளைத்ததே இல்லை! இத்தகைய, புரிசை சூழ்ந்த நீர் வளமிக்க மதுரையூரன் என் கணவன்.

ஏடீ, தோழியே! நலம் செறிந்த, அழகிய மையுண்ட கண்ணினரான பரத்தையர்கள், தம் கோதையால் அடித்த புண்வடுக்களைக் காட்டியபடியே, என்பால் அன்பின்றி அவன் வந்தான் என்றால், நானும் அவனுடன் ஊடி இருப்பேன் என்றே நினைப்பேன். அந்நிலையிலே அவனைக் காணின், பிறவெல்லாம் பாராட்டாது, 'அவனோடுங் கூடுவேன்'. யான் வேறு என் செய்வேன்?

ஏடீ! பக்கம் உயர்ந்த எழுச்சியையுடைய அகன்ற அல்குலும், கொடி போன்ற இடையும் உடைய, பூங்கொடி போன்ற பரத்தையரின் முலைகளிடையிலே கிடந்து, கலைந்த சாந்தத்துடனே பண்பின்றி அவன் வந்தால், அவனோடு ஊட வேண்டுமென்று தான் இருப்பேன் நான். ஆனால், கொள்கையற்ற என் நெஞ்சு, அவனைக் கண்டதும், 'கூடுவேன்' என்கின்றதே யான் என்ன செய்வேனடீ?

ஏடீ! இனிதாகக் கூடிய அழகுடைய பரத்தையரின் பற் பதிந்த சிவந்த வடுக்களைக் காட்டி அவன் வந்தால், 'ஏறிட்டும் பாராது வருந்தியிருக்க வேண்டும்' என்றே நினைப்பேன். ஆனால், அந்நிலையிலேயும் கண்டால், என்னைத் தவிக்க விட்டுவிட்டுத் தன் போக்கிலே அவனுக்குத் தானாகவே இணங்கி விடுகின்றதே, என் நெஞ்சு?

பிறை போன்ற அழகிய நுதலினை யுடையாளே? நம்மோடு இருந்தும், நமக்குத் துணை செய்யாது, இப்படி நம்மைக் கைவிட்டுத் துரோகம் செய்யும் நெஞ்சினை உடையவர் நாம். எண்ணியவை எல்லாம் முற்றவும் செய்து முடித்து வெற்றி கொள்ள, நம்மாலும் முடியுமோ?

சொற்பொருள்: 1. இணர் - பூங்கொத்துகள். ஊழ்த்து - அலர்ந்து. தோட்ட - இதழ்களை உடைய. 4. நேராதார் - பகைவர். 9. கையறு - செய்யும் செயல் அற்ற. 10. கொடியன்னார் - பூங்கொடி போன்ற பரத்தையர். 11. பாடு - பெருமை. 14. உறாஅலின் - அழுந்துதலால். 16. துனிப்பேன் - வெறுப்பேன். 20. துறைபோதல் - முற்ற முடித்தல். ஒல்லுமோ - இயலுமோ. தூஆகாது - துணை ஆகாது.

3. கனவிலே கிடைத்த செல்வம்!

(பரத்தைமை கொண்டானைப் பலவும் குறைகூறி வருந்தினாள், மனைவி. முடிவில், அவன் வலியப்பற்றி அவளைத் தழுவி ஊடல் தீர்க்க முயல்கின்றான். அப்போது, 'நனவிலே நிகழ்வதாயினும், நிலையற்ற செயல் ஆதலால், கனவில் பெற்ற செல்வந்தன் நின் இன்பம்' எனக் கூறினாளாகத் தன் நிலைக்குக் குறைபட்டுக் கொள்ளுகின்றாள் அவள்.)

பொது மொழி பிறர்க்கு இன்றி முழுது ஆளும் செல்வர்க்கு
மதி மொழி இடல் மாலை வினைவர் போல், வல்லவர்
செது மொழி சீத்த செவி செறு ஆக,
முது மொழி நீரா, புலன் நா உழவர்
புது மொழி கூட்டுண்ணும், புரிசை சூழ், புனல் ஊர!
'ஊரன் மன் உரன் அல்லன், நமக்கு' என்ன, உடன் வாளாது,
ஓர் ஊர் தொக்கு இருந்த நின் பெண்டிருள் நேராகி,
களையா நின் குறி வந்து, எம் கதவம் சேர்ந்து அசைத்த கை
வளையின்வாய் விடல் மாலை மகளிரை நோவேமோ -
'கேள் அலன், நமக்கு அவன்; குறுகன்மின்' என, மற்று எம்
தோளொடு பகைபட்டு நினை வாடு நெஞ்சத்தேம்?
'ஊடியார் நலம் தேம்ப, ஒடியெறிந்து, அவர்வயின்
மால் தீர்க்கும் அவன் மார்பு' என்று எழுந்த சொல் நோவேமோ -
முகை வாய்த்த முலை பாயக் குழைந்த நின் தார் எள்ள,
வகை வரிச் செப்பினுள் வைகரிய கோதையேம்?
சேரியால் சென்று, நீ சேர்ந்த இல் வினாயினன்,
தேரொடு திரிதரும் பாகனைப் பழிப்போமோ -
ஒலி கொண்ட சும்மையான் மண மனை குறித்து, எம் இல்,
'பொலிக' எனப் புகுந்த நின் புலையனைக் கண்ட யாம்?
என ஆங்கு -
நனவினான் வேறாகும் வேளா முயக்கும் -
மனை வரி, பெற்று உவந்து, மற்று எம் தோள் வாட,
'இனையர்' என உணர்ந்தார் என்று ஏக்கற்று, ஆங்கு,
கனவினான் எய்திய செல்வந்து அனையதே -
ஐய எமக்கு நின் மார்பு.

நீர் வளம் நிறைந்த ஊர், கோட்டை சூழ்ந்த ஊர், மதுரைமா நகரம். அர் நகரத்தார் அறிவுப் பசியுள்ளவர்கள். அங்குப் புலவர் களும் நிறையப் பேர் இருப்பர். 'இந்நிலம், பலருக்கும் பொது வானது' என்ற சொல் எழாமல், உலக முழுதும் ஒரு குடைக்கீழ் ஆளும் பெருமன்னர்க்கு, அவ்வப்போது நுண்மையான அறிவுத்

திட்டங்கள் கூறும் அமைச்சர்களைப் போன்ற புலவர்கள், நுண்ணறிவுடன் விளங்கினர். தம்மினும் வல்லார் சொல்லும் பொல்லாத சொற்களைக் கேளாது, புகழ்சொற்களைக் கேட்கும் தம் காதுகளே தம் நிலமாகக் கொண்டு போற்றுபவர் அவர். முதுமொழியான செந்தமிழ் மொழியின் பண்பு பொலிய, நாவென்னும் தம் புலனால் உழுது, புதிய புதிய இலக்கியங்களை அவர்கள் எடுத்துச் சொல்லுவார்கள். அந்த விருந்தை உண்ணும் இயல்புடைய மதுரை ஊரனே!

'ஊரன் நமக்கு வேண்டியவனல்லன்' என்று நின் பரத்தையர் ஒருவரோடு ஒருவர் கூறுவர். அப்படிக் கூறியதையே தம் இயல்பிலும் அவர் கொள்வாரல்லர். ஒரு தனி ஊரிலேயே தனியாகக் குடியேற்ற வேண்டும் அளவுக்குத் திரண்டிருக்கும் நின் பரத்தையரைப் போன்றவளோ நான்? சொன்ன வார்த்தையை மறந்து, நீ வரச்சொன்ன இடத்திற்கு வந்து பார்த்தும் காணாமல், எம் வீட்டுக் கதவையும் வந்து தட்டினரே சிலர். வளையல்கள் ஒலிக்க, அவ்வாறு தம் வரவை அறிவிக்கும் அப்பரத்தையரை, நான் ஏன் நொந்து கொள்ளல் வேண்டும். 'எனக்கு அவன் உறவுடையான் அல்லன்; இனி இங்கு அவனைத் தேடி வராதீர்கள்' என்று அவர்க்கு உரைத்து விட்டு, உன் பிரிவால் மெலிந்த தோளோடு இருந்து வாடுகின்ற, நெஞ்சம் உடையவள் தானே நான்!

''அவனோடு ஊடியிருக்கின்றாள் அவன் மனைவி! அவள் அழகெல்லாம் அழிகின்றது! அவளை உதறி எறிந்து விட்டான்! பரத்தையர்பால் சென்று அவர் மயக்கத்தைத் தீர்க்கும் பொருந்தாத செயல் செய்வதாயிற்றே. அவன் மார்பு!'' இவ்வாறு எல்லாம் ஊரில் எழுந்த சொல்லை நினைந்து நோவோமோ? கோதையைக் கூந்திலே சூடினால் பயன் தரும்; செப்பினுள் வைத்து மூடி வைத்தால் வாடியழியும். பரத்தையரின் முகைபோன்ற முலைகள் பாய்ந்து குழைந்த நின் மார்பின் மாலை, எம்மை எள்ளி நகையாடும்போது, எம் நிலைதான் என்னவோ? செப்பலிட்ட கோதைபோல, யாமும் வாடியழிய வேணியதுதானே!

பரத்தையர் சேரியிலே சென்று, ஒவ்வொரு வீடாகப் போய், நீ இருக்குமிடம் தெரியாமல் கேட்டுக் கேட்டுச் செல்லும் நின் பாகனை, யாம் பழிப்பது ஏன்? உன்னைப் பற்றிய பேச்சுக்களைப் பலரும் இங்கு வந்து எம்மிடத்துப் பேசுகின்றனர். ஒலி பல கேட்டு வந்த நின் பாணன், இஃதோர் மணமனை போலும் என மயங்கிப்,

'பொலிக்' 'பொலிக்' என வாழ்த்துவதையும் கண்ட யாம், அதைத் தான் நோவோமோ?

நீ வீட்டுக்கு வரும்போது கூடி மகிழ்வேன்; நீ பிரிந்ததும் என் தோள்கள் வாடுகின்றன. 'என் நிலையை அயலாரும் உணர்ந்தாரே' என்று ஏங்குவேன். அவ்வேளையிலே நீயும் வந்து தழுவுகின்றாய். நனவிலே, நின் மார்பைத் தழுவினாற் கூடக் கனவிற்பெறும் செல்வம் போலவே இதுவும் நிலையாத இன்பந்தான்!

சொற்பொருள்: 3. செதுமொழி - பொல்லாத சொற்கள். சீத்த - களையப்பட்ட. செறு - வயல். 5. கூட்டுண்ணும் - பெரும் அளவில் பெற்று மகிழும். 6. உரன் அல்லன் - உறுதியுடையானல் லன். 7. நேராகி - ஒப்பாகி. 8. களையா - கூறிய குறைகளைக் களைந்து. 13. மால் - துன்பம். சொல் - பழி. 14. குழைத்த - அழிந்த. தார் - மாலை. எள்ள - நகைக்க. 16. சேரியால் - சேரி தோறும். 18. ஒல்கொண்ட சும்மையான் - ஆரவாரப் பேரொலியால். 21. வேளா முயக்கம் - விருப்பமில்லாத புணர்ச்சி. 23. இனையர் - இத்தன்மையர்.

4. பெருமானே உன்னை அறிவோம்!

(தன் தலைவியிடம் வந்து, பணிவுடையவன் போலக் குறை யிரந்து, அவள் கலவியை வேண்டுகின்றான். அவள் 'உன் செய்தி எல்லாம் தெரியும்; ஏன் இப்படியெல்லாம் செய்கிறாய்? இதனால், நீ எம் ஒருத் திக்கே உரியனென்று செருக்கிவிட மாட்டோம் யாம்' எனக் கூறி, ஊடு கிறாள்.)

போது அவிழ் பனிப் பொய்கை, புதுவது தளைவிட்ட
தாது சூழ் தாமரைத் தனி மலர்ப் புறம் சேர்பு -
காதல் கொள் வதுவை நாள், கலிங்கத்துள் ஒடுங்கிய
மாதர் கொள் மான் நோக்கின் மடந்தை தன் துணையாக,
ஓதுடை அந்தணன் எரி வலம் செய்வான் போல்,
ஆய் தூவி அன்னம் தன் அணி நடைப் பெடையொடு -
மேதகத் திரிதரூஉம் மிகு புனல் நல் ஊர!
தெள் அரிச் சிலம்பு ஆர்ப்ப, தெருவின்கண் தாக்கி, நின்
உள்ளம் கொண்டு, ஒழித்தாளைக் குறை கூறிக் கொள நின்றாய்
துணிந்தது பிறிதாக, 'தணிவிலள் இவள்' என,
பணிந்தாய் போல் வந்து, ஈண்டுப் பயனில மொழிவாயோ?
பட்டுழி அறியாது, பாகனைத் தேரொடும்
விட்டு, அவள் வரல் நோக்கி, விருந்து ஏற்றுக்கொள நின்றாய்

நெஞ்சத்த பிறவாக, 'நிறையிலள் இவள்' என,
வஞ்சத்தான் வந்து, ஈங்கு வலி அலைத்தீவாயோ? 15
இணர் ததை தண் காவின், இயன்ற நின் குறி வந்தாள்
புணர்வினில் புகன்று, ஆங்கே புனலாடப் பண்ணியாய்
தருக்கிய பிறவாக, 'தன் இலள் இவள்' என,
செருக்கினால் வந்து, ஈங்குச் சொல் உகுத்தீவாயோ.
என ஆங்கு - 20
தருக்கேம், பெரும! நின் நல்கல்; விருப்புற்றுத்
தாழ்ந்தாய் போல வந்து, தகவில செய்யாது,
சூழ்ந்தவை செய்து, மற்று எம்மையும் உள்ளுவாய் -
வீழ்ந்தார் விருப்பு அற்றக்கால்.

மிகுந்த நீர்வளமுடைய நல்ல ஊரன் அவன்! அவ்வூர் வளம் எப்படியிருந்தது? 'காதலரிருவரும் விரும்பும் திருமண நாளில், ஆடைக்குள் ஒடுங்கியவளாகக் காதல் கொண்ட மருண்ட மான் நோக்கினையுடைய மடந்தையும் உடன் வருகின்றாள்; ஒத்தினை யுடைய அந்தணன், இருவரையும் எரியை வலம் செய்யுமாறு சொல்லக், காதலனும், தலை கவிழ்ந்த காதலியும் அதனை வலம் வருவர்'. அதுபோலப் போதவிழும் குளிர்ந்த தாமரைப் பொய்கை யிலே பூத்திருந்த புதுமலர்களிடையே, தனித்திருந்த ஒரு மலரின் பக்கமாக, ஓர் அன்னம், தன் அழகுநடைப் பெடையோடும் வலம் வந்து கொண்டிருக்கும்!

தெள் அரிச் சிலம்பு ஆர்ப்பத் தெருவில் வந்துநின்ற ஒரு பரத்தை, தன் அழகினால் உன்னைத் தாக்கி உன் உள்ளத்தையும் தன் வசப்படுத்திக் கொண்டு, தன் வீட்டினுள்ளே போய் விட்டாள். அந்தத் துன்பத்தைக் கூறி, அவளை அடைவதற்கு எண்ணியவனாக நீயும் நிற்கின்றாய். நீ நினைத்தது அவ்வாறு வேறாகவும், 'இவள் அதனைப் பொறுக்கும் துணிவற்றவள்' எனக் கருதிப் பணிந்த வனைப் போல வந்து, இங்கே ஏன் பயனற்ற உன் காதல் வார்த்தை களைச் சொல்லுகின்றாய்? அங்கேயே நீயும் சொல்வாயாக!

ஒருத்தி மேல் காமுற்று, உன் பாகனைத் தேரோடும் அவள் பால் அனுப்பிவிட்டு, அவள் வரவு நோக்கி, உண்மையறியாமல், அந்தப் புதியவளோடு அநுபவிக்கும் இன்பத்தையே எதிர்பார்த்து நீயும் ஏங்கி இருக்கின்றாய். நெஞ்சம் இவ்வாறு பிற நினைவா யிருக்கவும், 'நிறையுடையவளல்லள் இவள்' என எம்மையும் எண்ணினாய். வஞ்சகத்தால் வந்து, இங்கு எம் மன உறுதியையும் தகர்த்துவிட உன்னால் முடியுமோ?

பூங்கொத்துக்கள் நிறைந்த சோலையிலே, நீ விரும்பிய இடத்திற்கு வந்த நின் பரத்தையோடு, கல்விக் காலத்திலே நீ சொன்னதெல்லாம் அங்கேயே நீராடப் பண்ணி அனுப்பி விட்டாயோ? நீ நடப்பதோ வேறு விதம். இருந்தும், 'தனக்கென்றே நெஞ்சம் இலள் 'இவள்' எனச் செருக்குடன் இங்கு வந்தும் பேசுகின்றனையே? உன் எண்ணம் ஈடேறுமோ? பெருமானே! நீ ஏதோ அருளிவிட்டாயே என்று ஏதும் யாம் செருக்குக் கொள்ள மாட்டோம். எம் பேரில் விருப்பமுடையவன் போலவே வந்து, ஏதோ தாழ்ந்தவன் போலவும் காட்டி, உன் நிலைக்குக் குறைவு வரக் கூடியன எதுவுமே செய்யாதே! நீ நினைத்ததையெல்லாம் முடித்து விட்டு, உன் வலையிலே வீழ்ந்த பரத்தையார் மீது உனக்கு ஆசை அற்றபோதுதான் எம்மை நினைப்பாய் என்பதையும், நாம் நன்றாகவே அறிவோம், பெருமானே!

சொற்பொருள் : *7. மேதக - பெருமையாக. 8. தெள் - தெளிந்த. அரி - உள்ளிடு பரல்கள். தாக்கிய - எதிர்ப்பட்டு. 9. குறை கூறி - உன்குறையைக் கூறி. 12. பட்டுழி - சென்றவிடம். 13. விருந்து - விருந்தாக. 18. தன்னிலள் - தனக்கென ஓர் இயல்புடையளல்லள். 19. புகுந்து - வீணே கொட்டி. 23. சூழ்ந்தவை - உள்ளம் விரும்பியவை.*

5. தூங்கவும் விடாய் நீ!

(தலைவன் வந்தான், ஊடியிருந்த அவள், அவன் பரத்தைமை பூண்டு ஆடிய ஆட்டங்களை எல்லாம் கூறித் தான் உறக்கமின்றி ஏங்கியதையும் சொல்லி, உன் பாணன் வரவில்லை போலும்!' என்று நகையாடவும் செய்கிறாள்.)

மணி நில மலர்ப் பொய்கை, மகிழ்ந்து ஆடும் அன்னம் தன்
அணி மிகு சேவலை அகல் அடை மறைத்தென,
கதுமென, காணாது, கலங்கி, அம் மடப் பெடை
மதி நிழல் நீருள் கண்டு, அது என உவந்து ஓடி,
துன்னத் தன் எதிர் வரூஉம் துணை கண்டு, மிக நாணி,
பல் மலரிடைப் புகூஉம் பழனம் சேர் ஊர! கேள்:
நலம் நீப்பத் துறந்து எம்மை, நல்காய் நீ விடுதலின்,
பல நாளும் படாத கண், பாயல் கொண்டு, இயைபவால்;
துணை மலர்க் கோதையார் வைகலும் பாராட்ட,
மண மனைத் ததும்பும் நின் மண முழ வந்து எடுப்புமே.
அகல நீ துறத்தலின், அழுது ஓவா உண்கண், எம்
புதல்வனை மெய் தீண்ட, பொருந்துதல் இயைபவால்;

நினக்கு ஒத்த நல்லாரை நெடு நகர்த் தந்து, நின்
தமர் பாடம் துணங்கையுள் அரவம் வந்து எடுப்புமே.
வாராய் நீ துறத்தலின், வருந்திய எமக்கு, ஆங்கே
நீர் இதழ் புலராக் கண் இமை கூம்ப இயைபவால்;
நேர் இழை நல்லாரை நெடு நகரத் தந்து, நின்
தேர் பூண்ட நெடு நல் மான் தெள் மணி வந்து எடுப்புமே.
என ஆங்கு -
மெல்லியான் செவிமுதல் மேல்வந்தான் காலை போல்,
எல்லாம் துயிலோ எடுப்புக - நின் பெண்டிர்
இல்லின் எழீஇய யாழ் தழீஇ, கல்லா வாய்ப்
பாணன் புகுதராக்கால்!

கருமணி போலத் தெளிந்த நீர் விளங்கும் ஒரு பொய்கை; அன்னம் ஒன்று தன் பேட்டுடன் அங்கே விளையாடிக் கொண்டிருந்தது. அகன்ற தாமர இலை ஒன்று அன்னச் சேவலை மறைக்கவும், 'சேவலைக் காணோமே?' எனக் கதுமெனக் கலங்கிற்று அதன் மடப்பெடை. அந்த நேரத்தில், வானத்து முழுமதியின் நிழல் நீருள் ஒருபுறம் தோன்ற, அதைத் 'தன் சேவலோ'வென மயங்கி, உவப்புடன் அதன்பால் ஓடிற்று. அவ்வேளை, அதனை நோக்கி எதிரே வருகின்ற சேவலைக் கண்டதும், மிகவும் நாணங்கொண்டு, பல மலர்கள் செறிந்ததுள்ள இடத்திலே போய் ஒளிந்து கொண்டது. அன்னப்பெடை கூடத் தன் சேவலைப் பிரிந்திராத, கற்பிற் குன்றாத மருதநிலத்து வயல்கள் சூழ்ந்த ஊரனே! கேள்:

எம்மையும் நீ துறந்தாய். எம் நலனும் எம்மை விட்டுப் போயிற்று. நீ அருள் செய்யாது கைவிட்டதனால் பல நாட்களும் தூங்காதே தவிக்கின்றன எம் கண்கள். பின் எமக்கு வருந்தி இரங்குவனபோல, யாம் படுக்கவும், சிறிதே தூங்கவும் முயன்றன. அவ்வேளை, இணைந்த மலரால் செய்த கோதையுடையார் உன்னைச் சூழ்ந்து பாராட்ட, அந்தக் கல்யாண வீட்டிலேயிருந்து எழுகின்ற மணமுழவின் ஒலி தானும் வந்து, அச் சிறு தூக்கத்தையும் கலைத்து, எம்மை மீளவும் எழுப்பிவிட்டதுதான் நினக்கு நியாயமோ?

நெடுநாள் நீ எம்மைப் பிரிந்தாய். ஓயாது அழுதன எம்மையுண்ணும் கண்கள். எம் புதல்வன் அருகே வந்தான். அந்த மகிழ்விலே, அவன் உடலைத் தழுவிப், பெற்ற தாயன்பினாலே சிறிது மயங்கி, உறக்கமும் கொள்ள முயன்றேம். அவ்வேளை, உனக்கு ஏற்ற பரத்தையரை உன் நெடிய மனையிலே கொண்டு வந்துவிட்டு, உன் பரத்தமை உறவினர் பாடியாடும் துணங்கைக் கூத்தின் ஒலி வந்து எம்மை எழுப்பி விட்டதே, அதுதான் நியாயமோ?

வராமலேயே நீ எம்மைப் பிரிந்திருந்தாய். அதனால் வருந்திய எமக்கு, நீர் எந்நேரமும் புலராது சொரியும் கண்கள், ஓரொரு வேளை இமை பொருந்தவும் கூடும். அவ்வேளை, நேரிழை நல்லாரை நின் நெடுமனையிலே கொண்டு தந்து நிற்கும், நின் தேரிற் பூட்டிய குதிரைகளின் மணியோசை வந்து எம்மையும் எழுப்பிவிடுமே, அதுதான் நியாயமோ?

வலியற்ற வேந்தனின் செவிகளிலே, வலியுடையவனின் போர்முரசத்து ஒலி வீழ்வது போல, அரிதிலே பெரும் எம் துயிலினையும் உன் செயலாலே நீயும் கெடுத்துவிடுகின்றாயே! கெடுத்துக் கொள். நின் பெண்டிரின் வீட்டிலுள்ள யாழைச் சுமந்ததல்லாமல், இசை அல்லாதுபோன பாணன், உன்னைத் தேடி வராத நேரம் போலும்! அதுதான், நீயும் எம்மை நெருங்கி எம்பால் இதுபோது வருகின்றாயோ?

சொற்பொருள்: *1. மணி - கருநீலமணி. 2. அடை - இலை. 5. துன்ன - நெருங்கிவர. 6. பழனம் - வயலர்கள். 16. நீரிதழ் - நீர் நிறைந்த மலர்போலும். புலராக்கண் - நீர் அறாத கண்கள். கூம்ப - குவிய. 19. மான் - குதிரை.*

6. அங்கேயே போய் வா!

(பரத்தையரோடு கூடியிருந்தபின், ஒரு நாள் வீட்டுக்கு வந்த தலைவன், மனைவியிடம் ஆர்வமுடன் செல்லுகிறான். அவளோ, வெறுப்புடன், 'நான் காத்திருப்பேன்; அவர்கள் வருந்தாமல், நீ அங்கேயே போய் உன் அருளை அவர்கட்கே செய்வாயாக' என்று கூறுகிறாள்.)

விரிகதிர் மண்டலம் வியல் விசும்பு ஊர்தர,
புரி தலை தளை அவிழ்ந்த பூ அங்கண் புணர்ந்து ஆடி,
வரி வண்டு வாய் சூழும் வளம் கெழு பொய்கையுள் -
துனி சிறந்து இழிதரும் கண்ணின் நீர் அறல் வார,
இனிது அமர் காதலன் இறைஞ்சித் தன் அடி சேர்பு,
நனி விரைந்து அளித்தலின், நகுபவள் முகம் போல -
பனி ஒரு திறம் வார, பாசடைத் தாமரைத்
தனி மலர் தளை விடூஉம் தண் துறை நல் ஊர!
'ஒரு நீ பிறர் இல்லை, அவன் பெண்டிர்' என உரைத்து,
தேரொடும் தேற்றிய பாகன் வந்தீயான்கொல் -
ஓர் இல் தான் கொணர்ந்து உய்த்தார் புலவியுள் பொறித்த புண்
பாரித்துப் புணர்ந்த நின் பரத்தைமை காணிய?
'மடுத்து அவன் புகுவழி மறையேன்' என்று, யாழொடும்

எடுத்துச் சூள் பல உற்ற பாணன் வந்தீயான்கொல் -
அடுத்துத் தன் பொய் உண்டார்ப் புணர்ந்த நின் எருத்தின்கண்
எடுத்துக் கொள்வது போலும் தொடி வடுக் காணிய?
'தணந்தனை' எனக் கேட்டு, தவறு ஓராது, எமக்கு நின்
குணங்களைப் பாராட்டும் தோழன் வந்தீயான்கொல் -
கணங்குழை நல்லவர் கதுப்பு அறல் அணைத் துஞ்சி,
அணங்கு போல் கமழும் நின் அலர் மார்பு காணிய?
என்று, நின்
தீரா முயக்கம் பெறுநர்ப் புலப்பவர்
யார்? - நீ வரு நாள் போல் அமைகுவம் யாம்; புக்கீமோ -
மாரிக்கு அவாவுற்றுப் பீள் வாடும் நெல்லிற்கு, ஆங்கு,
ஆராத் துவலை அளித்தது போலும், நீ
ஓர் யாட்டு ஒரு கால் வரவு.

விரிந்த தன் கதிர்களைப் பரப்பியவனாகக் கதிரவனும் கீழ் வானத்திலே உலாவரத் தொடங்கினான். தாமரை முகைகள் எல்லாம் முறுக்கவிழ்ந்து மலரத் தொடங்கின. ஒவ்வொரு மலராகத் தேனுண்டு அப்பொய்கையிலேயே சுற்றிக் கொண்டிருந்தது ஒரு வண்டு. அவ்வமயம், தாமரை இலைகளுக்கு நடுவே இருந்த ஒரு மலரில் கதிரொளி படராததால், பனி நீர் சொட்டிக் கொண் டிருந்தது. கதிரவன் மேலே சற்று வரவும், அவன் கதிர் அதன் மேல் படவும், பனி நீர் மறைந்து அதுவும் மலரத் தொடங்கிற்று. காதலனைப் பிரிந்ததால் கண்ணீர் மல்க நின்றாள் ஒரு பெண். பிரிந்து சென்றவள் தன் தவறை உணர்ந்து அவளைத் தேடி வந்தான். அவள் காலடியிலே வீழ்ந்து, தன்னைப் பொறுத்து அருள் புரியும் படியும் வேண்டினான். அந்நொடியிலேயே, அவள் கண்ணீர் மறைந்தது; முகமும் மலர்ந்தது! அவள் புன்சிரிப்புடன் நின்றாள். அவள் போல மலர்ச்சியுடன் விளங்கிற்று அத் தனிமலர். இத்தகைய குளர்ந்த நீர்த் துறைகள் பலவும் உடைய வளமுள்ள ஊரனே!

'நீர் ஒருத்தியேயுமன்றி அவனுக்கு உரிய பெண்டிர் வேறொரு வரும் இல்லை' என்று உரைத்தான்! தேரைத் தொட்டும் சத்தியம் செய்தான்; நின் பாகன். அவன் இப்பொழுது வந்தானில்லையே! ஒரு வீட்டிலே அவனே கொண்டு வந்து விட்ட பரத்தையர், கலவியுள் செய்த நகக்குறிகள் பற்குறிகள் முதலியவற்றோடு விளங்கும் நின் பரத்தைமையைக் காண்பதற்கு அவனும் இங்கில்லையே?

'உன்னை விட்டு அவன் எவர் பாலும் செல்வதில்லை. சென்றால், அவன் போகுமிடத்தை உனக்குச் சொல்லாது மறைப்

பேனோ?' என்று, யாழோடும் பலவற்றையும் குறித்து ஆணை யிட்ட பாணனைக் காணவில்லையே? அவன் சொன்னது முழுப் பொய்யேயாக, உன் கழுத்திலே எடுத்துக்கொள்ளலாம் போல, அவ்வளவு அழகாகப் பதிந்து விளங்கும் பரத்தையர் தழுவிய வளைத் தழும்புகளைக் காண, அவன் இங்கில்லையே? இருந்தால் எவ்வளவு நன்றாக இருக்கும்?

'நீ எம்மைப் பிரிந்தாய்' என்று பலர் கூறக் கேட்டான். உன் தவறுகளைக் கொஞ்சமும் ஏற்கவில்லை. அதற்கு மாறாக, உன் குணங்களையே சொல்லிச் சொல்லிப் பாராட்டினான். உன் குணங் களையே சொல்லிச் சொல்லிப் பாராட்டினான் என் தோழன். திரண்ட குழையினையுடைய மகளிரின் கலவியிலே கலைந்து வீழ்ந்த கூந்தலே அணையாக உறங்கிக் கிடந்து அணங்குபோல மணம் வீசும் நின் மார்பைக் காண அவனும் இங்கில்லையே. இருந்தால் நன்றாயிருக்குமே!

நின் இடைவிடாத தழுவுதலைப் பெற்று இன்புறும் பரத்தை யரை யார் வெறுப்பார்கள். பெருமழைக்கு விரும்பி வாடிய நெற்பயிருக்குச் சிறு தூறல்கள் ஏதாவது பயன் தருமோ? வெப்பைக் கிளப்பிவிட்டு அதிகத் துயரைத் தானே தரும். அதுபோல, ஆண்டுக்கு ஒருமுறை நீயும் வந்து எமக்கு அருள் செய்ததும் போதும், பெருமானே!

நீ முழுதும் மனந் திருந்தி முற்றவும் எம்மிடத்தே வரும் வரையும், நாங்கள் நினக்காக காத்திருப்போம்; அவர்கள் வருந்தப் போகின்றனர்; அவர்களை நோக்கியே நீ இப்போது போவாயாக!

சொற்பொருள் : 2. புரிதலை - இதழ் முறுக்குண்ட தலைகள். 7. ஒருதிறம் - ஒரு பால். வார - ஒருப. 9. ஒரு - ஆராய்ந்துபார். 10. வந்தீயான் கொல் - வாரானோ? 12. பாரித்து - பலரும் காணப் பரப்பி. 13. மடுத்து - வலியச் சென்று. 15. எருத்தின் கண் - கழுத்தின் கண். 17. தணந்தனை - பிரிந்து போயுள்ளாய். 19. கதுப்பு அறல் - அறல் போன்ற கூந்தலை. 22. தீராமுயக்கம் - அன்பு நீங்காத புணர்ச்சி. புலப்பவர் - வெறுப்பவர். 23. புக்கீமோ - சென்று வாழ்க. பீள் வாடும் - கதிர்கள் வாடும்.

7. இழிவு எனக்கு இல்லை!

(பரத்தையர் சேரியே தான் வாழும் இடமாகக் கழித்து வந்தான் ஒருவன். ஒருநாள் தன் வீட்டுப்புறமாக வந்தவன், தன் மனைவியின் மெலிவைக் கண்டு, அவளைத் தேற்ற முயன்றான். அவன் தன்னைத் தேற்ற முயல்வது உள்ளன்புடன் அன்று என்பதை அவளும் அறியாதவளல்லள்.

எனவே, 'எனக்கொன்றும் இழிவு வந்துவிடாது. எல்லாம் உனக்குத் தான்' என்று எச்சரிக்கிறாள்.)

இணைபட நிவந்த நீல மென் சேக்கையுள்,
துணை புணர் அன்னத்தின் தூவி மெல் அணை அசைஇ,
சேடு இயல் வள்ளத்துப் பெய்த பால் சில காட்டி,
ஊடும் மென் சிறு கிளி உணர்ப்பவள் முகம் போல,
புது நீர புதல், ஒற்றாப் புணர் திரைப் பிதிர் மல்க,
மதி நோக்கி அலர் வீத்த ஆம்பல் வால் மலர் நண்ணி,
கடி கயத் தாமரைக் கமழ் முகை, கரை மாவின்
வடி தீண்ட, வாய் விடூஉம் வயல் அணி நல் ஊர!
கண்ணி, நீ கடி கொண்டார்க் கனைதொறும், யாம் அழ,
பண்ணினால் களிப்பிக்கும் பாணன் காட்டு என்றானோ -
'பேணான்' என்று உடன்றவர் உகிர் செய்த வடுவினான்,
மேல் நாள் தூது ஆடி, துறை செல்லாள், ஊரவர்
ஆடை கொண்டு, ஒலிக்கும், நின் புலைத்தி காட்டு என்றாளோ -
கூடியார் புனல் ஆடப் புணை ஆய மார்பினில்,
ஊடியார் எறிதர, ஒளிவிட்ட அரக்கினை?
வெறிது நின் புகழ்களை வேண்டார் இல் எடுத்து ஏத்தும்
அறிவுடை அந்தணன் அவளைக் காட்டு என்றானோ -
களி பட்டார் கமழ் கோதை கயம்பட்ட உருவின்மேல்
குறி பெற்றார் குரற் கூந்தற் கோடு உளர்ந்த துகளினை?
என ஆங்கு -
செறிவுற்றேம், எம்மை நீ செறிய; அறிவுற்று,
அழிந்து உகு நெஞ்சத்தேம்; அல்லல் உழப்ப;
கழிந்தவை உள்ளாது, கண்ட இடத்தே,
அழிந்து நிற் பேணிக் கொளலின் இழிந்ததோ -
இந் நோய் உழத்தல் எமக்கு?

நீலப்பட்டினாலே மென்மையானவை பலவும் உள்ளீடாக வைத்து அமைந்த மெல்லிய படுக்கை; அதன்மேல் தன் பேட்டை விட்டே பிரியாத அன்னத்தின் மெல்லிய இறகு போன்ற வெண்மையும் மென்மையும் வாய்ந்த பட்டுத் தலையணை; அதன்மேல் சென்று இருப்பாள் ஒருத்தி. அவள், கையில் வெள்ளிக் கிண்ணத்திலே பால் பெய்து வைத்திருக்கிறாள். அவள் வளர்க்கும் சிறு கிளிக்குஞ்சு பாலுண்ண மறுத்து போக்குக் காட்டுகிறது. அதை மெல்ல மெல்ல இசைவித்துப் பாலுண்பிக்கிறாள். அது பாலுண்டதும், அதனை முத்தமிட்ட அவள் முகமும் மலர்கிறது.

குளத்திலே புதுவெள்ளம் கரைபுரள வருகிறது. கரையோரத்துப் புதர்களிலெல்லாம் அலைகள் மோதுவதனால் நுரைகள் படிந்துள்ளன. இரவுவேளை மலராத தாமரை மொட்டு ஒன்று, நிலவை நோக்கி அலர்ந்த அல்லியின் பக்கத்திலே, தன் மலர்ச்சிக் காலத்தை நோக்கிக் காத்திருந்தது. நீரின் அண்மை வரை தாழ்ந்திருந்த ஒரு மாங்கிளையிலேயுள்ள வடு கிளையோடும் அசைந்தாடிற்று. வடு தாக்கத் தாமரை முகையும் மலர்ந்தது. இவ்வாறு அல்லியும் தாமரையும் ஒரு சேர மலர்ந்திருக்கச் செய்துநின்ற வடு, காலத்தையும் வென்றுவிட்டது. அத்தகைய நீர்த்துறையிலே வாழும் நல்ல ஊரனே! கேள்.

காவல் கொண்ட பரத்தையரை நீ தழுவி மகிழுந்தோறும், யாம் அழுதேங்குமாறு, பாணன் உன்னைக் களிப்பிக்கின்றான். 'நம்மை இவன் பேணான்' என்று உன்னைச் சினந்த பரத்தையர் செய்த நகக்குறிகளின் வடுவினால், பிற்றைநாள் நின்னைத் தழுவி மகிழ்பவர். உன் இதழிலே தம் பற்களைப் பதித்துவிட, அதனையும் என்னிடம் வந்து காட்டுக என்று, அப் பாணன்தான் நினக்குச் சொன்னானோ?

உனக்கு உரிய பரத்தையரைத் தேடித் தூது சென்றுவிடுதலால், துறைக்குச் செல்லாதவள், ஊரவரின் ஆடை கொண்டு வெளுக்கும் நின் புலைத்தி. உன்னோடு கூடிய மகளிர் உன்னோடு கூடிப் புலனாடி மகிழ்வர்: உன் செயலால் ஊடிய மகளிர், தமக்குப் புணையாகிய உன் மார்பிலே, சாதிலிங்கக் குழம்பை வீசி எறிவர்: அந்தச் சாதிலிங்கக் கறையை என்னிடம் கொணர்ந்து காட்டுமாறு, அவள்தான் நினக்குச் சொன்னாளோ?

நின் புகழ்களில் எவற்றையும் கேட்க எங்கள் இல்லமோ விரும்பவில்லை. இருந்தும், அறிவுடையவனெனக் கூறும் அந்தணன் இங்கு வந்து உன்னைப் புகழ்ந்து பேசுகின்றான். உன்னோடு கூடிக் களித்தவரின் தழுவலினால் உன்மேல் விளங்கும் கோதையையும், அதன் பின் நீ குறித்த இடத்திற்கு வந்து கூடியவளுடைய கூந்தலை வாரி முடிக்க அதனால் வீழ்ந்த துகளையும் என்னிடம் கொணர்ந்து காட்டுக என்று, அந்த அந்தணன்தான் நினக்கு அறிவுரை கூறினானோ?

முன்னர் நீ நிறைவுற்று எம்பால் அன்பு காட்டினாய், அதனால் நாங்களும் நிறைவுற்றோம். உன் நிலையை அறிந்து, அழிந்து சோரும் நெஞ்சத்தவராகி விட்டோம். துயர் வருத்துகின்றது.

பண்டைய நாட்களை நினையாது, கண்ட கண்ட இடத்திலே இவ்வாறு நெஞ்சழிந்து, நின் காமத்திற்கு இசைந்தவரை அடைந்து நீயும் வாழ்கின்றாய். அதைவிட, இந்தக் காமநோயால் யாம் வாடி வருந்துவது, எமக்கு ஓர் இழிவன்று; அதனையேனும் அறி வாயாக!

சொற்பொருள்: 3. சேடுஇயல் - பெருமை மிக்க. வள்ளம் - கிண்ணம். 5. நீர - நீரை உடைய. புதல் - புதர். ஒற்ற - அலைக்க. 6. வான்மலர் - வெண்ணிற மலர். 8. வடி - மாம்பிஞ்சு. 9. கண்ணி - கருதி. கனைதொறும் - தழுவும்தொறும். 14. புலைத்தி - வண்ணாத்தி. 16. அரக்கு - சாதிலிங்கக் குழம்பு. 17. வெறிது - பயன் இல்லாமல். 19. களிபட்டார் - புணர்ந்து மகிழ்ந்தவர். கயம்பட்ட - மென்மை அடைந்த.

8. தோலாமோ யாம்!

(தன் மனைவி ஏதும் அறியாதவள் என நினைத்த ஒரு கணவன், 'தன்பால் தவறில்லை' என்றுகூறி, அவளை ஏமாற்றி இசைவிக்க முயல் கின்றான். அவளோ, அவன் நிலையே உண்மையைக் காட்டும்போது, அவன் கூறும் பொய்மைகளைச் சுட்டிக் காட்டியபடி சினந்து பேசுகிறாள்.)

அகன் துணை அணி பெற, புதலொடு தாழ்ந்த
பகன்றைப் பூ உற நீண்ட பாசடைத் தாமரை,
கண் பொர ஒளி விட்ட வெள்ளிய வள்ளத்தான்
தண் கமழ் நறுந் தேறல் உண்பவள் முகம் போல,
வண் பிணி தளை விடூஉம் வயல் அணி நல் ஊர!
'நோதக்காய்' என நின்னை நொந்தீவார் இல்வழி,
'தீது இலேன் யான்' எனத் தேற்றிய வருதிமன் -
ஞெகிழ் தொடி இளையவர் இடை முலைத் தாது சோர்ந்து,
இதழ் வனப்பு இழந்த நின் கண்ணி வந்து உரையாக்கால்?
கனற்றி நீ செய்வது கடிந்தீவார் இல்வழி,
'மனத்தில் தீது இலன்' என மயக்கிய வருதிமன் -
அலமரல் உண்கண்ணார் ஆய் கோதை குழைத்த நின்
மலர் மார்பின் மறுப்பட்ட சாந்தம் வந்து உரையாக்கால்?
என்னை நீ செய்யினும், உரைத்தீவார் இல்வழி,
முன் அடிப் பணிந்து, எம்மை உணர்த்திய வருதிமன் -
நிரை தொடி நல்லவர் துணங்கையுள் தலைக் கொள்ள,
கரையிடைக் கிழிந்த நின் காழகம் வந்த உரையாக்கால்?
என ஆங்கு -
மண்டு நீர் ஆரா மலி கடல் போலும் நின்

தண்டாப் பரத்தை தலைக்கொள்ள, நாளும்
புலத் தகைப் பெண்டிரைத் தேற்றி;டூ மற்று யாம்எனின்,
தோலாமோ, நின் பொய் மருண்டு?

மருத நிலத்து ஊரிலே ஒரு குளக்கரைக் காட்சி. குளக்கரையின் ஓரம்வரை நீர் பெருகிக் கிடந்தது. அதனை யொட்டி வளர்ந்திருந்த பகன்றைக் கொடிகளிலே வெள்ளிக் கிண்ணம் போன்ற மலர்கள் நிறைந்திருந்தன. அம்மலர்களோடு உராயுமாறு நீண்டு வளர்ந்திருந்தது ஒரு தாமரை மொட்டு. பகன்றையோடு உராய்ந்து அது மலர்ந்த காட்சி, வெள்ளிக் கிண்ணத்தில் வார்த்திருந்த மதுவைக் குடித்ததும், ஒரு மங்கையின் முகம் களிவெறியால் மலர்ந்தது போன்றிருந்தது. இத்தகைய வயல் சூழ்ந்த ஊரனே!

'நொந்துகொள்ளத் தக்கவன் நீ' என்று, உன்னை நொந்து கொண்டு பழித்துப் பேசாதவர் இல்லாததனாற் போலும், துணிவுடன் வந்து, 'தீது இலேன் யான்' என்று கூறி எமக்கும் தேறுதல் கூற வருகின்றாய். ஆனால், தொடிகழலும் இளையவரான பரத்தையரின் முலையிடைகளிலே இதழ்களெல்லாம் உதிர்ந்து போகத், தன் இதழ் வனப்புக் கெட்டுத் தோன்றும் உன் தலைக் கண்ணி, உன்னைக் காட்டிக் கொடுத்து விடுகின்றதே!

'நெஞ்சங் கனல நீ செய்யுஞ் செயலைக் கடிந்து கூறுபவர் இல்லாததனால், 'மனத்திலே தீது இல்லேன்' என என்னை மயக்கி விட எண்ணி நீ வருகின்றாய். சுழலும் கண்ணினரான பரத்தையரின் தலைமாலை கலைத்துவிட்ட, நின் அழகிய மார்பிலே பாடழிந்து தோன்றும் சந்தனம், உன்னைக் காட்டிக் கொடுத்து விடுகிறதே!

நீ என்னதான் செய்தாலும், உன்னைக் கண்டித்து உரைப்பவர் இல்லாததனால், என்முன் வந்து அடி பணிந்து என்னை உன் வசமாக்க வருந்திருக்கின்றாய். நிரை தொடியுடைய பரத்தையரோடு நீ ஆடிய துணங்கைக் கூத்தினால், கரை கிழிந்துபோன நின் ஆடை நின்னைக் காட்டிக் கொடுத்து விடுகிறதே!

வெள்ளம் நிறைந்த கடல், ஆற்று நீரால் நிறைவதில்லை. அதனால், நான் சொல்வதனைக் கேள்: உன்னைப் பெறாத பரத்தையர் வருந்துவர்; அவர்களை வாடவிடாது தேற்றி மகிழச் செய்ய, நீயும் செல்வாயாக. என்னைப் பற்றிக் கவலைப் படாதே! உன் பொய்மைக்கு மயங்கி, எப்பொழுதும் உனக்குத் தோற்று இசைந்து விடக் கூடியவள் தானே யான்?

சொற்பொருள்: 1. பாசடை - பசிய இலையோடு கூடிய. 3. கண்பொர - கண் கூசுமாறு. 5. நொந்தீவார் - வெறுப்பவர். 8. ஞெகிழ்தொடி - கழலும் தொடி. 10. கனற்றி - உள்ளத்தை வருத்தி. கடிந்தீவார் - கடிவார். 17. காழகம் - ஆடை. 19. மண்டுநீர் - பெருவெள்ளம். ஆரா - நிறையாத.

9. பைத்தியம் யாருக்கோ!

(தன் கணவனது கூடா ஒழுக்கம் கேட்டுக் குமுறுகிறாள் ஒரு மனைவி. அவன் வந்ததும், அவனையும், அவனோடு சேர்ந்தவரையும் அவன் ஏறிச் செல்லும் தேரையும், பைத்தியம் பிடித்து அலைவதாகக் கூறிச் சாடுகின்றாள்.)

பொய்கைப் பூப் புதிது உண்ட வரி வண்டு கழிப் பூத்த
நெய்தல் தாது அமர்ந்து ஆடி, பாசடைச் சேப்பினுள்
செய்து இயற்றியது போல வயல் பூத்த தாமரை,
மை தபு, கிளர் கொட்டை மாண் பதிப் படர்தரூஉம்,
கொய் குழை அகை காஞ்சித் துறை அணி நல் ஊர! 5
'அன்பு இலன், அறன் இலன், எனப்படான்' என ஏத்தி,
நின்புகழ் பல பாடும் பாணனும் ஏமுற்றான்.
நஞ்சு உயிர் செகுத்தலும் அறிந்து உண்டாங்கு, அளி இன்மை
கண்டும், நின் மொழி தேறும் பெண்டிரும் ஏமுற்றார்.
முன்பகல் தலைக்கூடி, நன்பகல் அவள் நீத்து, 10
பின்பகல் பிறர்த் தேரும் நெஞ்சமும் ஏமுற்றாய்.
என ஆங்கு -
'கிண்கிணி மணித் தாரோடு ஒலித்து ஆர்ப்ப, ஒண் தொடிப்
பேர் அமர்க் கண்ணார்க்கும் படு வலை இது' என,
ஊரவர் உடன் நகத் திரிதரும் 15
தேர் ஏமுற்றன்று, நின்னினும் பெரிதே.

பொய்கையிலே பூத்த புதுப் பூவிலே புதுத் தேனை உண்டது ஒரு வரிவண்டு. பின்னர்க் கழியிலே பூத்த நெய்தல் மலரிலே சென்று தாது அமர்ந்து களித்தது. அதன் பின்னர் வயல்களிலே மலர்ந்துள்ள தாமரை மலரிலே வந்து தங்கியிருந்தது. இந்த வண்டு போலப் பரத்தையரைச் சுற்றித் திரிபவனே. மகளிர் கொய்யும் தழை, தளிர்த்து விளங்கும் காஞ்சிமரத் துறையினையுடைய நல்ல ஊரனே! கேள்:

'அன்பிலாதவன் என்றும், அறம் இல்லாதவன் என்றும் அவன் சொல்லப்படாதவன்' என்று, உன் புகழ் பலவற்றையும் புகழ்ந்து பாடித்திரிகின்ற பாணனும் பித்தேறினவன்!

தவறாது உயிரைப் போக்கும் என அறிந்திருந்தும் நஞ்சை உண்பார்களோ? அது போல, நீ இரக்கமற்றவன் எனத் தெரிந்தும், நின் பேச்சை நம்பி, உனக்கு இசையும் பெண்களும் பித்தேறினவர்.

முற்பகலிலே ஒருத்தியுடன் கூடியிருந்து, நண்பகலிலே அவளை விட்டுவிட்டுப் பிறரிடம் சென்று விட்டுப், பிற்பகலிலே வேறொருத்தியைத் தேடுகின்ற உன் நெஞ்சத்தில் நீயும் பித்துக் கொண்டிருக்கின்றாய்!

கிண்கிணி மணித்தாரோடு ஒலி முழங்க, ஒளிரும் தொடியும், பெரிதம் அமர்த்த கண்களும் உடையாரைப் பிடிக்கும் வலை இது' என்பதுபோல, ஊரவர் அனைவரும் பார்த்தால் நகையாடும் நின் தேர்ப் பாகனும், உன்னை விடப் பெரிதும் பித்துக்கொண்டு திரிபவ ராவீர்! 'நிறையுள்ள என் நெஞ்சு என்றும் பொறுத்து ஆற்றியிருக் குமே தவிரப் பித்துப் பிடித்து அலையாது' என்று காண்பாயாக!

சொற்பொருள்: 2. தாது - தேன். அமர்ந்து - விரும்பி. ஆடி - உண்டு. 4. மைதபு - குற்றம் அற்ற. கிளர் - விளங்கும். கொட்டை - தாமரைப் பொருட்டு. 5. கொய்குழை - கொய்த தளிர்கள். அகை - துளிர்க்கும். 7. ஏமுற்றான் - பித்தேறினான். 8. செகுத்தல் - அழித்தல். உண்டாங்கு - உண்டதுபோல்ட.

10. கடன் நமக்கு!

(வீட்டுத் தலைவன் நாள் தவறாமல் பரத்தையர் உறவைத் தேடிப் போய்விடுகிறான். வீட்டுத் தலைவி மனமும் உடலும் வாடுகிறாள். அவனிடம் எதுவும் கேட்கவோ நொந்து கொள்ளவோ இல்லை. அவள் தோழிக்கு இது வருத்தமாயிருந்தது. 'ஏனடீ, இப்படியே இருக்கிறாய்? சற்றே நீஸ்ரீ நொந்து பேசினாலும் அவர் திருந்தலாமே?' என யோசனை கூறுகிறாள். அதற்குப் பதில் கூறுகிறாள் வீட்டுத் தலைவி:)

'நீர் ஆர் செறுவில் நெய்தரொடு நீடிய
நேர் இதழ் ஆம்பல் நிரை இதழ் கொண்மார்,
சீர் ஆர் சேயிழை ஒலிப்ப, ஓடும்
ஓரை மகளிர் ஓதை வெரீஇ எழுந்து,
ஆரல் ஆர்கை அம் சிறைத் தொழுதி
உயர்ந்த பொங்கர் உயர் மரம் ஏறி,
அமர்க் கண் மகளிர் அலப்பிய அந் நோய்
தமர்க்கு உரைப்பன போல், பல் குரல் பயிற்றும்
உயர்ந்த போரின் ஒலி நல் ஊரன்
புதுவோர்ப் புணர்தல் வெய்யன்ஆயின்,

வதுவை நாளால் வைகலும், அஃது யான்
நோவேன், தோழி! நோவாய், நி என
எற் பார்த்து உறுவோய்! கேள், இனித் தெற்றென:
'எல்லினை வருதி: எவன் குறித்தனை?' எனச்
சொல்லாதிருப்பேனாயின், ஒல்லென,
விரிஉளைக் கலி மான் தேரொடு வந்த
விருந்து எதிர்கோடலின், மறப்பல், என்றும்.
வாடிய பூவொடு வாரல், எம் மனை?' என
ஊடியிருப்பேனாயின், நீடாது,
அச்சு ஆறாக உணரிய வருபவன்
பொய்ச் சூள் அஞ்சிப் புலவேன் ஆகுவல்.
'பகல் ஆண்டு அல்கினை, பரத்த!' என்று யான்
இகலிருப்பேனாயின், தான் தன்
முதல்வன் பெரும் பெயர் முறையுளிப் பெற்ற
புதல்வற் புல்லிப் பொய்த் துயில் துஞ்சும்.
ஆங்க -
விருந்து எதிர் கொள்ளவும், பொய்ச் சூள் அஞ்சவும்,
அரும் பெறல் புதல்வனை முயங்கக் காணவும்,
ஆங்கு அவிந்து ஒழியும், என் புலவி தாங்காது,
அவ்அவ் இடத்தான் அவைஅவை காண -
பூங் கண் மகளிர் புனை நலம் சிதைக்கும்
மாய மகிழ்நன் பரத்தைமை
நோவென், தோழி! கடன் நமக்கு எனவே.

''நம் ஊர் விளையாட்டுச் சிறுமியர், தம் காலிலே செந்நிறச் சிலம்புகள் ஒலிக்க, வயல்களிலே மலர்ந்திருக்கும் தாமரை மலரையும் ஆம்பல் மலரையும் பறிக்கச் செல்லும்போது, அவர் வயல்களிடையே நடந்து செல்லும் ஆரவாரத்தால், ஆரல் மீனைத் தின்று கொண்டிருக்கும் பறவையினங்கள் எல்லாம் அஞ்சிப் பறந்து, உயர்ந்த மரத்தின் உச்சிக் கொம்புகளிலேயிருந்து, பலப்பல குரல்களை எழுப்புகின்றதைக் கண்டிருப்பாயே? அமர்த்த கண்களையுடைய மகளிரைத் தனியே தவிக்கவிட்டு நோய்செய்த அவர்தம் கணவரின் செயலைச் சுற்றத்தார்க் கெல்லாம் கேட்குமாறு சொல்வன போல, அவை தீனக் குரல் எழுப்புகின்றனவே! உன் கணவனோ நாள்தோறும் புதிய புதிய பரத்தையரை விரும்பும் இயல்புடையவனாயிருக்கின்றான். நான்தோறும் அவனுக்குத் திருமண விழாப் போலத்தான் கழிகின்றது. நீ மட்டும் இங்கிருந்தபடியே வருந்துகின்றாய்! அதை நினைந்துநினைந்து நானும் வருந்துகின்றேனடீ!

நீ மட்டும் வருந்தாதிருப்பதேனோ?' என்று என்னைப் பார்த்துக் கேட்டு வருந்துபவளே! என் நிலைமையை விளக்கமாகச் சொல் வேன்; கேட்பாயாக:-

'இரவெல்லாம் எங்கோ சென்றுவிட்டுப், பொழுது விடிந்த பின்னர் விட்டுக்கு வருகின்றாயே?' எனச் சொல்லாதிருப்பே னாயின், அந்த நேரத்தில், பரந்த கழுத்துமயிரும் மனச் செருக்கும் உடைய குதிரை பூட்டிய தேரோடும் வந்த விருந்தினரை, எதிர் சென்று வரவேற்கும் விருந்தோம்பும் நிலையினாலே மறந்து போய் விடுவேன்!

'பரத்தையர் தழுவுதலால் வாடிய மலரோடு என் வீட்டினுள் வராதே' என்று ஊடியிருப்பேனானால், அதுவும் நெடுநேரம் நிலைப்பதில்லை. என் ஊடலை உணர்ந்து வரும் அவன், அதனை நீக்க அச்சத்தையே தன் வழியாகக் கொண்டு, தன் செயலை மறுத்துப் பொய்ச் சத்தியம் பலவும் செய்வானே என்று அஞ்சி, நான் ஊடல் தீர்ந்து, அவனுடன் இசைந்து விடுவேன்.

'பகலெல்லாம் பரத்தையர் வீடுகளிலே தங்கினாயோ, பரத்தைமை உடையவனே?' என்று நான் மாறுபட்டிருக்கலா மெனின், அதுவும் இயல்வதில்லை. தான், தன் தந்தையின் பெருமை மிக்க பெயரை முறையாகச் சூட்டியுள்ள புதல்வனை அணைத் தவனாக, அவன் அப்போது பொய்த்துயில் கொள்ளத் தொடங்கி விடுகின்றான்.

தோழி! மலர் போலும் கண்களையுடைய மகளிரின் புனை கின்ற நலத்தைச் சிதைக்கும் மாயனான என் கணவனின் பரத் தமையைக் கண்டு நோவத்தான் எண்ணுவேன். ஆனால், விருந் தினரை எதிர்கொள்ளவும், பொய்ச் சத்தியத்திற்கு அஞ்சவும், அருமையாக நாங்கள் பெற்றெடுத்த புதல்வனைத் தழுவக் காண வும், ஆங்கு அவன் மீதுள்ள என் சினமெல்லாம் அழிந்து ஒழியும். அந்த இடத்திலே, அவை அவைகளையே முதன்மையாக நான் காண்பதனால், ஊடல் என்னிடம் நெடுநேரம் நீடித்து இருப்ப தில்லை. தோழி! நமக்கு இது ஒரு பழங்கடன் போலும்!

சொற்பொருள்: 1. ஆர் - நிறைந்த. செறு - வயல். 3. இழை - ஈண்டுச் சிலம்பு. 4. ஓரை மகளிர் - விளையாட்டுப் பெண்கள். ஓதை - ஆரவாரம். 5. ஆர்கை - உண்ணும் தொழில் மேற்கொண்ட அம்சிறைத் தொழுதி - அழகிய இறகுகளை உடைய நாரைக்கூட்டம். 10. வெய்யன் - விருப்பம் உடையவன். 14. எல்லினை - அழகாகக்

கோலங் கொண்டுளாள்ய. 16. கலிமான் - ஊக்கமிக்கு ஓடும் குதிரை. 20. அச்சு ஆறாக - நான் கொள்ளும் அச்சமே ஊடல் தீர்க்கும் வழி யாக. 22. அல்கினை - தங்கினை. 24. தன் முதல்வன் - தன் தந்தை. முறையுளி - முறைப்படி. 28. முயங்க - அணைத்துக் கொள்ள.

11. இனி நாம் செய்வதென்ன?

(ஒருவனோடு தலைவிக்கு உறவு உண்டு போலும் என ஊரலர் எழ, அதனைக் கேட்ட தோழி, அவளிடம் வந்து 'உண்மையோ?' என வினவுகிறாள். அதற்குத் தலைவி, 'என்பால் அவன் அன்புடன் செய்த சிறு உதவிகள் இல்லாமலில்லை. அதனாலோ இப்படி எம்மைப் பற்றிப் பேச்சு எழுந்தது?' என்று குறிப்பாகத் தம் உறவைக் கூறுகிறாள்.)

'புனைஇழை நோக்கியும், புனல் ஆடப் புறம் சூழ்ந்தும்,
அணி வரி தைஇயும், நம் இல் வந்து வணங்கியும்,
நினையுபு வருந்தும் இந் நெடுந்தகை திறத்து, இவ் ஊர்
இனையள் என்று எத்து ஓதற்கு அனையையோ நீ?' என
வினவுதியாயின், விளங்கிழாய்! கேள், இனி:
'செவ் விரல் சிவப்பு ஊரச் சேண் சென்றாய்' என்று, அவன்
பௌவ நீர்ச் சாய்க் கொழுதிப் பாவை தந்தனைத்தற்கோ -
'கௌவை நோய் உற்றவர் காணாது கடுத்த சொல்
ஒவ்வா' என்று உணராய், நீ ஒரு நிலையே உரைத்ததை?
ஒடுங்கி, யாம் புகல் ஒல்லேம் பெயர்தர, அவன் கண்டு,
நெடுங் கய மலர் வாங்கி, நெறித்துத் தந்தனைத்தற்கோ -
விடுந்தவர் விரகு இன்றி எடுத்த சொல் பொய்யாகக்
கடிந்ததும் இலையாய், நீ கழறிய வந்ததை?
'வரி தேற்றாய், நீ' என, வணங்கு இறை அவன் பற்றி,
தெரி வேய்த் தோள் கரும்பு எழுதித் தொய்யில் செய்தனைத்தற்கோ
புரிபு நம் ஆயத்தார் பொய்யாக எடுத்த சொல்
உரிது என உணராய், நீ உலமந்தத் போன்றதை?
என ஆங்கு,
அரிது இனி, ஆயிழாய்! அது தேற்றல்; புரிபு ஒருங்கு,
அன்று நம் வதுவையுள் நமர் செய்வது இன்று, ஈங்கே,
தான் நயந்து இருந்தது இவ்வூர் ஆயின், எவன்கொலோ -
நாம் செயற்பாலது, இனி?

''புனைந்திருக்கும் அணிகளைத் திருத்தியும், புனல் ஆடும் போது, நமக்குக் காவலாகப் புறத்தே சூழ்ந்து திரிந்தும், அழகாகத் தொய்யில் எழுதியும், நம்முடைய சிறு வீட்டிலே வந்து தொழுதும்,

நம்மை நினைந்து வருந்தும் இந்நெடுந் தகையிடத்திலே, இவ்வூர் 'இப்படிப்பட்டவள்' என்று சுட்டிப் பேசுவதற்கு ஏற்ப நீயும் உறவு உடையவளோ?'' என்று என்னைக் கேட்பாயாயின், விளக்கமான இழைகள் அணிந்தவளே! இனி, நான் கூறுவதையும் கேட்பாயாக:

'உன் சிவந்த விரல்கள் மிகவும் சிவந்து போகும்படியாக நெடும்பொழுது நின்று வாங்குகின்றாயே?' என்று, ஒரு நாள் அவன் கடற்கரையை யடுத்த கழிக்கரையிலே, தண்டாங் கோரையைப் பறித்துக் கிழித்து எனக்குப் பாவை செய்து தந்தான். அலர் தூற்று தலே ஒரு நோயாக உடைய சிலர், உண்மை காணாது பழித்து சொற்கள் பொருத்தமற்றதென்று நீயும் உணராயோ? நீயுமோ அவரோடு சேர்ந்து சொல்லுகின்றாய்?

நீரினுள் தொலைவு செல்ல இயலாமல் ஒடுங்கி யான் திரும்பி வர, அவன் கண்டு, அந்த நெடுங் குளத்திலிருந்த தாமரையைப் பறித்துப் புறவிதழ் போக்கி எனக்குத் தந்தான். போக்கற்றவர், கொஞ்சமும் உண்மையுணராமல் கூறிய சொற்கள் பொய்யாகவும் அதனைக் கடிந்து உரைக்காமல், அதனைச் சொல்லிக் கொண்டோ நீயும் இங்கு வருகின்றாய்?

'தொய்யில் எழுதும் வரிகள் எனக்குத் தெரியவில்லையே?' என்று கூறி, வளைந்த என் முன் கையை அவன் பற்றித், தெரிந் தெடுத்த மூங்கில் போன்ற என் தோள்களில் கரும்பு எழுதித் தொய்யிற் குழம்பால் புனைதலும் புனைந்தான். அது உண்மை தான். காவலாக வரும் தம் ஆயத்தார் கண்டதெல்லாம் பொய்யாக எழுந்த பழிச்சொல், பொய்யென்று நீயும் உணராயோ? அதற்காக வருந்தினாற்போல இங்கே சொல்லவும் வந்து விட்டாயே?

ஆயிழையே! அதனைத் தெளிவித்தல் இனி அரிது. எம் திருமண நாளிலே நம் சுற்றத்தார் எங்களிருவரையும் சேருமாறு செய்வதை, இன்று, இங்கே இவ்வூர்தானும் விரும்பியிருந்ததாயின், நாம் அது குறித்துச் செய்யக் கூடியது தான் இனி என்னவோ?

சொற் பொருள் : *1.* நோக்கியும் - திருத்தியும். **2.** வரி - தொய்யில். **9.** ஒரு நிலையே - அவர்கள் கருதியவாளே. ஒடுங்கி - அஞ்சி. ***12.*** விடுத்தவர் - ஊரால் வெறுத்துவிடப் பட்டவர். விரகு - அறிவு. ***13.*** கழறிய - கோபித்தற்கு. ***14.*** இறை - முன்கை. ***16.*** புரிபு - காவல் புரியும். ***19.*** பிரிவு ஒருங்கு - ஒருங்கே விரும்பி.

12. உடன் வாழும் பகை!

(பரத்தமை சென்று வந்த தலைவனின் செயலுக்காக வருந்தினாள் தலைவி. எனினும், தனக்கு அவன் மேலுள்ள காதலன்பு என்றும் நீங்கா திருப்பதையும் குறிப்பாக உணர்த்துகின்றாள்.)

இணை இரண்டு இயைந்து ஒத்த முகை நாப்பண், பிறிது யாதும்
துணை இன்றித் தளைவிட்ட, தாமரைத் தனி மலர்;
திருமுகம் இறைஞ்சினள், வீழ்பவற்கு, இனைபவள்
அரி மதர் மழைக் கண் நீர் அலர்முலைமேல் தெறியப்போல்,
தகை மலர்ப் பழனத்த புள் ஒற்ற, ஒசிந்து ஒல்கி,
மிக நனி சேர்டந்த அம் முகைமிசை அம் மலர்
அக இகழ்த் தண் பணி உறைத்தரும் ஊர! கேள்:
தண் தளிர்த் தகை பூத்த தாது எழில் நலம் செலக்
கொண்டு, நீ மாறிய கவின் பெறல் வேண்டேன்மன் -
உண்டாதல் சாலா என் உயிர் சாதல் உணர்ந்து, 'நின்
பெண்டு' எனப் பிறர் கூறும் பழி மாறப் பெறுகற்பின்?
பொன் எனப் பசந்த, கண் போது எழில் நலம் செல;
தொல் நலம் இழந்த கண் துயில் பெறல் வேண்டேன்மன் -
நின் அணங்கு உற்றவர் நீ செய்யும் கொடுமைகள்
என்னுழை வந்து, நொந்து உரையாமை பெறுகற்பின்?
மாசு அற மண் உற்ற மணி ஏசும் இருங் கூந்தல்
வீ சேர்ந்து வண்டு ஆர்க்கும் கவின் பெறல் வேண்டேன்மன் -
நோய் சேர்ந்த திறம் பண்ணி, நின் பாணன், எம் மனை
நீ சேர்ந்த இல் வினாய் வாராமை பெறுகற்பின்?
ஆங்க -
'கடைஇய நின் மார்பு தோயலம்' என்னும்,
இடையும், நிறையும் எளிதோ - நிற் காணின்,
கடவுபு, கைத்தங்கா, நெஞ்சு என்னும் தம்மோடு
உடன் வாழ் பகை உடையார்க்கு?

ஊரனே! கேள்: எல்லா வகையாலும் இணைபோன்று ஒத்திருப்பான இரண்டு தாமரை மொட்டுகளின் நடுவிலே, வேறு பிறிது எதுவும் துணையில்லாமல், இதழ் விரிந்திருந்தது ஒரு தாமரை மலர். மலர்கள் நிறைந்த அவ்வயலிலே பறவை ஒன்று வந்து அந்தத் தாமரை மலரைத் தாக்க, அது மிகவும் சாய்ந்து வளைந்து, நன்று இணைந்திருந்த அந்த இரட்டை மொட்டுக்களின் மீது, தன் அகவிதழிலேயிருந்த குளிர்ந்த பனிநீரை உதிர்க்கின்றது; காண்பாயாக: தன் கணவன் பிரிந்து வராதுபோக, அவனுக்காக

வெட்கி முகங்கவிழ்ந்து அழுபவளின், அரியும் மதர்ப்புமுடைய இருண்ட கண்களின் நீர், அடிக்கொண்டெழுந்த முலைகளின் மேல் பட்டுத் தெறிப்பது போன்று, அக்காட்சி தானும் விளங்குமே!

உண்டென்று சொல்வதற்கும் தகுதியற்ற என் உயிர், 'நின் பெண்டு' எனப் பிறர் கூறுகின்ற பழிச்சொற்களைக் கேட்பின் இறந்தே போகும் என உணர்ந்து, அதுதான் மாறப் பெறுவனோயின், அதுவே எனக்குப் போதுமானது! தண்மையான தளிரிலே பூந்தாது உதிர்ந்தாற்போல, என் எழிலும் நலமும் செல்ல, என் மேனி யெங்கும் சுணங்கும் படர்ந்துவிட்டது. நீ மாற்றிவிட்ட என் அழகினை மீண்டும் பெறுதலைக் கூட உன்னிடம் யான் வேண்ட வில்லை!

நின்னால் வருத்தம் உற்றவர், நீ செய்யும் கொடுமையினை என்னிடம் வந்து உளம் நொந்து உரையாதிருந்தனராயின், அதுவே எனக்குப் போதுமானது! என் கண்களின் நீலமலர் போன்ற எழிலும் நலமும் செல்லப், பொன்போல அதுவும் ஒளிகெட்டு, உன் செயலால் தம் நிறம் மாறிற்று. பழைய நலம் இழந்துவிட்ட என் கண்கள் துயில் பெறுதலைக் கூடத் தருமாறு உன்னிடம் நான் வேண்ட வில்லை!

உன் பாணன், நோயோடு சேர்ந்த இசையை முழக்கிக் கொண்டு, என் வீட்டிலே வந்து, நீ போயிருக்கும் பரத்தையரின் வீட்டைக் கேட்டபடி வராதிருந்தால், அதுவே எனக்குப் போமானது. மாசறக் கழுவிய நீலமணியையும் பழிக்கும் என் கருங் கூந்தலில், மலர்களைச் சூடி வண்டுகள் மொய்க்கும் பழைய என் அழகைக் கூடப் பெறுதலை நான் விரும்பவில்லை!

உன்னைக் கண்டால், என்னை உன்னிடத்தே தள்ளிவிட்டுத் தானும் உன்னிடம் வந்து தங்கிவிடும் நெஞ்சு என்னும், 'தம்மோடு உடன் வாழ் பகையினையே' உடையவள் நான். 'என்னை நின் மேல் வீழ்வித்த, நின் மார்பைத் தழுவ மாட்டேன்' என்று கூறும் ஊடலும், உறுதியும் எனக்கு எளிதாமோ? எளிதல்ல காண்!

சொற்பொருள் : 1. முகை - அரும்பு. நாப்பன் - நடுவே. 5. புள் ஒற்ற - பறவை தாக்க. 7. உறைத்தரும் - துளிர்க்கும். 8. தகைபூத்த - அழகைப் பெற்ற. செல - அழிய. 10. சாலா - அமையாத. 11. பெறு கற்பின் - பெற்றால். 22. இடை - ஊடல். நிறை - உள்ளத்தை ஒரு வழி நிறுத்தும் நிறை என்னும் குணம். 23. கடவுபு - செலுத்தி கைத்தங் காது - என்பால் தங்காது.

13. கையின் மலர்ந்த முகை!

(தன் காதலியைத் 'தன் எண்ணத்திற்கு உட்பட்டவள்' என்று செருக்கிப் பரத்தைமை மேற்கொண்டு திரிந்தான் ஒருவன். அவன் வீட்டுக்கு வந்தபோது, அவள் அவனைக் கடிந்து, தன் நிலையை விளக்குகின்ற சிறந்த பகுதி இந்தப் பாடல்.)

பல் மலர்ப் பழனத்த பாசடைந் தாமரை
இன் மலர் இமிர்பு ஊதும் துணை புணர் இருந் தும்பி,
உண்துறை உடைந்த பூப் புனல் சாய்ப்ப, புலந்து, ஊடி -
பண்புடை நல் நாட்டுப் பகை தலை வந்தென,
அது கைவிட்டு அகன்று ஒரீஇ, காக்கிற்பான் குடை நீழற்
பதி படர்ந்து, இறைகொள்ளும் குடி போல - பிறிதும் ஒரு
பொய்கை தேர்ந்து அலமரும் பொழுதினான், மெய் தப
இறை பகை தணிப்ப அக் குடி பதிப் பெயர்ந்தாங்கு,
நிறை புனல் நீங்க வந்து, அத் தும்பி அம் மலர்ப்
பறை தவிர்பு அசைவிடூஉம் பாய் புனல் நல் ஊர!
'நீங்குங்கால் நிறம் சாய்ந்து, புணருங்கால் புகழ் பூத்த,
நாம் கொண்ட குறிப்பு, இவள் நலம்' என்னும் தகையோதான் -
எரி இதழ் சோர்ந்து உக எதிலார்ப் புணர்ந்தமை
கரி கூறும் கண்ணியை, ஈங்கு எம் இல் வருவதை?
'சுடர் நோக்கி மலர்ந்து, ஆங்கே படின் கூம்பும் மலர் போல், என்
தொடர் நீப்பின், தொகும், இவள் நலம்' என்னும் தகையோதான்
அலர் நாணிக் கரந்த நோய் கைம்மிக, பிறர் கூந்தல்
மலர் நாறும் மார்பினை, ஈங்கு எம் இல் வருவதை.
'பெயின் நந்தி, வறப்பின் சாம், புலத்திற்குப் பெயல் போல்,யான்
செலின் நந்தி, செறின் சாம்பும், இவள்' என்னும் தகையோதான்
முடி உற்ற கோதை போல் யாம் வாட, ஏதிலார்
தொடி உற்ற வடுக் காட்டி, ஈங்கு எம் இல் வருவதை?
ஆங்க -
ஐய அமைந்தன்று; அனைத்தாகப் புக்கீமோ,
வெய்யாரும் வீழ்வாரும் வேறாக; கையின்
முகை மலர்ந்தன்ன முயக்கில் தகை இன்றே,
தண் பனி வைகல் எமக்கு.

பலவான மலர்களும் விளங்கிய வயல்களிலே, பசிய இலைகளையுடைய தாமரையின் இனிய மலர்களிலே, ஆரவாரத்துடன் ஊதி ஊதித் தேனுண்ணும் வாழ்வையே துணையாகக் கொண்டிருந்தது, ஒரு கரிய நிறமுள்ள தும்பி, திடுமென, வயல்களுக்கு நீருட்டி வருவதாயிருந்த பொய்கையின் கரையானது உடைத்துக்

கொள்ளத் தாமரை மலர்கள் எல்லாம் சாய்ந்து அமிழ்ந்தன. அதுக
ண்டு ஊடிக்கொண்டு, வேறோர் பொய்கையைத் தேடித் தேடி
யலைந்து அதுதான் வருந்தும் பொழுதிலே, வயல்களிலே பெருகி
யிருந்த வெள்ளமும் வடிய, மீண்டும் அவ்வயல்களுக்கே வந்து,
அத் தாமரை மலர்களிலேயே தங்கிப் பறக்காது இருந்து இளைப்
பாறவும் தொடங்கிற்று. இவ்வாறு அதுதான் மீண்டு வருவது,
'பண்புடைய நாட்டிலே பகை வந்து சேர்ந்ததே' என்று, அந்
நாட்டைக் கைவிட்டுச் சென்று, தம்மைக் காக்கும் தகுதியுடைய
வனின் குடை நிழலில் உள்ள மற்றோர் பதியிலே தங்கி வாழ்ந்த
குடிமக்கள், பின்னாளிலே, காவலன் பகையைப் போக்கவும், தாம்
வாழ்ந்த பழைய ஊருக்கே திரும்பிவந்து மகிழ்ச்சியோடு தங்குவது
போன்றிருந்தது. அத்தகைய நீர் வளமிக்க ஊரனே! கேள்:

எரிபோன்று செவ்விதழ்கள் சோர்ந்து உதிருமாறு, நீ தான்
பரத்தையரோடு கலந்து வந்ததைச் சான்று பகரும் கண்ணியுடனோ,
இங்கே எம் வீட்டிற்கு நீயும் வருகின்றாய்? "நீங்கினால் நிறம்
கெடுகிறாள்; நாம் வந்து கலந்தால் மீண்டும் அழகு பெறுகிறாள்;
இவள் அழகெல்லாம் நாம் கொள்ளும் எண்ணத்தைப் பொறுத்
ததே" என்று எண்ணும் உன் உள்ளத்தகைமைதானோ, அவ்வாறு நீ
வருவதற்குரிய காரணம்?

பிறர் உன்னைப் பற்றிக் கூறும் பழிச்சொற்களைக் கேட்க
நாணங்கொண்டு, நான் என்னுள்ளே மறைத்துக் கொண்ட காம
நோயும் என் கை நடந்து போய்விடும் நிலையிலே, பிறர் கூந்தலில்
அணிந்த மலரின் மணம் நாறும் மார்புடன், இங்கே எம் வீட்டிற்கும்
நீயோ வருகின்றாய்? கதிரவன் எழுந்தது கண்டதும் மலர்ந்தது,
அவன் மறையும்போது குவிந்துவிடும் தாமரை மலர் போல, என்
தொடர்பை நீப்பாளானால் இவள் நலமும் குன்றிவிடும் என்று
நீ எண்ணும் உள்ளத் தன்மையோ, இதற்குரிய காரணம்?

கூந்தலிலே முடிந்தகோதையைப் போல யாம் வாடவும்,
ஏதும் அற்றவரான பரத்தையரின் தொடிகள் அழுத்திய வடுவைக்
காட்டியவாறே, இங்கே எம் வீட்டிற்குள்ளும் நீ வருவதேன்? "பெய்
தால் வளமாகச் செருக்குற்று, வறண்டால் வளங்குன்றி அழகு
கெட்டு அழியும் விளைநிலத்திற்கு மழைபோல, யான் சென்றால்
அழகுபெற்று, யான் கைவிட்டால் இவள் நலனும் வாடும்" என்று
உள்ள என் தன்மையோ, அவ்வாறு நீ வரத் துணிந்தது?

ஐயனே! இது பொருத்தந்தான். அப்படியே நீயும் போய் வருக!
விருப்புடன் செல்வோரும், வந்து உன் வலையிலே வீழ்வோரும்

வேறுபட்ட நிலையினர். குளிர்ந்த பனிக்காலத்திலே தனித்தே வந்திருக்கும் எமக்குக், கையால் முகையை மலர்வித்தலைப் போன்று, நீ வந்து அன்பின்றித் தழுவும் இந்தத் தழுவலினால் ஏதும் பெருமையுமில்லை; இனிமையுமில்லை. நீ பரத்தையரிடமே செல்வாயாக!

சொற்பொருள்: 3. உண்துறை நீர் உண்ணும் துறை. 4. தலைவந்தென - ஆங்கே வந்ததாக. 6. இரை கொள்ளும் - தங்கும். 7. அலமரும் - வருந்தும். மொய்தப - பகைவன் வலி கெடுமாறு. 10. பறைதவிர்பு - பறத்தலைக் கைவிட்டு. 13. எரி இதழ் - எரிநிறம் கொண்ட இதழ். 14. கரி - சான்று. 16. தொகும் - மறையும். 17. கைம்மிக - அளவிறந்து பெருக. 20. செறின் - செல்லாமல் வருந்தினால். 25. வெய்யார் - விருப்பப்படுவார். வீழ்வார் - விரும்புவார்.

14. அணி சிதைப்பான் அவன்!

(பரத்தைமை மேற்கொண்ட கணவன், தன் வீட்டுக்குள் வந்தான். தன் அரும் புதல்வனைக் கண்டதும், அன்புடன் அவனை எடுத்து அணைத்தான். அவன் செயலால் மனம் வெதும்பியிருந்த மனைவி, புதல்வனின் குறும்பைக் கூறுவது போல, அவனைப் பழிக்கின்றாள்.)

புள் இமிழ் அகல் வயல் ஒலி செந்நெல் இடைப் பூத்த
முள் அரைத் தாமரை முழு முதல் சாய்த்து, அதன்
வள் இதழ் உற நீடி, வயங்கிய ஒரு கதிர்,
அவை புகழ் அரங்கின்மேல் ஆடுவாள் அணி நுதல்
வகைபெறச் செரீஇய வயந்தகம் போல், தோன்றும்
தகை பெறு கழனி அம் தண் துறை ஊர! கேள்:
அணியொடு வந்து ஈங்கு எம் புதல்வனைக் கொள்ளாதி;
மணி புரை செவ் வாய் நின் மார்பு அகலம் நனைப்பதால்;
'தோய்ந்தாரை அறிகுவேன், யான்' என, கமழும் நின்
சாந்தினால் குறி கொண்டாள் சாய்குவள் அல்லளோ?
புல்லல் எம் புதல்வனை; புகல் அகல் நின் மார்பில்
பல் காழ் முத்து அணி ஆரம் பற்றினன் பரிவானால்:
மாண் இழை மட நல்லார் முயக்கத்தை நின் மார்பில்
பூணினால் குறி கொண்டாள் புலக்குவள் அல்லளோ?
கண்டே எம் புதல்வனைக் கொள்ளாதி; நின் சென்னி
வண்டு இமிர் வகை இணர் வாங்கினன் பரிவானால்;
'நண்ணியார்க் காட்டுவது இது' என, கமழும் நின்
கண்ணியால் குறி கொண்டாள் காய்குவள் அல்லளோ?
என ஆங்கு -

பூங் கண் புதல்வனைப் பொய் பல பாராட்டி,
நீங்காய் இகவாய் நெடுங் கடை நில்லாதி;
அங்கே அவர் வயின் சென்றீ - அணி சிதைப்பான் -
ஈங்கு எம் புதல்வனைத் தந்து.

புட்கள் ஒலிக்கும் அகன்ற வயல்களிலே, நெற்பயிர் கதிர் முற்றித் தலைசாய்க்கும் பருவத்தே, தண்டிலே முள்ளுடன் விளங்கும் தாமரை மலர் ஒன்றும் அப்பயிரிடையே வளர்ந்திருந்தது. பயிர் தலைசாய்க்கும் போது, ஒரு நெற்கதிர், தன் அருகே வளர்ந்திருந்த தாமரையின் மலர்ந்த இதழ்களிலேயே சாய்ந்து கிடந்தது. அவை யோர் புகழ, ஆடலரங்கின் மேலே ஆடுகின்ற ஆடன்மகள், தன் அழகிய நெற்றியிலே அழகுடன் செருகியிருந்த வயந்தகம் போலத் தாமரை இதழிலே வீழ்ந்து கிடந்த அந் நெற்கதிர் விளங்கும். இத்தகைய தன்மையைப் பெற்ற கழனிகள் சூழ்ந்த, தன்மையான நீர்த் துறைகளையுடைய ஊரனே! கேள்:

அணிகலன்களோடு வந்து இங்கே எம் புதல்வனை நீயும் எடுக்க வேண்டாம். செம்மணி போன்ற அவன் செவ்வாயின் நீர், நின் அகன்ற மார்பகத்தை நனைப்பதனால், அதிற் கமழும் சாந்தம் கலைதலுங் கூடும். அதனால், கலைந்த நின் சாந்தின் மணத்தால், 'உன்னோடு தழுவினாரை யான் அறிவேன்' என, நினக்கு அடை யாளம் வைத்தனுப்பியவள் வாடுவாள் அல்லவா?

எம் புதல்வனைத் தழுவுதல் வேண்டாம். அகன்ற நின் மார்பைப் புகலிடமாகக் கொண்டு கிடக்கும், பல வடங்களால் அமைந்த அழகிய முத்தாரத்தைப் பற்றி, அவன் அதோ இழுக்கின் றானே! நின் மார்பிலே கிடக்கும் அணிகளால், 'மாண் இழை மட நல்லாரது முயக்கத்தைக் குறித்துக் கண்டு கொள்வேன்' என, நினக்கு அடையாளமிட்டு அனுப்பியவள், நின் அணிகலைந்த நிலையை நோக்கினால் ஊடிவிடுவாள் அல்லவோ?

அவன் உன்பால் விரும்பி வருதலைக் கண்டாலும், எம் புதல்வனே நீதான் எடுத்துக் கொள்ளாதே, நின் தலையிலே வண்டு மொய்க்க வகையாக விளங்கும் பூங்கொத்துக்களைப் பிடித்து அவன் இழுக்கின்றானே! 'நின்னைச் சேர்ந்தவர்களைக் காட்டுவது இது' என, மணங்கமழும் நின் கண்ணியால் அடையாளம் வைத்தவள், நின்னைக் கோபிப்பாள் அல்லவோ?

அழகிய கண்ணினையுடைய புதல்வனைப் பொய் பலவும் சொல்லிப் பாராட்டி, இங்கிருந்து நீங்காமலும், பரத்தைமை

எண்ணத்தைக் கைவிடாமலும், எம் பெரிய வாயிலிலே இனியும் நில்லாதே! அவன் நின் அணியைச் சிதைப்பான். எம் புதல்வனைத் தந்துவிட்டு, நீ அங்கேயே, அப்பரத்தையரிடமே, செல்வாயாக!

சொற்பொருள் : *2. அரை - தண்டு. 3. வயங்கிய - விளங்கிய. 5. வயந்தகம் - நெற்றியில் அணியும் ஒரு வகை அணி. 8. மணி புரை - பவள மணிபோன்ற. 10. காய்குவள் - வருந்துவள். 12. பல்காழ் - பலவடம். பற்றினன் பரிவானால் - பற்றி அறுப்பான். 16. வாங்கினன் - பற்றி. 17. நண்ணியார் - புணர்ந்த மகளிர். 21. இகவாய் - கடவாய்.*

15. வருக மகனே வருக!

(தன் கணவன் தன்னை மட்டுமன்றித் தன் மகனையும் பிரிந்து பரத்தையர் சேரியிலேயே சுற்றிக்கொண்டிருந்த கொடுமையைத் தலைவி ஒருத்தியால் பொறுக்கவே முடியவில்லை. ஒரு நாள், தலைவன் வீட்டுக்கு வந்து ஒரு புறம் இருக்கவும், அவன் வந்ததை அறியாதவள் போலக் காட்டித், தன் உள்ளத் துயரைத் தன் சின்னஞ்சிறு மகனிடம் பேசுவான் போலப் பேசுகின்றாள்.)

நயம் தலை மாறுவார் மாறுக; மாறா,
கயந் தலை மின்னும் கதிர் விடு முக் காழ்,
பயந்த எம் கண் ஆர யாம் காண நல்கி -
திகழ் ஒளி முத்து அங்கு அரும்பாகத் தைஇப்
பவழம் புனைந்த பருதி சுமப்ப,
கவழம் அறியா நின் கை புனை வேழம்
புரி புனை பூங் கயிற்றின் பைபய வாங்கி,
அரி புனை புட்டிலின் ஆங்கண் ஈர்த்து, ஈங்கே
வருக! - எம் பாக மகன்!
கிளர் மணி ஆர்ப்ப ஆர்ப்பச் சாஅய்ச் சாஅய்ச் செல்லும்
தளர் நடை காண்டல் இனிது; மற்று, இன்னாதே,
'உளம்' என்னா நுந்தைமாட்டு எவ்வம் உழப்பார்
வளை நெகிழ்பு யாம் காணுங்கால்.
ஐய! காமரு நோக்கினை, 'அத்தத்தா' என்னும் நின்
தே மொழி கேட்டல் இனிது; மற்று, இன்னாதே.
உய்வு இன்றி நுந்தை நலன் உணச் சாஅய்ச் சாஅய்மார்
எவ்வ நோய் யாம் காணுங்கால்.
ஐய! 'திங்கட் குழவி, வருக!' என, யான் நின்னை
அம்புலி காட்டல் இனிது; மற்று, இன்னாதே,
நல்காது நுந்தை புறம் மாறப்பட்டவர்

அல்குல் வரி யாம் காணுங்கால்
ஐய! எம் காதில் கனங் குழை வாங்கி, பெயர்தொறும்,
போது இல் வறுங் கூந்தல், கொள்வதை, நின்னை யாம் -
எதிலார் கண் சாய - நுந்தை வியல் மார்பில்
தாது தேர் வண்டின் கிளை பட, தைஇய
கோதை பரிபு ஆட; காண்கும்.

மகனே! உன்னிடம் கூட அறவேயும் அன்பின்றி மாறி விட்டவர் அப்படியே மாறிவிட்டுப் போகட்டும். என் அன்பு மட்டும் என்றுமே மாறாது. ஒளிவீசும் மூன்றுவட முத்துமாலை உன் தலையிலே கிடந்து மின்னுகின்றதே! உன்னைப் பெற்ற எம் கண்ணாரு, யாம் காண, அதனை எமக்குக் காட்டுக. ஒளி திகழும் முத்துக்களை விளிம்பிலே பதித்துப், பவளத்தால் செய்யப்பட்ட சக்கரங்கள் சுமக்கக் கவழம் அறியாத கையாற் செய்த யானையை, புரிபுனைந்த பூங்கயிற்றினால் பையப்பைய இழுத்துக் கொண்டே, நின் காலிற் கட்டிய கெச்சைகள் ஒலிக்கும் படியாக மெல்ல நடந்து, இங்கே என்பால் வருக! வந்தாயா, எம் பாக மகனே!

கிளர்மணி ஆர்ப்ப ஆர்ப்பச் சாய்ந்து சாய்ந்து செல்லும் உன் தளர்ந்த நடையினைக் காணுதல் இனிது! 'உன் தந்தையிடத்தே உள்ளம் உடையோம்' என்று சொல்லி, மிகவும் துயர் கொண்டுள் ளவர்களின் வளைகள் கழன்று ஓடுவதை யாம் காணும்போதோ, அதுதான் பெரிதும் துன்பத்தைத் தருகிறதே, மகனே!

ஐயனே! ஆசைகொள்ளும் அழகனே! 'அத்தத்தா' என்னும் நின் தேன்மொழிகளைக் கேட்பதுதான் எனக்கு இனிது. ஆனால், போக்கின்றி, உன் தந்தை நலன் உண்ணச் சாய்ந்து சாய்ந்து இடங் கொடுத்த மகளிர், இப்போது படும் துன்பநோயைக் காண்பதுதான் மிகவும் துயர் தரவதாயுள்ளதே!

ஐயனே! 'திங்கட்குழவி, வருக! என யான் நின்னை அம்புலி காட்டுதல் எமக்கு இனிது. ஆனால் நின் தந்தை அருள் செய்யாத தால் கைவிடப்பட்டவரான மகளிரது அல்குல் வரியினை யாம் காண்பதோ மிகவும் துன்பந்தருவது!!'

ஐயனே! எம் காதில் கனங்குழையை வாங்கியும், மீண்டும் எம் பூவணிந்திராத கூந்தலைக் கொண்டு உனக்கு விளையாட்டுக் காட்டுவதும் ஏன் தெரியுமா? எம்மேல் பாசமிலாதவரின் நோக்கம் அழிவதற்குத்தான். உன் தந்தையின் அகன்ற மார்பில், தாதுதேர் வண்டின் உறவு உடையது போல, எவளோ கட்டிய கோதையை

அறுத்து எறிந்து நீயும் விளையாடுவதற்காகத்தான்! அவர் வந்ததும், நீ அதனைச் செய்வதைப் பார்க்கலாமோ!

சொற்பொருள் : *1. நயம் - அன்பு. 2. கயம் - மென்மை. முக்காழ் - மூன்றுவடம். 4. தைஇ - அழுத்தி. 9. பருத்தி - வட்டமாகப் பண்ணிய பலகை. 6. கைபுனை வேழம் - யானைப் பொம்மை. 7. பரிபுனை - முறுக்கிப் பண்ணிய. பூங்கயிறு - மெல்லிய கயிறு. வாங்கி - இழுத்து. 10. கிளர் - ஒளி வீசும். 13. வளை நெகிழ்பு - வளை கள் நெகிழ்தலை. 14. காமரு - அழகு நிறைந்த. 16. சாஅய்ச் சாஅய்மார் - நொந்து தளர்வார். 20. புறம்மாற - வெறுக்க. 26. பரிபு - அறுத்து.*

16. வரும் என் உயிர்!

(பரத்தையர்பாற் சென்றுவரும் வழக்கங்கொண்ட தன் கணவனிடத்தே, மன வருத்தங்கொண்டாள் மனைவி, விளையாடிக்கொண்டிருக்கும் மகனிடம் பேசுவதுபோலவும், தோழியிடம் பேசுவது போலவும், தன் கணவனைப் பழிக்கிறாள்)

புதல்வனை நோக்கித் தலைவி கூறுதல்

மை அற விளங்கிய மணி மருள் அவ் வாய் தன்
மெய் பெறா மழலையின் விளங்கு பூண் நனைத்தர,
பொலம் பிறையுள் தாழ்ந்த புனை வினை உருள் கலன்,
நலம் பெறு கமழ் சென்னி, நகையொடு துயல்வர,
உரு எஞ்சாது இடை காட்டும் உடை கழல் அம் துகில்
அரி பொலி கிண்கிணி ஆர்ப்பு ஓவா அடி தட்ப,
பாலோடு அலர்ந்த முலை மறந்து, முற்றத்துக்
கால் வல் தேர் கையின் இயக்கி, நடை பயிற்றா,
ஆல் அமர் செல்வன் அணி சால் பெரு விறல்
போல, வரும் என் உயிர்!
பெரும! விருந்தொடு கைதூவா எம்மையும் உள்ளாய்,
பெருந் தெருவில் கொண்டாடி ஞாயர் பயிற்ற,
திருந்துபு நீ கற்ற சொற்கள் யாம் கேட்ப,
மருந்து ஓவா நெஞ்சிற்கு அமிழ்தம் அயின்றற்றா,
பெருந்தகாய்! கூறு, சில.

தோழியை நோக்கித் தலைவி கூறிய செய்தி

எல்லிழாய்! சேய் நின்று நாம் கொணர்ந்த பாணன் சிதைந்து, ஆங்கே
வாய் ஓடி, 'ஏனாதிப்பாடியம்' என்றற்றா,
'நோய் நாம் தணிக்கும் மருந்து' எனப் பாராட்ட,

ஓவாது அடுத்து அடுத்து, 'அத்தத்தா!' என்பான் மாண
வேய் மென் தோள் வேய்த்திறம் சேர்த்தலும், மற்று, இவன்
வாயுள்ளின் போகான்அரோ.

தலைவன் கேட்ப, தோழியை நோக்கித் தலைவி உரைத்தல்

உள்ளி உழையே ஒருங்கு படை விடக்
கள்ளர் படர்தந்தது போல, தாம் எம்மை
எள்ளுமார் வந்தாரே, ஈங்கு.

தலைவன்

ஏதப்பாடு எண்ணி, புரிசை வியல் உள்ளோர்
கள்வரைக் காணாது, 'கண்டேம்' என்பார் போல,
சேய் நின்று, செய்யாத சொல்லிச் சினவல்; நின்
ஆணை கடக்கிற்பார் யார்?

தலைவி

அதிர்வு இல் படிறு எருக்கி, வந்து என் மகன்மேல்,
முதிர் பூண் முலை பொருத எதிலாள் முச்சி
உதிர் துகள் உக்க நின் ஆடை ஒலிப்ப,
எதிர் வளி நின்றாய்; நீ செல்.

தலைவன்

இனி, 'எல்லா! யாம் தீதிலேம்' என்று தெளிப்பவும் கைந்நீவி
யாதென்றும் எம்கண் மறுத்தரவு இல்லாயின்,
மேதக்க எந்தை பெயரனை யாம் கொள்வோம்,
தாவா விருப்பொடு கன்று யாத்துழிச் செல்லும்
ஆ போல் படர் தக, நாம்.

புதல்வனை நோக்கித் தாய் சொல்லுகின்றாள் : *மாசற்ற மணி போல விளங்கிய அழகிய வாயினின்றும், மெய்யான உருவம் பெறாதே பேசும் மழலையினாலே, மார்பிலே விளங்கும் அணிகள் எல்லாம் நனைகின்றன. பொன்னாற் பிறைபோலச் செய்து, அதனுள் சேர்த்தமைக்கப் பெற்ற முத்துவடத்துடன் விளங்கும் நெற்றிச் சுட்டியும், பிரகாசத்துடன் அசைந்து கொண்டிருக்கிறது. இடையிலே சுற்றிய உடையான அழகிய துகிலும் நெகிழ்ந்து, கிண்கிணியின் ஒலி எழாமல் பாதங்களிலே படிந்து தடுத்துக் கொண்டிருக்கிறது. பாலோடு விம்மின முலையிலே பாலுண்பதையும் மறந்து, முற்றத் திலே உருட்டி விளையாடும் தேரைக் கையால் தள்ளியவாறே, மகன் நடை பயிலுகின்றான். ஆலமர் செல்வனின் அழகிற் சிறந்த*

முருகனைப் போல என் உயிரான என் மகனும், இதோ இதோ வருகின்றான்!

எம் பெருமானே! பெருந்தகையே! வந்த விருந்தினரோடு கை ஓயாது கடமையிலே ஈடுபட்டுள்ள என்னையும் நீ நினையாயோ? பெருந் தெருவிலே, செவிலியர் உன்னைக் கொண்டாடிக் கொண் டாடிப் பயிற்றுத் திருத்தமாகக் கற்ற சொற்களை யான் கேட்ப, அவற்றுள் சிலவற்றைக் கூறுவாயாக! நின் தந்தையின் பிரிவினாலே மருந்தறியாது துயருற்ற எம் நெஞ்சிற் நின் மழலைகள் அமிழ்தம் உண்டது போலிருக்கும், மகனே!

தோழியை நோக்கித் தலைவி: எல்லிழாய்! தொலைவி லிருந்து நாம் தேடிக் கொணர்ந்த பாணன், தன்னை மறந்து, வாய் தவறி, 'இவள் தந்தை ஏனாதிப் பாடியுள்ளார்' என்று சொல்லி னான். 'நோய் தணிக்கும் மருந்து' என, இவன் மழலையை நாம் கூறிப் பாராட்டவும், இவனோ, ஓயாது, அடிக்கடி 'அத்தத்தா' என்கின் றான். அவன் பிழையைக் கருதாது, மாட்சியுற்ற மூங்கில்போன்ற மென் தோளிலே எடுத்து அணைத்துக் கொண்டாலும், பின்னை யும் இவன் வாயிடத்திலிருந்தும் அவன்தான் போக மாட்டேனென் கின்றானே! அதுதான் ஏனோடீ!

தலைவன் கேட்கக் கூறுதல் : பகைவரை நினைந்து, அவர் இடத்து படைக்கலங்களைச் சேர செலுத்துவதற்கு மறைந்து மறைந்து வருவது போல இங்கு நாமறியாது பதுங்கி வந்தவர், நம்மை எள்ளி நகையாடி வருந்துதற்கே வந்திருக்கின்றார்.

தலைவன் : கோட்டைக் காவற்காரர்கள் கள்வரைக் காணாத நிலையிலும், அதனால் தமக்கு வரும் குற்றத்தை எண்ணிக் 'கண் டோம்' என்பார்கள். அதுபோலத் தொலைவிலே நின்று கொண்டு, நான் செய்யாதனவற்றை எல்லாமே செய்ததாகச் சொல்லி ஏன் சினந்து கொள்ளுகின்றாய்? நின் ஆணையை யாராவது, கடந்து புறம் செல்வார்களோ?

தலைவி : நடுக்கமில்லாத வஞ்சனைகளாலே என்னை ஏன் வருத்துகின்றாய்? பூணினையுடைய பரத்தையர், தம் முலை பொருந்த உன்னைத் தழுவ, அவர்கள் உச்சியிலிருந்து உதிர்ந்து படிந்த பூந்தாதுகள் உன் ஆடையிலே கிடப்பதைக் காட்டுவதற்கோ, இங்கே வந்து, எதிர்காற்றிலே எம்முன்னேயும் நிற்கின்றாய்? என் மகன்மேல் ஆசையோடுதான் நீயும் வந்தனையோ? எனில், இல்லை இல்லை; நீ போய்விடுக.

தலைவன்: 'ஏடீ! நாம் தீதற்றோம் என்று பலவும் கூறித் தெளிவுபடுத்தவும், அதை ஏற்காது, எம்மைக் கையுதறி விடுகின்றாய். எம்மிடத்தே எவ்விதமான மறுமொழியும் நீ சொல்லாயாயின், மேன்மையான எம் தந்தை பெயராளனை யாமும் எடுத்துக் கொள்வோம். கன்று கட்டிய இடம் நோக்கி ஆரா விருப்போடு செல்லும் பசுவினைப் போல, நீயும் என்னிடம் வருகின்றாயோ இல்லையோ, அதனையும் யாம் இப்போது காண்போம்!

சொற்பொருள் : *1. அவ்வாய் - அழகிய வாய். 3. மெய் பெறா - பொருள் செறியாத. 6. அரிபொலி - உள்ளே இட்ட பரலால் அழகு பெற்ற. 7. அலர்ந்த - பருத்த. 9. பெருவிறல் - முருகன். 11. கைதூவா - கைஓயாத. 12. ஞாயர் - செவிலித்தாயர். பயிற்ற - கற்றுத்தர. 17. வாய் ஓடி - வாய்மறந்து. 21. வாய்உள்ளல் - வாயினின்றும். 22. உழையே - கோட்டையின் உள்ளே. 24. எள்ளுமார் - நகைத்தற் பொருட்டு. 28. கடக்கிற்பவர் - மீறுபவர். 29. படிறு - வஞ்சனை. எருக்கி - வருத்தி. 30. முச்சி - உச்சியினின்றும். 32. எதிர்வளி - எதிர் காற்று. 33. கைந்நீவி - கைகடந்து.*

17. ஏனடா நீயும் போனாய்?

(மகனுக்குப் பால் கொடுக்கும் நேரமும் வந்து கழிந்தது. வெளியே போயிருக்கும் மகனின் வரவை எதிர்பார்த்த தாய், நெடுநேரமாகியும் அவன் வராதது கண்டு வருந்தினாள். அவன் வீடு திரும்பியதும், அவனிடமும், அவனை அழைத்துச் சென்ற தன் தோழியிடமும், இப்படிக் கோபிக்கின்றாள். மறைந்து நின்று இப் பேச்சைக் கேட்ட தலைவனும், தலைவியின் ஊடலை அறிந்து, அதனைத் தெளிவித்து இன்புறுத்துகின்றனன்.)

தலைவி

ஞாலம் வறம் தீரப் பெய்ய, குணக்கு ஏர்பு,
காலத்தில் தோன்றிய கொண்மூப் போல, எம் முலை
பாலொடு வீங்கத் தவ் நெடிதாயினை;
புத்தேளிர் கோட்டம் வலம் செய்து இவனொடு
புக்க வழி எல்லாம் கூறு.

தோழி

கூறுவேன்; மேயாயே போல வினவி, வழிமுறைக்
காயாமை வேண்டுவல், யான்.

தலைவி

காயேம்.

தோழி கூற்றும், தலைவி புதல்வனைக் கடிதலும்

மடக் குறு மாக்களோடு ஓரை அயரும்
அடக்கம் இல் போழ்தின்கண், தந்தை காமுற்ற
தொடக்கத்துத் தாயுழைப் புக்காற், அவளும்
மருப்புப் பூண் கையுறையாக அணிந்து,
'பெருமான், நகைமுகம் காட்டு!' என்பாள் கண்ணீர்
சொரி முத்தம் காழ் சோர்வ போன்றன; மற்றும்,
வழிமுறைத் தாயுழைப் புக்காற்கு, அவளும்
மயங்கு நோய் தாங்கி, மகன் எதிர் வந்து,
முயங்கினள் முத்தினள் நோக்கி, நினைந்தே,
'நினக்கு யாம் யாரேம் ஆகுதும்?' என்று,
வனப்பு உறக் கொள்வன நாடி அணிந்தனள்,
ஆங்கே, 'அரி மதர் உண்கண் பசப்ப நோய் செய்யும்
பெருமான் பரத்தைமை ஒவ்வாதி' என்றாள்;
அவட்கு இனிதாகி விடுத்தனன் போகித்
தலைக் கொண்டு நம்மொடு காயும் மற்று ஈது ஓர்
புலத் தகைப் புத்தேள் இல் புக்கான் - அலைக்கு ஒரு
கோல் தா; நினக்கு அவள் யார் ஆகும்? - எல்லா!
வருந்தி யாம் நோய் கூர, நுந்தையை என்றும்
பருந்து எறிந்தற்றாகக் கொள்ளும்; கொண்டாங்கே,
தொடியும் உகிரும் படையாக நுந்தை
கடியுடை மார்பின் சிறு கண்ணும் உட்காள்,
வடுவும் குறித்தாங்கே செய்யும். வீடு, இனி;
அன்ன பிறவும், பெருமான் அவள்வயின்
துன்னுதல் ஓம்பி, திறவது இல் முன்னி, நீ
ஐயம் இல்லாதவர் இல் ஒழிய, எம் போலக்
கையாறு உடையவர் இல் அல்லால் செல்லல்;
அமைந்தது, இனி நின் தொழில்.

தலைவி: உலகம் வறுமை தீரப் பெய்வதற்குக், கீழ்க்கடலி லிருந்து பருவ காலத்தில் எழுகின்ற மழைமேகத்தைப் போல, எம் முலைகள் பாலோடு விம்மியிருக்கவும், நீ மிகவும் நேரங் கழித்தே வருகின்றனையே! புத்தேளிர் கோட்டம் வலம் செய்து, இவனோடு நீ போன இடம் எல்லாம் யாவையென, எனக்குக் கூறுவாயாக.

தோழி: உண்மையாகவேதான் கேட்கின்றாயோ? சொல்லு கின்றேன்; கேள்: ஆனால், அதன்பின் நீ சினங்கொள்ளாமல் இருக்க வேண்டுகிறேன்.

தலைவி: சொல்லுக; நின்னை யான் கோபிக்க மாட்டேன்.

தோழி: மடப்பத்தையுடைய சிறுமியரோடு கோரைப் பொம்மை செய்து விளையாடுகின்ற, அடக்கமற்ற சிறு பருவத்தி லேயே, இவன் தந்தை காமுற்றவளான தொடக்கத்துத் தாயிடம் இவன் சென்றான். போன மகனுக்கு, அவளும், இடபம் பொறித்த பூணினைக் காணிக்கையாகக் கையிலே அணிந்து மகிழ்ந்தாள். பின், 'எம் பெருமானே! நின் நகை முகம், யாம் காணக் காட்டுக!' என்று சொன்னவள், இவன் தந்தையை நினைந்து சொரிந்த கண்ணீர், முத்தாரம் ஒன்று அறுந்து வீழ்வது போன்றிருந்தது.

அதனை யடுத்து, அவளுக்குப் பின்னர் வந்த தாய்வீட்டிற்குச் சென்றான். அவளும், இவன் தந்தை பிரிந்ததால், வருந்தும் காம நோயைத் தாங்கிக் கொண்டே. மகனருகே வந்தாள். மகனை ஆசையோடு தழுவினாள்; முத்தினாள். அவன் உருவை நோக்கி, அவன் தந்தையை நினைந்தவளாக வாடினாள். 'நினக்கு யாம் எந்த உறவு முறையாவோம்?' என்று கேட்டாள்.

மகன் அழகுபெறுமாறு, அவன் தாங்கும் அளவுக்கு நகை யணிந்தும் மகிழ்ந்தாள். தந்தை செய்த செயலுக்கு வருந்துவாள் போலச், 'செவ்வரி பரந்த மதர்த்த மையுண்ட எம் கண்கள் பசலை படுமாறு நோய்செய்யும் உன் தந்தையைப் போல, நீயும் பரத்தையர் பால் காமுற்றுத் திரியாதேடா' என்றாள். அவளுக்கு இனிதாகச் சில போதிருந்து, அவளைவிட்டுப் போனான்.

போனவன், இப்போது நம் தலைவரைக் கூடுபவளாயிருந்து நம்மை வருந்துகின்றாளே, இங்கொரு புலக்குந் தகைமையுடைய புதியவள், அவள் வீட்டிற்குஞ் சென்றாள்.

தலைவி : (அதனைக் கேட்ட தலைவி ஆற்றாளாயினாள்) நினக்கு அவள் என்ன உறவடா? 'ஏடி! இவனை அடிப்பதற்கு ஒரு கொம்பு கொண்டா!' என்று கூறிச் சினந்தாள். பின், மகனின் இளமை யறிந்து, சினம் தணிந்தவளாக, மகனுக்கு அறிவுரை கூறுகின்றாள்:-

'ஏடா! யாம் இங்கே வருந்தி நோய் கொள்ளவும், உன் தந்தை யைப் பருந்து கெத்திக் கொண்டு போவதுபோல அவள் கொண்டு போகின்றாள். கொண்டுபோய், தொடியும் நகமும் படையாகக் கொண்டு, உன் தந்தையின் புதுமையுடைய மார்பினும், மற்றும் சில இடங்களிலும், கொஞ்சமும் வருந்தாமல், அங்கங்கே வேண்டு மென்றே வடுக்களும் செய்கின்றாள். இன்னும் எவ்வளவோ பிறவும்

செய்வாள். அவள் பால் செல்ல விரும்பி, இனி அவள் வீட்டுப் பக்கம் போவதை மட்டும் விட்டுவிடு. பெருமானே! இனி நீ, உன் தந்தையின் உறவிலே ஐயம் இல்லாது கூடியிருப்பவரின் வீட்டை விட்டு விட்டு, எம்மைப் போலக் கையாறு உடையவர்களின் வீடு களன்றி, வேறெங்கும் போகாதேயடா! நீ செய்யுஞ் செயல் நன்றா யிருந்ததடா! நன்றாயிருந்தது!'

சொற்பொருள்: *3. தவநெடிது ஆயினை - மிகவும் நீட்டித் தாய். மேயாயே போல - விரும்பினவள் போல். 9. மடக்குறு மாக்கள் - மடப்பம் பொருந்திய இளமகளிர். 11. தொடக்கத்துத் தாய் - தந்தையின் முதற் காதலி. 24. புலத்தகை - புலக்கும் இயல் புடைய. புத்தேள் - புதியாள். 29. சிறு கண்ணும் - சிறிய இடமும். 32. துன்னுதல் - நெருங்குதல். 33. ஐயம் இல்லாதவர் - காதலன் வருவானோ என்ற ஐயமின்றி உடன் கொண்டிருப்பவர். 34. கையாறு உடையவர் - காதலனை இழந்து துன்புறுவர்.*

18. வெந்த புண்ணிலே வேல்!

(தன் புதல்வன், வெளியே சென்றவன், தன் தந்தையின் பரத்தையர் வீடுகள் பலவும் சென்றுவரத், தாய் அவனைச் சினந்து கொள்கின்றாள், அந்நேரத்திலே தலைவன் அங்கே வரவும், அவனும் கேட்குமாறு, மகனைப் பழிக்கின்றாள்.)

தலைவி தன் புதல்வனுடன் சென்ற தோழி நீட்டித்து வந்தமை பற்றி வினாவுதல்

பெருந் திரு நிலைஇய வீங்கு சோற்று அகல் மனை,
பொருந்து நோன் கதவு ஒற்றிப் புலம்பி யாம் உலமர,
இளையவர் தழூஉ ஆடும் எக்கர் வாய் வியன் தெருவின்
விளையாட்டிக்கொண்டு வரற்கு எனச் சென்றாய்,
உளைவு இலை; ஊட்டலென் தீம் பால் பெருகும் அளவெல்லாம்
நீட்டித்த காரணம் என்?

தோழியின் மறுமொழி

கேட்டீ -

பெரு மடற் பெண்ணைப் பிணர்த் தோட்டுப் பைங் குரும்பைக்
குட வாய்க் கொடிப் பின்னல் வாங்கி, தளரும்
பெரு மணித் திண் தேர்க் குறுமக்கள் நாப்பண்,
அகல் நகர் மீள்தருவானாக, புரி ஞெகிழ்பு
நீல நிரைப் போது உறு காற்கு உலைவன போல்,

சாலகத்து ஒல்கிய கண்ணார், 'உயர் சீர்த்தி
ஆல் அமர் செல்வன் அணி சால் மகன் விழாக்
கால்கோள்' என்று ஊக்கி, கதுமென நோக்கி,   15
திருந்துஅடி நூபுரம் ஆர்ப்ப இயலி, விருப்பினால்,
'கண்ணும், நுதலும், கவுளும், கவியார்க்கு
ஒண்மை எதிரிய அம் கையும், தண் எனச்
செய்வன சிறப்பின் சிறப்புச் செய்து, இவ் இரா
எம்மொடு சேர்ந்து சென்றீவாயால்; செம்மால்!   20
நலம் புதிது உண்டு உள்ளா நாணிலி செய்த
புலம்பு எலாம் தீர்க்குவேம் மன்' என்று இரங்குபு,
வேற்று ஆனாத் தாயர் எதிர்கொள்ள, மாற்றாத
கள்வனால் தங்கியது அல்லால், கதியாதி,
ஒள்ளிழாய்! யான் தீது இலேன்.   25
தலைவி தன் புதல்வனைக் கடிந்தும், அப்பொழுது அங்குவந்த
தலைவனொடு புலந்தும் கூறுதல்
எள்ளலான், அம் மென் பணைத் தோள் நுமர் வேய்ந்த கண்ணியோடு
எம் இல் வருதியோ? எல்லா! நீ தன் மெய்க்கண்
அம் தீம் சொல் நல்லார் அணிந்த கலம் காட்டி,
முந்தை இருந்து மகன் செய்த நோய்த்தலை
வெந்த புண் வேல் எறிந்தற்றால், வடுவொடு   30
தந்தையும் வந்து நிலை.

    தலைவி : பெருஞ் செல்வம் நிலைபெற்றுப், பலருக்கும் விருந்து செய்வதற்காகப் பெருகச் சமைத்து வைத்துள்ள சோற்றை யுடைய, இப் பெரிய வீட்டிலே, வாயிலின் இரட்டைக் கதவடியில் நின்று புலம்பிப்புலம்பி, யானும் வருந்துகின்றேன். பிள்ளைகள் தம்மிற் கூடியாடும் மணல் செறிந்த அகன்ற தெருவிலே, 'விளை யாடுவித்துக் கொண்டு வருகிறேன்' என்றுகூறி, என் மகனை அழைத்துச் சென்றாயே! ஏன் இவ்வளவு பொழுது திருப்பிக் கூட்டி வராதே நீட்டித்தாய்? என் இனிய பாலைப் பிள்ளைக்கு ஊட்டா மல், அனைத்தும் சுரந்து வீணே வழிகின்றதே! கொஞ்சமும் உனக்கு மனவருத்தம் ஏதும் இல்லையோடி?

    தோழி : கேட்பாயாக: பெரும் பனை நுங்கினை உருளும் சிறு தேராக்கிக் கயிற்றினாலே கட்டி இழுத்துத் தளர்கின்ற சிறு பிள்ளைகளுக்கு நடுவே, பெரிய திண்ணிய தேரிலேயிருந்த படியே, அகன்றதெரு வழியே நம் வீடுநோக்கி வந்து கொண்டிருந்தோம். முறுக்கவிழ்ந்த நீலமலரானது காற்றினால் அலைப்புண்டு அலைவது போலச், சாளரங்களிலே ஒதுங்கி ஒதுங்கிப் பார்த்த இவன் தந்தையின்

பெண்டிர், 'மிக்க புகழுடைய ஆல் அமர் செல்வனின் மகனான குமரப் பெருமானின் திருவிழாத் தொடங்கிற்றுப் போலும், என்றெண்ணினர். விரைந்து, தம் திருந்தடியின், சிலம்புகள் ஒலி முழங்க வந்து, இவனைப் பார்த்தனர். பார்த்து, இவன் தான் இன்னா னென்ன அறிந்ததும், அன்புடன், 'நின் கண்ணும், நுதலும், கன்னமும், நின்னைத் தழுவிய தாயர்க்கு விளக்கத்தைத் தரும் அழகிய கையும் கொண்டு செய்வனவெல்லாம், எமக்கும் சிறப்பாகு மாறு செய்து, இன்று இராமட்டும் எம்மோடு எம் வீட்டில் தாங்கிப் போவாயாக, செம்மலே' என்று வேண்டினர். 'எங்கள் நலத்தின் புதுமையை நுகர்ந்துவிட்டு, எங்களை நினையாது கைவிட்ட நாணமில்லாதவன் செய்த துயரெல்லாம், அப்போது நாங்களும் தீர்வோம் மகனே' என்று இரங்கிக் கேட்டனர். அவ்வாறு வேற்றா ரான தாயார் வந்து எதிர்கொள்ள, அதனை மறுக்காது, அவரோடு அவர் வீடுகட்குச் சென்றுவிட்ட இக்கள்வனால், அங்கே பொழுது கழிய நேர்ந்ததல்லாது. என் தவறுதான் யாதுமில்லை, ஒள்ளிழாய்! என்னைக் கோபித்துக் கொள்ளாதே!

தலைவி : ஏடா! அந்த மென்மையான பருத்த தோளுடைய உன் தாய்மார் சூட்டிய கண்ணியோடு என் வீட்டிற்குள்ளும் நீதான் வருகின்றாயோ? (என்று மகனைக் கடிந்து கொள்ள, அப்போது அங்கே வந்த கணவனை நோக்கி) அழகிய, தீஞ்சொல் நல்லாரான பரத்தையர், உன் மெய்க்கண் அணிந்த அணிகளைக் காட்டி, நீயும் வந்தாயோ? முன் வந்திருக்கும் நின் மகன் செய்த என் மனப்புண்ணிலே 'வெந்த புண்ணில் வேல் ஏறிவது போலத்' தந்தையும் வடுவோடு வந்து, என்னை இகழ்வது போல நிற்கும் நிலையினை நான்தான் என்னென்பேன்?

சொற்பொருள் : 2. நோங்கதவு - வலிய கதவு. உலமர - வருந்த. 5. உளைவிலை - கவலையின்றி. 8. தோடு - இலை. குரும்பை - பனங்காய். உறுகாற்று - வீசும் காற்றிற்கு. உலைவன போல் - அசைவனபோல். 13. சாலகம் - சாளரம். ஒல்கிய - தளர்ந்த. 15. கால்கோள் - தொடக்கம். 16. நூபுரம் - சிலம்பு. இயலி - நடந்து. 25. கதியாதி - சினவாதே. 26. எள்ளலான் - இகழ்தலால். 28. அம் - அழகிய. தீம் - இனிய. கலம் - அணிகலன்கள் அழுந்திச் செய்த வடு. 29. நோய்த்தலை - நோய்க்கு மேலும் அதே புண்ணிலே தாக்கித் துன்புறுத்தல் செய்தான்.

19. என்னுடையதுதான் தவறு!

('வெளியே சென்று உலவிவந்த புதல்வன், தன் தந்தையின் பரத்தையர் வீடுகட்கும் சென்று வந்தான்' என்று, முதலில் சினந்து கொண்ட தாய், பின்னர்த் தன் கையறு நிலைக்குத் தானே ஆற்றாளாகித், தன்னையே, தன் நிலையையே நொந்து கொள்ளுகிறாள்.)

தலைவி தோழியை வினவுதல்

உறு வளி தூக்கும் உயர் சினை மாவின்
நறு வடி ஆர் இற்றவை போல் அழிய,
கரந்து யான் அரக்கவும், கை நில்லா வீங்கிச்
சுரந்த என் மென் முலைப் பால் பழுதாக - நீ
நல் வாயில் போத்தந்த பொழுதினான், 'எல்லா!
கடவுட் கடி நகர்தோறும் இவனை
வலம் கெளீஇ வா' என, சென்றாய் விலங்கினை -
ஈரம் இலாத இவன் தந்தை பெண்டிருள்
யார் இல் தவிர்ந்தனை? கூறு -

தோழி கூறிய செய்தி உணர்ந்து, தலைவி நெஞ்சொடு கிளத்தல்

நீருள் அடை மறை ஆய் இதழ்ப் போதுபோல் கொண்ட
குடைநிழல் தோன்றும் நின் செம்மலைக் காணூஉ,
'இவன் மன்ற யான் நோவ உள்ளம் கொண்டு, உள்ளா
மகன் அல்லான் பெற்ற மகன்' என்று அகல்நகர்
வாயில் வரை இறந்து போத்தந்து, தாயர்
தெருவில் தவிர்ப்பத் தவிர்ந்தனன்; மற்று, அவர்
தம்தம் கலங்களுள், 'கையுறை' என்று இவற்கு,
ஒத்தவை ஆராய்ந்து, அணிந்தார். பிறன் பெண்டிர்
ஈத்தவை கொள்வானாம், இஃது ஒத்தான்; சீத்தை,
செறு தக்கான் மன்ற பெரிது'.

தலைவி புதல்வனோடு புலந்து உரைத்தல்

சிறு பட்டி; ஏதிலார் கை, எம்மை எள்ளுபு நீ தொட்ட,
மோதிரம் யாவோ? யாம் காண்கு.
அவற்றுள் நறா இதழ் கண்டன்ன செவ் விரற்கு ஏற்பச்
சுறா ஏறு எழுதிய மோதிரம் தொட்டாள்
குறி அறிந்தேன்; 'காமன் கொடி எழுதி' என்றும்
செறியாப் பரத்தை இவன் தந்தை மார்பில்
பொறி ஒற்றிக்கொண்டு ஆள்வல்' என்பது தன்னை

அறீஇய செய்த வினை.
அன்னையோ? - இஃது ஒன்று.
முந்தைய கண்டும், எழுகல்லாத என் முன்னர்,
வெந்த புண் வேல் எறிந்தற்றா, இஃது ஒன்று 30
தந்தை இறைத் தொடி மற்று இவன் தன் கைக்கண்
தந்தார் யார், எல்லாஅ! இது?
'இஃது ஒன்று என் ஒத்துக் காண்க, பிறரும் இவற்கு' என்னும்
தன் நலம் பாடுவி, தந்தாளா. நின்னை,
'இது தொடுக' என்றவர் யார்? 35

தலைவி தன் நெஞ்சு அழிந்து கூறுதல்

அஞ்சாதி; நீயும் தவறில்லை; நின் கை இது தந்த
பூ எழில் உண்கணவளும் தவறிலள்;
வேனிற் புனல் அன்ன நுந்தையை நோவார் யார்?
மேல் நின்றும் எள்ளி, இது இவன் கைத் தந்தாள் -
தான் யாரோ? என்று வினவிய நோய்ப்பாலேன் 40
யானே தவறுடையேன்!

தலைவி : நீ, வீட்டு வாசலைவிட்டுப் போகும்பொழுது, நின்னிடம் என்ன சொல்லி அனுப்பினேன்? 'ஏடி! கடவுள் கோயில்கள் தோறும் இவனை வலம் செய்வித்துக் கூட்டிவா' என்று தானே சொன்னேன்? போனவள், ஏனடி மாறாக நடந்தாய்? காற்றிலே உதிரும் மாவடுக்களின் காம்பிலே பால் வடிவதுபோலப், பால் பெருகிய என் முலைகளிலேயிருந்து பாலும் கசிந்து வீணாகின்றதே? அதனை மறைத்துக் கையால் அடக்கியும், பீரிட்டுப் பாய்ந்து பாழாகின்றதே. இரக்கம் இல்லாத இவன் தந்தையின் பரத்தையர் களுடைய வீடுகளுள், எங்கெல்லாம் இவனோடு நீயும் சென்றிருந்தாய்? கூறுக.

தோழி, நீருள், இலைநடுவே விளங்கும் தாமரைபோலக் குடை நிழலிலே தெருவில் தோன்றும் நின் செம்மலைக் கண்டனர். 'யாம் நோவுமாறு எம் உள்ளம்கொண்டு, பின் எம்மை நினையாத, மகனல்லான் பெற்ற மகன் இவன்' என்று சொல்லியபடி, வீட்டைவிட்டு நகரவீதிக்கே வந்த அத்தாயர்கள், தெருவிலேயே தடுத்து நிறுத்த, இவனும் அவர்க்கிரங்கி அவரோடு சென்றான். அவர்கள், தத்தம் அணிகளுள் இவனுக்கு அணியத் தக்கவைகளை ஆராய்ந்து, 'இவனுக்கு எம் காணிக்கை இது' என்று சொல்லித் தந்தார்கள். அதனால் தான், நேரம் கடந்தது.

தலைவி : எனனோ வேற்றானின் மனைவியர் எல்லாரும் தந்ததை, இவனும் பெற்றுக் கொள்வானாம்! இவன் ஒருவன்! சீத்தை! இவனை நன்றாகத் தண்டிக்கத்தான் வேண்டும்!

கட்டுக்கடங்காதவனாகிய சிறுவனே! எம்மைப் பெண்டிர் பலரும் இகழுமாறு, பரத்தையர் அணிவித்த மோதிரம் யாதோ? யாமும் பார்க்கலாம். (அவன் மோதிரத்தைக் காட்ட) 'அவற்றுள் நறா இதழினைக் கண்டதுபோலுள்ள சிவந்த விரலுக்கு ஏற்பச் சுறாஏறு எழுதிய மோதிரத்தை அணிவித்தவளின் குறிப்பை யான் அறிந்து கொண்டேன் என்றும் கட்டுக்கடங்காது பரத்தைமை கொண்டு திரியும் இவன் தந்தையின் மார்பிலே, 'பொறியாக ஒற்றிக் கொண்டு யானே ஆள்வேன்' என்பதை யான் அறியுமாறு செய்வதற்கே, 'காமன் கொடி' எழுதிய இதனை அவள் அணிவித் திருக்கின்றாள்!

மகன் : அன்னையோ? இஃது ஒன்று பாராய்.

தலைவி : முன்னதைக் கண்டும் தலைநிமிரமாட்டாத என் முன்னர், 'வெந்த புண்ணிலே வேல் எறிந்'தாற் போன்றது நீ காட்டும் இதுவொன்று! இவன் தந்தையுடைய முன்கைத் தொடியையே இவனுடைய கையிலே தந்தவர் யார்? ஏடீ! கூறுக! 'இதுவொன்று; இவனுக்கு ஆட்பட்ட பிறரும் என்னைப் போலவே அழகுடைய வர்களோ என்பதை ஒப்பிட்டுக் காண்க' எனத், தன் அழகைப் பெருமையாகப் பேசுபவள் தந்தாளா? நின்னை 'இது அணிக' என்று தந்தவர் தாம் யாரோ, மகனே?

தலைவி : *(மனம் வருந்திக் கூறுதல்)* அஞ்சாதே மகனே! நீயும் தவறு செய்தாயில்லை. உன் கையிலே இது தந்த பரத்தையும் தவறு செய்தவள் அல்லள். வேனிற்காலத்து நீரைப் போல விளங் கும் உன் தந்தையை நோவார்தாம் யார்? நமக்கு மேலாக அவ னுடைய அன்பைப் பெற்றவள் அவள்! அவளை இகழ்ந்து, 'இது இவன் கைத்தந்தவள் யாரோ?' எனக் கேட்ட, நோயுடைய யானே தவறுடையேன்! நீ வருந்தாதே மகனே!

சொற்பொருள் : 1. உறுவளி - பெருங்காற்று. 2. வடி - பிஞ்சு. ஆர்இற்று - காம்பற்று. 5. அரக்கவும் - அழுத்தித் தேய்க்கவும். 5. போத்தந்த - போன. 6. கடவுள்கடிநகர் - கோயில். 7. விலங்கினை - தவறிவிட்டாய். 8. ஈரம் - அன்பு. 9. தவிர்ந்தனை - தங்கினாய். 10. அடைமறை - இலையால் மறைந்த. 14. வாயில் வரை இறந்து - வாயிலைக் கடந்து. 18. சீத்தை - கைவிடத் தக்கவன். 23. சுறாஏறு -

சுறாமீனின் ஆண். 34. தன்னலம் பாடுவி - தன் அழகையே புகழ்ந்து பாடுவாள்.

20. பால் அருந்த வாடா!

(தாய், தன் மகனைக் கண்டு உள்ளங் கண்டு உள்ளங் குளிர்ந்த வளாகப் பாலுண்ண அழைக்கிறாள். அப்போது அங்கே வந்த கணவனோடு ஊடித், தன் காதல் மகனோடு உறவாடும் அவள் நொந்த உள்ளத்தை இங்கே காண்கின்றோம்.)

காலவை, சுடு பொன் வளைஇய ஈர் அமை சுற்றொடு
பொடி அழற் புறம் தந்த செய்வுறு கிண்கிணி.
உடுத்தவை, கைவினைப் பொலிந்த காசு அமை பொலங் காழ்; மேல்
மை இல் செந் துகிர்க் கோவை; அவற்றின் மேல்
தைஇய, பூந் துகில், ஐது கழல் ஒரு திரை.
கையதை, அலவன் கண் பெற அடங்கச் சுற்றிய
பல உறு கண்ணுள் சில கோல் அவிர் தொடி,
பூண்டவை, எறியா வாளும் எற்றா மழுவும்
செறியக் கட்டி, ஈர்இடைத் தாழ்ந்த,
பெய் புல மூதாய்ப் புகர் நிறத் துகிரின்
மை அற விளங்கிய ஆன் ஏற்று அவிர் பூண்.
சூடின, இருங் கடல் முத்தமும், பல் மணி, பிறவும், ஆங்
ஒருங்கு உடன் கோத்த உருள் அமை முக் காழ்: மேல்
சுரும்பு ஆர் கண்ணிக்குச் சூழ் நூலாக,
அரும்பு அவிழ் நீலத்து ஆய் இதழ் நாண,
சுரும்பு ஆற்றுப்படுத்த மணி மருள் மாலை.
ஆங்க - அவ்வும் பிறவும் அணிக்கு அணியாக, நின்
செல்வு உறு திண் தேர்க் கொடுஞ் சினைக் கைப்பற்றிப்
பைபயத் தூங்கும் நின் மெல் விரற் சீறடி
நோதலும் உண்டு; ஈங்கு என் கை வந்தீ,
செம்மால்! நின் பால் உண்ணிய.
பொய் போர்த்துப் பாண் தலை இட்ட பல வல் புலையனைத்
தூண்டிலா விட்டுத் துடக்கி, தான் வேண்டியார்
நெஞ்சம் பிணித்தல் தொழிலாத் திரிதரும்
நுந்தைபால் உண்டி, சில.
நுந்தை வாய் மாயச் சூள் தேறி, மயங்கு நோய் கைமிக,
பூ எழில் உண்கண் பனி பரப்ப, கண் படா
ஞாயர்பால் உண்டி, சில.
அன்னையோ! யாம் எம் மகனைப் பாராட்ட, கதுமெனத்
தாம் வந்தார், தம் பாவலரோடு; தம்மை

வருக என்றார், யார்கொலோ, ஈங்கு,
என் பால் அல் பாராட்டு உவந்தோய்! குடி; உண்டீத்தை; என்
பாராட்டைப்பாலோ சில.
செருக் குறித்தாரை உவகைக் கூத்தாட்டும்
வரிசைப் பெரும் பாட்டோடு எல்லாம் பருகீத்தை -
தண்டுவென் - ஞாயர் மாட்டைப் பால்.

செல்வனே! பசும்பொன்னை உருக்கி இரண்டு வடங்களாக்கிப் பின்னி, நெருப்பிலிட்டு ஒளிபெறச் செய்த அழிய பாதசரம், நின் காலிலே விளங்குகின்றது. கைவேலைப்பாடு மிகுந்த பொற்காசுகளையும், அதன்மேல் பவளங்களையும் வடம் போலப் பதித்துக் கோர்த்து, அதன்மேல் நெகிழும் அழகிய மென்பட்டாடை நின் இடுப்பிலே விளங்குகின்றது. நண்டுக் கண்ணைப் போல முழுவதும் சுற்றியமைத்த அரும்பு வேலைப்பாடுகளுடன் உன் கையின் தொடியும் விளங்குகிறது. எறியாத வாளும், ஏற்றாத மழுவும் செறியுமாறு கட்டி, இடையிலே மழைக்காலத்துக் காணப்படும் கருஞ்சிவப்பு நிறமுடைய தம்பலப் பூச்சி போன்ற தகட்டிலே இடப இலச்சினையிட்ட அணியினைக் கழுத்திலேயும் அணிந்துள்ளாய். கருங்கடல் முத்தும், பலவகை மணிகளும், பிறவும் ஒன்றாகச் சேர்த்துக் கோத்த மூன்றுவட மாலையையும் அணிந்துள்ளாய். கூந்தலிலே, அரும்பு அவிழ் நீலத்து அழகிய கருநீல மலரும் வெட்கப்படுமாறு, வண்டினங்களைத் தன்பால் வரச் செய்யும் கருமணியைப் போன்ற மாலையும் விளங்குகின்றது.

அவ்விதமாக, அவையும் பிறவும் அணிந்து, அழகுடன் நீ விளங்குகின்றாய்! நீ உருட்டி விளையாடும் சிறுதேரின் வளைந்த கைப்பிடியைப் பிடித்துக் கொண்டு, நின் அடிகள் நோவ, தளரடி வைத்து நீ அசைந்து வரும் அழகு சொல்லவியலாத பேரழகாயிற்றே! மகனே! இங்கே என் கையணைப்பினுள்ளே வா! செம்மலே! உனக்காக வைத்த பால் இருக்கிறது. அதனை உண்ண, வாடா கண்ணே!

தான் கொண்டுள்ள பொய்ம்மை ஒழுக்கத்தை மூடி மறைத்துப், பாணன் முதலாகப் பல தீயோர்களைத் தூண்டிலாக விட்டுப் பிடித்து, தான் விரும்பும் பரத்தையரின் நெஞ்சங்களைப் பிணித்தலே தன் தொழிலாகத் திரிகின்ற உன் தந்தையின் பாலும், உண்ணப்படாது இங்கேயே இருக்கிறது. அதிலாவது கொஞ்சம் உண்க, மகனே!

உன் தந்தையின் வாயிலிருந்து வருகின்ற மாயமான சத்தியங்கள் பலவும் பொய்யாகப் போக, அதனால் உள்ளம் உறுதிப்பட்டு மயக்கத் தருகின்ற காமநோய் கட்டுக்கு அடங்காமற் போக, மலரெழில் மையுண்ணும் கண்கள் நீர் துளிர்க்கத், தூக்கமுங் கொள்ளாது வாடும், உன் தாயிடம் வந்து, கொஞ்சமாவது பால் உண்பாயாக, மகனே!

அம்மையோ! நான் மகனைப் பாராட்டிக் கொண்டிருக்கத், திடுமென அவர் தம் கூட்டத்தாரோடும் வீட்டினுள் வந்தார். அவரை 'இங்கு வருக' என்று அழைத்தவர் தாம் யாரோ? என் பாராட்டைக் கேட்டு மகிழ்ந்து வருவானே! பாலைக் குடி; என் பாராட்டைப் போலவே, அதுவும் இனிதாக இருக்குமடா!

கோபங் கொண்டவரை மகிழ்ச்சிக் கூத்திலே ஆட்டி வைக்கும், வரிசைப் பெருந் தகுதிகளோடு வந்து, எல்லாம் நீயே குடிப்பாயாக. தாயாகிய நான் உனக்கு ஊட்டுவேன்; வாடா என் மகனே!

சொற்பொருள் : 4. மைஇல் - அழுக்கு இல்லாத. துகிர் - பவளம். 5. ஐதுகழல் - நழுவி விழுகின்ற. 13. முக்காழ் - மூன்று வடம். 16. கரும்பாற்றுப்படுத்த மாலை - வண்டுகள் மொய்க்கும் மணி மாலை. 20. வந்தீ - வருக. 22. பலவல் - பல தொழில் வல்ல. 23. துடக்கி - வலிதிற் கைப்பற்றி. 27. பனிபரப்ப - நீர் நிறைய கண்படா - உறக்கம் இல்லாத. 35. வரிசைப் பெரும் பாட்டு - பெரிதும் பாராட்டுதல். 36. தண்டுவென் - மனம் அமைதி கொள்வேன்.

21. அன்னை கூறும் அறிவுரை!

(தன் கணவனைப் போலவே உருவ அழகில் ஒப்பவனாக விளங்கும் தன் மகனை அணைத்துத் தாய் உபதேசம் செய்கிறாள். 'நல்ல செயல்களிலே அவனைப் போலிரு; ஆனால் அவனைப் போலக் கொண்ட மனைவியைத் தவிக்கவிட்டுவிட்டு மட்டும் சென்று விடாதே, மகனே!' என்கின்றாள்.)

மை படு சென்னி மழ களிற்று ஓடை போல்,
கை புனை முக்காழ் கயந் தலைத் தாழ,
பொலம் செய் மழுவொடு வாள் அணி கொண்ட
நலம் கிளர் ஒண் பூண் நனைத்தரும் அவ் வாய்
கலந்து கண் நோக்கு ஆர, காண்பு இன் துகிர்மேல்

பொலம் புனை செம்பாகம் போர் கொண்டு இமைப்ப,
கடி அரணம் பாயா நின் கை புனை வேழம்,
தொடியோர் மணலின் உழக்கி, அடி ஆர்ந்த
தேரை வாய்க் கிண்கிணி ஆர்ப்ப, இயலும் என்
போர் யானை, வந்தீக, ஈங்கு!   10
செம்மால்! வனப்பு எலாம் நுந்தையை ஒப்பினும், நுந்தை
நிலைப் பாலுள் ஒத்த குறி என் வாய்க் கேட்டு ஒத்தி;
கன்றிய தெவ்வர்க் கடந்து களம் கொள்ளும்
வென்றிமாட்டு ஒத்தி, பெரும! - மற்று ஒவ்வாதி,
'ஒன்றினேம் யாம்' என்று உணர்ந்தாரை, நுந்தை போல்,   15
மென் தோள் நெகிழ விடல்.
பால் கொளல் இன்றி, பகல் போல், முறைக்கு ஒல்காக்
கோல் செம்மை ஒத்தி, பெரும! - மற்று ஒவ்வாதி,
கால் பெரு பூவின் கவின் வாட, நுந்தை போல்,
சால்பு ஆய்ந்தார் சாய் விடல்.   20
வீதல் அறியா விழுப் பொருள் நச்சியார்க்கு
ஈதல்மாட்டு ஒத்தி, பெரும! - மற்று ஒவ்வாதி,
மாதர் மென் நோக்கின் மகளிரை, நுந்தைபோல்,
நோய் கூர நோக்காய் விடல்.
பின்னே மறைய நின்ற தலைவனைத் தலைவி கண்டமை
    ஆங்க -
திறன் அல்ல யாம் கழற, யாரை நகும், இம்
மகன் அல்லான் பெற்ற மகன்?
மறை நின்று, தாம் மன்ற வந்தீத்தனர்.
தலைவன் உரையும், அப்பொழுது தலைவன் மார்பில் பாய்ந்த
புதல்வன் செயல் கண்டு, தலைவி உரைத்தலும்
'ஆயிழாய்! தாவாத எற்குத் தவறு உண்டோ? காவாது ஈங்கு
ஈத்தை, இவனை யாம் கோடற்கு'. சீத்தை; யாம்   30
கன்றி அதனைக் கடியவும், கை நீவி,
கன்ற இறு வரைக் கோண்மா இவர்ந்தாங்கு,
தந்தை வியல் மார்பில் பாய்ந்தான் - அறன் இல்லா
அன்பிலி பெற்ற மகன்.

இளங்களிற்றின் மத்தகத்திலே கிடந்து தொங்கும் மலர் வடத்தைப் போல, நின் மென்மையான தலையிலேயும் மூவடக் கோவை கிடந்து தொங்குகின்றது. நின் வாயிலிருந்து வடிகின்ற நீர், நின் கழுத்திலே வாளும் மழுவும் இடப இலச்சினையுமாக விளங் கும் அணியையும் நனைக்கின்றது. அவற்றிலே ஒன்றிக் கலந்து, என் கண்களின் ஆசைதீர நான் நின்னைப் பார்ப்பேன். இரண்டு

யானைகள் தம்முள்ளே போரிடுவதுபோலப் பவள உருளை மேல் அமைத்த உன் விளையாட்டு யானையை இழுத்து நீயும் விளை யாடுகின்றாய். தொடிபுனைந்த மகளிர் இழைத்திருக்கும் வண்டல் களைக் கலைத்தவாறு, நின் காலடியிலே கிடந்து ஒலிக்கும் தேரை வாய் போன்ற சதங்கைகள் ஒலி முழங்க, வந்து கொண்டிருக் கும் மகனே! போர் யானை போன்ற மாவீரனே! இங்கே நான் அணைத்துக் கொள்ள, என் அருகாக நீயும் வருவாயாக!

செம்மலே! அழகெல்லாம் உன் தந்தையைப் போன்றே இருந்தாலும், உன் தந்தையின் நிலைமைகளுள் உனக்கு எற்ற வகை களை என் வாய்மூலம் கேட்டு, அவற்றில் மட்டுமே அவனைப் போல நீயும் விளங்குவாயாக. 'சினந்தெழும் பகைவரை வென்று களத்திலே வென்றி கொள்வதிலே அவனைப் போலவே இருப் பாயாக, பெருமானே! ஆனால், 'உன்பால் ஒன்றி விட்டோம்' என்று சொன்னவர்களை, தோள்கள் மெலியக் கைவிட்டுச் செல்வதில் உன் தந்தையை உன் நீ ஒத்திருக்க வேண்டாம், மகனே!'

ஒரு பக்கஞ் சாய்ந்து ஓரம் போகாமல், கதிரவனைப் போல நீதி வழுவாத ஆட்சியின் செம்மையிலே, உன் தந்தையைப் போலவே இருப்பாயாக! ஆனால், காற்று உதிர்க்கும் மலர்களைப் போல அழகுகெடச் செய்யும் உன் தந்தைபோல, சால்பிலே சிறந்த மனைவியைக் கைவிட்டுப் பரத்தைமை மேற்கொள்வதில் நீயும் ஒத்திருக்க வேண்டாமடா!

அழிவறியாத உயர்ந்த பொருள்களைத் தன்னை விரும்பி வந்து அடைபவர்க்கு வழங்குவதிலே உன் தந்தையைப் போலவே விளங்குவாயாக! ஆனால், பெருமானே! காதலை உடைய மென்மையான நோக்கினரான மகளிரை, உன் தந்தைபோலவே நோய்கொள்ளுமாறு கைவிட்டு விடுதலை மட்டும், நீ செய்யாதே!

(தன் தகப்பன் அச்சமயம் வரவும்.) தாயணைப்பிலிருந்த மகன், தன் தாயின் பின்புறம் நின்ற தகப்பனைக் கண்டு மெல்லச் சிரிக்கிறான். சிரிக்கவும், தாய்) திறனல்லாத செயல்களைச் செய் யாதே என்று நான் சொல்லவும் கேட்டு, இந்த மகனல்லான் பெற்ற மகன், யாரைப் பார்த்துச் சிரிக்கின்றான்? (மறைந்து நின்றவர், தாம் வெளியே வந்தனர்.)

தலைவன்: ஆயிழாய்! பிறர்பால் மனஞ் செல்லுதலில்லாத என்பேரில் ஏதும் தவறு உண்டோ? பிடித்துக் கொண்டிராமல், யாம் எடுத்துக் கொள்ளுமாறு இவனை இங்கே போகவிடுக'. (புதல்வன்

உடனே தந்தையிடம் சென்று, அவன் மார்பிலே பற்றித் தழுவிக் கிடக்கக் கண்டாள்.)

இவனோர் கழிசடை! நின் தகப்பன்பால் செல்வது கூடாது என மனம் வெறுத்து நாம் தடுக்கவும், நம் கையை உதறித் தள்ளி விட்டு, மலைப்பக்கத்தை நோக்கிச் சிங்கக் குட்டி பாய்ந்தது போலத் தன் தந்தையின் அகன்ற மார்பை நோக்கிப் பாய்ந்து விட்டானே! என் மேல் அன்பில்லாதவன் பெற்ற மகன்தானே இவனும்! இவன் மட்டும், எப்படி என்னிடம் அன்புகாட்டப் போகின்றான்!

சொற்பொருள்: 1. மழகளிறு - இளைய யானை. ஓடை - முகபடாம். 6. செம்பாகம் - சரிபாதி. 7. அடிஅரணம் - காவல் கட்டிய. 18. நிலைப்பாலுள்ள - நிலைபெற்ற குணங்களுள். களம் கொள்ளும் - போர்களத்தைத் தனதாக்கிக் கொள்ளும். 75. ஒன்றினேம் - மனம் ஒன்று பட்டோம். 19. கால்பொரு - காற்றால் அலைப்புண்ட. 24. நோய் கூர - நோய் மிகுமாறு. 27. வந்தீத்தனர் - வந்தனர். 29. ஈத்தை - கொடுப்பாயாக. 31. கோண்மா - சிங்கம். இவர்ந்தாங்கு - பாய்ந்ததுபோல்.

22. என்னதான் சொல்ல முடியும்!

(தலைவன்பால் சினமுற்று ஒதுங்குகின்றாள் தலைவி. அவனோ, ''தான், அவள் நினைப்பதுபோலத் தவறு ஏதும் செய்யவில்லை'' என்று சொல்லிச் சாதிக்கிறான். 'இனி என்னடி பேச்சு? சமாதானமாகப் போவாயடீ!' என்கிறாள் தோழி. நெஞ்சந்தேறித் தலைவியும் தன் புலவி தீர்கின்றாள்.)

தலைவி

ஒரூஉ நீ; எம் கூந்தல் கொள்ள - யாம் நின்னை
வெரூஉதும், காணுங்கடை,

தலைவன்

தெரியிழாய்! செய் தவறு இல்வழி, யாங்குச் சினவுவாய்,
மெய் பிரிந்து, அன்னவர்மாட்டு?

தலைவி

ஏடா! நினக்குத் தவறு உண்டோ? நீ வீடு பெற்றாய்;
இமைப்பின் இதழ் மறைபு ஆங்கே கெடுதி;
நிலைப் பால் அறியினும், நின் நொந்து நின்னைப்
புலப்பார் உடையர், தவறு.

தலைவன்

அணைத் தோளாய்! தீயாரைப் போல, திறன் இன்று உடற்றுதி;
காயும் தவறு இலேன் யான்.

தோழி

மான் நோக்கி! நீ அழ நீத்தவன் ஆனாது
நாணிலன் ஆயின், நலிதந்து அவன்வயின்
ஊடுதல் என்னோ, இனி?

தலைவி நெஞ்சொடு கூறல்

'இனி யாதும் மீக்கூற்றம் யாம் இலம்' என்னும்
தகையது காண்டைப்பாய், நெஞ்சே! பனி ஆனாப்
பாடு இல் கண் பாயல் கொள.

தலைவி : உன்னைக் கண்டாலே யாம் அஞ்சுகின்றோம். எம் கூந்தலைத் தொடாதே, போய்விடுவாயாக!

தலைவன் : தெரியிழாய்! செய்த தவறு ஏதும் இல்லாத போதும் எதற்காகக் கோபிக்கின்றாய்? தவழும் என் உடலை விட்டு ஒதுங்கி நின்று, அப்படிப்பட்ட என்மேல், நீதான் கோபிக்கலாமோ?

தலைவி : ஏடா, தவறு என்று உனக்கு ஏதேனும் ஒன்று உளதோ? இப்போது வீட்டுக்கு வந்துவிட்டாய்; இமைப்பின் இதழ் மறைவது போல நொடிப்பொழுதில் எம்மைவிட்டும் போய்விடு வாய். உன் நிலைமையை அறிந்தாலும், உன்னை வறிதே நொந்து வருந்துகிறவர் பேரில்தானேடா தவறு?

தலைவன் : அணைபோன்ற தோளினாய்! தீயாரைப் போல என்னைக் கருதித், தவறாக ஏன் நின்னை வருத்திக் கொள்ளுகின் றாய்? நீ வெறுக்கும் தவறு எதுவும் இல்லாதவன் நான்!

தோழி : மான் நோக்கு உடையவளே! நீ அழுமாறு உன்னைக் கைவிட்டுச் சென்றவனே, அவ்வாறு வெட்கங்கெட்டு வந்து, தான் தூயனென்றும் சொல்வானானால், நீ வருந்தி, அவனிடத்து ஊடுதல் தான் இனி எதற்காகவோ?

தலைவி: நெஞ்சமே பனிசோரும் உறக்கமற்ற கண்கள் துயிர் கொள்வதாகும். 'இனி, யாதும் இதன்மேல் சொல்வதற்கு யாமும் அறியோம்?' என்று சொல்லி நிற்கும், இந்தத் தோழியின் தகைமை யைக் கண்டுவிட்டாயல்லவா?

சொற்பொருள்: *1.* ஒரூஉ - நீங்கி நில். *2.* வெரூஉதும் - வெறுக்கிறோம். *6.* கெடுதி - மறந்துவிடுகிறாய். *12.* நலிதந்து - வருத்தி.

15. காண்டைப்பாய் - காண்பாயாக. பனி ஆனா - கண்ணீர் வற்றாத.
19. பாடுஇல் - உறக்கம் இல்லாத.

23. யார்மேல் விளியுமோ?

(தலைவனோடு ஊடிய தலைவியும், அவளைச் சமாதானப் படுத்த முயல்கின்ற தலைவனும் பேசம் பேச்சுக்கள். இன்பமான நுட்பப் பொருள் பொதிந்தவை. அவன் போய்யாணையிட்டான்: அதற்கும், 'அது என்னைத் தானே பாதிக்கும்?' என்கிறாள் அவள்.)

தலைவி

ஒரூஉ; கொடிய இயல் நல்லார் குரல் நாற்றத்து உற்ற
முடி உதிர் பூந் தாது மொய்ம்பின ஆக,
தொடிய, எமக்கு நீ யாரை? பெரியார்க்கு
அடியரோ ஆற்றாதவர்?

தலைவன்

கடியர் தமக்கு யார் சொல்லத் தக்கார் மாற்று?

தலைவி

வினைக்கெட்டு, வாய் அல்லா வெண்மை உரையாது. கூறு நின்
மாயம், மருள்வாரகத்து.

தலைவன்

ஆயிழாய்! நின்கண் பெறின் அல்லால், இன் உயிர் வாழ்கல்லா
என்கண் எவனோ, தவறு?

தலைவி

இஃது ஒத்தன்! புள்ளிக் களவன் புனல் சேர் பொதுக்கம் போல்,
வள் உகிர் போழ்ந்தனவும், வாள் எயிறு உற்றனவும்,
ஒள் இதழ் சோர்ந்த நின் கண்ணியும், நல்லார்
சிரறபு சீறச் சிவந்த நின் மார்பும்,
தவறாதல் சாலாவோ? கூறு.

தலைவன்

அது தக்கது; வேற்றுமை என்கண்ணோ ஓராதி; தீது இன்மை
தேற்றக் கண்டீயாய்; தெளிக்கு.

தலைவி

இனித் தேற்றேம் யாம்.
தேர் மயங்கி வந்த தெரி கோதை அம் நல்லார்
தார் மயங்கி வந்த தவறு அஞ்சி, போர் மயங்கி,
நீ உறும் பொய்ச் சூள் அணங்கு ஆகின், மற்று இனி
யார் மேல்? விளியுமோ? கூறு.

தலைவி : கொடி போன்ற அழகியரின், புனுகு மணத்திலே புரண்ட கூந்தலிலிருந்து உதிர்ந்த பூந்துகள் நின் தோள் மேற் காணப்படுகின்றன. தொடியணிந்தவனே! எமக்கு நீ தான் என்ன உறவு உடையவனோ? நீயோ பெரியவன்! துயரால் ஆற்றாது துடிக்கும் நான் என்ன, உன் அடியாளோ? என்னை விட்டு விலகிப் போவாய்!

தலைவன்: மனம் கடுமையாயிருப்பவருக்குப் பதில் சொல்லித் தெளிவிப்பதற்கு எவராலே முடியும்?

தலைவி : வேலை மெனக்கிட்டு, நின் நெஞ்சம் பொய்யால் நிறைந்திருக்கவும், வாயால் உண்மையானவனைப் போல எதுவும் நீ சொல்லல் வேண்டாம். நின் மாயப் பேச்சுக்களைக் கேட்டு மயங்குபவர் எவராவது இருப்பாரானால், அவரிடம் போய், நின் பேச்சுக்களைச் சொல்லிக் கொள்வாயாக.

தலைவன்: ஆயிழையே! உன் அருள் நோக்கம் பெற்றாலன்றி, இனிய உயிரும் வாழ்தலில்லாத என்னிடத்தேயுள்ள தவறு தான், யாதோ?

தலைவி : இவனொருவன்! புள்ளியுடைய நண்டுகள் நடந்த தடங்கள் நீர்க்கரையிலே தோன்றுவனபோல, பரத்தையின் நகங்கள் கீரிய வடுக்களும், பற்கள் பதிந்த குறிகளும், பூவிதழ்கள் உதிர்ந்த கண்ணியும், அப்பரத்தையர் சினந்து செண்டாலடிக்கச் சிவந்த மார்பும், தவறாக இருப்பது போதாதோ? வேறென்னதான் தவறு காண வேண்டும்?

தலைவன்: என்னிடம் ஏதும் வேற்றுமை நினையாதே. என்பால் தீது இல்லாத நிலைமையை நீயே தெளிவாகக் காண்பாய். அருகே வா! விளக்கமாகக் கூறுகின்றேன்.

தலைவி : இனி, யாம் எதுவும் தெளிய வேண்டுவதில்லை. உன் தேரைக் கண்டு மயங்கி, உன்பால் வந்த அப்பரத்தையரின் மாலையை, மயக்கத்தில் உன் மாலையாகவே நினைந்து எடுத்து, அணிந்து வந்த தவறுக்கு அஞ்சி, என் ஊடலுக்கு மயங்கி, நீ கூறும் பொய்யான ஆணைகள் யாரையாவது வருத்துமாயின், இனி, அவை யார்மேல் சென்றுதான் விளியுமோ? அதனை நீயே கூறுவாயாக.

சொற்பொருள் : 5. கடியர் - கொடிய கோபம் உடையவர். 7. மருள்வார் - உண்மை எனப் பிறழக் கருதுவார். 9. என்கண் -

என்னிடத்தில். 10. சேர்பு ஒதுக்கம் - சேர்ந்து செய்த வரிகள். 12. நல்லார் - பரத்தையர். 13. சிரறுபு - கோபித்து. 14. சாலாவோ - போதாவோ. 18. தெரிகோதை - ஆராய்ந்து தொடுத்த மாலை - 21. விளியும் - அழியும்.

24. அவனோ நாணிலி!

(தலைவனோடு ஊடிநின்ற தலைவி, முடிவிலே 'அவன் பொய்ச் சத்தியங்கள் செய்துவிடுவானே?' என்று கலங்கினாள்: அவன் மீது கொண்டிருந்த சினத்தை மறந்தாளாகி, அவன்மீது உறவும் கொள்கிறாள்)

தலைவி

யார் இவன்? எம் கூந்தல் கொள்வான்? இதுவும் ஓர்
ஊராண்மைக்கு ஒத்த படிறு உடைத்து; எம் மனை
வாரல்; நீ வந்தாங்கே மாறு.

தலைவன்

என் இவை, ஓர் உயிர்ப் புள்ளின் இரு தலையுள் ஒன்று
போர் எதிர்ந்தற்றாப் புலவல்? நீ கூறின், என்
ஆர் உயிர் நிற்கும் ஆறு யாது?

தலைவி

ஏஎ! தெளிந்தோம் யாம்; காயாதி – எல்லாம் வல் – எல்லா!
பெருங் காட்டுக் கொற்றிக்குப் பேய் நொடித்தாங்கு,
வருந்தல் நின் வஞ்சம் உரைத்து.

தலைவன்

மருந்து இன்று – மன்னவன் சீறின், தவறு உண்டோ? நீ நயந்த,
இன்னகை! தீதோ இலேன்.

தலைவி

மாண மறந்து உள்ளா நாணிலிக்கு இப் போர்
புறம் சாய்ந்து காண்டைப்பாய் – நெஞ்சே! உறழ்ந்து இவனைப்
பொய்ப்ப விடேஎம் என நெருங்கின், தப்பினேன்
என்று அடி சேர்தலும் உண்டு!

தலைவி : *யாரிவன்? என் கூந்தலை வந்து பற்றுகின்றான்? இதுவும் ஓர் ஊராண்மைக்கு ஒத்த கொடுமை உடையது தான்! என் வீட்டிற்குள் வராதே! வந்தது போலவே வெளியே திருமபிப் போய் விடுவாயாக.*

தலைவன் : *என்ன இவை? ஓர் உயிர்ப் பறவையின் இரண்டு தலை களுள், ஒன்று மற்றொன்றுடன் போருக்கு எழுந்தது போலச் சினந்து பேசுகின்றாயே? நீயே இப்படிக் கூறினால், என் அருமை யான உயிர் நிற்கும் வழிதான் யாதோ?*

தலைவி: ஏஎ! நானும் புரிந்து கொண்டேன். என்னை இனியும் வருந்தாதே! ஏடா! எல்லாம் யான் அறிவேன். பெருங் காட்டுக் கொற்றவைக்குப் பேய் நொடிசொல்வது போல, நின் வஞ்சக வார்த்தைகளை வீணாகச் சொல்லி, ஏன் உன்னை நீயே வருத்திக் கொள்ளுகின்றாய்?

தலைவன்: இனிய நகையுடையவளே! மன்னனே சீறினால் ஒருவருக்கு வேறு மருந்தும் உண்டோ? நீ சொல்லும் எந்தக் குற்றமும் இல்லாதவன் நான்.

தலைவி : (தனக்குள்) நெஞ்சமே! இவனைப் பொய்ச்சூள் உரைக்கவிடோம் என்று வருந்தி, அன்பால் நெருங்கினால் 'நான் இன்று தப்பினேன்' என்று அவன் நம் அடியிற்கூட வீழ்ந்து விடுகின் றான். மாட்சியுடைய வாழ்வை மறந்தும் நினையாத, இவ் வெட்கங் கெட்டவனோடு, இந்த ஊடற் போரிலே தோற்றுவிட்டு, அதன்பின் நிகழ்வதைக் காண்பாயாக.

சொற்பொருள் : 3. வாரல் - வாராதே. வந்தாங்கே மாறு - வந்ததுபோல் மீண்டும் செல். 7. காயாதி - வருந்தாதே. எல்லாம் வல் - வஞ்சனை பலவும் வல்ல. 11. இன்நகை - இனிய நகை யினை உடையாய். 12. மாணமறந்து - அடியோடு மறந்து. உள்ளா - நினைத்துப் பாராத. 14. நெருக்கின் - விடாது கோபித்தால்.

25. ஏன் குறைப்படுகின்றாய்?

(தலைவனோடு தலைவி ஊடினாள். அவள் உறுதி, நெடுநேரம் வரை நிலைத்து நிற்கவில்லை. அவன் குறைப்பட்டுக் கொள்ளவும், அவள் ஊடல் தீர்ந்து கூடுகின்றாள்)

தலைவி

கண்டேன், நின் மாயம் களவு ஆதல்; பொய்ந் நகா,
மண்டாத சொல்லித் தொடாஅல்; தொடீஇய நின்
பெண்டிர் உளர்மன்னோ, ஈங்கு?

தலைவன்

ஒண்தொடி! நீ கண்டது எவனா தவறு?

தலைவி

கண்டது நோயும் வடுவும் கரந்து, மகிழ் செருக்கி,
பாடு பெயல் நின்ற பானாள் இரவில் -
தொடி பொலி தோளும், முலையும், கதுப்பும்,

வடிவு ஆர் குழையும், இழையும், பொறையா
ஒடிவது போலும் நுசுப்பொடு, அடி தளரா,
ஆராக் கவவின் ஒருத்தி வந்து - அல்கல் தன்
சீர் ஆர் ஞெகிழம் சிலம்ப, சிவந்து, நின்
போர் ஆர் கதவம் மிதித்தது அமையுமோ?
ஆய்இழை ஆர்க்கும் ஒலி கேளா, அவ் எதிர்
மாறாள் சினைஇ, அவள் ஆங்கே, நின் மார்பில்
நாறு இணர்ப் பைந் தார் பரிந்தது அமையுமோ?
'தேறு நீ; தீயேன் அலேன்' என்று மற்று அவள்
சீறடி தோயா இறுத்தது அமையுமோ?
கூறு இனி; காயேமோ, யாம்?

தலைவன்

தேறின், பிறவும் தவறு இலேன் யான்;
அல்கல் கனவுக்கொல் நீ கண்டது?

தலைவி

'கனை பெயர் தண் துளி வீசும் பொழுதில் குறி வந்தாட்
கண்ட கனவு' என, 'காணாது, மாறு உற்று -
பண்டைய அல்ல, நின் பொய்ச் சூள், நினக்கு; எல்லா! -
நின்றாய்; நின் புக்கில் பல'.

தலைவன்

மென் தோளாய்! நல்கு, நின் நல் எழில்; உண்கு.

தலைவி

ஏடா, குறை உற்று நீ எம் உரையல் நின் - தீமை
பொறை ஆற்றேம் என்றல் பெறுதுமோ, யாழ
நிறை ஆற்றா நெஞ்சு உடையேம்?

தலைவி : *நீ செய்கின்ற மாயங்கள் எல்லாம் 'திருட்டுத் தனம்' என்பதை நன்றாகவே அறிவேன். பொய்யாக நீ ஏதும் சிரிக்க வேண்டாம். பொருந்தாதவற்றைச் சொல்லி, இங்கு என்னைத் தொடவும் செய்யாதே! நீ தொட்டு இன்புறுவதற்குரிய உன் பெண்டிர் எனப்பெறுவார் எவருமே இங்கில்லை என்பதனையும் அறிந்துகொள்!*

தலைவன் : *ஒண்தொடியே! என்ன தவறோ, நீ என் மீது கண்டனை?*

தலைவி : *கண்டதுவா? கேள்: உன்னால் நான் பெற்ற நோயையும், ஊரிலே எழுந்த அலரையும் மறைத்துக் கொண்டேன்.*

பெருமழைபோல நீ வந்து அருள, அதனால் மகிழ்வு மிகுதி உடையவளாகவும் இருந்தேன். ஒரு நாள், அன்று இரவு, பாதி ராத்திரி வேளையிலே, என்னதான் நடந்தது? பொலிவுடன் தொடி விளங்கும் தோள்களும், முலையும், கூந்தலும், மகர மீனின் வடிவிலே விளங்கும் குழையும் இழையும் போன்றவற்றின் சுமை தாங்காது, ஒடிந்து விழுவது போன்ற நுண்ணிய இடையும், உடையவள் ஒருத்தி இங்கே வந்தாள். அடங்காத நின் முயக்கத்தால் தளர்ந்தவனைப் போல, அடிதளர்ந்தும் நடந்து வந்தாள். சிறந்த சிலம்பு காலிலே ஒலிமுழங்கச் சினத்துடன் வந்து, நின் வீட்டுப் பெருங்கதவை மிதித்து, உன்னை அழைத்தாள். அதுதான் பொருந்துமோ? ஆயிழையாளான அவள் வந்து ஆரவாரஞ் செய்யும் ஒலியினைக் கேட்டு, நீயும் அவ்வொலியைக் கேட்கவும் பெறாத நிலையினால் எழுந்து, விரைந்து அவள்பாற் சென்றுவிட்டாயே? அதுதான் பொருந்துமோ? நீ சென்றும், அவள் தன் சினம் தணியாதவளாக, உன் மார்பிலே விளங்கும் அழகிய மாலையைப் பறித்தாளே? அதுவேனும் நினக்குப் பொருந்துமோ? நீயே இவற்றை ஆராய்க. 'தீயேன் அல்லேன்' என்று, அன்றைக்கு வந்தாளே அவள் பாற் சென்று உறுதி கூறுவாயாக நாங்கள் அது பொய்யெனக் கண்ட பின்னும், உன்னைக் கோபிக்காமல் இருக்க வேண்டுமோ?

தலைவன் : எண்ணிப் பார்த்தால், அப்படியே யிருந்தாலும் யான் ஏதும் தவறு இல்லாதவனேதான்! இரவு வேளையிலே அன்று நீ கண்டதென்ன? ஏதோ ஒரு தீய கனவுபோலும்!

தலைவி : அடைமழை பொழிந்து கொண்டிருந்த வேளையிலே, உன்னைத் தேடிவந்த ஒருத்தியை நேரிலே நான் கண்ட பின்னரும், 'கனவு' எனக் கூறுகின்றாயோ? நான் கண்ணாற் கண்டதையே இப்படித் திருத்தி மாற்றிக் கூறுகின்றாயே? நீ உன் பழைய நிலையிலே இப்போதில்லை. ஏடா! நின் பொய்ச் சூள் உனக்கேதான் துயர்தரும். ஏன் இன்னும் இங்கேயே நிற்கின்றாய்? நீ போக வேண்டிய வீடுகள்தாம் பலவாயிற்றே? அங்கேயே இனி நீயும் போய்விடுக.

தலைவன்: மென்தோளாய்! ஏன் நீ இவ்வாறெல்லாம் ஊடுகினறாய்? உன் நல்ல எழிலை அநுபவிக்குமாறு எனக்கு இடம் தருவாயாக!

தலைவி: ஏடா! 'நின் தீமையைப் பொறுக்க இயலாதவர் களானோம்' என்னும் பழியை நாங்கள் பெற மாட்டோம். நிலையிலே நிற்க மாட்டாது, உன்பால் தளர்கின்ற நெஞ்சுடையவர்கள்

யாமன்றோ? நீ ஏதோ குறையுற்றது போல வந்து எம்மிடம் உரைக்கின்றாய்? ஏதொன்றும் சொல்லவேண்டாம், ஐயனே!

சொற்பொருள்: 2. மண்டாத - விரும்பாதன. 5. வடு - உரு. கரந்து - மறைத்து. 6. பானாள் இரவு - இரவின் நடுயாமம். 11. ஞெகிழம் - சிலம்பு. 12. போரார் - பொருந்திய. 15. மாறாள் - தன் நிலையில் மாறுபடாது. 18. சீறடி - சீறிய அடி. 22. கனை பெயல் - பெருமழை.

26. ஊடலின் பின் கூடல்!

(தலைவனோடு ஊடிய தலைவி, அவன் வந்து தேறுதல் பல கூறவும், அதனை ஒதுக்கிவிட்டுத் தன் நெஞ்சின் பாசத்தைக் கூறி, அவனோடு ஒன்றாகின்றாள்.)

தலைவி

அரி நீர் அவிழ் நீலம், அல்லி, அனிச்சம்,
புரி நெகிழ் முல்லை. நறவோடு அமைந்த
தெரி மலர்க் கண்ணியும் தாரும் நயந்தார்
பொரு முரண் சீறச் சிதைந்து, நெருநையின்
இன்று நன்று, என்னை அணி.

தலைவன்

அணை மென் தோளாய்! செய்யாத சொல்லிச் சினவுவது ஈங்குஎவன்,
ஐயத்தால், என்னைக் கதியாதி; தீது இன்மை
தெய்வத்தான் - கண்டீ - தெளிக்கு.

தலைவி

மற்றது, அறிவல், யான் நின் சூள்; அனைத்தாக நல்லார்
செறி தொடி உற்ற வடுவும், குறி பொய்த்தார்
கூர் உகிர் சாடிய மார்பும், குழைந்த நின்
தாரும், ததர் பட்ட சாந்தமும், சேரி
அரி மதர் உண் கண்ணார் ஆராக் கவவின்,
பரிசு அழிந்து யாழ நின் மேனி கண்டு, யானும்
செரு ஒழிந்தேன்; சென்றீ, இனி.

தலைவன்

தெரியிழாய்! தேற்றாய் சிவந்தனை - காண்பாய், நீ - தீது இன்மை
ஆற்றின் நிறுப்பல் பணிந்து

தலைவி

அன்னதேல், ஆற்றல் காண்:
வேறுபட்டாங்கே கலுழ்தி; யாது ஒன்றும்

கூறி உணர்த்தலும் வேண்டாது; மற்று நீ
மாணா செயினும், மறுத்து, ஆங்கே நின்வயின்
காணின் நெகிழும் என் நெஞ்சு ஆயின், என் உற்றாய்,
பேணாய் நீ பெட்பச் செயல்?

தலைவி : *இதழ் விரிந்த கருநீலமலர், அல்லி, அனிச்சம் மலர்ந்த முல்லை, நறுவமலர் முதலியவை எல்லாம் ஒருங்கு சேர்த்து நெருங்கக்கட்டிய நின் கண்ணியும், மாலையும், நேற்றினும் இன்றே மிகவும் அழகாக விளங்குகின்றன! உன் பரத்தையர் ஊடி, முரணிச் சீறச் சிதைந்து போயிருக்கின்றனவே அவை! அவைதான் எத்துணை நல்ல அழகு!*

தலைவன் : *அணைபோன்ற மென் தோளாய்! செய்யாத ஒன்றைச் செய்தேனோவென ஐயுற்றுச் சொல்லி, என்மேற்சினங் கொள்வது ஏனோ? வேண்டாம், சினங்கொள்ளாதே! நான் தீதற்றவன் என்பதனைத் தெய்வத்தின் சான்றாக நான் சூள் உரைப்பதினின்றும் காண்பாய். இனியேனும் தெளிவு கொள்க!*

தலைவி : *நின் சூள் தாமே. அதனை யாம் நன்கு அறிவோம். நல்லாரான பரத்தையரின் செறிவுற்ற தொடிகள் அழுத்திய வடுக்களும், குறித்த நேரத்திலே நீ பொய்த்துவிட வருந்தியவர், உன் மார்பிலே தம் கூர் நகங்களாற் சாடியிருக்கும் நிலையும், சிதைந்து போன நின் மார்பின் மாலையும், கலைந்து போயிருக்கும் நின் மார்புச் சாந்தமும், அனைத்தாகவே விளங்குவது காண்! சேரியிலேயுள்ள மதர்த்த மையுண்ட கண்ணினரான மாதர், ஆர்வமுடன் ஆசை தீராது தழுவுதலால் தம் நிலைமை அழிந்து போயிருக்கும் நின் உடலினைக் கண்டு, யானும் வருத்தந் தீர்ந்தேன்! இனி அவரிடங்களை நோக்கியே நீயும் செல்வாயாக!*

தலைவன் : *தெரியிழாய்! கோபங் கொள்ளாதே! யான் தீதற்றவன் என்பதை, உன்னைப் பணிந்தாயினும் நீ தெளிவு கொள்ளச் செய்வேன்!*

தலைவி : *அங்ஙனமாயின், அது உன் ஆற்றல் காண். (தன்னுள்) பின், அவனை நோக்கி: யான் வேறுபட்டுப் பேசும் போது கலங்குகின்றாய். அகப்பட்டால், ஆர்வந் தீர்ந்ததும் மாறுபட்டு, அப்பொழுதேயே பரத்தையை நினைந்து மயங்குகின்றாய். யாதென்றும் கூறித் தெளிவித்தலும் வேண்டாததுதான். மற்று நீ பேணத் தகாதன செய்தாலும் அவற்றை ஒதுக்கிவிட்டு, அப்பொழுதே உன்னைக் கண்டால், உன்பால் நெகிழ்ந்து ஓடிவரும் என் நெஞ்சு! இதன் நிலை இவ்வா*

நாயினும், என் உறவோனே, நீ ஏன் அதனை உணராது ஏதேதோ கூறி, அதனைத் தெளிவித்துப் பணிந்து நிற்கின்றாய்.

சொற்பொருள் : 3. நெருநையின் - நேற்றைக்காட்டிலும்! 7. கதியாதி - கோபிக்காதே. 12. ததர்பட்ட - கலைந்த. 13. ஆரா - மன நிரைவு தராத. கவவு - புணர்ச்சி. 17. ஆற்றின் - முறைப்படி. நிறப் பல் - நிலை நாட்டுவேன். 19. வேறு பட்டாங்கே - புலந்து வேறு பட்ட அப்பொழுதே. கலுழ்தி - வருந்துகின்றாய். 22. மாணா - மாண் பற்ற செயல்கள்.

27. குயில் அகவும் பொழுது!

("சோலையிற் போய் மகிழ்வா யிருக்கலாம்' என்று அழைக்க விரும்பிய ஒரு கணவன் கூறிய புனைந்துரை நாடகம் இது. அதனால் ஐயுற்று ஊடிய அவன் மனைவி மீண்டும் தெளிகின்றாள்.)

தலைவன்

```
புன வளர் பூங் கொடி அன்னாய்! கழியக்
கனவு எனப்பட்டது ஓர் காரிகை நீர்த்தே;
முயங்கிய நல்லார் முலை இடை மூழ்கி,
மயங்கி, மற்று - ஆண்டு ஆண்டுச் சேறலும் செல்லாது,
உயங்கி இருந்தார்க்கு உயர்ந்த பொருளும்;                    5
அரிதின் அறம் செய்யா, ஆன்றோர் உலகும்,
உரிதின் ஒருதலை எய்தலும் - வீழ்வார்ப்
பிரிதலும் ஆங்கே புணர்தலும் தம்மில்
தருதல் தகையாதால் மற்று.
நனவினாயல் போலும், நறுநுதால்! அல்கல்                     10
கனவினால் சென்றேன் - கலி கெழு கூடல்
வரை உறழ் நீள் மதில் வாய் சூழ்ந்த வையைக்
கரை அணி காவினிகத்து.
```

தலைவி

```
உரை, இனி - தண்டாத் தீம் சாயல் நெடுந்தகாய்! அவ் வழிக்
கண்டது எவன் மற்று நீ?                                   15
```

தலைவன்

```
கண்டது - உடன் அமர் ஆயமொடு அவ் விசும்பு ஆயும்
மட நடை மா இனம், அந்தி அமையத்து,
இடன் விட்டு இயங்கா இமையத்து ஒரு பால்,
இறை கொண்டு இருந்தன்ன - நல்லாரைக் கண்டேன்,
துறை கொண்டு உயர் மணல்மேல் ஒன்றி நிறைவதை.              20
```

தலைவி

ஓர்த்தது இசைக்கும் பறை போல், நின் நெஞ்சத்து
வேட்டதே கண்டாய், கனா.

'முற்றும் கேட்டு வெகுள்' என்ற தலைவனுக்கு தலைவி 'உரை' என்ன, அவன் உரைத்தல்

'கேட்டை விரையல் நீ; மற்று வெகுள்வாய்' - 'உரை' - 'ஆண்டு
இதுவாகும், இன் நகை நல்லாய்! பொதுவாக.
தாம் கொடி அன்ன தகையார் எழுந்தது ஓர்
பூங் கொடி வாங்கி, இணர் கொய்ய, ஆங்கே
சினை அலர் வேம்பின் பொருப்பன் பொரத
முனை அரண் போல உடைந்தன்று, அக் காவில்
துனை வரி வண்டின் இனம்.
மற்று ஆங்கே நேர் ணர் மூசிய வண்டு எல்லாம் அவ் வழிக்
காரிகை நல்லார் நலம் கவர்ந்து உண்ப போல் ஓராங்கு மூச,
அவருள்,
ஒருத்தி, செயல் அமை கோதை நகை;
ஒருத்தி, இயல் ஆர் செருவில் தொடியொடு தட்ப;டு
ஒருத்தி, தெரி முத்தம், சேர்ந்த, திலகம்;
ஒருத்தி, அரி மாண் அவிர் குழை ஆய் காது வாங்க,
ஒருத்தி, வரி ஆர் அகல் அல்குல் காழகம்;
ஒருத்தி, அரி ஆர் ஞெகிழத்து அணி சுறாத் தட்ப:
ஒருத்தி, புலவியால் புல்லாதிருந்தாள், அலவுற்று
வண்டினம் ஆர்ப்ப, இடை விட்டுக் காதலன்
தண் தார் அகலம் புகும்.
ஒருத்தி, அடி தாழ் கலிங்கம் தழீஇ, ஒரு கை
முடி தாழ் இருங் கூந்தல் பற்றி, பூ வேய்ந்த
கடி கயம் பாயும், அலந்து
ஒருத்தி, கணம் கொண்டு அவை மூச, கை ஆற்றாள் பூண்ட
மணம் கமழ் கோதை பரிபு கொண்டு, ஓச்சி,
வணங்கு காழ் வங்கம் புகும்.
ஒருத்தி, இறந்த களியான் இதழ் மறைந்த கண்ணள்,
பறந்தவை மூசக் கடிவாள், கடியும்
இடம் தேற்றாள் சோர்ந்தனள், கை.
ஆங்க, கடி காவில் கால் ஒற்ற, ஒல்கி ஒசியாக்
கொடி கொடி தம்மில் பிணங்கியவை போல்,
தெரிஇழை ஆர்ப்ப மயங்கி இரிவுற்றார், வண்டிற்
வண்டலவர்; கண்டேன் யான்.

தலைவி

நின்னை நின் பெண்டிர் புலந்தனவும், நீ அவர்
முன் அடி ஒல்கி உணர்த்தினவும், பல் மாண்
கனவின் தலையிட்டு உரையல்; சினைஇ யான்
செய்வது இல் என்பதோ? கூறு.

தலைவன்

பொய் கூறேன் - அன்ன வகையால் யான் கண்ட கனவு தான்
நன் வாயாக் காண்டை - நறுநுதால்! 'பல் மாணும்
கூடிப் புணர்ந்தீர்! பிரியன்மின்; நீடிப்
பிரிந்தீர்! புணர் தம்மின்' என்பன போல,
அரும்பு அவிழ் பூஞ் சினைதோறும் இருங் குயில்
ஆனாது அகவும் பொழுதினான், மேவர,
நான்மாடக்கூடல் மகளிரும் மைந்தரும்
தேன் இமிர் காவில் புணர்ந்திருந்து ஆடுமார்,
ஆனா விருப்போடு அணி அயர்ப, காமற்கு
வேனில் விரந்து எதிர் கொண்டு.

தலைவன்: *புனத்திலே வளர்கின்றவொரு பூங்கொடியினைப் போன்றவளே! அங்கங்கே போகவேண்டிய இடங்களுக்குப் போகாது சோம்பியிருந்தவர்களுக்கு உயர்ந்த பொருளும், அருமையான அறத்தைச் செய்யாதவர்களுக்கு ஆன்றோர் உலகமும், நனவிலே கிடையாது போனாலும் கனவிலே வந்து எளிதாகக் கைகூடுமல்லவா? மயங்கிய மகளிரின் முலைகளின் இடையிலே மூழ்கிக் கிடந்து மயங்கி இன்புறுதலும், அவ்வாறு விரும்பியவரைப் பிரிதலும், பிரிந்து சென்ற இடத்தே பரத்தையரைப் புணர்தலும், தம்மில் அக்கனவுகள் தரும் தகுதியுடையன அல்லவே? அதனால், முடிவாக் கனவு என்ற அதுவும் காரிகையைப் போன்ற நிலைமையினை உடையதுவேயாகும்!*

நறுநுதலாளே! ஆரவார மிகுந்த மதுரையின், மலை போன்ற நெடுமதிலைக் கடந்து, அம்மதிலைச் சூழ்ந்து செல்கின்ற வையையாற்றங்கரைப் பூங்காவின் உள்ளே, நனவிலே செல்வது போலக் கனவினுள்ளும் சென்றேனடீ!

தலைவி : *அமையாத இனிய சாயலையுடைய நெடுந்தகையே! அங்கே கனவுள்ளே தானும் சென்றவிடத்தில் நீ கண்டதுதான் யாதோ? அதனையும் எமக்குக் கூறுக.*

தலைவன்: அன்னங்கள் பலவும் வானத்திலே இரையுண்டு விட்டு, மாலைக் காலத்திலே வெண்மையான இமயமலையின் ஒரு பக்கத்தே வீற்றிருப்பன போல, மகளிர் பலர், நீர்த் துறையருகே, வையையாறு கொணர்ந்து குவித்திருந்த மணல்மேட்டின் மேலாக, ஒன்றாகத் திரளாயிருந்ததையும் கண்டேன்.

தலைவி: இசைப்பவனின் இதயத்து விருப்பம் போலவே இசையினை ஒலிக்கம் பறையைப்போல, உன் நெஞ்சத்தில் விரும்பியதையே, நின் கனவிலும் நீதான் கண்டாய்போலும்?

தலைவன்: அவசரப்படாதே! முற்றுங்கேட்ட பின்னர் அப்புறமாகக் கோபித்துக் கொள். இப்பொழுது கேள்: அங்கே நடந்தது இதுதான்: இனிய தன்மையுடையவளே! பொதுவாகத் தாமே பூங்கொடிகள் போலத் துவண்டு விழும் கொடி போன்ற அம் மாதர்கள், அங்கிருந்து எழுந்துபோய், ஒரு பூங்கொடியை வளைத்து மலர்க்கொத்துக்களைக் கொய்தனர். அங்கே, அக் கொத்துக்களிலே திரண்டிருந்த வண்டினம் எல்லாம், அவர்களின் செயலால், வேப்பந் தாரோன் சினந்து பொருத பகைவரின் முனை அரண் போலச் சிதைந்து, அக் காவின் நாற்புறமும் எழுந்து பறந்தன.

பூங்கொத்துக்களிலே தேனுண்டு கிடந்தவான, பறந்த அவ் வண்டினம் எல்லாம், அக் காரிகை நல்லாரின் அழகைக் கவர்ந்து உண்பனபோல், ஒரே சமயத்தில், அவர்பாற் கூடிச் சென்று மொய்த் தன.

வண்டுகள் மொய்க்கவும், அவர்கள் பட்ட பாட்டினைக் கேள்: அழகான ஒருத்தியின் கூந்தல் நகை மற்றொருத்தியின் தொடியோடு மாட்டிக் கொண்டது. ஒருத்தியின் தலையிலேயிருந்து நெற்றியின் திலகம் வரை கிடந்தசைந்த முத்து மாலையானது மற்றொருத்தியின் காதிற் அல்குலிலே விளங்கிய ஆடையானது, மற்றொருத்தியது சிலம்பின் மூட்டு வாயிலே சென்று சிக்கிக் கொண்டது!

ஒருத்தி, கணவனோடு கருத்து மாறுபட்டத் தழுவாதிருந்நாள். வண்டினம் மொய்க்கக் கலங்கியவளாகி, அவ்வூடலை இடை யிலேயே நெகிழ விட்டுவிட்டுத் தன் காதலனின் மார்பிலே தானாகப் போய்த் தழுவிக் கிடந்தாள். ஒருத்தி, நெகிழும் ஆடையை ஒரு கையில் பற்றிக் கொண்டு, மற்றொரு கையாலே அவிழ்ந்து வீழ் கின்ற தன் கூந்தலைத் தாங்கிக் கொண்டு, மலர் நிறைந்திருந்த குளத்து நீரினுள் பாய்ந்து விட்டாள். ஒருத்தி, வண்டுகள் திரண்டு

வந்து மொய்க்கக், கையால் ஓட்டி ஓட்டிச் சலித்தவள், தானணிந் திருந்த மம் கமழும் மாலையை அறுத்து எறிந்து வெருட்டிய வளாக, அதற்கும் அவை போகாமை கண்டு, வளைவு இட்டு மறைத்த ஓடத்தினுள்ளே ஓடிச்சென்று, ஒளிந்து கொண்டாள்.

ஒருத்தி, கள்ளுண்டு கண் செருகி நிற்பவள், மொய்க்கும் வண்டுகளை ஓட்டும் இடம் தெரியாமல் ஓட்டி ஓட்டிக் கைசோர்ந்த வளாயினாள்.

அப்படியாக, அம் மலர்க் காவிலே, காற்று வீசும்போது வளைந்து ஒடியாத கொடிகள் தம்முள் சிக்குண்டு கிடப்பன போல, அவர்கள், தம் ஆபரணங்கள் ஆரவாரிக்கத், தம்முள் சிதறிக் கலங்கி மயங்கி வருந்தினார்கள். வண்டினம், வண்டல் இழைத்திருக்கும் நிலைபோல, அவர்களைச் சுழன்று சுழன்று பறந்து வந்ததனை யானும் கண்டேன்.

தலைவி: உன்னோடு உன் பெண்டிர் ஊடினவும், நீ அவர் முன் அடிபணிந்து உணர்த்தினவும், பல சிறப்புடைய கனவின் தலையிலேயிட்டு நீயும் உரைக்கின்றாயே? யான் கோபித்து என்ன பயன்? என்னால் நின்னையும் என்ன செய்ய முடியும் என்பது தானோ?

தலைவன்: பொய் கூறேன். அப்படியெல்லாம் நான் கண்டது கனவிலேதான். நன்றாயிருந்தது கண்டாயன்றோ? நறுநுதலாளே! ''பலவித மாட்சிமைகளுடன் கூடிப் புணர்ந்தோர்களே! நீவிர் பிரியாதீர். நீடிப் பிரிந்தோர்களே! நீங்களும் கூடி மகிழுங்கள்'' என்று சொல்வனபோல, அரும்பு அவிழ்கின்ற பூங்கொத்துக்கள் தோறும், கருங்குயில்கள் இரந்து ஓயாது கூவும் இளவேனிற் காலமும் இதோ வந்துவிட்டது. இதனையும் பாராய்!

இந்த நான்மாடக் கூடலின் பெண்களின் ஆண்களும், தேன்பிலிற்றும் சோலைகளிலே கூடிக் களித்து ஆடுவதற்குப் பெருவிருப்புடன் அணியணியாகச்செல்லுகின்றனர். காமதேவனுக்கு விருந்து செய்வதற்கு வேனிலும் முந்தி நிற்கிறது. நாமும் அங்குச் செல்வோம். வருவாயாக.

இவ்வாறு அவன் கூறவும், அவள் கொண்ட ஐயம் நீங்கி னாள். இருவரும், சோலையிலே சென்று சுகித்து மகிழப் புறப்பட்டு விட்டனர்.

சொற்பொருள்: *14.* தண்டா - குறையாத. **16.** அவ்விசும்பு - அழகிய வானம், **19.** இறைகொண்டு - தங்கி, **21.** ஓர்த்தது - மனம்

எண்ணியதை. 25. தகையார் - அழகுடையார். 35. தெரி முத்தம் - ஆராய்ந்த முத்து. 35. அரிட - அழகு, அவிழ் - ஒளிவீசும். ஆய் காது - அழகிய காது. வாங்க - மாட்டிக் கொள்ள. 44. கணம் கொண்டு - கூட்டமாய் வந்து. 45. கையாற்றாள் - கையால் ஓட்ட மாட்டாள். 51. காவில் - சோலையில். 53. இரிவுற்றார் - நாற்புறமும் சிதறி ஓடினார். 57. கனவில் தலைஇட்டு - கனவின் மேலேற்றி.

28. கடவுள் தான் யாரோ?

(பரத்தையர் வீடு சென்று களித்து வந்தவன், தன் மனைவியிடம், 'கடவுள் தரிசனத்திற்குப் போய் வந்ததாகப் பொய் கூறுகிறான். அவள், 'எந்தக் கடவுளின் கோயிலோ?' என்று கேட்டுக் கொண்டு அவனை ஏசுகிறாள்.)

தலைவி

வண்டு ஊது சாந்தம் வடுக் கொள நீவிய,
தண்டாத் தீம சாயற் பரத்தை, வியல் மார்ப!
பண்டு, இன்னைஅல்லைமன்; ஈண்டு எல்லி வந்தீய,
கண்டது எவன்? மற்று உரை.

தலைவன்

நன்றும் தடைஇய மென் தோளாய்! கேட்டீவாயாயின் -
உடன் உறை வாழ்க்கைக்கு உதவி உறையும்
கடவுளர்கண் தங்கினேன்.

தலைவி

சோலை மலர் வேய்ந்த மான்பிணை அன்னார் பலர், நீ
கடவுண்மை கொண்டு ஒழுகுவார்.
அவருள், எக் கடவுள்? மற்று அக் கடவுளைச் செப்பீமன்.

தலைவன் கூற்றும் தலைவியின் மாற்றமும்

'முத்து ஏர் முறுவலாய்! நாம் மணம் புக்கக்கால்,
''இப் போழ்து போழ்து'' என்று அது வாய்ப்பக் கூறிய
அக் கடவுள், மற்று அக் கடவுள்'. - 'அது ஒக்கும்.
நா உள் அழுந்து தலை சாய்த்து நீ கூறும்
மாயமோ; கைப்படுக்கப்பட்டாய் நீ; கண்டாரை
வாயாக யாம் கூற வேட்டீவாய்! கேள், இனி:
பெறல் நசை வேட்கையின் நின் குறி வாய்ப்ப,
பறி முறை நேர்ந்த நகராக, கண்டார்க்கு
இறு முறை செய்யும் உருவொடு, நும் இல்,

செறி முறை வந்த கடவுளைக் கண்டாயோ? 20
நறுந் தண் தகரமும் நானமும் நாறும்
நெறிந்த குரற் கூந்தல் நாள் அணிக்கு ஒப்ப,
நோக்கின் பிணி கொள்ளும் கண்ணொடு, மேல் நாள், நீ
பூப் பலி விட்ட கடவுளைக் கண்டாயோ?
ஈர் அணிக்கு ஏற்ற ஒடியாப் படிவத்துச் 25
சூர் கொன்றை செவ்வேலாற் பாடி, பல நாளும்,
ஆராக் கனை காமம் குறைத்து நின்னொடு
மாரி இறுத்த கடவுளைக் கண்டாயோ?
கண்ட கடவுளர்தம்முளும், நின்னை
வெறி கொள் வியல் மார்பு வேறாகச் செய்து, 30
குறி கொளச் செய்தார் யார்? செப்பு: முற்று யாரும்
சிறு வரைத் தங்கின் வெகுள்வர்; செறு தக்காய்!
தேறினேன்; சென்றீ நீ - செல்லா விடுவாயேல்,
நல் தார் அகலத்துக்கு ஓர் சார மேவிய
நெட்டிருங் கூந்தற் கடவுளர் எல்லார்க்கும் 35
முட்டுப்பாடு அகலும் உண்டு'.

தலைவி: வண்டுகள் வந்து மொய்க்கின்ற நறுமணச் சாந்தினைக் கை வலிக்குமாறு நின் மார்பிலே பூசி இருக்கின்றாய். அமையாத இனிமையான சாயற் பரத்தை தழுவிய, அகன்ற மார்பனே! முன்னர் நீ இப்படியிருக்கவில்லை. இங்கு இரவிலே வந்தாயே, என்ன தான் கண்டாய்? அதனைக் கூறுவாயாக:

தலைவன்: பெரிதும் பெருத்த மென்மையான தோளாய்! கேட்பாயாயின் கேள்: நாமிருவரும் உடனிருந்து வாழும் இல் வாழ்க்கைக்கு உதவி இங்கு வாழ்கின்ற கடவுட் கோட்டங்களுக்குத் தொழுதல் குறித்துச் சென்றிருந்தேன்.

தலைவி : சோலையிலே, மலர் சூடிவரும் மான்பினை போன்ற பரத்தையர் பலரிடம், நீ கடவுள் தன்மையைக் கண்டு கண்டு நுகர்ந்து வருகின்றாய். அவருள், இப்போது எந்தக் கடவுளைக் கண்டு வந்தாயோ, அதனைச் சொல்லுக!

தலைவன்: முத்துப் போன்ற அழகிய முறுவலுடையவளே! நாம் மணம் புகுந்தபோது, 'இந்தப் பொழுதே நல்ல பொழுது' என்று அது நமக்கு வாய்க்குமாறு கூறிய அந்தக் கடவுள்தான், நான் போய் வந்த கடவுள் கோயில்!

தலைவி : அது பொருத்தந்தான். நாவானது பேச நடுங்கி உள்ளேயே அழுந்தத் தலைகவிழ்ந்து நீ கூறும் மாயமோ இது.

கைக்களவுடன் அகப்பட்டாய் நீ. நீ கண்ட கடவுளரை என் வாயாலேயே சொல்லிக் கேட்க விரும்புகிறாயோ? கேள்; இனி, பெற்று அநுபவிக்கும் விருப்பத்தின் காரணமாக, நீ குறித்த இடத்திலே தப்பாமல் வந்த கடவுள் யார்? ஒழுங்காக விழுந்து முளைத்த பல் வரிசை யுடையவராகக், கண்டவர்களுக்கு இறந்துபடும் நிலையைச் செய்யும் அழகிய உருவோடு, உன் பரத்தமை இல்லத்திலே சேரும் முறையோடு, நின்பால் வந்தாளே, அந்தக் கடவுளைக் கண்டாயோ?

நறுமணமிக்க சாந்தமும் புழுகும் மணக்கும் அடர்ந்த பகுதி யுடையதாகிய கூந்தல், நாள்தோறும் அணி செய்வதற்கு ஒத்ததாக, நீ நாள்தோறும் சென்று பூவால் அருச்சிப்பாயே கடவுள், நோக்கினால் பிறரைத் தன்னுடன் பிணித்துக் கொள்ளும் கண்ணுடைய கடவுள், அந்தக் கடவுளைக் கண்டாயோ?

இருவகையான அழகுக்கும் ஏற்றவாறு விளங்கிய சூரபன்மனைக் கொன்ற செவ்வேலோனைப் பாடிப், பலநாளம் விடா மழைபோலப் பொழியும் காம வெள்ளத்தால், திருப்பரங்குன்றத்திலே உன்னோடு மாரிக்கால மெல்லாம் கழித்தாளே ஒருத்தி, அந்தக் கடவுளைக் கண்டாயோ?

நீ கண்ட கடவுளர்களும், நின் மணங்கமழும் அகன்ற மார்பை வேறாகச் செய்து வகைப்படுத்தி அடையாளமிட்டுச் செய்தவரும் யாரோ? சொல்வாயாக! பின்னை, அவள் யாராயினும், சிறிதுபோது நீ வேற்றிடத்துத் தங்கினாலும் வெகுள்வாள். எம்மாள் வெறுக்கத் தக்கவனே! நான் எல்லாம் தெளிந்து கொண்டேன். நீ போய் விடு. நீ போகாதிருந்தால், நின் நல்ல மாலையணிந்த மார்பிலே ஒன்றாக மேவித்தழுவிய நீண்ட கருங்கூந்தலுடைய அக் கடவுளர் எல்லார்க்கும் முட்டுப்பாடு ஏற்படவும் கூடுமல்லவோ?

சொற்பொருள் : *10.* செப்பீமன் - செல்லுக. *11.* முத்தேர் - முத்தை ஒத்த. *16.* வாயாக - உண்மையாக. வேட்டீவாய் - விரும்பினவளே. *18.* பறிமுறை நேர்ந்த நகார் - வீழ்ந்து முறைத்த பற்களை உடைய இளைய மகளிர். *19.* இறுமுறை - அழிவுப் பாட்டை *20.* செறிமுறை - சேர்ந்து வரும் உரிமையால். *28.* மாரி - மாரிக்காலம். இறுத்த - தங்கிய. *31.* குறி - வடு. செறுதக்காய் - வெறுக்கத்தக்கவனே. *36.* அகலம் - மார்பு.

29. கூனும் குறளனும்!

(நல்லுடல் வாய்த்த காதலன் காதலியோடு நம்மை உளத்தால் உறவாட வைத்த மருதக்கலியாசிரியர், இப்பாடலுள் ஒரு வேடிக்கை யான தம்பதிகளை அறிமுகப்படுத்தி வைக்கிறார். இஃது நகையாடுவதற் கானதொன்று என்று கருதுவதிலும், காதலுங்காமமும் உடற்குறைவுடை யாரையும் பற்றி ஆட்படுத்தலும், அவரும் பிறர்போன்றே அன்புற்று வாழ் தலும் நிகழும் என் உரைப்பதே சிறப்புடையதாகும்.)

குறளன்

என் நோற்றனைகொல்லோ? –
நீருள் நிழல் போல் நுடங்கிய மென் சாயல்
ஈங்கு உருச் சுருங்கி
இயலுவாய்! – நின்னோடு உசாவுவேன்; நின்றீத்தை.

கூனி

அன்னையோ! காண் தகை இல்லாக் குறள் நாழிப் போழ்தினான்,
ஆண்டலைக்கு ஈன்ற பறழ் மகனே! நீ எம்மை,
'வேண்டுவல்' என்று விலக்கினை; நின் போல்வார்
தீண்டப் பெறுபவோ மற்று.

குறளன்

மாண்ட எறித்த படை போல் முடங்கி மடங்கி,
நெறித்தவிட்டன்ன நின்ற ஏரால் என்னைப்
பொறுக்கல்லா நோய் செய்தாய்; பொறீஇ நிறுக்கல்லேன்;
நீ நல்கின் உண்டு, என் உயிர்.

கூனி

குறிப்புக் காண் – வல்லுப் பலகை எடுத்து நிறுத்தன்ன
கல்லாக் குறள! கடும் பகல் வந்து எம்மை,
'இல்லத்து வா' என, மெய் கொளீஇ, எல்லா! நின்
பெண்டிர் உளர்மன்னோ? கூறு.

குறளன்

நல்லாய்! கேள்: உக்கத்து மேலும் நடு உயர்ந்து வாள் வாய
கொக்கு உரித்தன்ன கொடு மடாய்! நின்னை யான்
புக்கு அகலம் புல்லின், நெஞ்சு ஊன்றும்; புறம் புல்லின்,
அக்குளுத்து; புல்லலும் ஆற்றேன்; அருளீமோ,
பக்கத்துப் புல்லச் சிறிது.

கூனி குறளனை இகழ்ந்து செல்லுதலும், அவள் செலவு நோக்கிக் குறளன் தன் நெஞ்சிற்கு உரைத்தலும்

'போ, சீத்தை! மக்கள் முரியே! நீ மாறு, இனி; தொக்க
மரக் கோட்டம் சேர்ந்து எழுந்த பூங் கொடி போல,
நிரப்பம் இல் யாக்கை தழீஇயினர், எம்மைப்
புரப்பேம் என்பாரும் பலரால்; பரத்தை என்
பக்கத்துப் புல்லீயாய் என்னுமால்; தொக்க
உழுந்தினும் துவ்வா, குறு வட்டா! நின்னின்
இழிந்ததோ, கூனின் பிறப்பு?' - 'கழிந்து ஆங்கே,
''யாம் வீழ்தும்'' என்று தன் பின் செலவும், உற்றீயாக்
கூனி குழையும் குழைவு காண்.

'காமனார் நடக்கும் நடைகாண்' என்ற கூனியின் முன், குறளன் நடந்து காட்டுதல்

'யாமை எடுத்து நிறத்தற்றால், தோள் இரண்டும் விசி,
யாம் வேண்டேம் என்று விலக்கவும், எம் வீழும்
காமர் நடக்கும் நடை காண்' - 'கவர் கணைச்
சாமனார் தம்முன் செலவு காண்'.

குறளனின் சூளுறவு

ஓஒ! காண். நம்முள் நகுதல் தொடீஇயர், நம்முள் நாம்
உசாவுவம்; கோன் அடி தொட்டேன்.

கூனி குறளனை விரும்பி மொழிதல்

ஆங்கு ஆக! இன் மார்ப! அடங்கினேன்; 'ஏஎ!
பேயும் பேயும் துள்ளல் உறும்' எனக்
கோயிலுள் கண்டார் நகாமை வேண்டுவல்;
தண்டாத் தகடு உருவ! வேறாகக் காலின் கீழ்ப்
போதர்; அகடு ஆரப் புல்லி முயங்குவோம் -
துகள் தபு காட்சி அவையத்தார் ஓலை
முகடு காப்பு யாத்துவிட்டாங்கு.

குறளன்: *நீர்க் கரையிலே நிற்கும் தோன்றிமரத்தின் நிழலானது நீருக்குள்ளே கூனித் தோன்றுவது போலக், கூனி வரும் பெண்ணே! உன்னோடு சில கேட்பேன். என்னால் அவ்வாறு கேட்கப் படுவதற்கு நீ மிகவும் நல்வினை செய்திருத்தலும் வேண்டும். சற்றே இவ்விடத்தே நீயும் நிற்பாயாக.*

கூனி : *அம்மையோ! ஆண்டலைப் புள்ளின் குஞ்சு போன்ற குறளனே! முகூர்த்தம் தவறிப் பிறந்ததனால் போலும் நீ இப்படிக்*

குறளானாய். பார்க்கவே சகிக்கவில்லை என்னை விரும்புவே னென்று தடுக்கிறாயே, உன்னைப் போலக் குறளனோ என்னைத் தொடுவது?

குறளன்: கொழுப் பூட்டிய கலப்பைபோல, ஓரிடம் கூனாக மேலெழுந்து, ஓரிடம் முன்னே வளைந்து, வலிய முறித்து விட்டாற் போல விளங்கும் உன் அழகு எனக்குப் பொறுக்க வியலாத காம நோயைத் தந்தது! யான் இனியும் ஆற்றியிருக்க மாட்டேன். நீ அருளினால் என் உயிர் இருக்கும். உன் எண்ணத்தைக் கூறடீ!

கூனி : ('நெஞ்சமே! இவன் மனக்குறிப்பைப் பார்' என்று நெஞ்சுடன் சொல்லிப் பின் அவனிடம்) 'நெத்தப் பலகையை எடுத்து நிறுத்தினாற் போன்றவனே! மகளிரைக் கூடும் முறை அறியாத குறளனே! மக்கள் நடமாட்டம் இல்லாத உச்சிப் பொழுது என்றும் உணராது, நின் வீட்டிற்கு வாவென்று என் கையைப் பிடித்து இழுக்கின்றாயே? ஏடா! வேறும் உனக்குப் பெண்டிர் உண்டோடா?

குறளன்: நல்லவளே! கொக்கை உரித்தாற் போன்ற வளைந்த மடுப்பை உடையவளே! நான் சொல்வதைக் கேள். மார்போடு தழுவினால் உன் கூன் என் நெஞ்சிலே ஊன்றும். பின்னாலிருந்து கூடினால் முதுகுக் கூன் கிச்சு கிச்சு மூட்டும். அதனால் ஏதும் அவ்வாறு செய்யேன். பக்கத்தாற் சிறிது கூடுவேனடி; என்னோடு வா!

கூனி : போடா கேடு கெட்டவனே! (குறளன் அவளை நெருங்க, மீண்டும் அவள்) 'அரை மனிதனே! இந்த எண்ணத்தையே இனி விட்டுவிடு. மரத்திலே தழுவிப் படரும் கொடி போல எம்மைத் தழுவிக் காப்போமென்று உரைப்பாரோ பலராவர். இப் பரத்தைமையுடையவன் பக்கவாட்டிலே என்னதான் குறையிருக் கின்றதோ?' (என்று தன் நெஞ்சுடன் கூறியவளாகப், பின் அவனை நோக்கி)

ஏடா! குறிய வட்டினைப் போன்றவனே! உழுத்தம் பணி யாரத்தினைக் காட்டிலும் மிகுதியாகத் துய்க்கப் பட்டிருக்கும் இக் கூன் சாதியின் பிறப்பு, உன்னை விடத் தாழ்ந்ததோ?

குறளன்: நெஞ்சமே! நாம் விரும்புகிறோம் என்று கூறி அருகே சென்றும், இசையாது, அங்கேயே கூனிக்கொண்டே நிற்கி றாளே! நீயும் பாராய்!

கூனி : ஆமையை எடுத்து நேரே நிறுத்தினாற் போல் வளர்ந்தவனே! தோளிரண்டையும் என் விலாவுக்குள் வீசி உன்னை ''வேண்டாம்' என்று விலக்கினேன். இருந்தும், என்னிடம் வருகின்ற காமனர் நடையை, நெஞ்சே நீயுங்காண்!

குறளன் : கூட்டத்திற்கு உதவுங் காமனார் நடையை பாரடி! (நடந்து காட்டுகின்றான்)

கூனி : பார், இவன் நடையை! (எனத் தன் நெஞ்சுக்குச் சொல்வது போலச் சொன்னாள்)

குறளன் : உன்னைத் தழுவி மகிழ எந்த இடம் வசதியென ஆராய்வோம் வா. இனி உன்னை இகழ மாட்டேனென அரசாணையாகச் செய்கின்றேன்.

கூனி : அப்படியே! இனி நானும் இகழேன். இனியனே! நம்மைக் காண்பவர்கள், 'பேயும் பேயும் போல இவர்கள் கோயிலிலே கூடியிருப்பதைப் பாருங்கள்' என இகழ்வதைத் தடுக்க நினைக்கிறேன். ஆதலால், இனிக் கோயிலைக் கைவிட்டு அடுத்து இருக்கும் சோலைக்குள் போவோம். தெளிந்த அறிவுடையார் ஓலை நறுக்கினை எழுதிச் சுருளிட்டு அரசுக்கு இலச்சினை இட்டுவிட்டாற் போல, நாம் இருவரும் முத்தங் கொண்டு கூடி இன்புற்று மகிழ்வோம்!

சொற்பொருள் : பறழ் - இளமையைக் குறிக்கும் பெயர். 10. நெறித்து விட்டன்ன - முறித்துவிட்டாற் போன்ற. 13. பலகை - சூதாடும் பலகை. 15. மெய்கொளீஇ - என் கைகளைப் பற்றி. 18. கொடுமடாய் - வளைந்த கூனியே. சீத்தை - சீ கெட்டவனே. 24. நிரப்பமில் யாக்கை - முழுதும் வளராத உடல்; அதாவது உழுந்தின் அளவினும், உருவால் சிறியவன் என்பது. 33. கவர் கணை - காதலர் உள்ளங்கவைக் கவரும் மலர்க்கணை, 35. 'தொடீஇயர் நகுதல் என மாற்றித்' தொட்டு மகிழ்தற்கு எனப்பொருள் கொள்க. 40. தகடு - பொன்தகடு. 42. துகள்தபு - குற்றமற்ற. காட்சி - அறிவு. 43. முகடு - தலை.

30. காடையும் காதலியரும்!

(தன் கணவன் பரத்தை வீட்டிலிருந்து வருவதனால் சினங்கொள்ளுகிறாள் ஒரு தலைவி. அவன் பொய்யாகக் 'காடைச் சண்டை பார்க்கப் போயிருந்தேன்' என்று கூறுகின்றான். அவனை நன்கு அறிந்த அவள், காடையைக் காட்டிச் சாட்டி அவன் ஒழுக்கத் தவறைக் கண்டிக்கின்றாள்.)

தலைவி

நில், ஆங்கு; நில், ஆங்கு! இவர்தரல் - எல்லா! நீ
நாறு இருங் கூந்தலார் இல் செவ்வாய், இவ் வழி,
ஆறு மயங்கினை போறி! நீ வந்தாங்கே
மாறு, இனி, நின் ஆங்கே, நின் சேவடி சிவப்ப.

தலைவன்

செறிந்து ஒளிர் வெண் பல்லாய்! யாம் வேறு இயைந்த 5
குறும்பூழ்ப் போர் கண்டேம்: அனைத்தல்லது, யாதும்
அறிந்ததோ இல்லை, நீ வேறு ஓர்ப்பது.

தலைவி

குறும்பூழ்ப் போர் கண்டமை கேட்டேன், நீ என்றும்;
புதுவன ஈ·கை வளம் பாடி, காலின்
பிரியாக் கவி கைப் புலையன் தன் யாழின் 10
இகுத்த செவி சாய்த்து, இனி இனிப் பட்டன
ஈ·கைப் போர் கண்டாயும் போறி; மெய் எண்ணின்,
தபுத்த புலர்வில் புண்.
ஊரவர் கவ்வை உளைந்தீயாய், அல்கல் நின்
தாரின்வாய்க் கொண்டு முயங்கி, பிடி மாண்டு, 15
போர் வாய்ப்பக் காணினும் போகாது கொண்டு, ஆடும்
பார்வைப் போர் கண்டாயும் போறி; நின் தோள் மேலாம்
ஈரமாய்விட்டன புண்.
கொடிற்றுப் புண் செய்யாது, மெய்ம் முழுதும் கையின்
துடைத்து, நீ வேண்டினும் வெல்லாது கொண்டு, ஆடும் 20
ஒட்டிய போர் கண்டாயும் போறி; முகம்தானே
கொட்டிக் கொடுக்கும் குறிப்பு.

தலைவன்

ஆயின், ஆயிழாய்! அன்னவை யான் ஆங்கு அறியாமை
போற்றிய, நின் மெய் தொடுகு.

தலைவியின் இகழ்ச்சியும் தலைமகன் மாற்றமும்

'அன்னையோ!'ம - 'மெய்யைப் பொய் என்று மயங்கிய,
கை ஒன்று 25
அறிகல்லாய் போறிகாண், நீ.
நல்லாய்! பொய் எல்லாம் ஏற்றி, தவறு தலைப்பெய்து,
கையொடு கண்டாய்; பிழைத்தேன்; அருள், இனி'.
'அருள்' என்ற தலைவனுக்குத் தலைவி
அருளுகம் யாம்; யாரேம், எல்லா! தெருளா?

அளித்து, நீ பண்ணிய பூழ் எல்லாம் - இன்னும்
விளித்து, நின் பாணனோடு ஆடி அளித்தி -
விடலை நீ நீத்தலின், நோய் பெரிது ஏய்க்கும்;
நடலைப்பட்டு, எல்லாம் நின் பூழ்.

தலைவி: ஏடா! வாசனை கமழுகின்ற கருத்தடர்ந்த கூந்தலினரான பரத்தையரின் வீடு நோக்கிச் செல்பவனே! போகும் வழியறியாது மயங்கியவனாக இங்கே வந்தாயோ? இங்கே நின்று நின்று பார்ப்பதையெல்லாம் விட்டுவிடு. நீ வந்த வழியே மீண்டும் போய்விடு. மனம் மாறி நீயகும் இவ்வளவு தொலைவு வந்தாயே! உன் சேவடிகளும் சிவந்திருக்குமே?

தலைவன்: செறிந்து ஒளிவீசும் வெண்மையான பல்வரிசையினை உடையவளே! யானோ வேறோர் இடத்திலிருந்து வருகின்றேன். காடைப்போர் சென்று கண்டேன். அதையன்றிப் பிறிது நான் ஏதும் அறிந்ததில்லை. நீ வேறேதேதோ நினைக்கின்றாயே?

தலைவி: காடைப்போர் கண்ட வயணத்தை நானும் கேட்டேன். அது எவ்வாறு தெரியுமோ? நீ என்றும் புதிது புதிதாய்க் கொடுக்கும் வளத்தைப் பாடியவனாக, உன் காலடியினின்றும் பிரியாத, கவிந்த கையனாகவே விளங்கும் நின் பாணன் யாழிலே இசைக்க, அதற்குச் செவி சாய்த்து, இனி இனிப் புதிதாகப் பட்டன காடைகள். அவற்றின் போரைக் கண்டவன் போலும் இருக்கின்றாய்! உண்மையாக எண்ணினால், அந்தப் போரிடையிலே பட்ட ஆறாத புண்கள், அந்த உண்மையை அறிவே எடுத்தக் சொல்லுகின்றனவே!

ஊரவர் தூற்றும் அலருக்கேனும் வருந்தி நீ திருந்தாய். உன்பால் தங்கி, உன் மார்பிடத்திலே அகப்பட்டுக் கொண்டு முயங்கி, நின் தசை கரையும்படி கையால் பிடித்தலால் ւոாட்சிமைப் பட்டுத், தனக்கு மாறாகிய காடையின் போர்த்திறனை வாய்ப்பாகக் கண்டாலும் ஒதுங்கிப் போகாது போரிட்டுக்கொண்டே இருக்கும், பார்வைக்கு இனிய காடைப்போரைக் கண்டவன் போலத்தான் தோற்றுகின்றனை! நின் தோள்மேற்பட்ட புண்களெல்லாமும் இன்னமும் உலராதே ஈரமாகவே கிடக்கின்றனவே?

செவிப் பக்கத்திலே புண் செய்யாமல், மெய்ம்முழுதும் கையினால் தடவி, நீ வேண்டினாலும் வெல்லாது போரிட்டு கொண்டேயிருக்கும், நீங்காத நெடுநேரப் போரைக் கண்டவனைப் போலத்தான் தோன்றுகின்றாய்! உன்முகம், தானே அந்த அடையாளங்களை எல்லாம் காட்டித் தருகின்றதே!

(இவ்வாறு தலைவி சொன்னவை, காடைப்போர் பற்றியவை போலத் தோன்றினாலும், உண்மையில், தன் பரத்தைமை நிலைமை இடித்துக் கூறியவை என அவனும் உணர்ந்தான். அவளுக்குச் சமாதான வார்த்தைகள் கூறவும் முற்படுகிறான்).

தலைவன்: அப்படியானால், ஆயிழையே! அத்தகையவை யான் அங்குச் செய்தறியாமையை நின் உள்ளம் அறிவதற்கு, நின் உடலைத் தொட்டுச் சத்தியம் செய்யட்டுமோ?

தலைவி: அம்மையோ! மெய்யைப் பொய்யே என்று வஞ்சிக்கும் நடத்தை ஒன்றும் நீ அறியாதவனோ? நீயே உணர்ந்து பாராய்.

தலைவன்: நல்லவளே! என் பொய்ம்மைகளை எல்லாம் ஏற்றித் தள்ளினாய். என் தவறுகளை என்னிடமிருந்தே கையோடு கண்டுபிடித்துவிட்டாய். தவறு செய்துவிட்டேன்; இனி என்னை ஏற்று அருள்வாயாக.

தலைவி: அருளுவோம்; அருளவோம்! ஏடா! உனக்கு அருளு வதற்கு யாம் யார்? விடலையே! முன்னர் நீ மிகவும் அருள்செய்து, பின்னர் அருளாது கைவிட்ட காடைகளெல்லாம், உன் நடிப்பிலே அகப்பட்டு, இப்பொழுதும் உன்னையே ஏக்கத்துடன் எதிர்பார்க் கின்றன. அவற்றை அழைத்து உன் பாணனோடு சென்று ஆடி, மீண்டும் அருள் செய்வாயாக! அவற்றையேனும் கைவிட்டுவிடாதே!

சொற்பொருள்: 4. மாறு - திரும்பிச்செல். 5. செறிந்து - நெருங்கி. வேறு இயைந்த - புதிதாக வந்த. 6. குறும்பூழ் - காடை 11. இகுத்த - தாழ்ந்த. இனி இனி - புதிதாக. 15. தபுத்த - கொன்றன. 22. கொட்டிக்கொடுக்கும் - தெளிவாக அறிவிக்கும். 24. போற்றிய - உனக்கு உறுதியாக உணர்த்தற்பொருட்டு. தொடுகு - தொட்டுச் சூள் உரைப்பேன்.

31. குதிரையோ ஏறினாய்?

(பரத்தை வீடு சென்று வருபவன், 'குதிரை ஏறி வந்தேன்' எனக் 'குதிரையோ'வெனப் பரத்தையரைச் சுட்டி மனைவி ஏசியது.)

தலைவி, 'யாங்கு சென்று வந்தாய்' என,
தலைவன் உரைத்த பதில்

'ஏந்து எழில் மார்ப! எதிர் அல்ல, நின் வாய்ச் சொல்;
பாய்ந்து ஆய்ந்த தானைப் பரிந்து ஆனா மைந்தினை;

சாந்து அழி வேரை; சுவல் தாழ்ந்த கண்ணியை;
யாங்குச் சென்று, ஈங்கு வந்தீத்தந்தாய்?' 'கேள், இனி:
ஏந்தி எதிர் இதழ் நீலம் பிணைந்தன்ன கண்ணாய்!
குதிரை வழங்கி வருவல்'.

தலைவி

அறிந்தேன், குதிரைதான்;
பால் பிரியா ஐங் கூந்தற் பல் மயிர்க் கொய் சுவல்,
மேல் விரித்து யாத்த சிகழிகைச் செவ் உளை,
நீல மணிக் கடிகை வல்லிகை, யாப்பின் கீழ்
ஞால் இயல் மென் காதின் புல்லிகைச் சாமரை,
மத்திகைக் கண்ணுறையாகக் கவின் பெற்ற
உத்தி ஒரு காழ், நூல் உத்தரியத் திண் பிடி,
நேர் மணி நேர் முக்காழ்ப் பல்பல கண்டிகை,
தார் மணி பூண்ட தமனிய மேகலை,
நூபுரப் புட்டில், அடியொடு அமைத்து யாத்த
வார் பொலம் கிண்கிணி, ஆர்ப்ப இயற்றி, நீ
காதலித்து ஊர்ந்த நின் காமக் குதிரையை,
ஆய் சுதை மாடத்து அணி நிலா முற்றத்துள்,
ஆதிக் கொளீஇ, அசையினை ஆகுவை.
வாதுவன்; வாழிய, நீ!
சேகா! கதிர் விரி வைகலில், கை வாரூஉம் கொண்ட
மதுரைப் பெரு முற்றம் போல, நின் மெய்க்கண்
குதிரையோ, வீறியது?
கூர் உகிர் மாண்ட குளம்பினது; நன்றே
கோரமே -வாழி! - குதிரை.
வெதிர் உழக்கு நாழியால் சேதிகைக் குத்திக்
குதிரை உடல் அணி போல, நின் மெய்க்கண்
குதிரையோ, கவ்வியது?
சீத்தை! பயம் இன்றி ஈங்குக் கடித்தது: நன்றே
வியமமே - வாழி! - குதிரை.
மிக நன்று, இனி அறிந்தேன், இன்று நீ ஊர்ந்த குதிரை;
பெரு மணம் பண்ணி, அறத்தினில் கொண்ட
பருமக் குதிரையோ அன்று; பெரும! நின்
ஏதில் பெரும் பாணன் தூது ஆட, அங்கே ஓர்
வாதத்தான் வந்த வளிக் குதிரை; ஆதி
உரு அழிக்கும், அக் குதிரை; ஊரல், நீ; ஊரின் பரத்தை
பரியாக, வாதுவனாய், என்றும் மற்று அச் சார்த்
திரி; குதிரை ஏறிய செல்.

தலைவி : பேரழகு அமைந்த மார்பனே! நின் பேச்சுக்கும் எதிர்ப்பேச்சு உளதோ? ஆனால், உன் தோற்றம் வேறாயிருக்கிறதான அதனையும் பார்! மடிப்புகள் விரிந்து, கரையுங் கிழிந்து நைந்து போயிருக்கிறதே, நின் உடை! வழியும் வியர்வினால் மார்புச் சந்தனமும் கலைந்திருக்கின்றதே! நின் கண்ணி தாழ்ந்து தோட் பட்டையில் கிடக்கின்றதே! எங்கே போயிருந்த பின்னர், நீ இங்கு வந்தாயோ?

தலைவன்: உயரிய, ஒரே மாதிரியாக விளங்குகின்ற, இரு நீல மலர்களை இணைத்து வைத்தாற் போன்ற கண்களையுடையவளே! யான் கூறுவதனைக் கேள்; குதிரை ஏற்றத்திற்குச் சென்றுவிட்டு, நேராக இங்கேதான் வருகின்றேன்.

தலைவி: நீ ஏறி வந்த குதிரையைத் தெரிந்து கொண்டேன். அது ஐந்து வகையாக வகிர்ந்து முடிந்த கூந்தலைப் பலகாலும் கத்தரித்து விடப்பட்ட பிடரி மயிரினை யுடையது. அது 'துஞ்சு' எனப்படும் மயிர் முடியின் மேலே வைத்துக் கட்டின தலையாட் டத்தை யுடையது. நீலமணியைத் தோளிலே வைத்துத் தைத்துச் செய்த கட்டுவடத்தைக் கழுத்திலே பூண்டிருப்பது. புல்லிகை என்னும் பூண் கீழே தொங்கியவாறே அதன் காதினை அழகு செய்திருக்கும். தெய்வ வுத்தி என்னும் பூணின் அருகிலிருந்து தொடங்கி ஒரு வடமாக நாலும் சுட்டியாகிய அதனோடு, கண் ணாற் கண்டு அஞ்சும் சம்மட்டி அணியப் பெற்றிருக்கும். நூலினாற் செய்த உத்தரியமாகிய திண்மையான குசையினை அணிந்துள் ளது. ஓரினமான மணிகளாற் செய்த மூவடவாய் அமைந்த பல வொளி வீசும் கண்டிகையினை யுடையது. பொன் மேகலையான சதங்கைத் தண்டை பூண்டிருப்பது. காலிலே சிலம்பாகிய கெச்சை ஒலி முழங்கும். நீ சென்று விருப்புடன் ஏறின அக் குதிரையைச் செண்டு வெளியிலே செலுத்தவில்லை. அணிநிலா முற்றத்திலே, ஆதியென்னும் நெடுஞ்செலவினை அதற்குத் தந்து நீ இளைத்தாய். நான்றாய்க் குதிரை செலுத்துபவன் நீ; நீதான் வாழ்க!

(இங்கே குதிரைக்குக் கூறிய வருணனை யெல்லாம் பரத்தைக் கும் உட்பொருளாகக் கூறியதனை உய்த்து உணர்க)

குதிரைச் சேவகனே! கதிர் விரிகின்ற இந்த வைகறை வேளை யிலே, கையிற் பிடித்த வாருகோலினாலே மதுரை முற்றத்தை வாருதலைப் போல, நின் உடலின் கண் நகத்தரால் சீறிவிட்டதும், அக்குதிரைதானோ?

அந்தக் குதிரைக்குக் கூர்மையான நகம் அமைந்த குளம்பும் உள்ளது போலும்! நன்று நன்று! என்ன கொடுமை! அந்தக்குதிரை வாழ்க!

மூங்கிலுழக்காலும் நாழியாலும் 'சேதிகை' என்னும் பெயருடைய பச்சை குத்தப்படும் உடல் அழகுபோல, என் உடலிலும் கவ்விய அடையாளங்களிட்டதும் அக் குதிரைதானோ?

சீச்சீ! மிகவும் கெட்டது அது! பயமின்றி இங்கெல்லாம் கடித்திருக்கின்றதே? என்ன வியப்பு இது! அக்குதிரை வாழ்க!

மிக நல்லது. நீ ஊர்ந்து வந்த குதிரையை நான் அறிந்து கொண்டேன். அது பெருமணம் பண்ணி அறத்தின்படி நீ கைப் பிடித்த மேகலை தவழும் காமக் கிழத்தியாகிய குதிரையும் அன்று, பெருமானே! ஏதுமற்ற நின் பெரும்பாணன் தூதனாகப் போய்வர, அங்கே ஒரு வாக்கு வாதத்தால் காற்றுப்போல உன்பால் வந்து சேர்ந்து குதிரையோ? உனது ஆதியிலுள்ள அழகிய உருவினை அழிக்கின்ற அந்தக் குதிரையை இனியும் ஏறாதே! அல்லது, அப் பரத்தையே குதிரையாக! நீயோர் குதிரைக்காரனாக, என்னும் அதனையே ஏறித் திரிவாயாக, இங்கே வருதல் வேண்டாம், அங்கு குதிரையினை ஏறிச் செலுத்தவே நீ போவாயாக, பெருமானே!

சொற்பொருள்: 2. பாய்ந்த தானை - நலங்கிய ஆடை. மைந்தினை - வலியினை உடைய. 10. வல்லிகை - குதிரையின் கழுத்தாரம். 11. புல்லிகை - மகளிர் அணியும் ஒரு காதணி. சாமரை - கன்னசாமரை எனும் குதிரை அணி. 13. உத்தி - கட்டி எனும் மகளிர் அணி. மத்திகை - குதிரைச் சாட்டை. பிடி - கடிவாளம். 14. முக்காழ் - முக்கண்டன் எனும் கழுத்து மாலை. கண்டிகை குதிரையின் கழுத்து மாலை. 19. சுதை - சுண்ணாம்பு. 20. ஆதி - ஆதி எனும் ஒரு வகை வேகம். 21. வாதுவன் - குதிரைச் சேவகன். 22. சேகா - சேவகா என்பதன் குறை. கைவாரூக் கொண்ட - கையால் பெருக்கி எடுத்த. 23. முற்றம் - தெரு. 24. வீறியது - கீறியது. 26. கோரம் - கொடியது. 27. சேதிகை - உழக்காலும், நாழியாலும் வண்ணம் தீட்டும் தொழில். 31. பருமம் - மேகலை யணிந்த, சேணம் இடாத. 36. வாதத்தால் - மாறுபாட்டால்.

32. நகைமுக வேழம்!

(பரத்தை வீடு சென்று திரும்பிய தலைவனோடு சினந்து ஓதுங்கினாள் தலைவி. அவன் புதிய யானை அகப்பட்டது என்றான். அவள் அது கேட்டு அவனை இவ்வாறு நகையாடிக் கூறுகிறாள்.

தலைவி

அன்னை; கடுஞ் சொல் அறியாதாய் போல, நீ
என்னைப் புலப்பது ஒறுக்குவென்மன் யான் -
சிறுகாலை இற் கடை வந்து, குறி செய்த
அவ் வழி என்றும் யான் காணேன் திரிதர,
'எவ் வழிப் பட்டாய்?' - சமனாக இவ் எள்ளல்.

தலைவன்

முத்து ஏர் முறுவலாய்! நம் வலைப் பட்டது ஓர்
புத்தியானை வந்தது; காண்பான் யான் தங்கினேன்'

'புதிய யானை காணத் தங்கினேன்' என்ற தலைவனுக்குத் தலைவி
ஒக்கும் -

அவ் யானை வனப்பு உடைத்தாகலும் கேட்டேன்:
அவ் யானை தான் சுண்ண நீறு ஆடி, நறு நறா நீர் உண்டு -
ஒள் நுதல் யாத்த திலக அவிர் ஓடை.
தொய்யில் பொறித்த வன முலை வான் கோட்டு,
தொய்யகத் தோட்டி, குழை தாழ் வடி மணி,
உத்தி பொறித்த புனை பூண் பருமத்து -
முக்கு ஏய்க்கும் வெண் பல் நகை திறந்து,
நல்நகர் வாயில் கதவ வெனில் சார்ந்து
தன் நலம் காட்டி, தகையினால், கால் தட்டி வீழ்க்கும்,
தொடர் தொடராக வலந்து; படர் செய்யும்
மென் தோள் தடக் கையின் வாங்கி, தற் கண்டார்
நலம் கவளம் கொள்ளும்; நகை முக வேழத்தை
இன்று கண்டாய் போல் எவன் எம்மைப் பொய்ப்பது, நீ?
எல்லா! கெழீஇ, தொடி செறித்த தோள்இணை, தத்தித்
தழீஇக் கொண்டு, ஊர்ந்தாயும் நீ.
குழீஇ அவாவினால், தேம்புவார் இற் கடை ஆறா,
உவா அணி ஊர்ந்தாயும் நீ.
மிகாஅது சீர்ப்பட உண்ட சிறு களி ஏர் உண்கண்
நீர்க்கு விட்டு, ஊர்ந்தாயும் நீ.
சார்ச்சார் நெறி தாழ் இருங் கூந்தல் நின் பெண்டிர் எல்லாம்
சிறு பாகராகச் சிரற்றாது, மெல்ல,
விடாஅது நீ எம் இல் வந்தாய்; அவ் யானை -
கடாஅம் படும்; இடத்து ஓம்பு.

தலைவி: *நீ வருவதாகச் சொன்ன இடத்திற்குப் பல நாளும் சென்று, உன்னைக் காணாதவளாக, எங்குந்தேடித் தேடியலைந்து நான் இளைத்து விட்டேன். சிறுகாலை நேரத்திலே எம் வீட்டு வாசலிலே வந்து நீயும் நிற்கின்றாய் நீ அத்தகையவனாயிருந்ததும்,*

ஏதும் கடுஞ்சொல்லே பேசியறியாதவனைப் போல நடித்து என்னை யும் வாடவிடுகின்றனை. அதனால், என்னை நானே மிகவும் நொந்து கொள்ளுகின்றேன். நேர்மையாக உண்மையைக் கூறு வாயாக. இத்துணை இரவெல்லாம் நீதான் எங்கே சென்றிருந்தாய்?

தலைவன்: முத்தேர் முறுவலாய்! ஏனிவ்வாறு என்னை இகழ்கின்றாய்? நான் விரித்த வலையிலே புதிய யானை ஒன்று வந்து அகப்பட்டது. அதனைக் காண்பதற்கே சென்று, அவ்விடத் தேயே யான் தங்கினேன்.

தலைவி: மிகவும் பொருத்தமாகச் சொன்னாய். அந்தப் புதிய யானை அழகுடையது எனவும் கேள்விப்பட்டேன். சுண்ண நீறு ஆடி, நறுமணமிக்க கள்ளையும் உண்டு, நெற்றியிலே திலக மாகிய பொறப்பட்டமும் அணிந்திருந்தது. தொய்யில் எழுதிய அழகிய முலைகள் போன்ற வெண் கொம்புகளையும் உடையதா யிருந்தது; தொய்யகம் என்ற தலைக்கோலமும் பூண்டிருந்தது; காது களிலே குழையாக வடித்த மணிகளை அணிந்திருந்தது; திருவைப் பொறித்து வைத்த தலைப்பணியாகிய கழுத்து மெத்தையினையும் கொண்டிருந்தது, எனவும் கேள்வியுற்றேன். அதுதான் என்ன செய்தது தெரியுமோ?

தலைவன் : நீதான் என்ன சொல்லுகின்றாய்?

தலைவி : கேள்: முத்துப் போன்ற வெண் நகையினைத் திறந்து காட்டி, நம்முடைய வீட்டுவாயிற் கதவமாகிய கம்பத்திலே சாய்ந்து நின்று, தன் அழகைக் காட்டித் தன் தகைமையால் கண்ட வரைக் காலதட்டி வீழச் செய்யுமாறு அதுவும் நின்றது. தன்னைக் கண்டவரின் மென்தோள்களைத் தடக்கையினால் அணைத்து அது முத்தமுங் கொடுக்கும். அத்தகைய நகைமுக வேழத்தை இன்று கண்டாய்போல ஏன் என்னிடம் வந்து பொய் கூறுகின்றாய்? ஏடா? அந்த யானையைத் தழுவி, அதன் தொடி செறிந்த தோளிணை களின் மேலே தத்தி மேலேறிக்கொண்டு நீயும் ஊர்ந்து வந்தாயோ?

நின் மாயத்தால் மனம் மயங்கி உன்னைச் சேர்ந்து, பின் உன்னால் கைவிடப்பட்டு அவாவினால் தேம்புகின்ற பரத்தையர் மனைவாயில் வழியாக, அந்த யானையுடன் சென்று, அதன்மேல் ஏறியும் வந்தவனாயிற்றே, நீ!

நின்னை மிகாமல், சீராக நுகர்ந்து சிறு களிப்பினால், அழகுற்ற கண்களை நீர்க்கு விட்டு விட்டு, இப் புதிய யானையை ஊர்ந்து வருபவனாயிற்றே, நீ!

சார்ந்த சார்ந்த இடங்களிலுள்ள ஆறல் தங்கின கருங்கூந்தலுடைய நின் பெண்டிர் எல்லாம், நின்னைக் கோபியாதபடி, வீட்டிற்கும் வந்தாய். அந்தப் புதிய யானையைக் கைவிட்டு இப்படி வரலாமோ? பின், நீ அதனை ஏறவியலாத பாகனாகும்படி, உன் ஆணை கடந்து அது அதம் பட்டாலும் படுமே? போய் வா; முதலில் அதை உன் கைவசமாக்கிக்கொள்.

சொற்பொருள்: *1. அன்னை - அத்தகைய. 2. ஒறுக்குவேன் - வருந்துவேன். 11. ஓடை - நெற்றிப்பட்டம். 13. தோட்டி - அங்குசம். குழை - மகரக்குழை. 14. உத்தி - திருமகள் உருவம் பொறித்த தலையணி. பருமம் - கழுத்தில் இடும் மெத்தை. 22. கெழீஇ - சேர்ந்து. 26. சிறுகளி - சிறிய மதம்.*

33. குமரிப் புனல் ஆடினாயோ?

(பரத்தையர்பால் சென்று நாட்கழித்து வந்த தலைவனை மனைவி அதன் காரணமாகச் சினந்து கொண்டாள். அவன் உண்மையை மறைத்துப் 'புனலாடி வருகின்றேன்' என்றான். அப்போது அவள் அதையே குறித்தவள் போல அவனை இடித்துரைப்பது இது.)

தலைவி

யாரை நீ எம் இல் புகுதர்வாய்? ஒரும்
புதுவ மலர் தேரும் வண்டே போல் - யாழ
வதுவை விழவு அணி வைகலும் காட்டினையாய் -
மாட்டு மாட்டு ஓடி, மகளிர்த் தரத்தர,
பூட்டு மான் தின் தேர் புடைத்த மறுகு எல்லாம்
பாட்டு ஆதல் சான்ற நின் மாயப் பரத்தைமை -
காட்டிய வந்தமை கைப்படுத்தேன் - பண்டு எலாம்
கேட்டும் அறிவேன்மன், யான்.

தலைவன்

தெரி கோதை அம் நல்லாய்! தேறீயல் வேண்டும் -
பொரு கரை வாய் சூழ்ந்த பூ மலி வையை
வரு புனல் ஆடத் தவிர்ந்தேன்; பெரிது என்னைச்
செய்யா மொழிவது எவன்?

தலைவி

ஓஒ! புனல் ஆடினாய் எனவும் கேட்டேன்; புனல் ஆங்கே
நீள் நீர் நெறி கதுப்பு வாரும் அறல் ஆக,
மாண் எழில் உண் கண் பிறழும் கயல் ஆக,
கார் மலர் வேய்ந்த கமழ் பூம் பரப்பு ஆகம்,

நாணுச் சிறை அழித்து நன்பகல் வந்த அவ்
யாணர்ப் புதுப் புனல் ஆடினாய், முன் மாலை,
பாணன் புணையாகப் புக்கு.
ஆனாது அளித்து அமர் காதலோடு அப் புனல் ஆடி,
வெளிப்படு கவ்வையை யான் அறிதல் அஞ்சி,
குளித்து ஒழுகினாய் எனவும் கேட்டேன்; குளித்தாங்கே
போர்த்த சினத்தான் புருவத் திரை இடா,
ஆர்க்கும் ஞெகிழத்தான் நல் நீர் நடை தட்பச்
சீர்த் தக வந்த புதுப் புனல் நின்னைக் கொண்டு,
ஈர்த்து உய்ப்பக் கண்டார் உளர்.
ஈர்த்தது உரை சால் சிறப்பின் நின் நீர் உள்ளம் வாங்க,
புரை தீர் புதுப் புனல் வெள்ளத்தின் இன்னும்
கரை கண்டதூஉம் இலை.

தலைவன்

நிரைதொடீஇ! பொய்யா வாட் தானை, புனை கழற் கால், தென்னவன்
வையைப் புதுப் புனல் ஆடத் தவிர்ந்ததைத்
தெய்வத்தின் தேற்றித் தெளிப்பேன்; பெரிது என்னைச்
செய்யா மொழிவது எவன்?

தலைவி

மெய்யதை மல்கு மலர் வேய்ந்த மாயப் புதுப் புனல்
பல் காலும் ஆடிய செல்வுழி, ஒல்கிக்
களைஞரும் இல் வழி, கால் ஆழ்ந்து தேரோடு
இள மணலுள் படல் ஓம்பு - முறை நேர்
முறுவலார்க்கு ஓர் நகை செய்து.

தலைவி: *எம் வீட்டினுள்ளே வந்து நுழைபவனே! யாரையோ நீ? ஓ! நீயோ! யானும் அறிந்தேன். புதுமலர் தேரும் வண்டேபோல நாள்தோறும் கலியாணக் கோலத்திலேயேதான் நீ விளங்குகின்றாய். அவ்வவ் விடங்களுக்கும் ஓடிச் சென்று, நீ விரும்பிய பரத்தையரைக் கொண்டுவந்து சேர்க்கப் பூட்டிய குதிரைகளையுடைய நின் வலிய தேர் சென்ற வீதிகளில் எல்லாம், உன்னைப் பற்றி பேச்சாகவே இருக்கின்றதே! நின் வஞ்சனையான பரத்தைமை எண்ணத்தைக் காட்டுவது போல, அழகு மினுக்கி வந்துள்ளாயே! உன்னை இப்போது கையுங் களவுமாகப் பிடித்து விட்டேன். முன்னெல்லாம் கேட்டும் உண்மை உணராதவளானேனே!*

தலைவன்: *தெரிந்தெடுத்த மலராற் கட்டிய கோதையினைச் சூடிய அழகிய நல்லாய்! நீ தெளிந்து கொள்ளல் வேண்டும்.*

பொரு கூரைவரை பெருகிச் செல்லும், பூமலிந்த வையை யாற்றில், புதுப்புனல் ஆடிவரத் தங்கினேன். பெரிதாக என்னைப் பார்த்து, நான் செய்யாததைச் செய்ததாகச் சொல்வது ஏனோ?

தலைவி : ஓஓ! புனலாடினாய் எனவும் கேட்டேன். நீ ஆடிய புனல்தான் ஒழுகும் அறல் நீண்ட தன்மையுடைய நெறித்த மயிராக, அங்கே பிறழும் கயல்கள் மாட்சியுடைய மையுண்ட கண்கள் போன்றனவாக, கருமை மலர்தல் பொருந்திய மணம் கமழ்கின்ற பூங்சோலையிடத்தே, நாணாகி தடையை முறித்துப், பலரும் காணு மாறு நல்ல பகல் வேளையிலேயே வந்ததோ? அந்தப் புதுப் புனலில் தானே ஆடினாய்? நீ ஆடிய முன்மாலை நேரத்திலே, உனக்குப் புணையாக உன் பாணனும் நின்று உதவினான் அன்றோ?

அளித்து அமர்கின்ற காதலோடு, அப்படியாக அந்தப் புனல் ஆடி நீ வரும் ஊரலரை யான் அறிய நேருமென அஞ்சி 'நீ மறைத்து நடந்தாய்' எனவும் சேட்டேன். அது பொறாமல் மெய்யை மறைத்த சினத்தோடே, புருவமாகிய திரையையும் இட்டு, நல்ல நீர்மை யுடையதான நின் ஒழுக்கத்தைத் தடுக்கும்படியாகக், 'கணீர் கணீர்' என வந்த சிலம்பொலி முழங்கும் அப் புதுப்புனலிலே, நீ குளித்த அவ்விடத்திலேயே, அது நின்னைக் கைக்கொண்டு இழுத்துச் சென்றதைக் கண்ட வரும் உள்ளனர்!

அங்ஙனம் தன்னோடு இழுத்துச் சென்ற அப் புதுப் புனல் புகழமைந்த சிறப்பினையுடையதான உன் நேரிய உள்ளத்தையும் தன்பாலதாக்கிக் கொண்டுவிட, இன்னும் நீ அதில் நீந்திக் கரை கடந்ததும் இல்லை அன்றோ?

தலைவன்: நிரைதொடி அணிந்தவளே! தப்பாத வாள் வீரர் களையும், வீரக்கழல் முழங்கும் காலினையும் உடைய தென்ன வனது வையைப் புதுப்புனல் ஆடச் சென்றிருந்ததைத் தெய்வத்தின் மேல் ஆணையிட்டாவது தெளிவிப்பேன். பெரிதாக நான் செய்யா ததையே சொல்லிக் கொண்டிருப்பது ஏனோ?

தலைவி: மெய்தான், பெருகிய மலர் சூடின அப் புதுப் புனலைப் பலகாலும் ஆடல் வேண்டித் தேரோடு செல்லுமிடத் திலே, முளையொத்த முறுவலையுடையார்க்கு ஒரு சிரிப்பை உண்டாக்கி, நின்னைப் பிடித்துக் கரையேற விடுபவர் இல்லாத காலத்திலே, இளமணலினுள் நின் தேரானது புதையுண்டு போய் விடாமல் காத்துக் கொள்வாயாக.

சொற்பொருள் : 3. வதுவை விழா - திருமண விழா. 4. மாட்டு மாட்டு - இடந்தோறும் இடந்தோறும். 5. பூட்டு மான் - பூட்டிக் கிடக்கும் குதிரைகளைக் கொண்ட. 5. புடைத்த - ஆரவாரித்த. 6. பாட்டாதல் சான்ற - பெரும் அளவில் பேசப்பட்ட. 18. யாணர் - புது வருவாய். 20. ஆனாது - ஆசை அடங்காது., 12. கல்வை - அலர். 22. குளிந்து - மறைத்து.

34. ஏனோ உணராய்?

(மன்னன் மகன் ஒருவன்; அவன் ஒரு தலைவியைக் காதலிற் கூடிப் பின் கைவிட்டுச் சென்றான். அவனிடம் அவள் தோழி சென்று கூறியது இது.)

நறவினை வரைந்தார்க்கும் வரையார்க்கும், அவை எடுத்து,
அற வினை இன்புறூஉம் அந்தணர் இருவரும்
திறம் வேறு செய்தியின் நூல் நெறி பிழையாது,
குழவியைப் பார்த்து உறூஉம் தாய் போல், உலகத்து
மழை சுரந்து அளித்து ஓம்பும் நல் ஊழி யாவர்க்கும்
பிழையாது வருதல் நின் செம்மையின் தர, வாய்ந்த
இழை அணி கொடித் திண் தேர், இன மணி யானையாய்!
அறன் நிழல் எனக் கொண்டாய், ஆய் குடை; அக் குடைப்
புற நிழற்கீழ்ப் பட்டாளோ, இவள்? இவண் காண்டிகா -
பிறை நுதல் பசப்பு ஊரப் பெரு விதுப்பு உற்றாளை!
பொய்யாமை நுவலும், நின் செங்கோல்; அச் செங்கோலின்
செய் தொழில் கீழ்ப் பட்டாளோ, இவள்? இவண் காண்டிகா -
காம நோய் கடைக்கூட்ட வாழும் நாள் முனிந்தாளை!
ஏமம் என்று இரங்கும், நின் எறி முரசம்; அம் முரசின்
ஏமத்து இகந்தாளோ, இவள்? இவண் காண்டிகா -
வேய் நலம் இழந்த தோள் கவின் வாட இழப்பாளை!
ஆங்கு -
நெடிது சேண் இகந்தவை காணினும், தான் உற்ற
வடுக் காட்ட, கண் காணாதற்றாக, என் தோழி
தொடி கொட்ப நீத்த கொடுமையைக்
கடிது என உணராமை கடிந்ததோ, நினக்கே?

'சுரா' என்னும் கள்ளினை உண்பவர் தேவர்; அதனை உண்ணாதவர் அசுரர், அவ்விருவருக்கும் குலகுருக்களாக இருந்து ஒழுக்க நெறி பேணும் அந்தணர்கள், வியாழனும் வெள்ளியும் என்பவர். இவ் விருவரும் வெவ்வேறு வகையினவாகச் செய்துள்ள அரசியல் நீதிகளைத் தப்பாமல், குழந்தையைப் பார்த்துவரும் தாயே போலப்

பாசமுடன் மழைபோலச் சுரந்து அருளிக்காக்கும் நல்ல முறையைப் பிழையாது வருதலால், நின் செம்மையின் காரணமாகத் தரும் சிறப்புடைய வேந்தனே! வாய்த்த இழையணிந்த கொடியுடைய திண் தேரும், மணிகட்டிய யானையும் உடையோனே!

நீ எடுத்த வெண் கொற்றக்குடை அறத்தை நிழல் செய்யும் என்றுதானே எடுத்தாய். அந்தக் குடை நிழலினுக்கு அப்பாற் பட்ட வளோ இவள்? இவளைப் பாராய்! பிறைநுதல் பசலை ஊர்ந்து பெரிதும் நடுக்கமுற்றுக் காணப்படுகின்றதே!

நின் செங்கோல் எனில், அது பொய்யாத நடுநிலைமை யுடையது என்று போற்றப்படும். அச் செங்கோலின் ஆட்சிக்கு இவள் ஒதுக்கப்பட்டவளாயினாளோ? இவளைக் காண்பாயாக. காமநோய் வருத்த வாழ்நாளையும் வெறுத்தவளாயிருக்கின்றாளே!

நின் முழங்கும் முரசம் உலகிற்குக் காவல் என்பாரே! அந்தக் காவல் எல்லைக்குள் இவள் நீங்கினவளல்லவே? வேய் போன்ற நலம் இழந்து, தோள்களின் அழகு கெடுமாறு வருந்துகின்ற இவ ளுக்கும் அருள் செய்யாயோ!

நீண்ட தொலைவில் உள்ள பொருள்களைக் கண் காண்பதே யாயினும், தனக்கேயுற்ற வடுவை அதனால் காண முடியாது. அது போல, என் தோழியின் தொடிகள் கழன்று வீழும்படியாக நீ கைவிட்ட கொடுமையைக் கொடிதென்று நீயும் உணராதிருக் கின்றாயோ? அன்றி, உணர்தல் உனக்கு ஒவ்வாததோ? இதனைக் கூறாய்!

சொற்பொருள் : 5. நல்ஊழி - நல்முறைமை. 8. அறன் நிழல் - அறத்தைச் செய்யும் நிழல். ஆய்குடை - அழகிய குடை. 9. காண்டிகா - காண்பாயாக. 13. கடைக்கூட்ட - இறுதி நாளைக் கொண்டு வந்து தர. 15. இகந்தாள் - கடந்து அப்பாற்பட்டாள்.

35. சொல்லவும் வேண்டுமோ?

(இதுவும் அந்தத் தோழி கூறியது. இதனிடத்தும் தலைவியின் துயரைத் தீர்க்க தலைவனிடம் வேண்டுகிறாள்.)

ஈண்டு, நீர்மிசைத் தேன்றி இருள் சீக்கும் சுடரே போல்,
வேண்டாதார் நெஞ்சு உட்க, வெரு வந்த கொடுமையும்,
நிண்டு தோன்று உயர் குடை நிழல் எனச் சேர்ந்தார்க்குக்
காண் தகு மதி என்னக் கதிர் விடு தண்மையும்,
மாண்ட நின் ஒழுக்கத்தான், மறு இன்றி, வியன் ஞாலத்து

யாண்டோரும் தொழுது ஏத்தும் இரங்கும் இசை முரசினாய்!
'ஐயம் தீர்ந்து யார்கண்ணும் அருந் தவ முதல்வன் போல்
பொய் கூறாய்' என நின்னைப் புகழ்வது கெடாதோதான் -
நல்கி நீ தெளித்த சொல் நசை எனத் தேறியாள்
பல் இதழ் மலர் உண்கண் பனி மல்கக் காணுங்கால்?
'சுரந்த வான் பொழிந்தற்றா, சூா நின்று யாவர்க்கும்
இரந்தது நசை வாட்டாய்' என்பது கெடாதோதான் -
கலங்கு அஞர் உற்று, நின் கமழ் மார்பு நசைஇயாள்
இலங்கு கோல் அவிர் தொடி இறை ஊரக் காணுங்கால்?
'உறை வரை நிறுத்த கோல், உயிர் திறம் பெயர்ப்பான் போல்,
முறை செய்தி' என நின்னை மொழிவது கெடாதோதான் -
அழி படர் வருத்த, நின் அளி வேண்டிக் கலங்கியாள்
பழி தபு வாள் முகம் பசப்பு ஊரக் காணுங்கால்?
ஆங்கு -
தொல் நலம் இழந்தோள், நீ துணை எனப் புணர்ந்தவள்;
இன் உறல் வியன் மார்ப! 'இனையையால்; கொடிது!' என,
நின்னை யான் கழறுதல் வேண்டுமோ,
என்னோர்கள் இடும்பையும் களைந்தீவாய் நினக்கே?

கடலிடத்தே தோன்றி, இவ்வுலகின் இருளைப் போக்கும் ஞாயிற்றைப் போல்பவன் நீ! வேண்டாதார் நெஞ்சம் கலங்குமாறு செய்யக்கூடிய பயங்கரமான போராற்றல் உடையவன் நீ. நீண்டு தோன்றும் நின் உயர்குடையைத் தம் நிழலெனக் கருதி வந்து சேர்ந்தவர்க்குக், காணத்தக்க மதி போன்று தண்ணருள் செய்யும் அருளினையும் நீ உடையவன். மாட்சியுடைய நின் அரசியல் ஒழுக்கத்தால் பரந்த உலகத்தைக் குற்றமின்றிப் பேணி, எம்மருங்கும் உள்ளாறும் தொழுது போற்றும் வண்ணம், வெற்றி முரசம் உடையவனாயும் நீ வீற்று இருக்கின்றாய்.

அன்புற்று நீ சொன்ன சொற்களை, 'நம்மை விரும்பிக் கூறிய உண்மையான சொற்கள்தாம்' என்று எண்ணியவள் என் தோழி. பலவிதழ்களையுடைய நீலமலர் போன்ற அவள் மையுண்ட கண்களிலே நீர் மல்கக் காணின்றேனே! அருந்தவ முதல்வனே போல, 'யாரிடத்தும் நீ பொய் கூற மாட்டாய்' என்று, சந்தேகம் சற்றுமில்லாது, உலகத்தார் நின்னைப் புகழ்கின்றனரே! அந்தப் புகழ் இந்த நின் செயலால் கெட்டுவிடாதே?

மனம் கலங்குகின்ற வருத்தத்தையுற்று, நின்னுடைய கமழ்கின்ற மார்பை விரும்பியவளுடைய தொடியானது, முன் கையினின்றும்

கழன்று வீழக் காண்கின்றேனே! 'வானம் சுரந்து பொலிந்ததுபோல, உன்னை வந்து அடைந்தவர் யாவருக்கும் கேட்டதை விரும்பிய வாறே கொடுக்கும் இயல்புடையாய்' என்கின்றனரே! அது, இனித் தான் கெட்டு விடாதோ?

நெஞ்சழிகின்ற நினைவு வருத்த, நினது அருளை விரும்பிக் கலங்குகிறாள் அவள். பழியற்ற ஒளிவீசும் அவள் முகம் பசலை படரக் காண்கின்றேனே! 'உயிர்களின் கால எல்லையை அறிந்து அவற்றைப் பாரபட்சமின்றிக் கொண்டு போகும் கூற்றுவனைப் போல, அறமுறையின் வரையறைப்படியே தவறின்றி நீ செங்கோல் செலுத்தி முறை செய்கின்றாய் எனச் சொல்கின்றனரே! அந்தச் சொல், இனித்தான் கெட்டு விடாதோ?

எத்தகையோர்களின் இடும்பைகளையும் களைந்து அவர்க் கெல்லாம் அருள் செய்யும் பெருமானே! நீயே தனக்குரிய ஒரே துணையெனக் கூடியவள் இவள். பழைய தன் நலமும் இவள் இழந் தாள். இவள் இன்னலுறுவது, அகன்ற மார்பனே! கொடிதிலும் கொடிதன்றோ! இதனை யான் வந்து நின்னிடம் கூறவும், நின் னருளை இரந்து, வேண்டவும் வேண்டுமோ?

'உலகெலாம் புரக்கும் நீதான், நின்னையே தன் கதியென நம்பிய இவளைப் புறக்கணித்தல் அறமோ?' என்கிறாள் தோழி.

சொற்பொருள்: 4. தண்மையும் - அருளும். 5. மாண்ட - மாட்சிமைப்பட்ட. 6. யாண்டோரும் - உலகில் உள்ள அனைவரும். இரங்கு - ஒலிக்கும். தெளிந்த - உறுதி கூறிய, நசை - பற்றுக்கோடு. 10. பனி - நீர். 13. அஞர் - துன்பம்.

மருதக்கலி முற்றும்.

நான்காவது நல்லுருத்திரனார்

செய்தருளிய

முல்லைக் கலி

முல்லை

காடும் காடுசார்ந்த இடமும் நிகழ்கின்ற களனாகக் கொண்டும், அவ்விடங்களிலே தம் வாழ்வியலை அமைத்து வாழ்ந்தாரான ஆயர் குடியினரின் ஆக வாழ்வினை அடிப்படையாகக் கொண்டு, எழில் பெருக அமைந்தன இந்தப் பகுதிச் செய்யுட்கள்.

ஏறு கோடலும், ஆயர் குலத்து ஆய்ச்சியரது மனவுறுதியும், ஆயரிளைஞரது ஆடலேறு கொள்ளும் ஆற்றலும், எல்லாம் பழந் தமிழர்க் குடியினரது மறமாண்பை மணக்க மணக்கக் காட்டுவன வாகும். ஒவ்வொரு கலிப்பாவும் ஓர் ஓரங்க நாடகமே போலச் சுவை கனிந்து, உணர்வு மலிந்து, கருத்தைக் கவ்விப் பிணிக்கும் காவியக் கோவையாக அமைந்த சிறப்புடையது இந்தப் பகுதி.

முல்லை மலரைப் போல எவரையும் கவரும் இலக்கிய மணம் செறிந்து, அதனை எங்கணும் பரப்புவன இச்செய்யுட்கள்.

முல்லைக் கலி

1. ஒரு நாள் உறவாவான்

(ஆயரிளைஞர் தாம் விரும்பும் கன்னியரைப் பெறும் பொருட்டுக் குறித்த ஏறுகளைத் தழுவுகின்றனர். ஆயரிள மகளிர் தாம் தாம் தமக்குள் ஆவலுடன் உரையாடுகின்றனர். தலைவியின் காதல் நிறைவுறும் என்பதைத் தோழி உறுதிகூறுகின்ற நயத்தையும் காணலாம்.)

தோழி தலைவிக்கு ஏறு தழுவுதலைச் சுட்டிக் காட்டுதல்

தளி பெறு தண் புலத்துத் தலைப் பெயற்கு அரும்பு ஈன்று,
முளி முதல் பொதுளிய, முட் புறப் பிடவமும்;
களி பட்டான் நிலையே போல் தடவுபு துடுப்பு ஈன்று,
ஞெலிபு உடன் நிரைத்த ஞெகிழ் இதழ்க் கோடலும்;
மணி புரை உருவின காயாவும்; பிறவும்;
அணி கொள மலைந்த கண்ணியர் - தொகுபு உடன்,
மாறு எதிர் கொண்ட தம் மைந்துடன் நிறுமார்,
சீறு அரு முன்பினோன் கணிச்சி போல் கோடு சீஇ,

ஏறு தொழூஉப் புகுத்தனர். இயைபுடன் ஒருங்கு.
அவ் வழி, முழக்கு என, இடி என, முன் சமத்து ஆர்ப்ப -
வழக்கு மாறு கொண்டு, வருபு வருபு ஈண்டி -
நறையொடு துகள் எழ நல்லவர் அணி நிற்ப,
துறையும் ஆலமும் தொல் வலி மராஅமும்
முறையுளி பராஅய், பாய்ந்தனர், தொழூஉ.
மேற் பாட்டு உலண்டின் நிறன் ஒக்கும் புன் குருக் கண்
நோக்கு அஞ்சான் பாய்ந்த பொதுவனைச் சாக் குத்தி,
கோட்டிடைக் கொண்டு, குலைப்பதன் தோற்றம்காண் -
அம் சீர் அசைஇயல் கூந்தற் கை நீட்டியான்
நெஞ்சம் பிளந்து இட்டு, நேரார் நடுவண், தன்
வஞ்சினம் வாய்த்தானும் போன்ம்.
சுடர் விரிந்தன்ன சுரி நெற்றிக் காரி
விடரி அம் கண்ணிப் பொதுவனைச் சாடி,
குடர் சொரியக் குத்தி, குலைப்பதன் தோற்றம் காண் -
படர் அணி அந்தி, பசுங் கட் கடவுள்
இடரிய ஏற்று எருமை நெஞ்சு இடந்து இட்டு,
குடர் கூளிக்கு ஆர்த்துவான் போன்ம்!
செவி மறை நேர் மின்னும் நுண் பொறி வெள்ளைக்
கதன் அஞ்சான், பாய்ந்த பொதுவனைச் சாடி,
நுதி நுனைக் கோட்டால் குலைப்பதன் தோற்றம் காண் -
ஆர் இருள் என்னான் அருங் கங்குல் வந்து, தன்
தாளின் கடந்த அட்டு, தந்தையைக் கொன்றானைத்
தோளின் திருகுவான் போன்ம்.
அது கண்டு தலைவி கொண்ட அச்சம் போக்க, தோழி நல் நிமித்தம் கண்டு கூறுதல்
என ஆங்கு -
அணி மாலைக் கேள்வற் தரூஉமார், ஆயர்
மணி மாலை ஊதும் குழல்.
கடாஅக் களிற்றினும் கண்ணஞ்சா ஏற்றை
விடாஅது நீ கொள்குவை, ஆயின்; படாஅகை
ஈன்றன், ஆய மகள் தோள்.
பகலிடக் கண்ணியன், பைதற் குழலன்,
சுவல் மிசைக் கோள் அசைத்த கையன், அயலது:
கொல் ஏறு சாட இருந்தார்க்கு, எம் பல் இருங்
கூந்தல் அணை கொடுப்பேம், யாம்.
'கோளாளர் என் ஒப்பார் இல்' என நம் ஆனுள்,
தாளாண்மை கூறும் பொதுவன் நமக்கு, ஒரு நாள்,
கேளாளன் ஆகாமை இல்லை; அவற் கண்டு

வேளாண்மை செய்தன கண்.
ஆங்கு, ஏறும் வருந்தின; ஆயரும் புண் கூர்ந்தார்;
நாறு இருங் கூந்தற் பொதுமகளிர் எல்லாரும்
முல்லைஅம் தண் பொழில் புக்கார், பொதுவரோடு,
எல்லாம் புணர் குறிக் கொண்டு.

முன்னர் உலர்ந்திருந்த பிடவம், மழை பெறுகின்ற குளிர்ந்த பூமியிலே, முள்ளைப் புறத்தே கொண்ட அரும்புகளையும் ஈன்றது. கள்ளுண்டவனின் நிலையைப் போல ஆடியசையும் துடுப்புக்களை ஈன்று, பின்னர்த் தீக்கடை கோலாற் கடைந்து நிரைத்து நெருப்புப் போன்ற ஒளியுடன் செங்காந்தட் பூக்கள் விளங்கின. காயாம்பூக்கள் நீலமணியின் உருவினையும் நிறத்தையும் உடையவாயிருந்தன. இவற்றோடு பிறவுமாகிய பூக்களை அழகுறத் தொடுத்துக் கண்ணி யாகச் சூட்டியிருக்கின்றனர், ஆயரிளைஞர்.

அவர்களைத் தொகுதியாகச் சேர்த்துச், சீறுதற்கரிய வலியுடை யோனான இறைவனின் கணிச்சி போலக் கொம்புகள் சீவப்பட்ட ஏறுகள் நிற்கின்ற தொழுவினுள், தம்மைப் பகைத்து வரும் அவற்றைத் தழுவித் தம் ஆற்றலைச் சேர நிறுத்துவதற்காக, ஒருங்கே சென்று புகுத்திவிட்டனர். ஆயர்கள். அவ்விடத்திலே, முழக்கென இடியெனத் தம் முன்னே ஆரவாரம் எழ, ஏறுகள் முக்காரமிட்டு நின்றன. 'ஏறு தழுவியவர்க்கே மகளைத் தருவேம்' என்ற ஆயர்குல வழக்குப்படி, ஏறு தழுவ முன்வந்தார் அனைவரும் வந்து சேர்ந் தனர். ஆரவாரத்தோடு எங்கும் புழுதியும் எழுந்தது. நல்ல மகளிர் திரண்டு ஒருசார் நின்றனர். நீர்த் துறைகளிலும், ஆலமரத்தடிகளி லும், பழைய வலியுடைய மராமரத்தின் கீழும் உறையும் தெய்வங் களுக்கு முறையாக வழிபாடுகள் செய்தபின், இளைஞரும் தொழுவி னுள்ளே சீறிப் பாய்ந்தனர்.

தோழி கூறுகிறாள்: உயர்ந்த கொம்பிடத்திலே வைத்த பட்டப் பூச்சியானது நிறத்தைப் போன்ற, கருஞ்சிவப்பு நிறத்தைக் கொண்ட ஏற்றின் பார்வைக்கு அஞ்சாமல், அதன் மேற் பாய்ந்து பற்றினான் ஓர் ஆயரிளைஞன். அவனைச் சாவுமாறு குத்திக் கொம்பினிடையிலே கொண்டு, அது அவனுடலைக் குலைக்கின்ற காட்சியைப் பார்! அழகிய சீருடைய, அசையும் இயல்பினதான, திரௌபதியின் தலை மயிரிலே கைநீட்டிய துச்சாதனைப் போரிலே நெஞ்சத்தைப் பிளந்து அழித்துப், பகைவர் நடுவே தன் வஞ்சினத்தை நிறைவேற்றிய வீமசேனனைப் போல, அதுவும் தோன்றுகின்ற தல்லவோ?

சந்திரனைப் போன்ற நெற்றிச் சுட்டியையுடைய காரி, மலைப்பூக் கண்ணி சூடிய அப்பொதுவனைச் சாடிக் குடர்சரியக் குத்திக் குலைக்கின்றதைப் பார்! ஊழி முடிவிலே, ஒரு பாகத்தில் பசுமையான உமையையுடைய கடவுள், எருமை வாகனனான கூற்றுவனின் நெஞ்சத்தைப் பிளந்து, குடரைக் கூளிக்குப் பலியாக ஊட்டுவது போன்றிருக்கின்றதல்லவோ?

செவிப்புறத்திலே மின்னும் நுண்ணிய செம்புள்ளிகளையுடைய வெள்ளை ஏற்றின் கோபத்துக்கும் அஞ்சாது, அதன் மேற் பாய்ந்த இளைஞனை, அது சாடித், தன் கூரிய கொம்பு முனையால் குத்திக் குலைப்பதைப் பார். அடர்ந்த இருள் என்றும் கருதானாய். நடு இரவிலே வந்து தன் தந்தையைக் கொன்றவனைத், தன் ஆற்றலின் வலிமையினால், தலையைத் திருகிய அகவத்தாமனைப் போன்றிருக்கின்றதே அது!

ஆயர்கள் மணிமாலை அணிந்த குழலினை ஊதுகின்றனர். நல்ல நிமித்தம் இது. அழகிய மாலையணிந்த உன் காதலனை உனக்குக் கட்டாயம் இன்று கொண்டுதரும். (இவ்வாறு கூறியவள், தலைவனிடம் சென்று அவனை ஊக்கப்படுத்துகின்றாள்.)

மதங்கொண்ட களிற்றுயானையினும் மிகுந்த வலியுடைய ஏற்றை விடாது பற்றி நீ வெற்றிகொள்வாய். நீ அவ்வாறு செய்தால், எம் ஆயமகள் தோள் பிறரினும் வெற்றிக்கொடியைப் பெற்றதாகும். (பின்னர்த் தலைவியிடம் வந்து)

''பகற்போதில் அலர்ந்த கண்ணியையுடையவன்; வருத்தம் ஒலிக்கும் குழலினையுடையவன்; தோள்மேல் வைத்த கோலினைப் பற்றி அசைத்துக் கொண்டேயிருக்கும் கையன்; அயலிலே கொல் லேறு சாட இருந்தானுக்கு, எம் பல்லிரும் கூந்தல் அணையாகப் பயன்பட நாமும் தருவோம்'' என்றாள்.

''ஏறு கொள்ள வல்லார் என்னைப் போன்றவர் எவரும் இலர் என்று, நம் பசுத்திரளிடையே நின்று வீரம் பேசுகின்ற பொதுவன், நமக்கு ஒரு நாள் உறவினன் ஆகாமற் போவதில்லை. அவனைக் கண்டு எம் கண்களும் காதற்பயிரினை வளர்க்கின்றன என்கிறாள்'' தலைவி.

தோழியும் தலைவியும் இவ்வாறு பேசி இருக்க, அங்கே தொழுவினுள் ஏறுகளும் வருந்தித் தளர்ந்தன. ஆயர்களிற் பலர் புண்பட்டனர். மணங்கமழும் கூந்தலினரான ஆய மகளிர் எல்லாரும், தம்மைக் காதலித்த பொதுவர்களுடன் சேர்ந்து, களித்து ஆட

விரும்பியவர்களாக, முல்லைமலர் நிறைந்த குளிர்ந்த சோலையினுள் ளேயும் சென்று புகுந்தனர்.

இதனால், 'நீயும் உன் தலைவனைப் பின்பற்றிச் செல்க' எனத் தன்னருகே இருந்த தலைவிக்குத் தோழி கூறாமற் கூறியது மாயிற்று.

சொற்பொருள் : *1. தளி - மழை. தலைப்பெயல் - முதல் மழை. 2. முளி - கோடைகாலத்தில் உலர்ந்த கிளை. பொதுளிய - தழைத்த. 10. சமம் - நிலம். 12. நறை - மணப்புகை. 15. மேற் பாட்டு - கொம்பின் உயர்ந்த இடம். உலண்டு - பட்டுப்புழு. புன்குருக்கண் - புல்லிய நிறத்தைக் கொண்ட. 18. அம்சீர் - அழகும் சிறப்பும் பொருந்திய. 22. விடரிஅம் கண்ணி - மலைப்பிளப் பில் மலர்ந்த மலர் கொண்டு தொடுத்த அழகிய தலைமாலை. 25. இடரிய - துன்பத்தைத் தந்த. எருமை - எருமைக்கு உரிய இயமன். 28. கதன் - சினம். 38. பகலிட - பகற்காலத்தே மலர்ந்த மலர் கொண்டு தொடுத்த. பைதல் - துன்பம். 40. சுவல் - தோள். 41. பல்லிருங் கூந்தல் - அடர்ந்த கரிய கூந்தலை உடைய இவளை. 42. அணை - தலையணை 43. கோளாளன் - அடக்கிப் பிடிக்க வல்லவன்.*

2. ஏறு தழுவி வென்றவன்!

(ஆயர் குடித் தலைவியைக் கண்டு காதலித்து, ஏறு தழுவி, அவளை வென்றதும், ஆயர்கள் களிப்பு மிகுதியினாலே குரவையாடி மகிழ்கின்றனர்.)

தலைவன்

கண் அகன் இரு விசும்பில் கதழ் பெயர் கலந்து, ஏற்ற
தண் நறும் பிடவமும், தவழ் கொடித் தளவமும்,
வண்ண வண் தோன்றியும், வயங்கு இணர்க் கொன்றையும்,
அன்னவை பிறவும், பல் மலர் துதைய,
தழையும் கோதையும் இழையும் என்று இவை
தைஇயினர், மகிழ்ந்து, திளைஇ விளையாடும்
மட மொழி ஆய்த்தவருள் இவள் யார் - உடம்போடு
என் உயிர் புக்கவள், இன்று?

பாங்கன்

ஓஒ! இவள், 'பொரு புகல் நல் ஏறு கொள்பவர் அல்லால்,
திரு மா மெய் தீண்டலர்' என்று, கருமமா,
எல்லாரும் கேட்ப, அறைந்து அறைந்து, எப்பொழுதும்
சொல்லால் தரப்பட்டவள்.

கற்றத்தார்க்குத் தலைவன் செய்தி சொல்லி அனுப்ப, அவர், ஏறு
தழுவும் விழாவிற்குப் பறை அறைக! எனல்
'சொல்லுக!' - 'பாணியேம்' என்றார்; 'அறைக' என்றார்,
பார்த்தார். மாணிழை ஆறாகச் சாறு.
கண்ட சுற்றத்தார் கூற்று
சாற்றுள் பெடை அன்னார் கண் பூத்து, நோக்கும் வாய் எல்லாம்
மிடை பெறின், நேராத் தகைத்து.
தகை வகை மிசைமிசைப் பாயியர், ஆர்த்து, உடன்
எதிர்எதிர் சென்றார் பலர்.
கொலை மலி சிலை செறி செயிர் அயர் சினம் சிறந்து,
உருத்து எழுந்து ஓடின்று மேல்.
எழுந்தது துகள்;
ஏற்றனர் மார்பு;
கவிழ்ந்தன மருப்பு;
கலங்கினர் பலர்.
அவருள், மலர் மலி புகல் எழ, அலர் மலி மணி புரை நிமிர் தோள்
பிணைஇ
எருத்தோடு இமிலிடைத் தோன்றினன்; தோன்றி,
வருந்தினான் மன்ற, அவ் ஏறு.
ஏறு எவ்வம் காணா எழுந்தார் - எவன்கொலோ
ஏறு உடை நல்லார்: பகை?
மடவரே, நல் ஆயர் மக்கள் - நெருநை,
ஆடல் ஏற்றெருத்து இறுத்தார்க் கண்டும், மற்று இன்றும் ,
உடல் ஏறு கோள் சாற்றுவார்!
ஆங்கு, இனி -
தண்ணுமைப் பாணி தளராது எழூஉக -
பண் அமை இன் சீர்க் குரவையுள், தெண் கண்ணி,
திண் தோள், திறல் ஒளி, மாயப் போர், மா மேனி,
அம் துவர் ஆடைப் பொதுவனோடு, ஆய்ந்த
முறுவலாள் மென் தோள் பாராட்டி, சிறுகுடி
மன்றம் பரந்தது, உரை!

தலைவன்: *ஏடா! இதோ களிப்புடன் விளையாடும் கன்னியரின் கூட்டத்தைப் பார். பிடவும், முல்லையும், தோன்றியும், கொன்றையும், பிறவுமான மலர்களைக் கொய்து, தழை, கோதை, இழை என்பனவாகக் கட்டி அமைந்திருக்கின்றனர். களி துள்ளி ஆடும் அக் கூட்டத்தினருள், இன்று தன் உடலோடும் என் உயிர் புகுமாறு கவர்ந்து கொண்டு, அதோ நிற்கிறாளே, அவள் தான் யாரோ காண்?*

பாங்கன்: ஓ ஓ! அவளோ? "கொடிய போரேற்றைத் தழுவி வெற்றி பெறுபவரல்லாத பிறர், இவள் அழகு தவழ்கின்ற மேனியைத் தீண்டத்தக்கவர் அல்லர்!" என்று பறையறைந்து, சொல்லால் எங்கும் தரப்பட்டவள் அல்லளோ அவள்!

தலைவன் : 'அவள் பெற்றோர்பாற் சென்று சொல்லுக. யான் அந்தக் கொல்லேற்றைத் தழுவுவதற்கு முன் வந்தேன்'

சுற்றத்தார் சென்று அவள் பெற்றோர்பால் அச் செய்தியைச் சொல்லி, 'யாங்கன் தாழ்த்திரோம்' என்றனர். அது கேட்ட அவள் சுற்றத்தார், 'மாணிழைக்காக நடைபெறும் ஏறு தழுவுதல் நிகழும்' என்று பலரும் கேட்டு, அறிய, எங்கணும் பறையறைவித்தனர்.

இவ்விழாவிலே, பெண்களெல்லாம் கண்கள் பூக்குமாறு நோக்கும் இடம் எல்லாம் பரணிலே இருக்கப் பெறுவார்களாயின், அதுவும் ஓர் அழகாயிருக்கும் என அமைந்தனர்.

அழகினை யுடைத்தாகிய வகுப்பையுடைய அவ்வேறுகளின் மேலே பாய்வதற்காக, ஆரவாரத்துடன் அவற்றின் எதிர்எதிராகச் சென்றனர் ஆயரிளைஞர்கள் பலர்.

அவர்கள் வரக்கண்ட ஏறுகள், கொலை மிகுந்த வில்லானது செறிந்த போரைச் செய்வது போன்று, சினங்கொண்டு எழுந்து, அவரை நோக்கிப் பாய்ந்து ஓடின.

அப்பொழுது, எங்கணும் ஒரே புழுதிப் படலம் எழுந்தது. மார்பைக் காட்டி நின்றனர் ஆயர். ஏறுகளின் கொம்புகள் தலையை ஒட்டிக் கவிந்தன. ஐயோ! என்று கதறிக் கலங்கினர் பலர்.

அவருள், நீலமணி போன்ற நிறமுடைய நெடுந்தோள் ஏற்றின் கழுத்தை இறுகத் தழுவி, அதன் இமிலிடையிலே தோன்றினான் ஒருவன். தோன்றி, அந்த ஏறு பெரிதும் வருத்தமுறும்படி அதனைப் பற்றியிழுத்து அலைத்தான் அவன்!

ஏறு படுகின்ற துன்பத்தைக் கண்டவர்கள் எழுந்தனர். ஏற்றின் உரிமையாளர்கள், அவன் செயலுக்குத் தாம் மகிழ்தல் அன்றி ஏனோ அவன்மேற் பகைகொள்கின்றனர்.

முன்னர்க் கொல்லேற்றின் கழுத்திலே தங்கினவர்களைக் கண்டிருந்தும், இன்றும் 'வருத்துகின்ற ஏற்றைக் கொள்ளுங்கள்' எனச் சொல்லுகின்றனரே இந்த ஆயர் மக்கள்: இவர்கள் மிகவும் அறியாமையை உடையவர்கள் தாமே!

ஆங்கு, 'இனித் தண்ணுமையின் பாணி தளராது எழுக!' என்றனர் சுற்றத்தார். 'பண் அமைந்த இனிய தானத்தையுடைய குரவையுள் விளங்கிய கண்ணியையும், திண்மையான தோள்களை யும், திறலினது விளக்கத்தையும், மாயப் போரினையும், கரிய மேனியினையும், அழகிய துவரூட்டின் ஆடையையுமணிந்த பொதுவனோடு, சேரும் அழகிய முறுவலாளின் மென் தோள் களையும் பாராட்டிச் சிறுகுடி மன்றத்திலே குரவையாடி மகிழலாம் எழுக' என்று கூற, அனைவரும் குரவை காண எழுந்தனர்.

சொற்பொருள் : *1. கண்ணகன் இரு விசும்பு - இட மகன்ற பரந்த வானம். கதழ்பெயல் - விரைந்து பெய்யும் மழை. 5. தழை யும் - தழையாடை போலவும்; இவ்வாறே ஏனையவற்றிற்கும் கொள்க. 13. பாணியேம் - காலம் தாழ்த்தேம். 16. மிடைபெறின் - பரணில் இடம் பெறுவ ராயின். 15. தகை வகை - அழகிய வகை வகையான எருதுகள். மிசை - மேலே. பாயியர் - பாய்தற் பொருட்டு. 20. உருத்து - சினந்து. 31. அடல் ஏறு - கொல்லும் எருது. 32. உடல் ஏறு - போர் வல்ல எருது. கோள் - தழுவல். 37. அந்துவர் ஆடை - அழகிய செந்நிற ஆடை. பொதுவன் - ஆயன்.*

3. ஆயமகள் தோள்!

(ஆயர்குல இளைஞர்கள் ஏற்று தழுவுதலைத் தனித்தனியே தன் தோழிக்குத் தனித்தனியே தன் தோழிக்குச் சுட்டிக் காட்டிப், பின்னர்த் தலைவியின் காதலனும் அவ்வாறு ஏறு தழுவுமாறு துணிதற்குத் தூண்ட எண்ணிக், குரவையாடுகின்றனர், ஆய மகளிர்.)

பொதவர் ஏறு தழுவுதல்

மெல் இணர்க் கொன்றையும், மென் மலர்க் காயாவும்,
புல் இலை வெட்சியும், பிடவும், தளவும்,
குல்லையும், குருந்தும், கோடலும், பாங்கரும்
கல்லவும் கடத்தவும் – கமழ் கண்ணி மலைந்தனர்,
பல் ஆன் பொதுவர், கதழ் விடை கோள் காண்மார் –
முல்லை முகையும் முருந்தும் நிறைத்தன்ன
பல்லர், பெரு மழைக் கண்ணர், மடம் சேர்ந்த
சொல்லர், சுடரும் கனங் குழைக் காதினர்,
நல்லவர் – கொண்டார், மிடை.
அவர் மிடை கொள –
மணி வரை மருங்கின் அருவி போல
அணி வரம்பு அறுத்த வெண் காற் காரியும்,

மீன் பூத்து அவிர் வரும் அந்தி வான் விசும்பு போல்
வான் பொறி பரந்த புள்ளி வெள்ளையும்,
கொலைவன் சூடிய குழவித் திங்கள் போல்
வளையுபு மலிந்த கோடு அணி சேயும்,
பொரு முரண் முன்பின் புகல் ஏறு பல பெய்து
அரிமாவும், பரிமாவும், களிறும், காரமும்,
பெர மலை விடரகத்து, ஒருங்குஉடன் குழீஇ,
படு மழை ஆடும் வரையகம் போலும் -
கொடி நறை சூழ்ந்த தொழூஉ.
தொழுவினுள் புரிபுரிபு புக்க பொதுவரைத்
தெரிபு தெரிபு குத்தின, ஏறு.
ஏற்றின் அரி பரிபு அறுப்பன, சுற்றி
எரி திகழ் கணிச்சியோன் சூடிய பிறைக்கண்
உருவ மாலை போல,
குருதிக் கோட்டொடு குடர் வலந்தன.

தோழி தலைவிக்குக் காட்டல்

கோட்டொடு சுற்றிக் குடர் வலந்த ஏற்றின் முன்,
ஆடி நின்று, அக்குடர் வாங்குவான் பீடு காண்
செந் நூற் கழி ஒருவன் கைப் பற்ற, அந் நூலை
முந் நூலாகக் கொள்வானும் போன்ம்.
இகுளை! இஃது ஒன்று கண்டை; இஃது ஒத்தன்;
கோட்டினத்து ஆயர் மகன் அன்றே - மீட்டு ஓரான் -
போர் புகல் ஏற்றுப் பிணர் எருத்தில் தத்தபு,
தார் போல் தழீஇவன்?
இகுளை! இஃது ஒன்று கண்டை; இஃது ஒத்தன்;
கோவினத்து ஆயர் மகன் அன்றே - ஓவான் -
மறை ஏற்றின் மேல் இருந்து ஆடி, துறை அம்பி
ஊர்வான் போர் தோன்றுமவன்?
தொழீஇஇ! - காற்றுப் போல் வந்த கதழ் விடைக் காரியை
ஊற்றுக் களத்தே அடங்கக் கொண்டு, அட்டு, அதன்
மேல் தோன்றி நின்ற பொதுவன் தகை கண்டை
ஏற்றெருமை நெஞ்சம் வடிம்பின் இடந்து இட்டு,
சீற்றமோடு ஆர் உயிர் கொண்ட ஞான்று, இன்னன் கொல்
கூற்று என: உட்கிற்று, என் நெஞ்சு.
இகுளை! இஃது ஒன்று கண்டை; இஃது ஒத்தன்
புல்லினத்து ஆயர் மகன் அன்றே - புள்ளி
வெறுத்த வய வெள் ஏற்று அம் புடைத் திங்கள்

மறுப் போல் பொருந்தியவன்?
ஓவா வேகமோடு உருத்துத் தன்மேல் சென்ற
சேஎச் செவிமுதற் கொண்டு, பெயர்த்து ஒற்றும்
காயாம்பூங் கண்ணிப் பொதுவன் தகை கண்டை
மேவார் விடுத்தந்த கூந்தற் குதிரையை
வாய் பகுத்து இட்டு, புடைத்த ஞான்று, இன்னன் கொல்
மாயோன் என்று; உட்கிற்று, என் நெஞ்சு.

குரவை ஆடுவோருடன் கூடி, ஆடிப் பாடித் தெய்வம் பரவுவோம் எனத் தோழி தலைவியை அழைத்தல்

ஆங்கு, இரும் புலித் தொழுதியும் பெருங் களிற்றினமும்
மாறுமாறு உழக்கியாங்கு உழக்கி, பொதுவரும்
ஏறு கொண்டு, ஒருங்கு தொழூஉ விட்டனர் - விட்டாங்கே
மயில் எருத்து உறழ் அணி மணி நிலத்துப் பிறழ -
பயில் இதழ் மலர் உண்கண்
மாதர் மகளிரும் மைந்தரும் மைந்து உற்றுத்
தாது எரு மன்றத்து அயர்வர், தழூஉ.
கொல் ஏற்றுக் கோடு அஞ்சுவானை மறுமையும்
புல்லாளே, ஆய மகள்.
அஞ்சார் கொலை ஏறு கொள்பவர் அல்லதை,
நெஞ்சிலார் தோய்த்தற்கு அரிய - உயிர் துறந்து -
நைவாரா ஆய மகள் தோள்.
வளியர் அறியா உயிர், காவல் கொண்டு.
நளிவாய், ஆய மகள் தோள்?
விலை வேண்டார், எம் இணைத்து ஆயர் மகளிர் -
கொலை ஏற்றுக் கோட்டிடை, தாம் வீழ்வார் மார்பின்
முலையிடைப் போல, புகின்.
ஆங்கு,
குரவை தழீஇ, யாம், மரபுளி பாடி,
தேயா விழுப் புகழ்த் தெய்வம் பரவுதும் -
மாசு இல் வான் முந்நீர்ப் பரந்த தொல் நிலம்
ஆளும் கிழமையொடு புணர்ந்த
எம் கோ வாழியர், இம் மலர் தலை உலகே!

பல பசுக்களுக்கு உரிமையுடையவரான பொதுவர்கள், கல்லிடத் தனவும் காட்டிடத்தனவும் ஆகிய மென்மையான கொன்றை, காயா, வெட்சி, பிடவம், முல்லை, கஞ்சங்குல்லை, குருந்தம்,

கோடல், பாங்கர் முதலிய மலர்களாற் செய்த கண்ணிகளைச் சூடிய வராக வந்து கொண்டிருந்தனர். அவர்கள் விரைந்து வந்து ஏறு தழுவுதலைக் காண விரும்பிய ஆயர்மகளிர் பலரும், பரண்களிலே முற்படவே வந்து அமர்ந்தனர். முல்லை முகையும் மயிற்பீலிக் கொழுந்தும் வரிசைப்படுத்தியது போன்ற பல் வரிசையும், குளிர்ந்த நோக்கும், மடப்பம் பொருந்திய சொல்லும் உடையவரான அந்த ஆயமகளிர், காதுகளிலே பொன்னாற் செய்த மகரக் குழைகளை யும் அணிந்து கொண்டிருந்தனர்.

ஏறுகள் திரண்டிருந்த தொழுவோ ஒரே புழுதிப் படலத்தின் இடையே விளங்கிற்று. பெருமழை பெய்து எங்கும் வெள்ளமான காலத்திலே, மலைக்குகையிலே சிங்கமும் குதிரையும் யானை களும் முதலைகளும் ஒருங்கே சேர்ந்திருந்தால் எப்படியோ, அப்படிப்பட்ட ஆரவாரத் துடன் எருதுகள் யாவும் பயங்கரமாகச் சுற்றிச் சுழன்று திரிந்தன. ஓர் எருது கருமை நிறமாக வெள்ளைக் கால்களுடன் காணப்பட்டது. மற்றொன்று அந்தி வானம் போலச் சிவந்த உடலில் புள்ளியுடன் விளங்கிற்று. மற்றொன்று சிவனணிந்த பிறை போல் வளைந்த கொம்புடைய தாயிருந்தது. இவற்றோடு வேறு பலவும் ஒன்றோடொன்று முக்காரமிட்டுச் சண்டையிட்டுக் கொண்டிருந்தன.

அத் தொழுவினுள், அவ்வேறுகளைத் தழுவிப் பற்றி வெற்றி கொள்ள விரும்பிக் குதித்த ஆயிரிளைஞரை. அவை தெரிந்து, தம் கொம்புகளால் குத்தின. அவ்வாறு அவ்வேறுகள் குத்தின காட்சிகள் பயங்கரமானவை! இறைவனின் பிறையிலே சூடிய சிவந்த மாலை யைப் போலப், பகையான எருதுகளை விரும்பிச் சென்று போக்கு வனவாகிய ஏற்றினங்கள், குருதி தோய்ந்த கொம்புகளிற் குடர்கள் சுற்றியிருக்க விளங்கின. அப்படி நின்ற ஏற்றின் முன்னர், அஞ்சாது சென்று, நின்று, அக்குடரை வாங்கித் தன் வயிற்றிலே இடுபவன் றன்னைப் பார். சிவந்த நூற்கழியை ஒருவன் இரண்டு கைகளிலும் பிடித்துக் கொள்ள, அந்நூலை மூன்று வடமாக நூற்கின்றவனைப் போலத் தோன்றுகின்றானே! அவன் பெருமைதான் என்னேடி!

போர்க்குணம் உடைய ஏற்றின் கழுத்திலே பாய்ந்து அதில் இட்ட மாலைபோலே தழுவிக் கிடப்பவனைப் பாரடீ! அவன் எருமைத் திரளுக்கு உரிய ஆயனல்லவோ! எனவே, இனி அவன் அதை விடமாட்டான். தோழி! இதோ இஃதொன்று கண்டாயோ? இவன் ஒருவன், கோவினத்தாயர் மகன் அல்லனோ? மறையேற்றின்

மேலிருந்து ஆடிவிட்டுத் தெப்பத்திற் கிடந்து அதனைத் தள்ளுவது போல, ஏற்றின் மேலிருந்து தழுவிக் கொண்டிருக்கின்றானோ? இவன் தன் முயற்சியைக் கைவிடான்!

பார்த்துக் கொண்டிருப்பவளே! காற்றுப் போல வந்து விரைந்த காரி ஏற்றை, பலரும் வந்து பொருதுகின்ற களத்திலே முழுவதும் வலியடங்குமாறு வருத்தி, அதன்மேல் தோன்றி நிற்கும் பொதுவனின் சிறப்பைக் காணடீ! எருமை ஏற்றிற்கு உரியோனாகிய கூற்றுவனின் நெஞ்சத்தைக் காலாலுதைத்துச் சீற்றமோடு சிவனார் அந்நாளிற் பிளந்தபோது, இப்படித் தானிருந்தாரோ? அதைக் கண்டு, என் நெஞ்சமும் திடுக்குற்றதேடீ!

புள்ளி செறிந்த வலிய வெள்ளை ஏற்றைத் திங்களிலே மறுப்போலத் தழுவி ஒருவன் நிற்பதைக் காணடீ! இவன் ஒருவன்! ஆட்டினம் உடைய ஆயர்மகன் அல்லனோ!

கட்டுக்கடங்காத வேகத்துடன் வெவ்விதாகத் தன்மேற் சென்ற சிவந்த ஏற்றினைச் செவியடியிற் பற்றிக்கொண்டு, அதனைப் புரட்டி வென்று நிற்கும் காயாம் பூக்கண்ணி சூடியவனைப் பாரடீ! ‘பகைவர் விடுத்த கூந்தற் குதிரையை வாயைப் பிளந்து கொன்ற காலத்திலே, நம் மாயவனும் இப்படித்தான் இருந்திருப்பானோ?’ என்று, என் நெஞ்சம் நடுங்குகின்றதடீ!

இப்படியாக, அங்கே கொடிய புலிக்கூட்டமும், பெருங் களிற்றினமும் மாறுமாறு தம்முள் புரண்டு புரண்டு போரிட்டன போல, ஏறுகளும் பொதுவரும் போரிட்டனர். ஏறு தழுவி வெற்றி கொண்ட பொதுவரனைவரும் ஒருங்கே தொழுவைவிட்டு வெளி வந்தனர். வந்த பின்னர், அங்கே, மயிற் கழுத்திலே புரளும் அழகிய மணி நீலத்தையும் மாறுபடும் மையுண்ட கண்ணினரான, அவர் காதல் கொண்ட மகளிரும், மைந்தரும் காதற் பெருக்காலே மன வலியுற்றுப், பூந்தாதாகிய தாது எருவாக வீழ்ந்து கிடக்கின்ற மன்றத்திற் சென்று, ஒருவரையொருவர் தழுவியாடும் கூத்தினை யாடுகின்றனர். ‘அங்கே யாமுஞ் சென்றாடுவோம் வா’வென ஒருத்தியழைக்க, மகளிர் இருவரும் அங்கே சென்றனர்.

‘‘கொல்லேற்றின் கொம்புக்கு அஞ்சுகின்றவனை, மறுமை யிலும் ஆயமகள் தழுவமாட்டாள்’’.

‘அஞ்சாதவராகக் கொல்லேற்றைத் தழுவிக் கொள்பவரை யல்லாமல், அத்தகைய நெஞ்சில்லாதவர் தழுவுவதற்கு அரியன

ஆயமகள் தோள்கள். அவர்கள், ஏன் வீணே காமத்தால் உயிர் துறந்து நைவதற்கு முயல்கின்றனர்?'

'காற்றுப் போலப் போயிவிடுவது உயிர்' என்றறியாமல், உயிரைக் காவல் காக்கும் அச்சங் கொண்டு, ஏற்றின் மருப்பிற்கு அஞ்சியிருக்கும் நெஞ்சினார் தழுவுவதற்கு, அத்துணை எளியவோ, ஆயமகள் தோள்கள்?

'எம் இனத்து ஆயர் முலைவிலை வேண்டமாட்டார்கள். ஆனால், கொல்லேற்றுக் கொம்பினிடையினைத், தாம் காதலிக் கும் பெண்களின் முலையிடையே போலக் கருதி, ஆர்வமுடன் வீழ்ந்து தழுவினால், அவனையே தம் மகட்கேற்றவனாகக் கருதுவார்கள்.

அங்கே, குரவையை யொட்டியே யாம் எம் மரபுகளைச் சுட்டிப்பாடத், தேயாத புகழையுடைய தெய்வத்தைப் போற்றுவோ மாக. மாசற்ற அழகிய கடலிடத்தே பரந்து கிடக்கின்ற பழைய நாட்டை, ஆளும் உரிமையோடு வந்து ஆட்சி செய்கின்ற எங் கோமானான பாண்டியன், இவ்வகன்ற உலகிலே என்றென்றும் நிலைபெற்று வாழ்வானாக!

சொற்பொருள் : 4. கல்ல - மலையில் மலர்வன. கடத்த - காட்டில் மலர்வன. கண்ணி - தலைமாலை. 5. பொதுவர் - ஆயர். கதழ் - சினம். விடைகோள் - ஏறு தழுவல். 6. முருந்து - மயில் இறகின் முளை. 9. மிடை - பரண். 26. உருவ - செந்நிற. 27. வலந் தன - பிணிப்புண்டன. 28. பீடு - பெருமை. 32. இகுளை - தோழி. கண்டை- காண்பாய். ஒத்தன் - ஒருத்தன் என்பதன் மரூஉ 35. தார் - மாலை. 37. கோவினம் - பசு. 38. அம்பி - தெப்பம். 39. ஊர்வான் - செலுத்துவான். 41. ஊற்றுக் களம் - ஊரார் ஒன்று கூடும் ஊர்மன்று. 45. கூற்று - கொலைத் தொழில் மேற்கொண்ட சிவன். உட்குதல் - நடுங்குதல். 47. புல்லினம் - ஆடு. 48. அம்புடை - அழகிய பக்கத் தில். 50. உருத்து - கோபித்து. 51. சே - செவ்வெருது. 53. கூந்தல் - தலைமயிர்; அல்லது கேசி எனும் பெயருடையான். மேவார் - பகைவர்.

4. ஊராரை உச்சி மிதித்து!

(ஆயமகள் ஒருத்தி ஆயமகன் ஒருவனைக் காதலித்தாள். களவிலே அவனுடன் கூடி உறவாடினாள். அதனால் ஊரலர் எழுந்தது. அவன், 'ஏறு தழுவித் தன்னை மணந்து கொள்வானா?' எனத் துடித்தாள். அந்த இன்ப நாளும் வந்தது. வெற்றி வீரனுக்கு அவளை மணம் செய்து தரவும்

இசைந்தனர் அவள் தமர். அப்பொழுது, அவள், 'இனி இவ்வூரார் என்ன சொல்லுவர்?'' என்று, செருக்குடன் தன் தோழிபாற் கூறுகின்றாள்)

ஏறு தழுவுதலும், பின்னர் ஆயரும் ஆய்ச்சியரும் குரவை ஆடுதலும் பற்றித் தலைவிக்குத் தோழி கூறுதல்

மலி திரை ஊர்ந்து தன் மண் கடல் வௌவலின்,
மெலிவு இன்றி, மேல் சென்று மேவார் நாடு இடம்பட,
புலியொடு வில் நீக்கி, புகழ் பொறித்த கிளர் கெண்டை,
வலியினான் வணக்கிய, வாடாச் சீர்த் தென்னவன்
தொல் இசை நட்ட குடியொடு தோன்றிய
நல் இனத்து ஆயர், ஒருங்கு தொக்கு, எல்லாரும்
வான் உற ஓங்கிய வயங்கு ஒளிர் பனைக்கொடிப்
பால் நிற வண்ணன் போல் வழி தீர்ந்த வெள்ளையும்,
பொரு முரண் மேம்பட்ட பொலம் புனை புகழ் நேமித்
திரு மறு மார்பன் போல் திறல் சான்ற காரியும்,
மிக்கு ஒளிர் தாழ் சடை மேவரும் பிறை நுதல்
முக்கண்ணான் உருவே போல் முரண் மிகு குராலும்,
மா கடல் கலக்குற மா கொன்ற மடங்காப் போர்
வேல் வல்லான் நிறனே போல் வெரு வந்த சேயும், ஆங்கு அப்
பொரு வரும் பண்பினவ்வையும், பிறவும் -
உருவப் பல் கொண்மூக் குழீஇயவை போல,
புரிபு புரிபு புகுத்தனர், தொழூஉ.
அவ் வழி, முள் எயிற்று ஏள் இவளைப் பெறும், இது ஓர்
வெள் ஏற்று எருத்து அடங்குவான்.
ஒள்ளிழை வாருறு கூந்தல் துயில் பெறும், வை மருப்பின்
காரி கதன் அஞ்சான் கொள்பவன் - ஈர் அரி
வெரூஉப் பிணை மான் நோக்கின் நல்லாட் பெறூஉம், இக்
குரூஉக் கண் கொலை ஏறு கொள்வான் - வரிக் குழை
வேய் உறழ் மென் தோள் துயில் பெறும், வெந் துப்பின்
சேஎய் சினன் அஞ்சான் சார்பவன் - என்று ஆங்கு
அறைவனர், நல்லாரை, ஆயர் முறையினால்,
நாள்மீன் வாய் சூழ்ந்த மதி போல், மிடைமிசைப்
பேணி நிறுத்தார் அணி.
அவ் வழி, பறை எழுந்து இசைப்ப, பல்லவர் ஆர்ப்ப,
குறையா மைந்தர் கோள் எதிர் படுத்த
நறை வலம் செய விடா இறுத்தன ஏறு.
அவ் ஏற்றின்
மேல் நிலை மிகல் இகலின், மிடை கழிபு இழிபு, மேற்சென்று,

வேல் நுதி புரை விறல் திறன் நுதி மருப்பின் மாறு அஞ்சான்,
பால் நில வெள்ளை எருத்தத்துப் பாய்ந்தானை 35
நோனாது குத்தும் இளங் காரித் தோற்றம் காண் -
பால் மதி சேர்ந்த அரவினைக் கோள் விடுக்கும்
நீல் நிறை வண்ணனும் போன்ம்.
இரிபு எழுபு அதிர்பு அதிர்பு இகந்து உடன் பலர் நீங்க,
அரி பரிவு இறுபு இறுபு குடர் சோரக் குத்தி, தன் 40
கோடு அழியக் கொண்டானை ஆட்டித் திரிபு உழக்கும்
வாடா வெகுளி எழில் ஏறு - கண்டை, இஃது ஒன்று
வெரு வரு தூமம் எடுப்ப, வெகுண்டு
திரிதரும் கொல் களிறும் போன்ம்.
தாள் எழு துணி பிணி இசை தவிர்பு இன்றித் தலைச் சென்று, 45
தோள் வலி துணி பிணி, துறந்து இறந்து எய்தி, மெய் சாய்ந்து,
கோள் வழுக்கித் தன் முன்னர் வீழ்ந்தான்மேல் செல்லாது,
மீளும் புகர் ஏற்றுத் தோற்றம் காண் - மண்டு அமருள்,
வாள் அகப்பட்டானை, ஒவ்வான் எனப் பெயரும்
மீளி மறவனும் போன்ம். 50
ஆங்க, செறுத்து அறுத்து உழக்கி ஏற்று எதிர் நிற்ப,
மறுத்து மறுத்து மைந்தர் சார,
தடி குறை இறுபு இறுபு தாயின கிடப்ப,
இடி உறழ் இசையின் இயம் எழுந்து ஆர்ப்ப
பாடு ஏற்றுக் கொள்பவர், பாய்ந்து மேல் ஊர்பவர், 55
கோடு இடை நுழைபவர், கோள் சாற்றுபவரோடு
பரிபு மேல் சென்ற நூற்றுவர் மடங்க,
வரி புனை வல்வில் ஐவர் அட்ட
பொரு களம் போலும், தொழூஉ.
தொழுவினுள் கொண்ட ஏறு எல்லாம் புலம் புக, தண்டாச் சீர், 60
வாங்கு எழில், நல்லாரும் மைந்தரும், மல்லல் ஊர்
ஆங்கண் அயர்வர், தழூஉ.

தலைவியையும் ஆயத்தையும் தன்னுடன் பாடத் தோழி அழைத்தல்

பாடுகம், வம்மின் - பொதுவன் கொலை ஏற்றுக்
கோடு குறி செய்த மார்பு.

தலைவி

நெற்றிச் சிவலை நிறை அழித்தான் நீள் மார்பில், 65
செற்றார் கண் சாய, யான் சாராது அமைகல்லேன்;
பெற்றத்தார் கவ்வை எடுப்ப, அது பெரிது

உற்றீயாள், ஆயர் மகள்.
தொழீஇஇ! - ஒருக்கு நாம் ஆடும் குரவையுள், நம்மை
அருக்கினான் போல் நோக்கி, அல்லல் நோய் செய்தல்,
குரூஉக் கண் கொலை ஏறு கொண்டேன், யான் என்னும்
தருக்கு அன்றோ - ஆயர் மகன்?

தோழி

நேரிழாய்! கோள் அரிதாக நிறுத்த கொலை ஏற்றுக்
காரி கதன் அஞ்சான் பாய்ந்த பொதுவற்கே,
ஆர்வுற்று, எமர், கொடை நேர்ந்தார் - அலர் எடுத்த
ஊராரை உச்சி மிதித்து.
அங்கு,
தொல் கதிர்த் திகிரியாற் பரவுதும் - ஒல்கா
உரும் உறழ் முரசின் தென்னவற்கு
ஒரு மொழி கொள்க, இவ் உலகு உடன்! எனவே.

முற்காலத்தே கடலலைகள் மிக்குப் பொங்கி எழுந்தன; பாண்டியனின் நாட்டை விழுங்கின. அதனால் பாண்டியன் தளர்ந்துவிடவில்லை. தன் நாட்டை விரிவாக்கும் பொருட்டுத் தன்னுடன் பகைகொண்டிருந்த சேரசோழ நாடுகளை வென்று, அவற்றின் பகுதிகளைச் சேர்த்துப் புதிய பாண்டிய நாட்டைக் கண்டான். தான் வென்ற பகுதிகளிலிருந்து புலி வில் கொடிகளைப் போக்கி, அங்கெல்லாம் கயற் கொடியினைப் பறக்கச் செய்தான். தன் ஆற்றலினால், இயற்கையின் கொடுமையையும் வென்றுவிட்ட வாடாத சீருடையவன் தென்னவனாகிய அப் பாண்டியன். அவனுடைய பழைய புகழை நிலை பெறுத்திய பல குடிகளோடு, தாமும் புகழுடன் விளங்கிய நல்ல இனத்தோர்கள் ஆயர்கள். அவர்கள் எல்லாரும் ஒரு நாள் ஒன்றாகக் கூடினர்:-

பனைக் கொடியோனான பலராமனைப் போல வெள்ளை வெளேறென்றிருந்தது ஓர் எருது. போர்க்குணம் மிகவும் உடையதான மற்றொன்று, திருமாலைப் போலக் கன்னங்கரேலென்று இருந்தது. மற்றொன்று, முக் கண்ணனான சிவபிரானுடைய மேனியைப் போலச் செக்கச் செவேலென்றிருந்தது. இன்னொன்று, கடல் கலங்கச் சென்று சூரனைவென்ற வேலேந்திய முருகனின் நிறம் போல இளஞ்சிவப்பு நிறமுடன் விளங்கிற்று. இப்படியாகப் பொருதற்குணம் உள்ளனவும் இல்லாதனவுமான பல எருதுகளையும், மேகங்கள் திரண்டெழுந்து முழங்குவன போல முக்காரமிட்டு அவை திரளும்படியாகத் தொழுவினுள் போகவிட்டனர்.

அவ்விடத்திலே:-

'இஃது ஓர் வெள்ளை நிற எருது; இதன் கழுத்தை அணைத்து அடக்குபவன், முள் எயிற்று அழகியான இவளை மனைவியாகப் பெறுவான். கூரிய கொம்பினையுடைய கரிய ஏற்றினது சினத்துக்கும் அஞ்சாது, அதனைத் தழுவியடக்குபவன், இந்த ஒள்ளிழையின் வாருதலுள்ள கூந்தலிலே துயிலுகின்ற பேற்றைப் பெறுவான். குரால் நிறத்தவாகிய கண்களை உடைய கொலைக் குணமுடைய ஏற்றைத் தழுவுபவன், மான்பிணை நோக்குப் போற் கண்களுடைய இந்த நல்லவளைப் பெறுவான். கொடிய வலிமையுடைய செவலை எருதை அஞ்சாது சென்று அடக்குபவன், வரி பொருந்திய குழையும், வேய் போன்ற தோளும் உடைய இவளுடன் துயில் தலைப் பெறுவான்'.

என்று, நல்லாயர், தமக்குரிய முறைப்படி அறிவித்து, விண் மீன்கள் சூழ விளங்கும் மதிபோலத் தத்தம் மகளிரையும் தோழிப் பெண்கள் சூழப் பரண்களிலே ஒப்பித்து நிறுத்தினர்.

அப்பொழுது பறைகள் மிகுந்த ஓசையுடன் முழங்கின; பலரும் ஆரவார ஒலி செய்தனர். குறையாத வலியுடைய பொதுவர்கள், ஏறு தழுவிக் கொள்ள எதிராகக் காத்து நின்றனர். புகைவலம் விடப்பட்டு நின்ற ஏறுகள், கூக்குரல் பறை முழக்கம் முதலியவையாற் சினந்து, அப்பொதுவர்கள் மேலே சீறிப்பாய்ந்தன. (இந்தக் காட்சியை ஒருத்தி தன் தோழிக்குக் காட்டி விளக்குகிறாள்)

ஒரு மாட்டின் மீது தாவி ஏறிய ஒருவன், மேலே இருப்பது மிகவும் கடினமாயிருந்ததால், அங்கிருந்தும் இறங்கி, மேலுஞ் சென்று, அந்த மாட்டின் கொம்புகள் வேல் நுனி போலக் கூரிய வாய் இரந்தும் அஞ்சாதவனாக, அந்த வெள்ளையின் கழுத்திலே பாய்ந்து அணைத்துத் தழுவினான். அவனை, அண்மையிலிருந்து இளங்காரி இடைவிடாது குத்தும் தோற்றத்தைப் பாரடீ! நிலவை விழுங்க முயன்ற பாம்பினை விடுவிக்கும் நீலநிற வண்ணனைப் போல் இருக்கின்றதன்றோ!

எழுந்தெழுந்து வந்த பலரும் அதிர்ந்ததிர்ந்து உடனே ஓடிப் போகுமாறு, எலும்புகள் முறியவும், குடர்கள் சரியவுமாகக் குத்திப் பின்னர் தன் கொம்பின் வலிமை யழியுமாறு தழுவிக் கொண்டிருந் தவனையும், அங்குமிங்குமாக ஆட்டி அலைத்துத் திரிந்து வருந் தும், சினங் குறையாத அந்த ஏற்றைப் பார்த்தாயோடீ! வெருவுதல் வருவதற்குக் காரணமான புகையைக் கையிலே எடுத்து வரக் கண்ட

கொல்களிறு, அதன் வாடைக் குட்படாமல் வெகுண்டு விலகித் திரிவது போலிருக்கின்றதன்றோ?

ஏறு தழுவும் ஆற்றலும் ஆசையும் உடையவனாயிருந்தாலும், அந்த முறையறியாது சென்ற ஒருவன், புகர் நிற ஏற்றைத் தழுவ முயன்று, இயலாது சாய்ந்து நிலத்திலே வீழ்ந்தான். அவன் நிலையைக் கண்ட அந்த எருது, தன் முன்னே புண்பட்டு வீழ்ந்தவன் ஆதலின், அவன்மேற் செல்லாது திரும்பிவிடும் தோற்றத்தைக் காணடீ! மிகுந்த கொடும்போரிலே, வாள் எல்லையில் வந்து அகப்பட்ட ஒருவனைக் கூட, 'என் நிலைக்குத் தகுதியற்றவன் இவன்; இவனைக் கொல்லேன்' என விட்டுச் செல்லும், மறவர் தலைவனைப் போன்றிருக்கின்றதல்லவோ?

கொம்பு, மார்பிலே படுதலை மார்பு கொடுத்து ஏற்றுக்கொள்பவர் சிலர்; கொம்பின் மேலே பாய்ந்து ஏறுபவர் சிலர்; கொம்பினிடையிலே புகுபவர் சிலர்; 'ஏறு கொள்ள வல்லேன்' என்று சாற்றுபவர் சிலர். இப்படியாகப் பொதுவர் பலரும் அங்கே விளங்கினர். ஏறுகளோடு பொருது, பின்பும் பொருதற்கு முயல்பவரைத் தடுத்து நிறுத்த முயல்வார் சிலர். அவரையும் விலக்கி விலக்கி அவர் சென்று தழுவுவர். ஏறு தழுவுதலினால் முறிந்து முறிந்து, அற்றுப் பறந்த தசைகள், எங்கும் பரவிக் கிடந்தன.

இடி முழக்கம் போன்று ஏறுகள் முக்காரமிட்டு முழங்கின வாத்தியங்கள் ஆரவாரித்தன. இத்தன்மைகளால், அத்தொழு, துரியோதனாதியர்க்கும் பாண்டவர்க்கும் இடையே நடந்த பாரதப் போர்களத்தைப் போலப் பயங்கரமாக விளங்கிற்று.

தோழி : 'தொழுவினுள் விட்ட ஏறுகள் எல்லாம் மேய்ச்சலுக்குப் போக, அமையாத சீரும் கண்கவரும் அழகும் உடைய ஆயர் மகளிரும் மைந்தரும், வளமிகுந்த ஓரிடத்தே சென்று தழுவிக் குரவையாடுவர். பொதுவனுடைய, கொல்லேற்றறுக் கொம்பு வடுச் செய்த மார்பினைப் போற்றிப் பாடுவோம் வாருங்களடீ' என்றாள் தலைவியிடம்.

தலைவி : நெற்றிச் செவிலையின் ஆற்றலை அழித்தவனின் பரந்த மார்பிலே, முன்பு இகழ்ந்தவரின் கண்கள் சாயுமாறு, யான் தழுவாது அமைந்திருக்க மாட்டேன். ஆய்ச்சியர் அலர் எடுக்கட்டும்; இந்த ஆயர் மகள் அதனை இனிப் பெரிதாக எண்ணவே மாட்டாள்.

தோழீ! நாமெல்லாரும் ஒருங்கேயாடும் இக்குரவைக் கூத்தினுள், நம்மை அருக்கினான் போலப் பார்த்து, நமக்கு வருத்தமுறும்

நோயைச் செய்தானே, அது 'கருங்கண்ணுடைய கொலை ஏற்றத்தைத் தழுவி யான் உன்னைக் கைக் கொண்டேன்' என்னும் தருக்கு அல்லவோ? பாரடீ அந்த ஆயர் மகனை!

தோழி: ஒத்த இழையினையுடையவளே! பிறராற் கொள்ளுதல் அரிதாக நின்ற கொல்லேறான காரியின் சினத்திற்கு அஞ்சாது பாய்ந்த பொதுவனுக்கே, ஆர்வமுடன் எம்மவரும் நின்னைக் கொடுக்க முடிவு செய்தனர். அவர் தூற்றிய ஊராரின் உச்சியிலே மிதித்தது போலல்லவோ செய்தனர்! இனி, ஏனடீ நீயும் வருந்துகிறாய்?

'கெடாத உருமேற்றை (இடி)யும் விடப் பெரிது முழங்கும் முரசினையுடைய பாண்டியனுக்கே இவ்வுலகு சேர்வதாக!

அவனுடைய ஒரு மொழியையே அனைத்துலகும் கேட்பதாக!' இவ்வாற கூறுவோம். பழையதாகிய கதிரையுடைய சக்கரப் படையானான திருமாலைப் போற்றுவோம். நீயும் வருக!

குறிப்பு : குரவை முடிவிலே, மணம் உறுதிபெற்ற ஆயர் மகளிர், நாட்டையும் மன்னனையும் வாழ்த்தித் திருமாலை வழிபடச் செல்லுகின்றனர்.

சொற்பொருள் : 4. வணக்கிய - வெற்றிகொண்ட. திருமறு - திருமகளாகிய மறு. திறல்சான்ற - பலம் பொருந்திய. 15. குரால் - கருமை கலந்த பொன்றி எருது. 16. கொண்மூ - மேகம். 23. குரூஉக் கண் - செந்நிறக்கண். 24. வெந்துப்பு - கொடிய பலம். 51. நறை - நறுமணப்புகை. 34. புரை - ஒத்து. மாறு அஞ்சான் - மாறுபாட்டிற்கு அஞ்சனாய். 40. அரிபு - (எலும்பு) முறித்து. இறுபு - (குருடர்கள்) அற்று. 41. திரிபு - திரிந்து உழக்கும் - அலைக்கழிக்கும். 42. வாடில் - என்றும் குறையாத. 50. மீள மறவன் - கூற்றுவனை ஒத்த வீரன். 53. தடிகுறை - தசைப் பிண்டங்கள். இறுபு - அற்று. தாயின - பரவின. 62. சிவலை - சிவந்த சுட்டி. 56. செற்றார் - பகைத்து அலர் கூறுவார். 68. உற்றீயாள் - வருந்தாள். 70. அருக்குதல் - வருத்துதல். அல்லல் - துன்பம் தரும். 73. கோள் - அடக்குதல்; கொள்ளல் அரிதாக - அரிது என்று கூறி.

5. நெஞ்சம் சென்றதடீ!

(ஆயர்கள் ஏறு தழுவும் விழாவிற்கு ஏற்பாடு செய்யு முன்னர், 'தம் அரசனான பாண்டியனின் வளம் பெருகுக' எனத் தெய்வ வழிபாடு செய்கின்றனர். பின்னர், ஏறு தழுவுதல் முறையே நடைபெறுகிறது. காதல்

கனியத் தலைவனின் ஆற்றலைக் கண்டு களிக்கிறாள் ஒரு தலைவி. இருவருக்கும் மணம் உறுதி யென்ற பின்னர், அனைவரும் மீண்டும் பாண்டியனை வாழ்த்திக் குரவையாடுகின்றனர்.)

ஏறு தழுவிய வாற்றைத் தோழி
தலைவிக்குக் காட்டிக் கூறுதல்

அரைசு படக் கடந்து அட்டு, ஆற்றின் தந்த -
முரைசு கெழு முது குடி முரண் மிகு செல்வற்கு
சீர் மிகு சிறப்பினோன் தொல் குடிக்கு உரித்து எனப்
பார் வளர், முத்தமொடு படு கடல் பயந்த
ஆர் கலி, உவகையர் ஒருங்கு உடன் கூடி, 5
தீது இன்று பொலிக! எனத் தெய்வக் கடி அயர்மார்,
வீவு இல் கடிப் பின் இருங் குடி ஆயரும்,
தா இல் உள்ளமொடு துவன்றி, ஆய்பு உடன்,
வள் உருள் நேமியான் வாய் வைத்த வளை போலத்
தெள்ளிதின் விளங்கும் சுரி நெற்றிக் காரியும், 10
ஒரு குழையவன் மார்பில் ஒண் தார் போல் ஒளி மிகப்
பொரு அறப் பொருந்திய செம் மறு வெள்ளையும்,
பெரும் பெயர்க் கணிச்சியோன் மணி மிடற்று அணி போல
இரும் பிணர் எருத்தின் ஏந்து இமில் குராலும்,
அணங்குடை வச்சிரத்தோன் ஆயிரம் கண் ஏய்க்கும் 15
கணம் கொள் பல் பொறிக் கடுஞ் சினப் புகரும்,
வேல் வலான் உடைத் தாழ்ந்த விளங்கு வெண் துகில் ஏய்ப்ப
வாலிது கிளர்ந்த வெண் காற் சேயும்,
கால முன்பின் பிறவும், சால
மடங்கலும், கணிச்சியும், காலனும், கூற்றும், 20
தொடர்ந்து செல் அமையத்துத் துவன்று உயிர் உணீஇய,
உடங்கு கொட்பன போல் புகுத்தனர், தொழூஉ.
    அவ்வழி,
கார் எதி கலி ஒலி கடி இடி உருமின் இயம் கறங்க,
ஊர்பு எழு கிளர்பு உளர் புயல் மங்குலின் நறை பொங்க, 25
நேர் இதழ் நிரை நிரை நெறி வெறிக் கோதையர் அணி நிற்ப,
சீர் கெழு சிலை நிலைச் செயிர் இகல் மகுதியின், சினப் பொதுவர்
தூர்பு எழு துதை புதை துகள் விசும்பு உற எய்த,
ஆர்ப்பு, உடன் பாய்ந்தார், அகத்து
மருப்பில் கொண்டும், மார்பு உறத் தழீஇயும், 30
எருத்திடை அடங்கியும், இமில் இறப் புல்லியும்,
தோள் இடைப் புகுதந்தும், துதைந்து பாடு ஏற்றும்,

நிரைபு மேல் சென்றாரை நீர் மருப்பு உறச் சாடி,
கொள இடம் கொள விடா நிறுத்தன, ஏறு.
கொள்வாரைக் கொள்வாரைக் கோட்டுவாய்ச் சாக்குத்தி,
கொள்வார்ப் பெறாஅக் குரூஉச் செகில் காணிகா -
செயிரின் குறை நாளால் பின் சென்று சாடி,
உயிர் உண்ணும் கூற்றமும் போன்ம்!
பாடு ஏற்றவரைப் படக் குத்தி, செங் காரிக்
கோடு எழுந்து ஆடும் கண மணி காணிகா -
நகை சால் அவிழ் பதம் நோக்கி, நறவின்
முகை சூழும் தும்பியும் போன்ம்!
இடைப் பாய்ந்து எருத்தத்துக் கொண்டானோடு எய்தி,
மிடைப் பாயும் வெள் ஏறு கண்டைகா -
வாள் பொரு வானத்து, அரவின் வாய்க் கோட்பட்டுப்
போதரும் பால் மதியும் போன்ம்!
ஆங்க, ஏறும் பொதுவரும் மாறுற்று, மாறா
இரு பெரு வேந்தரும் இகலிக் கண்ணுற்ற
பொரு களம் போலும், தொழூஉ.

தோழி தன் நெஞ்சோடே தலைவி விரும்பக் கூறியது

வெல் புகக் உயர் நிலைத் தொல் இயல், துதை புதை துளங்கு இமில்
நல் ஏறு கொண்ட, பொதுவன் முகன் நோக்கி,
பாடு இல, ஆய மகள் கண்.

தலைவியை நோக்கித் தோழி கூறுதல்

நறுநுதால்! என் கொல் - ஐங் கூந்தல் உளர,
சிறு முல்லை நாறியதற்குக் குறு மறுகி,
ஒல்லாது உடன்று, எமர் செய்தார், அவன் கொண்ட
கொல் ஏறு போலும் கதம்?
நெட்டிருங் கூந்தலாய்! கண்டை, இஃது ஓர் சொல்;
கோட்டினத்து ஆயர் மகனொடு யாம் பட்டதற்கு
எம் கண் எமரோ பொறுப்பர், பொறாதார்
தம் கண் பொடிவது எவன்?

தலைவி

ஒண்ணுதால்!
இன்ன உவகை பிறிது யாது - யாய் என்னைக்
கண்ணுடைக் கோலள் அலைத்ததற்கு, என்னை

**மலர் அணி கண்ணிப் பொதுவனோடு எண்ணி,
அலர் செய்துவிட்டது இவ் ஊர்?
ஒன்றிப் புகர் இனத்து ஆய மகற்கு - ஒள்ளிழாய்!
இன்று எவன், என்னை எமர் கொடுப்பது - அன்று, அவன்
மிக்குத் தன்மேல் சென்ற செங் காரிக் கோட்டிடைப்
புக்கக்கால் புக்கது, என் நெஞ்சு?**

தோழி

**என,
பாடு இமிழ் பரப்பகத்து அரவணை அசைஇய
ஆடு கொள் நேமியாற் பரவுதும் - நாடு கொண்டு,
இன் இசை முரசின் பொருப்பன், மன்னி
அமை வரல் அருவி ஆர்க்கும்
இமையத்து உம்பரும் விளங்குக! எனவே.**

மாற்றாரின் அரசுகள் பட்டு வீழும்படியாக அவரைக் கொன்று, அரச நெறியாலே அவர்கள் செல்வங்களைக் கொண்டு வரும், தலைமைமிகுந்த சிறப்புக்களை உடையவன் பாண்டியன்! அவனுடைய பழைதாகிய குடிக்கு உரியதென்று கூறப்படும் பாண்டிய மண்டலத்து விளைவுகளும், கடல் தரும் முத்தும், பிறவும் என்றும் குறைவின்றிப் பெரு வேண்டும். முரண் மிகுந்த அரசர் களிடையே, 'சீர் மிகுந்த சிறப்பினோன்' அவன். 'அவன் வாழ்க!' என உள்ளத்திலே கொண்டு, தெய்வத்திற்குச் சிறப்புகளைச் செய்து, ஆயர்கள் வழிபட்டனர். புகழ்பெற்ற பாண்டிய நாட்டுக் குடிகளுள் ஒருவரான ஆயர், அதன்பின், ஆர்வமுடன் ஏறு தழு வுதல் விழாவுக்கானவற்றையும் செய்தனர்.

திருமாலின் சங்கம்போல நெற்றியிலே சங்கு வெள்ளைச் சுட்டியுடன் விளங்கிய கரிய ஏறு ஒன்று; பலராமன் மார்பிலே சிவந்த மாலை விளங்குவது போலச் சிவப்பு மறு விளங்கும் வெள்ளை நிற ஏறு ஒன்று; சிவபிரானின் நீலமணிக் கழுத்துப் போலத் தன் கழுத்தும் கபில நிறம் கொண்ட ஒன்று; ஆயிரங்கண் இந்திரன் போலப் பல புள்ளிகளுடன் விளங்கிய புகர் நிறத்து எருது ஒன்று; முருகன் அணிந்த வெள்ளைத் துகில்போல வெள்ளைக் கால்களையுடைய சிவந்த ஏறு ஒன்று; இவற்றுடன், இவை போலக் காலனது வலியுடைய பிறவும் ஒருங்கு சேரத், தொழுவுள் ஏறு களைப் போகவிட்டனர். ஊழியிறுதியிலே, தீயும், கணிச்சியும், காலனும், கூற்றவனும் உயிர்களை வாங்கச் சுழன்று சுழன்று ஒன்றாகத்

திரியுமாறு போல, அவை எல்லாம் தொழுவினுள் சுழன்று சுழன்று சுற்றிக் கொண்டிருந்தன.

அவ்வேளையிலே, மழைக்காலத்து இடிமுழக்குப் போன்று வாத்தியங்கள் சேர்ந்து ஒலித்தன. வானிலே மேகக்கூட்டம் செல்வன போலப் புகைப்படலமும் எழுந்தது. மாலையணிந்த ஆயர் மகளிர் வந்து நிரைநிரையாக நின்றனர். பொதுவர்கள் போர்ச் சினம் மூள வரும் ஆரவாரத்தால் எழுந்த புழுதிப்படலம், வானை எழுந்து முட்டியது. அவர்கள் தொழுவினுள் சீறிப் பாய்ந்தனர்.

அங்ஙனம் பாய்ந்து, ஏற்றின் கொம்பைப் பற்றி மார்புடன் தழுவிக் கொண்டனர் சிலர்; கழுத்திலே இறுகப் பற்றிக் கிடந்தனர் சிலர்; திமில் முறியும்படி தழுவினர் சிலர்; தோளுக்குள் கழுத்தைப் புகவிட்டுப் பிடித்தனர் சிலர்; கொம்புகள் தம் உடலின் மேல் படுவதை அஞ்சாது ஏற்றுக் கொண்டனர் சிலர். இவ்வாறு ஆயர் ஏறு தழுவுதலைத் தொடங்கியதும், ஏறுகளும் வாளாயிருக்க வில்லை. தம்மைப் பிடித்தவர்களை, ஒவ்வொன்றும் அலைத்தும் குத்தியும் வருத்திற்று. அந்த நிலையிலே, முதலிற் சென்றவனைக் குத்திக் கொன்றுவிட்டுப் பின்னும் யாவரும் அருகே செல்ல அஞ்சு மாறு செல்லும், செவலையைப் பாரடீ! சாவுவேளை நெருங்கிய வரிடம் கூற்றம் நெருங்குவது போலல்லவோ அது ஆயிரிளைஞரை நெருங்குவதும் தோன்றுகின்றது!

தன்னைத் தழுவியவனைச் சாவுமாறு குத்திய செங்காரி யானது, தன் கொம்புகளின் மேலே அவனைத் தூக்கி வைத்து ஆடுகின்றது. அதன் கழுத்து மணிகளைப் பாரடீ! குருதியிலே தோய்ந்த அவற்றை, முகையவிழ்ந்த நறவம் பூவென வண்டினம் சென்று மொய்ப்பதையும் காணடீ!

இடையே பாய்ந்து கழுத்தைத் தழுவிக் கொண்டவனோடு, பரணின்மீதும் தாவிப் பாய்கின்ற வெள்ளையைப் பாரடீ! கரும் பாம்பினால் சிறிதே விழுங்கப்பட்ட சந்திரன், வானத்திலே செல்வது போன்று அது விளங்குவதையும் காணடீ!

இவ்வாறு ஏறுகளும் பொதுவரும் தம்முள் கலந்து போரிட, அத்தொழுவானது, இருபெரு வேந்தர்கள் மாறுபட்டு எதிர்ப்பட்ட போர்க்களம் போலக் கொடியதாகக் காட்சியளித்தது.

(தோழி, இதுவரை தொழுவைக்கக்டி நிகழ்ச்சியைக் கூறினாள். இதன்பின், தன் நெஞ்சுடன் சொல்வது போலத் தலைவி கேட்கக் கூறுகிறாள்.)

கழுத்து முழுதையும் மறைக்கின்ற திமிலுடன் விளங்கும் நல்லேற்றைக் கொண்ட, பொதுவனின் முகத்தை நோக்கி நோக்கி, இந்த ஆயமகளின் கண்களும் இமையாதிருக்கின்றனவே!

நறுநுதலாளே! என் கூந்தலிலே கமழ்ந்த வெண்ணெய் மணம் ஒரு நாள் நீங்கி, முல்லை மணம் வீசுதலைக் கண்டதும், என் சுற்றத்தார் சினந்து எழுந்து கடிந்து கொண்டனரே! அஃது இக் கொல்லேற்றுச் சினம் போலிருந்ததடீ!

கறுத்து நீண்ட கூந்தலுடையவளே! இஃதோர் சொல்: இதனையும் எண்ணுவாய், எருமை இனத்தையுடைய ஆயர் மகனோடு யாம் கூடியதற்கு எம் சுற்றத்தார்கூடப் பொறுப்பார்கள்; பொறாத அயலார்களின் கண்கள் அனல் கக்குவது ஏனோடி!

தலைவி : ஒள்ளிய நுதலாய்! என் அன்னை என்னைக் கண்ணை ஒறுத்து நோக்கி வருந்தினாள். அதனைக் கண்ட இவ்வூர், 'மலரணி கண்ணிப் பொதுவனோடு தொடர்புடையேன் யான்' என்றெண்ணி, அலர் செய்துவிட்டது; அதுதான் ஏனோடி!

ஒள்ளிழாய்! அன்று, 'பசுத்திரளையுடைய ஆயர் மகனுக்கே நின்னைக் கொடுப்பேன்' என்றனரே? இன்று என் சுற்றத்தார் என்னைக் கொடுப்பதற்கு என்னடீ இருக்கிறது! தன்மேல் மிக்குச் சென்ற செங்காரிக் கொம்பிடையிலே அவன் புகுந்து தழுவினானே, அப்பொழுதே என் நெஞ்சமும் அவன்பாற் சென்று விட்டதேடீ!

''நீங்காத அருவிகள் முழங்கும் இமயத்திற்கு வடபால் உள்ள நாடுகளையும் வெற்றிகொண்டு, இன்னிசை முரசினனான நம் பாண்டியன், சிறப்புற்று விளங்குவா னாக!'' என்று முழங்கும் கடற் பரப்பிலே, அரவணையில் துயிலும் வெற்றிச் சக்கரத்தினை உடைய திருமாலைப் பாடிப் பாடிக் குரவையாடலாம் வாடீ!

சொற்பொருள்: 4. படுகடல் - ஒலிக்கும் கடல். 11. ஒளிதார் - ஒளி வீசும் மாலை. 12. பொருவு அற - ஒப்பின்றி, மிடறு - க்ழுத்து. 20. மடங்கல் - ஊழித்தீ. கணிச்சி - அழிக்கும் படை கூற்று - காலனின் ஏவலாளன். இயம் - பறைகள். கறங்க - ஒலிக்க. 25. நறை - புகை. 26. வெறி - மணம். 32. துதைந்து - நெருங்கி. 33. நிரைபு - வரிசையாக. 36. குரூஉச் செகில் - சிவந்த எருது. 37. குறை நாள் - உயிர் குறையும் நாள். 58. பட்டதற்கு - கூடியதற்கு. 60. பொடிதல் - தீய்தல். 71. பாடிமிழ் பரப்பகம் - ஒலிக்கும் கடல் சூழ்ந்த உலகம்.

6. முலை வேது ஒற்றுவோம்!

(ஆயல் மகளிர், 'கொல்லேறு தழுவிவரும் இளைஞனே தமக்கு ஏற்றவ'னென, அதுபற்றி உரையாடி மகிழும் இனிய காட்சிகள்.)

ஏறு கோடல்

கழுவொடு சுடு படை சுருக்கிய தோற்கண்,
இமிழ் இசை மண்டை உறியொடு, தூக்கி,
ஒழுகிய கொன்றைத் தீம் குழல் முரற்சியர்,
வழூஉச் சொற் கோவலர், தத்தம் இன நிரை
பொழுதோடு தோன்றிய கார் நனை வியன் புலத்தார்.   5
    அவ்வழி,
நீறு எடுப்பவை, நிலம் சாடுபவை,
மாறு ஏற்றுச் சிலைப்பவை, மண்டிப் பாய்ப்பவையாய் -
துளங்கு இமில் நல் ஏற்றினம் பல - களம் புகும்
மள்ளர் வனப்பு ஒத்தன.   10
தாக்குபு தம்முள் பெயர்த்து ஒற்றி, எவ் வாயும்,
வை வாய் மருப்பினான் மாறாது குத்தலின்,
மெய் வார் குருதிய, ஏறு எல்லல் - பெய் காலைக்
கொண்டல் நிரை ஒத்தன.
    அவ் ஏற்றை,   15
பிரிவு கொண்டு, இடைப் போக்கி இனத்தோடு புனத்து ஏற்றி
இரு திறனா நீக்கும் பொதுவர் -
உரு கெழு மா நிலம் இயற்றுவன்,
விரி திரை நீக்குவான், வியன் குறிப்பு - ஒத்தனர்
அவரை, கழல உழக்கி, எதிர் சென்று சாடி,   20
அழல் வாய் மருப்பினால் குத்தி, உழலை
மரத்தைப் போல் தொட்டன - ஏறு.
தொட்ட தம், புண் வார் குருதியால் கை பிசைந்து, மெய் திமிரி,
தங்கார் - பொதுவர் - கடலுள் பரதவர்
அம்பி ஊர்ந்தாங்கு, ஊர்ந்தார், ஏறு.   25
ஏறு தம், சோலம் செய் மருப்பினால் தோண்டிய வரிக் குடர்
ஞாலம் கொண்டு எழூஉம் பருந்தின் வாய் வழீஇ,
ஆலும் கடம்பும் அணிமார் விலங்கிட்ட
மாலை போல், தூங்கும் சினை.

குரவை ஆடுதல்

ஆங்கு,   30
தம் புல ஏறு பரத்தர உய்த்த தம்

அன்பு உறு காதலர் கை பிணைந்து, ஆய்ச்சியர்
இன்புற்று அயர்வர், தழூஉ.
முயங்கிப் பொதிவேம்; முயங்கிப் பொதிவேம்
முலை வேதின் ஒற்றி, முயங்கிப் பொதிவோம்
கொலை ஏறு சாடிய புண்ணை - எம் கேளே!
பல் ஊழ் தயிர் கடையத் தாஅய புள்ளி மேல்
கொல் ஏறு கொண்டான் குருதி மயக்குறப்
புல்லல் எம் தோளிற்கு அணியோ? - எம் கேளே!
ஆங்கு, போர் ஏற்று அருந் தலை அஞ்சலும், ஆய்ச்சியர்
காரிகைத் தோள் காமுறுதலும், இவ் இரண்டும்
ஓராங்குச் சேறல் இலவோ? - எம் கேளே!
கொல் ஏறு கொண்டான், இவள் கேள்வன் என்று, ஊரார்
சொல்லும் சொல் கேளா, அளை மாறி யாம் வரும்
செல்வம் எம் கேள்வன் தருமோ? - எம் கேளே!

தென்னன் வாழ்க எனக் கானத்தைப் பாடுதல்

ஆங்க,
அருந் தலை ஏற்றொடு காதலர்ப் பேணி,
சுரும்பு இமிர் கானம் நாம் பாடினம் பரவுதும்;
ஏற்றவர் புலம் கெடத் திறை கொண்டு
மாற்றாரைக் கடக்க, எம் மறம் கெழு கோவே!

கார்காலம் தொடங்கிற்று; நிலமெல்லாம் மழை பெய்தலால் நனைந்து பசுமையோடும் விளங்கிற்று. தம் நிரைகளை ஊருள் மடக்கியவராகக் கோவலரும் தத்தம் சேரியிலே வந்து தங்கினர். தோற்பையிலே கழுவோடு சூட்டுக் கோலுங் கொண்டவராகச் செல்வாராயினர் சிலர். புகழ்பெற்ற பாற்கலங்கள் பலவும் உறிகளிலே தொங்கின. கொன்றைத் தீங்குழலினை இசைத்து இன்புற்றிருந்தனர் சிலர்.

வளமான ஏறுகள் நிரையிலே அமைந்திருக்கவில்லை. கொழுத்த திமிலுடன் அந்த நல்லேறுகள் விளங்கின. முன்னர்க் காலாலேயே தரையைக் கிளறிப் புழுதிப் படலம் எழுப்பியவை, இப்போது ஈரமண்ணைக் கிளறின. ஒன்றுடனொன்று மாறுகொண்டு, எப்போதும் சண்டையிட்டன. அவையெல்லாம், போர்க்களம் புகும் வீரமறவரைப் போன்று, பெரிதும் கம்பீரமாக விளங்கின.

ஒன்றுடன் ஒன்று தாக்கி, தம்முள் விட்டு நீங்கி, எப்புறத்தும் கூரிய முளையுடைய கொம்புகளால் மீண்டும் மீண்டும் குறி தவறாது குத்துதலால், அவற்றின் உடல் முழுதும் செங்குருதி வெள்ளமாகக்

காணப்பட்டது. மழைக்காலத்துக் காலையிலே, செஞ்ஞாயிற்றி னொளியிலே திகழும் வெண்மேகத் திரளைப் போல அவை தோன்றின.

அந்த ஏறுகளைப் பிரித்து, இடையிலே பிற மாடுகளைப் போக்கிப் புனத்திற் செலுத்தி, இரு திறனாக நீக்கும் பொதுவர்கள் எல்லாம், உலகைப் படைக்க எண்ணிய முதல்வன், ஆதி நாளிலே, விரிகடலை ஒதுக்கும் அதுபோலக் காணப்பட்டனர்.

அவரைக் கலங்கி ஓடுமாறு மிதித்தும், எதிர் சென்று சாடியும், சுடர்நுனி போன்ற கொம்பினாற் குத்தியும் புண்படுத்திய ஏறுகள், உழலை மரத்தைப்போல அவர்களின் உடல்களைத் தொளைத்தன.

தொளைபட்ட புணகளிலிருந்து வழியும் குருதி பட்டுக் கைவழுக்கவே, மணலால் கையைப் பிசைந்து, திமிரி எழுந்து சற்றும் தாழ்க்க நில்லாதவராகிப், 'பரதவர் சிறு தெப்பம் ஏறியது போல' ஏறுகளின் மேல் பாய்ந்து தழுவி யடக்கினர், பொதுவர்கள்.

ஏறுகளின் கொம்புகளிலே சிக்கி வீழ்ந்த பொதுவரின் குடர் களைப் பருந்துகள் எடுத்துக்கொண்டு, வானிற் பறந்தன. அவற்றின் வாய்க்குத் தப்பி ஆலமரத்தின் மேலும் கடப்பமரத்தின் மேலும் வீழ்ந்த குடர்கள் எல்லாம், அவற்றின் கீழ் உறையும் தெய்வங்கட்கு இட்டுப், பின் கழற்றி எறிந்த மாலைகளைப் போல, அம் மரக் கிளைகளிலே தொங்கின.

அவ்வேளையில், ஆய்ச்சியர், மேயும் புலத்திலே பரவலாக மாடுகளைப் போகவிட்ட தம் அன்புறு காதலரோடு கை கோர்த்து இன்புற்றுத் தழுவியாடுங் குரவைக் கூத்தினையும் ஆடுவார்கள்.

தோழி! எம் காதலனைக் கொலையேறு சாடிக் குத்திச் செய்த புண்களை யெல்லாம், முலைவேதினால் ஒற்றி ஒற்றித் தழுவித் தழுவிப் பொதிவோமடீ, நாம்!

தோழி! பலமுறை தயிர் கடையும்போது என் தோளிலே பாய்ந்த தயிர்ப்புள்ளிகளின் மேலே, கொல்லேற்றத்தைத் தழுவிப் புண்பட்டவனின் உடலிலிருந்து வடியுங் குருதி கலந்து மயங்கு மாறு தழுவுதலால், என் தோளிற்கு அழகு மட்டுமோடீ! அதனினும் அது சிறந்ததல்லவோடீ!

எம் தோழியே! பொருகின்ற ஏற்றினது சேருதற்கரிய தலை யைக் கண்டு அஞ்சுதலும், ஆய்ச்சியரின் அழகுமிக்க தோளினை விரும்புதலும், ஒன்றாகச் செல்லுதல் என்பது என்றுமே இல்லையடி!

'இவள் கணவன் கொல்லேறு கொண்டான்' என்று ஊரார் சொல்லும் சொல்லினைக் கேட்டவாறே, யான் மோர் விற்று வருகின்ற இன்பத்தை, என் காதலனும் எனக்குத் தருவானோடி! அரிய தலைமையுடைய ஏற்றையும், நம் காதலரையும் பேணிச் சுரும்பினம் ஒலிப்பது போன்ற கானத்தைப் பாடினோமாகத், திருமாலைப் போற்றுவோம். அதனோடு, எதிர்த்தவர் நாடு அழிய அவரை வென்று திரை கொண்டு, மாற்றாரை என்றும் வெல்க எம் மறம் பொருந்திய பாண்டியன்!' எனவும் பாடுவோம், வா!

சொற்பொருள்: 1. கழுவு - காளைகளை அடக்க அவற்றின் கழுத்தில் பிணிக்கும் கிட்டி. 2. இமிழ் இசை மண்டை - இமிழ் எனும் ஒலி எழுமாறு சுரண்டப்படும் கறவைக்கலம். 4. வழு உச்சொல் - எய் எய் எனும் குறிப்புச் சொல். 8. சிலைத்தல் - ஒலித்தல். 25. அம்பி - மீன் படகு. வழீஇ - வழுக்கு. 28. விலங்கிட்ட - குறுக்காகச் சூட்டிய 29. தூங்கும் - தொங்கும். 35. வேதின் - வெம்மையால். 44. அளைமாறி - மோர் விற்று. சுரும்பு - வண்டு. இமிர் - ஒலிக்கும்.

7. தெய்வம் அல்லவா காட்டிற்று!

(ஏறு தழுவலிலே, அவன் 'பூ' தன் கூந்தலில் வந்து விழ, அதனை எடுத்துத் தன் கூந்தலில் முடித்துக் கொண்டாள் ஒருத்தி, ஆசையோடு, தாய் ஏசுவாளோ என்ற பயம் அதன் பின்னர்ச் சூழத் தோழியிடம் அது பற்றிக் கலந்து பேசுகிறாள்.)

தலைவி

எல்லா! இஃது ஒன்று கூறு - குறும்பு இவர்
புல்லினத்தார்க்கும், குடம் சுட்டவர்க்கும், எம்
கொல் ஏறு கோடல் குறை என கோவினத்தார்
பல் ஏறு பெய்தார் தொழூஉ.
தொழுவத்து,   5
சில்லைச் செவி மறைக் கொண்டவன் சென்னிக் குவி
முல்லைக்
கோட்டம் காழ் கோட்டின் எடுத்துக் கொண்டு, ஆட்டிய
ஏழை இரும் புகர் பொங்க, அப் பூ வந்து என்
கூழையுள் வீழ்ந்தன்று மன்.
அதனை, கெடுத்தது பெற்றார் போல், கொண்டு யான் முடித்தது   10
கேட்டனள், என்பவோ, யாய்?

தோழி

கேட்டால், எவன் செய்ய வேண்டுமோ? - மற்று, இகா!
அவன் கண்ணி அன்றோ, அது?

தலைவி

'பெய் போது அறியாத் தன் கூழையுள் எதிலான்
கை புனை கண்ணி முடித்தாள்', என்று, யாய் கேட்பின்,
செய்வது இலாகுமோ மற்று.

தோழி

எல்லாத் தவறும் அறும்.
தலைவி
ஓஓ! அஃது அறுமாறு?
தோழி தவறு அன்றாமாறு கூறலும் தலைவி பதிலும்
ஆயர் மகன்ஆயின், ஆய மகள் நீ ஆயின்,
நின் வெய்யன்ஆயின், அவன் வெய்யை நீ அயின்,
அன்னை நோதக்கதோ இல்லைமன் - நின் நெஞ்சம்
அன்னை நெஞ்சு ஆகப் பெறின்.

தோழி

அன்னையோ?
ஆயர் மகனையும் காதலை, கைம்மிக
ஞாயையும் அஞ்சுதிஆயின், அரிது அரோ -
நீ உற்ற நோய்க்கு மருந்து.

தலைவி

மருந்து இன்று யான் உற்ற துயர்அயின் - எல்லா!
வருந்துவேன்அல்லனோ, யான்?

தோழி

வருந்தாதி
மண்ணி மாசு அற்ற நின் கூழையுள் ஏற அவன்
கண்ணி தந்திட்டது எனக் கேட்டு, திண்ணிதா,
தெய்வ மால், காட்டிற்று இவட்கு என, நின்னை அப்
பொய் இல் பொதுவற்கு அடை சூழ்ந்தார் - தந்தையோடு
ஐயன்மார் எல்லாம் ஒருங்கு.

தலைவி: *ஏடீ! இஃதொன்று அறிவாயோ? ''குறும்புகளிலே திரிகின்ற ஆட்டிடையர்க்கும், 'குடப்பால் சுரக்கும் பசு' என்று சுட்டிக் கூறும் நல்லினத்து ஆயருக்கும், எம் கொல்லேறு தழுவிக்*

கொள்ளுதல் செய்தற்குரியது!'' என்று அறிவித்துக், கோவினத்தார், பல ஏறுகளைத் தொழுவினுள் போக விட்டாரடீ!

அவ்விடத்திலே, பெரிய புகரேற்றைத் தழுவினவன் தலையிலிருந்த முல்லைக் கண்ணியை, அந்த ஏறு தன் கொம்பினால் அலைத்து எடுத்துத் துள்ளும்போது, அக்கண்ணி என் கூந்தலுள் வந்து விழுந்ததடீ!

அதனைக், 'கெடுத்தது ஒன்றை மீண்டும் பெற்றவளைப் போல்' ஆர்வமுடன், நான் என் கூந்தலுள் கொண்டு முடித்ததை என் தாய் கேட்டுவிட்டாலோடி! இதற்கொரு பதில் சொல்லடீ!

தோழி : 'கேட்டால், என்னடீ செய்ய வேண்டுமென்கிறாய்? அஃது நின் காதற்குரிய அவன் கண்ணிதானேடி!'

தலைவி: 'என்ன பூ வைத்து முடிப்பதென்றே அறியாதவளோ இவள்? தன் கூந்தலுள் எவனோ ஒருவன் கையாற் புனைந்த கண்ணியை முடித்தாளோ?'' என்று தாய் கேட்டால், நாம் செய்வதற்கு ஏதொன்றும் இல்லையோடீ?

தோழி : எல்லாத் தவறுகளும் அப்போதே ஒழிந்துவிடும்.

தலைவி: ஓஓ! அஃது ஒழிவது தான் எப்படியோ?

தோழி : அவனோர் ஆயர்மகன்; நீயோ ஆயர் மகள். அவன் உன்னை விரும்புகிறான்; நீயும் அவனை விரும்புகின்றாய். அன்னை நொந்து கொள்வதற்கு இதில் எதுவுமே இல்லையேடீ?

தலைவி: உன் நெஞ்சமே என் அன்னையின் நெஞ்சமாகப் பெற்றால்தானே, அப்படி?

தோழி: அம்மையோ! ஆயர்மகனையும் எல்லையின்றிக் காதலிக்கிறாய்; தாய்க்கும் பயப்படுகிறாய்; இப்படியிருந்தால், நீ கொண்ட நோய்க்கு மருந்து வாய்ப்பதே அரிதுதான்!

தலைவி: ஏடீ! யான் உற்ற காதல் நோய்க்கு மருந்தே இல்லையானால், யான் மிகவும் வருந்துவேன் அல்லவோ?

தோழி : வருந்தாதே! 'மாசறக் கழுவப் பெற்ற நின் கூந்தலுள், ஏறு, அவன் கண்ணியை வீசிற்று' எனக் கேட்டு, 'உறுதியாகத் தெய்வமல்லவோ இவன்தான் இவளுக்கு உரியவன் எனக் காட்டிற்று!' என்று, உன் தந்தையோடு தமையன்மார் எல்லாரும், உன்னை அப்பொதுவனுக்கே மணஞ் செய்து தர முடிவு செய்து விட்டனரடீ!

சொற்பொருள்: *1. குறும்பு - முல்லை நிலத்து ஊர். இவர் - பரந்திருக்கும். 6. சில்லை - சினமிக்க. மறை - மறு. 7. கோட்டங் காழ் - வளைந்த மாலை. ஆட்டிய - அலைக் கழித்த. 8. இரும் - கரிய. பொங்க - துள்ளிக் குதிக்க. 9. அமை - கூந்தல். 15. பொய் போது - சூடிக்கொள்ளும் பூ. 21. வெய்யன் - விருப்பம் உடையவன். 25. கைம்மிக - அளவு கடந்து. 26. ஞாய் - தாய். 33. தெய்வமால் - திருமாலாகிய தெய்வம்.*

8. காஞ்சிக்கீழ் வா!

(ஆயர்மகள் ஒருத்தியைக் காதலித்தான் ஓர் ஆயர் இளைஞன் வளர்ந்துவந்த காதலால், இவர்கள் இடையிடையே சந்தித்தும் மகிழ்ந் தனர். இந்நிலையிலே, 'பிற மாதருடன் அவன் தொடர்பு கொண்டிருக் கின்றானோ? என்ற சந்தேகமும் அவளுக்கு ஏற்பட்டது. அவனோடு உற வாடுவதை அவள் நிறுத்திவிட்டாள். ஒரு நாள், மோர் விற்றுவிட்டு அவள் ஊருக்குத் திரும்பி வரும் வழியிலே, அவன் அவளைச் சந்தித்து விட்டான். அவர்களிடையே நடைபெறும் சொல்லாடல், நல்லதொரு ஊடற் காட்சியாகும்.)

தலைவன்

**இகல் வேந்தன் சேனை இறுத்த வாய் போல
அகல் அல்குல், தோள், கண் என மூவழிப் பெருகி,
நுதல், அடி, நுசுப்பு, என மூவழிச் சிறுகி,
கவலையால் காமனும் படை விடு வனப்பினோடு,
அகலாங்கண் அளை மாறி, அலமந்து, பெயருங்கால்,
நகை வல்லேன் யான் என்று என் உயிரோடு படை தொட்ட
இகலாட்டி! நின்னை எவன் பிழைத்தேன், எல்லா! யான்?**

தலைவி

**அஃது அவலம் அன்று மன.
ஆயர் எமர் ஆனால், ஆய்த்தியேம் யாம், மிக,
காயாம்பூங் கண்ணிக் கருந் துவர் ஆடையை,
மேயும்நிரை முன்னர்க் கோல் ஊன்றி நின்றாய், ஓர்
ஆயனை அல்லை; பிறவோ அமரருள்
ஞாயிற்றுப் புத்தேள் மகன்?**

தலைவன்

**அதனால் வாய்வாளேன்;
'முல்லை முகையும் முருந்தும் நிரைத்தன்ன
பல்லும், பணைத் தோளும், பேர் அமர் உண்கண்ணும்,**

நல்லேன், யான் என்று, நலத்தகை நம்பிய
சொல்லாட்டி! நின்னொடு சொல் ஆற்றுகிற்பார் யார்?'

தலைவி

சொல்லாதி.

போகாமல் உன்னை விலக்கினேன் என்ற தலைவனுக்குத் தலைவி

நின்னைத் தகைத்தனென் - அல்லல் காண்மன்.
மண்டாத கூறி, மழ குழக்கு ஆகின்றே,
கண்ட பொழுதே கடவரைப் போல, நீ
பண்டம் வினாய படிற்றால் தொடீஇய, நிற்
கொண்டது எவன் - எல்லா! - யான்?

தலைவன்

கொண்டது;
அளை மாறிப் பெயர்தருவாய்! அறிதியோ? - அஞ் ஞான்று,
தளவ மலர் ததைந்தது ஓர் கானச் சிற்றாற்று அயல்,
இள மாங்காய் போழ்ந்தன்ன கண்ணினால், என் நெஞ்சம்
களமாகக் கொண்டு ஆண்டாய்; ஓர் கள்வியை அல்லையோ?

தலைவி

நின் நெஞ்சம் களமாக்கொண்டு யாம் ஆள, எமக்கு எவன்
எளிதாகும்?
புனத்துளான் என்னைக்குப் புகா உய்த்துக் கொடுப்பதோ?
இனத்துளான் எந்தைக்குக் கலத்தொடு செல்வதோ?
தினைக் காலுள் யாய் விட்ட கன்று மேய்க்கிற்பதோ?

தலைவன்

அனைத்து ஆக.
வெண்ணெய்த் தெழி கேட்கும் அண்மையால், சேய்த்து அன்றி,
அண்ணணித்து ஊர் ஆயின், நன்பகல் போழ்துஆயின்,
கண் நோக்கு ஒழிக்கும் கவின் பெறு பெண் நீர்மை
மயில் எருத்து வண்ணத்து மாயோய்! மற்று இன்ன
வெயிலொடு, எவன், விரைந்து சேறி? உதுக் காண்
பிடி துஞ்சு அன்ன அறை மேல, நுங்கின்
தடி கண் புரையும் குறுஞ் சுனை ஆடி,
பனிப் பூந் தளவொடு முல்லை பறித்து,
தனி, காயாந் தண் பொழில், எம்மொடு வைகி,
பனிப் படச் செல்வாய், நும் ஊர்க்கு.

தலைவி

இனிச் செல்வேம், யாம்.
மா மருண்டன்ன மழைக் கண் சிற்றாய்த்தியர்
நீ மருட்டும் சொற்கண் மருள்வார்க்கு உரை, அவை;
ஆ முனியா ஏறு போல், வைகல், பதின்மரைக்
காமுற்றுச் செல்வாய்; ஓர் கட்குத்திக் கள்வனை
நீ எவன் செய்தி, பிறர்க்கு?
யாம் எவன் செய்தும், நினக்கு?

தலைவன்

கொலை உண்கண், கூர் எயிற்று, கொய் தளிர் மேனி,
இனை வனப்பின், மாயோய்! நின்னின் சிறந்தார்
நில உலகத்து இன்மை தெளி; நீ வருதி
மலையொடு மார்பு அமைந்த செல்வன் அடியைத்
தலையினால் தொட்டு உற்றேன், சூள்.

தலைவி

ஆங்கு உணரார் நேர்ப; அது பொய்ப்பாய் நீ; ஆயின்
தேம் கொள் பொருப்பன் சிறுகுடி எம் ஆயர்
வேந்து ஊட்டு அரவத்து, நின் பெண்டிர் காணாமை,
காஞ்சித் தாது உக்கன்ன தாது எரு மன்றத்துத்
தூங்கும் குரவையுள் நின் பெண்டிர் கேளாமை,
ஆம்பற் குழலால் பயிர் பயிர் - எம் படப்பைக்
காஞ்சிக் கீழ்ச் செய்தேம் குறி.

தலைவன் : *ஏடி! யான் உனக்கு என்ன தவறு செய்தேன். ஏன் இவ்வாறு பாராமுகமாயிருந்தாய்? பாண்டியனோடு மாறுபட்ட வேந்தர்களின் சேனைகள் அவன் தாக்குதலுக்கு ஆற்றாவாய் அழிந்து விடும். அகன்ற அல்குல், தோள், கண் என மூன்றிடங்களும் பெருத் தவளே! நுதல், அடி, நுகப்பு, என மூன்றும் சிறுத்தவளே! மிகவும் கவலை கொண்டவனைப் போலக் காமனும் படை விடுகின்ற வனப்பினோடு, வேற்றூரிலே மோர் விற்றுவிட்டுக் களைப்புடன் நீ தளர்ந்து நடந்து வரும்போது, 'நகைத்தே கொல்லற்கு வல்லேன் யான்' என இறுமாந்து, என் உயிரோடு படைதொட்டு என்னை வருத்துகின்றவளே! நான், நினக்குச் செய்த தவறுகள் தாம் யாவையோ?*

தலைவி : *மோர் விற்று வருவதான அஃதொன்றும் வருத்தம் அல்லவே! எங்களவர்கள் ஆயர்; நாங்கள் ஆய்த்தியர்; எங்கள் மரபு தானே அது. அது கிடக்க; காயாம்பூக் கண்ணியும், கருந்துவர் ஆடையும்*

உடையவனாக, மேய்ந்துக் கொண்டிருக்கும் ஆநிரையின் முன்னர்க் கோலூன்றி நிற்கின்றாயே! நீயோர் ஆயனன்றிடி? வேறு யாரோ? ஒருக்கால், தேவர்களுள், ஞாயிற்றுத் தேவனின் மகனோ (சனி)?

தலைவன் : அதனால்தான் பேச வாய்வராமல் நிற்கின்றேன். முல்லை மொட்டும், மயிலிறகுக் குருத்தும் வரிசையாக வைத்தது போன்ற பல்லும், பணைத்த தோள்களும், பெரிதும் அமர் செய்யும் மைதீட்டிய கண்களும், 'நல்லவன் யானெ'ன்று என்னுடைய நல்ல தன்மைகளையே நம்புகின்றன. இருந்தும் ஏதுமே அறியாதவள் போலப் பேசுபவளே! உன்னோடு பேசிக் கொண்டே நிற்க இனியும் யாரால் முடியும்?

தலைவி : அப்படியானால், நீ ஏதும் சொல்லல் வேண்டாம்.

தலைவன் : உன்னைப் போகவிடாதே தடுப்பேன்.

தலைவி : என்ன அல்லல் பார்?

பொருந்தாதன கூறிப் பிடிவாதம் செய்யும் குழந்தையைப் போல் அல்லவோ இருக்கின்றது? கண்டபொழுதே, ஏதோ கடன் கொடுத்து வைத்தவனைப் போல, அது என்ன இது என்ன என்று, ஒவ்வொன்றாகக் கேட்கின்றாயே? உன்னிடம் நான் என்னதான் கொண்டு போய்விட்டேனோ?

தலைவன் : கொண்டுபோனதுவா? மோர்விற்றுத் திரும்பி வருபவளே? நீ அறியாயோ? முல்லை மலர் செறிந்த கானச் சிற்றாற்றின் அயலேயுள்ள இடத்திலே, மாவடுவைப் பிளந்தது போன்ற நின் கண்ணினால், என் நெஞ்சைக் கனவாடிக் கொண்டு, உன்னுடன் கொண்டுபோய் வைத்திருக்கிறாயே? நீயும் ஒரு கள்வியே அல்லையோ?

தலைவி : உன் நெஞ்சை அடிமையாகக் கொண்டு ஆட்சி செய்தல் எனக்கு எப்படி எளிதாகும்? அது, புனத்திலிருக்கிற என் தமையனுக்கு உணவு கொண்டு போகுமோ? ஆவினத்துடனிருக்கின்ற என் தந்தைக்குக் கறவைக் கலம் கொண்டு செல்லுமோ? தினையறுத்த வயலுள் என் தாய் விட்டிருக்கும் கன்றை மேய்த்துக் கொண்டிருக்குமோ? எனக்கேன் உன் நெஞ்சு?

தலைவன் : அதுதான் அத்துணையும் செய்யும்!

வெண்ணெய்த் தெழி கேட்கும் அணிமையிலிருக்கிற ஊர் தானே! பொழுதோ உச்சிப் பொழுதாயிருக்கிறது. உன்னைப் பார்த்த கண், வேறொன்றைப் பாராது ஒழிக்கும் கவின் பெற்றது, நின்

பெண்தன்மை. மயிற் கழுத்துப் போன்ற நிறமடைய மாயவள் நீ! இந்த வெயிலோடே ஏன் விரைந்து போகின்றாய்? அதோ பார் பிடி தூங்குவது போன்ற பெரும் பாறை. அதற்கு மேலாக நுங்கின் கண்ணிலிருந்து வரும் இளநீர் போன்ற நீருடைய சிறு சுனையிருக்கிறது. அதில் நீராடி, செம்முல்லையும் வெண் முல்லையும் பறித்துத், தனியாக அப் பொழிலிலே என்னோடு சிறிது நேரம் இருந்து விட்டுப், பொழுது சாய்ந்த குளிர்ந்த நேரத்திலே, உன் ஊருக்குச் செல்வாயாக

தலைவி : இவ்வளவுதானே? நான் இனிப் போகின்றேன். மாண் மருண்டது போன்ற கருங்கண்களையுடைய சிற்றாய்த்தியராக, நீ மயக்கும் சொற்களிலே மயங்குவார்க்கு. அவை எல்லாம் சென்று சொல்வாயாக. பசுக்களின் பின்னே திரியும் ஏற்றைப் போல், ஒரு நாளில் பத்துப் பேரைக் காமுற்றுச் செல்பவனாயிற்றே நீ! கண்குத்திக் கள்வனே! பிறர்க்கு நீ என்னதான் இதுவரை செய்தாய்? அல்ல, நான்தான் உனக்கென்ன செய்ய வேண்டியது இருக்கிறது?

தலைவன் : கொலை செய்யுங் கண், கூரிய எயிறு, கொய் தளிர் மேனி, இத்தகைய வனப்புடைய மாயோளே! 'நின்னிற் சிறந்தார் நிலவுலகத்திலேயே கிடையாது' என்பதைத் தெரிந்து கொள். நீ என்னருகே வா! மலை போன்ற மார்பமைந்த திருமாலின் சேவடியை, என் தலையினால் தொட்டுச் சத்தியம் செய்கிறேன்.

தலைவி : உன்னைப் பற்றி அறியாதவர்தாம் உன்னோடு வருவார். உன் வார்த்தைகளைப் பொய்க்குபவன் தானே நீ! ஆயின், தேங்கொள் பொருப்பனான பாண்டியனின் சிறு குடியிலே வாழும் எம் ஆயர் வேந்தூட்டுச் செய்யும் ஆரவாரப் பொழுதிலே, நின் பெண்டிர்கள் காணாமல், காஞ்சித்தாது உதிர்ந்தாற் போன்ற தாதுஎரு மன்றத்திலே ஆடுங் குரவையுள், நின் பெண்டிர் கேளாமல், ஆம்பற் குழலாலே இசைத்து எம்மைக் கூப்பிட்டு, அந்தக் காஞ்சி மரத்தின் கீழ் வந்து சேர்வாயாக!

சொற்பொருள் : 1. இறுத்தவாய் - தங்கிய இடம். 5. அகல் ஆங்கண் - ஊர். அளைமாறி - மோர் விற்று. 7. இகலாட்டி - மாறுபடுபவளே. 13. புத்தேள் - கடவுள். 14. வாய்வாளேன் - வாய் திறவேன். 20. தகைத்தனேன் - தடுத்தேன். 21. மண்டாத - விரும்பாதனவற்றை. 27. தளவம் - செம்முல்லை. தகைந்த - நெருங்கி வளர்ந்த. 31. புகா - உணவு, உய்த்துக் கொடுப்பதோ - கொண்டு கொடுக்குமோ?

35. தெழி - கடையும் ஒலி. 36. அண்ணணித்து - மிகவும் அண்மைக் கண். 40. துஞ்சு அன்ன - தூங்கினாற் போல். அறை - சிறு குன்று. 41. தடிகண் - வெட்டிய நுங்குக்குழி. புரையம் - ஒக்கும். 48. ஆ - பசுக்களை. முனியா - வெறுக்காத. 49. கட்குத்தி - பார்த்திருக்கும் பொழுதே கவர்ந்து கொள்பவன். 53. இனைவனப்பு - இத்தயை அழகு. 58. தேங்கொள் பொருப்பன் - பாண்டியன்.

9. சொல்ல முடியாத வனப்பு!

(தலைவன் ஒருவன், தன் காதலியிடம் பலவாறு வேண்டியும் அவள் சற்றேனும் மனமிரங்காது நிற்க, அதனால், அவன் தன் காதல் உள்ளம் வெதும்பக் கூறுகின்றான்.)

கார் ஆரப் பெய்த கடி கொள் வியன் புலத்துப்
பேராது சென்று, பெரும் பதவப் புல் மாந்தி,
நீர் ஆர் நிழல குடம்சுட்டு இனத்துள்ளும்,
போர் ஆரா ஏற்றின், பொரு நாகு, இளம் பாண்டில்
தேர் ஊர, செம்மாந்தது போல், மதைஇனள் -
பேர் ஊரும் சிற்றூரும் கெளவை எடுப்பவள் போல்,
மோரொடு வந்தாள் - தகை கண்டை; யாரோடும்
சொல்லியாள் அன்றே வனப்பு.
பண்ணித் தமர் தந்து, ஒரு புறம் தைஇய
கண்ணி எடுக்கல்லாக் கோடு ஏந்து அகல் அல்குல்
புண் இல்லார் புண்ணாக நோக்கும்; முழு மெய்யும்
கண்ணளோ? - ஆயர் மகள்.
இவள்தான் திருத்தாச் சுமட்டினள், ஏனைத் தோள் வீசி,
வரிக் கூழ வட்டி தழீஇ, அரிக் குழை
ஆடல் தகையள்; கழுத்தினும் வாலிது
நுண்ணிதாத் தோன்றும், நுசுப்பு.
இடை தெரியாத ஏஎர் இருவரும் தத்தம்
உடை வனப்பு எல்லாம் இவட்கு ஈத்தார்கொல்லோ?
உடை இடுவான்மன் கண்டீர், காமன் - மடை அடும்
பாலொடு கோட்டம் புகின்.
இவள்தான், வருந்த நோய் செய்து இறப்பின் அல்லால், மருந்து அல்லள்
யார்க்கும் அணங்காதல் சான்றாள் என்று, ஊர்ப் பெண்டிர்,
மாங்காய் நறுங் கூட்டுவோம்; யாங்கும்
எழு நின் கிளையொடு போக என்று தத்தம்
கொழுநரைப் போகாமல் காத்து, முழு நாளும்,
வாயில் அடைப்ப, வரும்.

பெருமழையும் நிலங்குளிரப் பெய்தது. மண்மணமும் எங்கணும் கமழ்ந்தது. அகன்ற புலத்திலே, அதைவிட்டுப் பிரியாது சென்று, பெரிதாயிருக்கின்ற அறுகம்புல்லை மேய்ந்து விட்டு, நீர்போன்ற குளிர்ந்த நிழலிடத்திலே கிடக்கும் குடப் பால் சுரக்கும் ஆவினத்துக்கும், போர்க்குணம் அமைந்த ஏற்றினுக்கும் பிந்த இளைய எருதானது, வண்டியிலே பூட்டினாற் செம்மாந்து செல்வது போலச் செம்மாந்து வருகிறாளே! இவள் தாம் யாரோ? பேரூரும் சிற்றூரும் ஒருங்கே ஆரவாரம் எழச்செய்பவனைப் போல, மோரொடு வந்தவளின் தகைமையைக் கண்டாயோ? நெஞ்சமே! யாரோடும் சொல்லி ஒப்பிட முடியாததாக அன்றோ இருக்கிறது, இவளது பெரு வனப்பு!

இவளை அழகு பண்ணித் தமர் தந்து ஒருபுறம் செருகி வைத்த கண்ணியைச் சுமக்கமாட்டாத, பக்கம் உயர்ந்த பரந்த அல்குல், காமவேட்கை யற்றவர்களையும் புண்படுமாறு பார்க்கின்றதே! இந்த ஆயமகள் மேனி முழுவதுமே கண்ணுடையவளோ?

இவள் தான், திருத்தமின்றி யிருக்கும் சும்மையை யுடையவள். மேலும், தோள்வீசி, வரிக்கூழ வட்டியை ஒரு கையால் அணைத்துக் கொண்டே, காதிற் குழையாட வருகின்றாளே! அத்தகையவள் கழுத் திலும், அழகாகவும் நுண்ணியதாகவும் தோன்றுகின்றதே அவள் இடை! இடை தெரியா அழகுடைய ஊர்வசி திலோத்தமை இரு வரும் தத்தம்முடைய வனப்பையெல்லாம் இவளுக்குத் தந்து விட்டார்களோ? நைவேத்தியத்திற்குப் பாலோடு இவள் காம கோட்டம் சென்றாளென்றால், அந்தக் காமனே இவளைக் கண்டதும் மயங்கிப் படையைக் கைநழுவ விட்டு விடுவானே?

இவள் தான், பிறர் வருந்த நோய் செய்து சாகச் செய்வாளே யன்றி, நோய்தீர்க்கும் மருந்தாகுபவள் அல்லள். 'யார்க்கும் அணங் காகுதல் ஒத்தவள்' என்று ஊர்ப் பெண்டிர் ஐயுற்றனர். 'புளிமாங் காய் கூட்டுவோம்; எங்கும் இருக்கும் நின் கிளையோடும் இவ்வூரை விட்டுப் போய்விடம்மா!' என்று தத்தம் கொழுநரை வெளியே விடாமல் காத்து, முழு நாளும் வாயிலை அடைத்திருக்கச் செய் தனர். அவ்வாறு எவரையும் வருத்துபவளல்லளோ இவள்!

சொற்பொருள் : *1.* கார் - மழை. ஆர - நிறைய. கடிகொள் - காவல் அமைந்த. **2.** பேராது - நெடிது நின்று; சென்று பேராது என மாற்றுக. **4.** போர் ஆரா - போர்வெறி மிக்க. பொருநாகு - உவமித்துக் கூறவல்ல பசு. பாண்டில் - வண்டி. **6.** கௌவை - ஆரவாரம். **7.** நகை -

அழகு. 8. சொல்லி யாள் - உவமித்துக் கூறத் தக்கவள். 11. புண் இல்லார் - பாவம் தரும செயல் புரியாத துறவியர்கள். 14. வரிக் கூழ - வகை வகையான நெல்லை உடைய. வட்டி - கூடை.

10. தேள் கடி மருந்தோ!

(தழுவ இடம் தந்தாள். அவன் இன்பங்காண நினைத்தான். அவள் மறுத்தாள். அவன் உருகினான். 'நாளைக்குக் கன்று மேய்க்கும் புலத்திற்கு வருக' என்று, தவணையிட்டுப் போய்விடுகிறாள், அவள்.)

எம்மை எளியமாக் கருதினையோ? என்ற தலைவியை நோக்கித் தலைவன் உரைத்தல்

கடி கொள் இருங் காப்பில் புல்லினத்து ஆயர்
குடிதொறும் நல்லாரை வேண்டுதி - எல்லா
இடு தேள் மருந்தோ, நின் வேட்கை? தொடுதரத்
துன்னி, தந்தாங்கே, நகை குறித்து, எம்மைத்
திளைத்தற்கு எளியமாக் கண்டை; ''அளைக்கு எளியாள்
வெண்ணெய்க்கும் அன்னள்'' எனக் கொண்டாய் -
ஒண்ணுதால்!
ஆங்கு நீ கூறின், அனைத்தாக; நீங்குக.
அச்சத்தான் மாறி, அசைவினான் போத்தந்து,
நிச்சயம் தடுமாறும் - மெல் இயல் ஆய்மகள்!
மத்தம் பிணித்த கயிறு போல், நின் நலம்
சுற்றிச் சுழலும் என் நெஞ்சு.
விடிந்த பொழுதினும் இல்வயின் போகாது.
கொடுந் தொழுவினுள் பட்ட கன்றிற்குச் சூழும்
கடுஞ்சூல் ஆ நாகு போல், நிற் கண்டு, நாளும்,
நடுங்கு ஆஞர் உற்றது - என் நெஞ்சு.
எவ்வம் மிகுதர, எம் திறத்து, எஞ்ஞான்றும்,
நெய் கடை பாலின் பயன் யாதும் இன்றாகி,
கை தோயல் மாத்திரை அல்லது, செய்தி
அறியாது - அளித்து என் உயிர்.

தலைவி

அன்னையோ? மன்றத்துக் கண்டாங்கே 'சான்றார் மகளிரை
இன்றி அமையேன்' என்று, இன்னவும் சொல்லுவாய்;
நின்றாய், நீ சென்றீ, எமர் காண்பர், நாளையும்
கன்றொடு சேறும், புலத்து.

தலைவி : *ஏடா! கடுமையான காவலுடையவர் ஆட்டிடையர். அவர் குடிதோறும் உள்ள மகளிரையெல்லாம் நீ விரும்புகின்றாயே? உன் வேட்கைதான் என்ன, தேட்கடி மருந்தோ? 'தொட்டுப் போகட்டுமே' என்று நினைத்து இசைவு தந்தால், நகையாட நினைந்து, எம்மைக் கூடி மகிழ்தற்கும் எளியவள் என நினைத்தாயோ? 'மோர்தான் தந்தாளே, வெண்ணெயே வேண்டினாலும் அப்படித் தானே மாறாது தருவாள்' என்று, நீயும் எண்ணிக் கொண்டாயோ!*

தலைவன் : *ஒண்ணுதலாளே! அப்படி நீ கூறினால், அதுவே யாகுக. நீ என்னை நீங்கிப் போய்விடுக!*

அச்சத்தால் மறுத்துரைத்து, தன் அசைவினால் என்னருகே வந்து, நித்தமும் தடுமாறும் மெல்லியலான ஆய் மகளே! மத்திலே பிணித்த கயிறுபோல, நின் நலத்தையே சுற்றிச் சுற்றி என் நெஞ்சமும் சுழலுகின்றதேடீ?

பொழுது விடிந்த பின்னும் வீட்டை விட்டு மேய்ச்சலுக்குப் போகாது, வளைந்த தொழுவினுள் கட்டியிருக்கும் தன் கன்றையே நினைந்து கொண்டிருக்கும் தலையீற்றுப் பசுப்போல, நின்னைக் கண்டு நாளும் நடுங்குகின்ற வருத்தத்தை உடையதாயிருக்கிறதேடீ, என் நெஞ்சு!

துயரம் மிகுதியாக, என்னிடத்திலே, நெய் கடைந்து எடுத்து விட்ட பாலினைப் போலப், பயன் யாதும் இல்லாதாகி விட்டது. கையால் தழுவியது மட்டுமின்றி, உன் உள்ளத்து நினைவு அறியாமலும் தடுமாறுகின்றேன். எடுத்த என் உயிரையாவது என்னிடம் மீளவும் அளித்து விடுவாயடீ!

தலைவி : *அம்மையே! மன்றத்துப் பார்த்தவுடனேயே, சான்றார் மகளிரைப் பார்த்து, 'இன்றி அமையேன்' என்று இப்படியெல்லாம் சொல்லுகின்றாயே! ஏன் நிற்கின்றாய்? போய்விடு. எம்மவர் பார்த்து விடுவார்கள். நாளைக்குக் கன்றோடு மேய்ச்சற் காட்டுக்கு வந்து சேருவேன்!*

சொற்பொருள் : *1. கடி - காவல். இரு - பெரிய. 5. திளைத்தல் - கூடி மகிழ்தல். அளை - மோர். 13. கொடுந் தொழுவு - வளைத்துக் கட்டப்பெற்ற தொழுவு. 14. கடுஞ்சூல் - முதற்சூல். ஆநாகு - பசு. 15. அஞர் - துன்பம். 16. எவ்வம் - நோய். 18. செய்தி அறியாது - செய்வது அறியாது. 20. அன்னை - அத்தன்மையுடைய. 22. சொல்லுவாய் நின்றாய் - சொல்லி நின்றாய்.*

11. பேச்சுக்குப் பின்!

(காதலோடு வந்த தலைவனைப் பேச்சினால் வெருட்டி விட்டாள் ஒரு கன்னி. அதன்பின், அவன் பேரிலுள்ள காதலால், தன் தோழியிடம் சென்று, அவனிடம் தூது போக வேண்டுகின்றாள்.)

தீம் பால் கறந்த கலம் மாற்றி, கன்று எல்லாம்
தாம்பின் பிணித்து, மனை நிறீஇ, யாய் தந்த
பூங் கரை நீலம் புடை தாழ மெய் அசைஇ, பாங்கரும்
முல்லையும் தாய பாட்டங்கால் - தோழி! நம்
புல்லினத்து ஆயர் மகளிரோடு எல்லாம்   5
ஒருங்கு விளையாட, அவ் வழி வந்த
குருந்தம்பூங் கண்ணிப் பொதுவன், மற்ற என்னை,
முற்ற இழை ஏஎர் மட நல்லாய்! நீ ஆடும்
சிற்றில் புனைகோ, சிறிது? என்றான் எல்லா! நீ
பெற்றேம் யாம் என்று, பிறர் செய்த இல் இருப்பாய்;   10
கற்றது இலை மன்ற காண் என்றேன் முற்றிழாய்!
தாது சூழ் கூந்தல் தகை பெறத் தைஇய
கோதை புனைகோ, நினக்கு? என்றான்; எல்லா! நீ
ஏதிலார் தந்த பூக் கொள்வாய்; நனி மிகப்
பேதையை மன்ற பெரிது என்றேன். மாதராய்!   15
ஐய பிதிர்ந்த சுணங்கு அணி மென் முலைமேல்
தொய்யில் எழுதுகோ மற்று? என்றான்; யாம் பிறர்
செய் புறம் நோக்கி இருத்துமோ? நீ பெரிது
மையலைமாதோ, விடுக! என்றேன். தையலாய்!
சொல்லிய ஆறு எல்லாம் மாறு மாறு யான் பெயர்ப்ப,   20
அல்லாந்தான் போலப் பெயர்ந்தான்; அவனை நீ
ஆயர் மகளிர் இயல்பு உரைத்து, எந்தையும்
யாயும் அறிய உரைத்தீயின், யான் உற்ற
நோயும் களை குவைமன்.

தோழீ! இனிய பாலைக் கறந்த கலமெல்லாம் எடுத்து வைத்தேன். கன்றுகளை யெல்லாம் தாம்பிலே பிணித்து வீட்டிற்குக் கொண்டுவந்து கட்டினேன். தாய் தந்த பூங்கரையிட்ட நீலச் சிற்றாடை இடையிலே தவழ, மெய்யை அசைத்துப் பாங்கரும் முல்லையும் பரந்த பாட்டங்காலிலே, ஆட்டினத்து ஆயர் மகளி ரோடு சேர்ந்து, எல்லோருமாக விளையாடினோம். அந்த வழியே வந்தான் குருந்தம்பூக்கண்ணி சூடியிருந்தவனான பொதுவன் ஒருவன். அவன், 'முற்றவும் இழையணிந்த அழகிய மடப்பமுடைய

பெண்ணே! நீ ஆடும் சிற்றிலையேனும் சிறிது புனையட்டுமோ?' என்றான்.

''ஏடா! நீ, 'பெற்றோம் யாம்' என்று பிறர் செய்த வீட்டிலே இருக்கின்றவன். உனக்கென்று ஒரு வீடு கட்டக் கற்றதில்லை; அதனைக் காண்பாய்!' என்றேன்.

'முற்றிழாய்! தாதுசூழ் கூந்தல் தகைபெற முடித்துக், கோதையும் நினக்குப் புனைகின்றேனே!' என்றேன்.

'ஏடா! ஏதுமற்றவர் தந்த பூவானாற் கொள்வாய்! நீ மிகவும் பேதையன்று; அதனினும் பெரிது!' என்றான்.

'மாதராய்! தேமல் படர்ந்த நின் மென்முலைகளின் மேல் தொய்யில் எழுதட்டுமோ?' என்றான்.

'யாம் பிறர் செய்யும் அழகைப் பார்த்துக் கொண்டிருப் போமோ! நீ பெரிதும் மையல் கொண்டுள்ளாய். என்னை விட்டு அகன்று போய்விடுக' என்றேன்.

'தையலே! அவன் சொன்னதற்கெல்லாம் எதிருக்கு எதிராக நான் திருப்பிச் சொல்லவும், அயர்வுடையவன் போல அங்கிருந்து அவனும் அகன்று சென்றான். அவனிடம் நீ சென்று, ஆயர் மகளின் இயல்பினை உரைத்து, என் தந்தையும் தாயும் அறிய மணம் பேசி வருமாறு சொன்னாயானால், நானுற்ற நோயினையும் களைந்து போக்கியவள் ஆவாயடீ!

சொற்பொருள் : 12. தகை - அழகு. தைஇய - சூடிய. 16. ஐய - வியக்குமாறு. பிதிர்ந்த - ஆங்காங்கே தோன்றும். சுணங்கு - தேமல். 17. பிறர் - ஈண்டு, தாய் 18. செய்புறம் - கோலம் செய்தல். இருத்துமோ - உயிர் வாழ்வேமோ. 19. மையலை - அறிவு மயக்கம் உற்றனை. 20. பெயர்ப்ப - மறுக்க.

12. தழுவாதே என்றாரோ?

(களவிலே உறவாடிய இருவரில், தலைவியை அவள் பெற்றோர் கடிந்தனர். அதன்பின் நடக்கும் சந்திப்பு இது. பேச்சும் உள்ளமும் பிறழ்ந்து தோன்றும் காட்சி.)

தலைவி

யார் இவன், என்னை விலக்குவான்? நீர் உளர்
பூந்தாமரைப் போது தந்த விரவுத் தார்க்
கல்லாப் பொதுவனை, நீ மாறு, நின்னொடு
சொல்லல் ஓம்பு என்றார், எமர்.

தலைவன்

எல்லா! கடாஅய கண்ணால், கலைஇய நோய் செய்யும்
நடாஅக் கரும்பு அமன்ற தோளாரைக் காணின்,
விடாஅல்; ஓம்பு என்றார், எமர்.

தலைவி

கடாஅயார், நல்லாரைக் காணின், விலக்கி, நயந்து, அவர்
பல் இதழ் உண்கண்ணும் தோளும் புகழ் பாட,
நல்லது கற்பித்தார் மன்ற, நுமர் பெரிதும்
வல்லர், எமர்கண் செயல்.

தலைவன்

ஓஒ! வழங்காப் பொழுது, நீ கன்று மேய்ப்பாய் போல்,
வழங்கல் அறிவார் உரையாரேல், எம்மை
இகழ்ந்தாரே அன்றோ, எமர்.

தலைவி

ஒக்கும்; அறிவல் யான் - எல்லா! - விடு.

என்னை முயங்கு என்ற தலைவனை நோக்கித் தலைவி உரைத்தல்

'விடேன், யான்; என், நீ குறித்தது? - இருங் கூந்தால்!
நின்னை, ''என் முன் நின்று,
சொல்லல் ஓம்பு'' என்றமை அன்றி, ''அவனை நீ
புல்லல் ஓம்பு'' என்றது உடையரோ? மெல்ல
முயங்கு; நின் முள் எயிறு உண்கும்.' - 'எவன்கொலோ?
மாயப் பொதுவன் உரைத்த உரை எல்லாம்
வாய் ஆவதுஆயின், தலைப்பட்டாம், பொய்ஆயின்,
சாயல் இன் மார்பில் கமழ்தார் குழைத்த நின்
ஆய் இதழ் உண்கண் பசப்ப, தடமென் தோள்
சாயினும், ஏள் உடைத்து'.

தலைவி : *யாரோடா இவன்? என்னை வழிமறிக்கின்றானே? நீரிலே உள்ள பூந்தாமரையின் இதழ்களைத் தந்த, பல மலர் சேர்ந்த மாலையணிந்திருக்கும் முறைகல்லாத பொதுவனே! உன்னொடு 'பேசாமலிரு' என்று என் சுற்றத்தார் சொல்லியுள்ளனர். என் வழியை விட்டு விலகி நின்றுவிடு.*

தலைவன் : *ஏடீ! 'வேட்கை செலுத்திய கண்ணால் என் உள்ளம் நிலைகுலைய நோய் செய்கின்றவளே! 'நடாத கரும்பு போன்ற தோளாரைக் கண்டால், அவரைக் கைநழுவ விட்டு விடாதே!' என்று என்னவர்கள் சொல்லியிருக்கிறார்களே? யான் என்னோடி செய்வேன்?*

தலைவி: அங்ஙனம் சொன்னார்களோ? பெண்களைக் கண்டால், வழிமறித்து, அவர்மேல் காமுற்று, அவர்கள் பல்இதழ் உண்கண்ணும் தோளும் புகழ்ந்துபாட நல்ல முறையைத்தான் கற்பித்திருக்கிறார்கள், உன் சுற்றத்தார்! வல்லவரானால், ஏன் என் பெற்றோரிடம் வந்து காட்டுவதுதானே!

தலைவன்: ஓஓ! யாரும் வெளியே வராத இந்த உச்சி வேளை யிலே, நீ கன்று மேய்ப்பவளைப் போல வருவதை அறிந்தவர்கள், அப்படிச் சொல்லாவிட்டால், எம்மை இகழ்ச்சியாகக் கருதினவர் களாக அல்லவோ போய்விடுவர்?

தலைவி: ஒக்கும். எல்லாம் யானும் அறிவேன். ஏடா! வழியை விட்டு விலகி நில்.

தலைவன் : விடமாட்டேன், கரிய கூந்தலையுடையவளே. நீ என்ன சொன்னாய்? 'நின்னை என்முன் நின்று சொல்லாடாது தவிர்க' என்று நின்னவர் நினக்குச் சொன்னார்களேயன்றி, 'அவனை நீ தழுவுதல் கூடாது' என்றுஞ் சொன்னார்களோ? மெல்ல என்னைத் தழுவிக் கொள்: நின் முள்ளெயிற்றில் ஊறிவரும் அமுதத்தை உண்கிறேன்: வா.

தலைவி: (நெஞ்சுடன் கூறுவாள் போல) என்ன செய் வேனோ? மாயப் பொதுவன் உரைத்த உரையெல்லாம் உண்மை யேயானால், அவனோடு, வாழ்க்கைப்பட்டோம். பொய்யாயிருந் தால் இனிய சாயலினையுடைய மார்பின் மணமாலையைக் கசக்கிய நின் அழகிய மையுண்ட கண்கள் பசலையால் நிறையும் அகன்ற மென்தோள்கள் தளரும். அதுவு அழகுடையதுதான்! (இதனால், அவள் இசைகின்றாள் எனக் காட்ட, அவன் மகிழ்ந்தான்.)

சொற்பொருள்: 1. உளர் - அசையும். 2. விரவுத்தார் - பல மலர்கொண்டு கட்டிய மாலை. 3. மாறு - விலகிச்செல். 5. கடாஅய - காதல் வேட்கை தந்த. கலைஇய - மனத்தைக் கலக்கிய, 6. நடாக் கரும்பு - தோளில் எழுதிய தொய்யிற் கரும்பு. அமன்ற - பொருந்திய. 19. முயங்கு - தழுவிக்கொள். எயிறு உண்கும் - பல்லிடையே ஊறும் நீரை உண்கிறேன். 22. வாயாவதாயின் - உண்மையாயின். தலைப் படுதல் - மணந்து கொள்ளுதல். 23. குழைத்த - கருதி அழித்த.

13. குற்றம் ஏதுமில்லை!

(காதலால் ஒருவன் ஒருத்தியை வழிமறிக்கின்றான், பேச்சிலே கடுமை; உள்ளத்திலோ கனிவு. முடிவில், பொழுதுபோக ஆநிரையுடன் வீடு திரும்புகின்றனர். அக் காதலர்.)

தலைவன்

நலம் மிக நந்திய நய வரு தட மென் தோள்,
அலமரல் அமர் உண்கண், அம் நல்லாய்! நீ உறீஇ,
உலமரல் உயவு நோக்கும் உய்யும் ஆறு உரைத்துச் செல்.

தலைவி

பேர் ஏமுற்றார் போல, முன் நின்று, விலக்குவாய்
யார் - எல்லா! நின்னை அறிந்ததூஉம் இல்வழி?

தலைவன்

தளிரியால்! என் அறிதல் வேண்டின், பகை அஞ்சாப்
புல்லினத்து ஆயர் மகனேன், மற்று யான்.

தலைவி

ஒக்கும்மன்.
புல்லினத்து ஆயனை நி ஆயின், குடம் சுட்டு
நல் இனத்து ஆயர், எமர்.

தலைவன் கூற்றும் தலைவி மாற்றமும்

எல்லா!
நின்னொடு சொல்லின், ஏதமோ இல்லைமன்
ஏதம் அன்று, எல்லை வருவான் விடு.

தலைவன்

விடேன்.
உடம்பட்டு நீப்பர் கிளவி, மடம் பட்டு,
மெல்லிய ஆதல் அறியினும், மெல்லியால்!
நின் மொழி கொண்டு யானோ விடுவான் - மற்று என் மொழி கொண்டு
என் நெஞ்சம் ஏவல் செயின்.

தலைவி

நெஞ்சு ஏவல் செய்யாது என நின்றாய்க்கு, எஞ்சிய
காதல் கொள்ள காமம் கலக்குற ஏதிலார்
பொய்ம் மொழி தேறுவது என்?

தலைவன்

தெளிந்தேன், தெரியிழாய்! யான்
பல்கால், யாம் கான்யாற்று அவிர் மணற் தண் பொழில்,
அல்கல் அகல் அறை, ஆயமொடு ஆடி,
முல்லை குருந்தொடு முச்சி வேய்ந்து, எல்லை

இரவு உற்றது, இன்னும் கழிப்பில், அரவு உற்று,
உருமின் அதிரும் குரல் போல், பொரு முரண்
நல் ஏறு நாகுடன் நின்றன,
பல் ஆன் இன நிரை, நாம் உடன் செலற்கே.

தலைவன் : *நன்மை மிகப்பெருகிய, விருப்பம் வருகின்ற, மென்மையான தோள்களையும், சுழல்கின்ற அமர்த்த கண்களையும், அழகையும் உடைய நல்லவளே! நீ, எனக்குற்ற வருத்தும் நோய்க்கு, நான் பிழைக்குமாறு, உறுதியான நெறியை உரைத்து விட்டுப் போவாயாக!*

தலைவி : *பெரிதும் பித்தனைப் போல என் முன்னே வந்து நின்று வழி மறைக்கின்றாயே, ஏடா! யார் நீ? நின்னை நான் இதன் முன்னே அறிந்ததும் இல்லையேடா?*

தலைவன் : *தளிரைப் போன்ற இயல்பினளே! என்னை யாவனென்று அறிய வேண்டினால், பகைக்கு அஞ்சாத புல்லினத்து ஆயர் மகன் ஆவேன் யான் என்று அறிவாயாக.*

தலைவி: *புல்லினத்து ஆயனோ நீ! ஆனால், குடப்பால் கற்கும் நல்லினத்து ஆயரன்றோ எம்மவர்?*

தலைவன் : *ஏடீ! உன்னோடு ஏதும் சொன்னால் குற்றமோ? இல்லையன்றோ?*

தலைவி : *குற்றமேதும் இல்லை. நாளை வருகின்றேன். இவ்வேளை வழியை விட்டுவிடு.*

தலைவன் : *விடேன்! உடன்படுவது போலப் பேசிப் பிரிபவரின் சொற்களைக் கேட்டு, மடம்பட்டு, மென்மையானவை என்று என் காதுகள் அறிகின்றன. மெல்லியலே! என் மொழி கொண்டு உன் மொழியைக் கொள்ளாது, என் நெஞ்சம் என்னைத் தூண்டிவிடுகின்றபோது, உன் வார்த்தையைக் கேட்டு நானும் உன்னைப் போகவிடுவேனோ?*

தலைவி : *'நெஞ்சுதான் ஏவல் செய்யவில்லை' என்று நிற்கின்றாயே! அதன் பின் காதல் கொள்ளும் காமம் கலக்கத்தைச் செய்ய, உனக்கு உறவற்ற எனது வார்த்தையைப் பொய் மொழியாகத் தெளிவது மட்டும் ஏனோ?*

தலைவன் : *தெரிஇழாய்! இப்போது நீ உண்மையைச் சொன்னாய் என அறிந்தேன்.*

தலைவி : முன்னர்ப் பலமுறை யாம் கானாற்று அவிர் மணல் படர்ந்த தண்பொழிலிலேயுள்ள அகன்ற பாறையிலே ஆயத்தோடு விளையாடியும், முல்லை குருந்தம் ஆகிய மலர்களால் தலையை அலங்காரம் பண்ணியும் வருவதனால் பொழுதோ போயிற்று; இரவும் நெருங்குகின்றது; இன்னமும் நேரங் கடத்தாதே!

தலைவன் : பாம்பு கடித்துக் கதறும் ஏற்றின் குரலைப் போல் அதிரும், பொருகின்ற முரண்கொண்ட நல்லேறுகள் பெண் எருமையுடன் சேர்ந்து நின்றன. நம்முடன் வீடு திரும்பப் பல ஆக்கள் கொண்ட நிரையும் புறப்படுகின்றன. வா, நாமும் செல் வோம்.

சொற்பொருள் : *1. நந்திய - பெருகிய. நயவரு - விருப்பம் விளைகின்ற. 2. அலமறல் - மருண்டு நோக்கல். அமர் - விருப்பம். உறீஇ - உற்றதனால், 3. உலமறல் - ஓயாது அலைக்கும். உயவு - வருந்தும். 4. பேரேமுற்றார் - பெரிதும் பித்து ஏறியவர். 13. எல்லை - நாளை. 15. நீப்பர் - நெஞ்சால் உடன்படாதார். கிளவி - சொல். மடம்பட்டு - அறிவிழந்து. 51. என் - எவ்வாறு உண்டாகும். 24. அகல் அறை - அகன்ற பாறை. அல்கல் - தங்குதல். 28. நாகு - பெண் எருமை.*

14. இருமணம் இயல்பன்று!

(சுற்றத்தார் வேறொருவனுக்கு அவளை மணமுடிக்க ஏற்பாடு செய்தனர். அது கண்டு பொறுக்காத அவள், தன் காதலனிடம் தோழியைத் தூது அனுப்புகிறாள். 'இப்பொழுது கைவிட்டால், அவன் எப்படி என்னை அடைவான்?' எனப் பொருமுகின்றாள்.)

தலைவி

வாரி, நெறியப்பட்டு, இரும் புறம் தாஅழ்ந்த
ஓரிப் புதல்வன் அழுதனன் என்பவோ -
புதுவ மலர் தைஇ, எமர் என் பெயரால்,
வதுவை அயர்வாரைக் கண்டு? மதி அறியா
ஏழையை என்று அகல நக்கு, வந்தீயாய், நீ -
தோழி! - அவனுழைச் சென்று.

தோழி

சென்று யான் அறிவேன்; கூறுக, மற்று இனி.

தலைவி

சொல் அறியாப் பேதை - மடவை! மற்று எல்லா!
நினக்கு ஒரூஉம்; மற்று என்று அகல் அகலும்; நீடு இன்று;

**நினக்க வருவதாக காண்பாய். அனைத்தாகச்
சொல்லிய சொல்லும் வியம் கொளக் கூறு.
தரு மணல் தாழப் பெய்து, இல் பூவல் ஊட்டி,
எருமைப் பெடையோடு, எமர் ஈங்கு அயரும்
பெரு மணம் எல்லாம் தனித்தே ஒழிய -
வரி மணல் முன்துறைச் சிற்றில் புனைந்த
திரு நுதல் ஆயத்தார்தம்முள் புணர்ந்த
ஒரு மணம் தான் அறியும், ஆயின் எனைத்தும்
தெருமரல் கைவிட்டு இருக்கோ - அலர்ந்த
விரி நீர் உடுக்கை உலகம் பெறினும்,
அரு நெறி ஆயர் மகளிர்க்கு,
இரு மணம் கூடுதல் இல் இயல்பு அன்றே?**

தலைவி: தோழி! வாரி நெறிப்பட்டுப் பின்புறம் தாழ்ந்த கூந்தலினையுடைய தம் புதல்வன் அழுதனன் என்று சொல்லுகிறார்களோ, அவனைப் பெற்றோர்? ஏனடீ, அவன் இவ்வாறு என்னை மறந்தான்? அவனிடம் சென்று, 'புதுமலர் சூடி, என் சுற்றத்தார் என் வதுவையினை நிகழ்த்தப் போவதைக் கண்டும், புத்தியில்லாத கோழையோ நீ?' என்றுக் கேட்டுப் பெரிதும் நகையாடி வாராயோடி!

தோழி : அவன்பாற் சென்று நான் அறிந்து வருகின்றேன்; பிறவற்றை நீ இனிக் கூறுக.

தலைவி: சொல்லினைச் சொல்லற்கும் அறியாத பேதாய்! மடவோய்! மற்று, ஏடா! நினக்கும் இதுதான் நேரும் என்று சொல்லி வந்துவிடு. காலமோ அதிகமில்லை. 'உனக்கு வருவதாகக் காண்பாய்' என்று சொல்வதை மட்டும் நன்கு விளக்கமாக அவன் புரியுமாறு கூறுவாயாக.

ஆற்றுமணலைக் கீழெல்லாம் கொட்டி, வீட்டுக்குச் செம்மன் பூசி, பெட்டை எருமையோடு எம்மவர் இங்கே செய்கின்ற பெரு மணம் எல்லாம், அவனின்றித் தனித்தே மகிழ்ச்சி தராதேயே ஒழிகின்றதே?

ஆற்று அறல் மணல் குவிந்த துறையிலே, சிற்றில் புனைந்த சிறுநூல் ஆயத்தவர்களிடையிலே, தம் காதலனோடு கூடும் 'ஒரு மணந்தான்' உண்டென்று அறிவானானால், எப்படியும் நான் வாடியழிய என்னைக் கைவிட்டிருப்பானோ? பரந்த திரை விரிகின்ற கடலை எடுத்திருக்கும் உலகமே கிடைக்கப் பெறினும், அருநெறி

பேணுபவர் ஆயர் மகளிர். அவர்க்கு இருமணம் கூடுதல் என்பது என்றும் இல்லற நெறியல்லவே!

(உள்ளத்தால் அவனைக் காதலித்துத் தன் மணவாளனாகக் கொண்டதால், மற்றொருவனுக்குப் பெற்றோர் கூட்ட நினைப்பதை, 'இரண்டாவது மணம்' என்கின்றாள்)

சொற்பொருள் : *1. நெறிப்பட்டு - வகுத்து முடிந்து. இரும் புறம் - பெரியமுதுகு. ஓரி - கூந்தல். 4. மதிஅறியா ஏழையை - உணர்ந்து கொள்ளாத அறிவுக்குறைபா டுடையை. 7. அகல - பெரிதாக. வந்தீயாய் - வருக. 8. சொல்லறியா - பெற்றோர்க்குச் சொல்லத் தெரியாத. 9. ஒரூஉம் - நீங்கும். மற்று - அசை. 10. நினக்கு வருவதா - உனக்கு வருமாறு. 11. வியங்கொள் - உள்ளத்தில் படும் படி. 12. பூவல் ஊட்டி - செம்மண் பூசி. 14. தனித்து - காதலன் இல் லாமல் தனித்து. 18. தெரு மரல் - வருந்துதல். 19. விரிநீர் - கடல். 21. இயல்பு - குலிப் பழக்கம்.*

15. களவு வெளிப்பட்டது

(பெற்றோர் அறியாமற் கூடி மகிழ்ந்த கன்னி ஒருத்தி, எதிர்பாராத வகையிலே அகப்பட்டுக் கொள்ளுகிறாள். எவரும் எதுவும் பேசவில்லை. எனினும், அவளுக்கு நாணம் மிகுதியாகிறது. கானத்திலே சென்று ஒளி கின்றாள். 'திருமணம் உறுதியாயிற்று' என்று கூறித் தோழி அவளை மீண்டும் வீட்டிற்கு அழைத்து வருகிறாள்.)

தோழி! நாம், காணாமை உண்ட கடுங் கள்ளை, மெய் கூர,
நாணாது சென்று நடுங்க உரைத்தாங்கு,
கரந்ததூஉம் கையொடு கோட்பட்டாம் கண்டாய் - நம்
புல்லினத்து ஆயர் மகன் சூடி வந்தது ஓர்
முல்லை ஒரு காழும் கண்ணியும், மெல்லியால்!
கூந்தலுள் பெய்து முடித்தேன்மன்; தோழி! யாய்
வெண்ணெய் உரைஇ விரித்த கதுப்போடே,
அன்னையும் அத்தனும் இல்லரா, யாய் நாண,
அன்னை முன் வீழ்ந்தன்று, அப் பூ
அதனை வினவிலும் செய்யாள், சினவலும் செய்யாள்,
நெருப்புக் கை தொட்டவர் போல விதிர்த்திட்டு?
நீங்கிப் புறங்கடைப் போயினாள்; யானும், என்
சாந்து உளர் கூழை முடியா, நிலம் தாழ்ந்த
பூங் கரை நீலம் தழீஇ, தளர்பு ஒல்கி,
பாங்கு அருங் கானத்து ஒளித்தேன். அதற்கு, எல்லா!
ஈங்கு எவன் அஞ்சுவது?

**அஞ்சல் - அவன் கண்ணி நீ புனைந்தாய் ஆயின், நமரும்
அவன்கண் அடை சூழ்ந்தார், நின்னை; அகன் கண்
வரைப்பில் மணல் தாழப் பெய்து, திரைப்பில்
வதுவையும் ஈங்கே அயர்ப; அதுவேயாம்,
அல்கலும் சூழ்ந்த வினை.**

தலைவி : *தோழி! பெற்றோர்களுக்கு மறைத்துக் கள்ளுண்ட ஒருவன், வெறியின் மிகுதியால் தன் உடல் கட்டுப்பாடற்றுப் போயின நிலையில், அவர்முன் செல்வதற்கும் நாணாது சென்று, அவர் நடுங்குமாறு பேச்சைக் கொட்டுவானல்லவோ? அவன் நிலை போலவே ஆயிற்றடி என் நிலைமை! நாம் பெற்றோர் அறியாது மறைத்தோமே களவு வாழ்க்கை, அதுதான் இன்று கையோடு பிடிபட்டு விட்டதடீ!*

தோழி : *விளக்கிச் சொல்லடீ*

தலைவி : *நம் காதலனான புல்லினத்து ஆயர் மகன் இருக்கிறானே அவன், ஒரு நாள் முல்லைச் சரமும் கண்ணியும் சூடியவனாக வந்தான். மெல்லியலே! அதனை வாங்கி நான் ஆர்வமுடன் என் கூந்தலுள் வைத்து முடித்துக்கொண்டேன். வீட்டிற்குச் சென்றதும், செவிலித்தாய் என்னைத் தலைவாரி முடிக்க அழைத்தாள். வெண்ணெய் தடவித் தலையை விரித்துக் கோதினாள். தலையினுள் இருந்து பூ அவள் முன்னே விழுந்தது. செவிலித்தாய் 'நம்மையு மறியாது இஃதெவ்வாறு வந்ததோ?' என நினைத்து நாணினாள். என் அன்னையும் அத்தனும் அன்று வீட்டிலேயே இருந்தனர்.*

செவிலித்தாய், என்னிடம் ஏதுமே கேட்கவில்லை; என்னைச் சினந்து கொள்ளவுமில்லை. நெருப்பினைக் கைதொட்டவர் போல விதிர்விதிர்த்து அந்த இடத்தைவிட்டு எழுந்து புறங்கடைக்குப் போய் விட்டாள். நான், என் கூந்தலை வாரி முடித்துக்கொண்டு, தலையிலே வீழ்ந்த பூங்கரையிட்ட நீலச் சிற்றாடையைக் கையிலே பற்றிப் பிடித்துக் கொண்டு, மெல்ல மெல்ல நடந்து, வீட்டிற்கருகே இருந்த இக் குறுங்காட்டினுள்ளேயும் வந்து ஒளிந்து கொண்டேன்.

தோழி : அதற்கு இங்கிருந்தே ஏனடீ, பயந்து நடுங்குகின்றாய்? அஞ்சாதே! அவன் கண்ணியை நீ சூடினாய், ஆதலால், நம்மவர் உன்னை அவனுக்கே மணஞ் செய்து தர முடிவு செய்தனர். நம் வீட்டு முற்றத்திலே புது மணலைப் பரப்புகின்றனர். பந்தரிட்டு அங்கே திருமணம் நடத்துவர். அதுதானேடி நாம் நாள்தோறும் எண்ணிய செயல் அது இப்போது பலித்திருக்கிறது. நீ ஏனடி பதுங்கிக் கொண்டிருக்கின்றாய்?

சொற்பொருள் : மெய் - உடலில். கூர - மிக. 2. உரைத்தாங்கு - உரைத்தது போல். 3. சுரந்தது - மறைத்தது. கோட்பாட்டம் - பிடிபட்டோம். 6. பெய்து - இட்டு. 7. உரைஇ - தேய்க்க. கதுப்பு - கூந்தல். 8. அத்தன் - தந்தை. இல்லாரா - வீட்டில் இருக்க. 11. விதிர்த்திட்டு - நடுங்கி உதறி. 13. சாந்துளர் கூழை - மயிர்ச் சாந்து பூசிய கூந்தல். 14. தளர்பு - தளர்ந்து. ஒல்கி - மெல்ல நடந்து. 15. பாங்கு அண்மையில் உள்ள. 18. அடை - கொடுத்தலை. சூழ்ந்தார் - ஆராய்ந்து முடிவு செய்தார். அகன்கண் - அகன்ற இடத்தை உடைய. வரைப்பு - மனைமுற்றம். 20. வதுவை - திருமணம். அயர்ப - மேற்கொள்வர். 21. அல்கலும் - இரவிலும்.

16. அங்கே வருவாய்!

(கன்றோடு சென்ற ஒரு கன்னியை ஒருவன் வழி மறித்தான். அவளும் வழிமறித்த அவனைக் காதலித்தாள். எனினும், அவனை வெறுப்பவள் போலவே பேசுகிறாள். முடிவிலே, அவனது உறுதி கண்டு, மறுநாள், புலத்துக்குப் போகும் வழியிலே வந்து தன்னைச் சந்திக்கக் கூறுகிறாள்.)

தலைவி

பாங்கு அரும் பாட்டங்கால் கன்றொடு செல்வேம்; எம்
தாம்பின் ஒரு தலை பற்றின, ஈங்கு எம்மை
முன்னை நின்றாங்கே விலக்கிய எல்லா! நீ
என்னை ஏமுற்றாய்? விடு.

தலைவன்

விடேஎன்; தொடீஇய செல்வார்த் துமித்து, எதிர் மண்டும்
சுடு வய நாகு போல் நோக்கி, தொழுவாயில்
நீங்கி, சினவுவாய் மற்று.

தலைவி

நீ நீங்கு, கன்று சேர்ந்தார்கண் கத ஈற்றாச் சென்றாங்கு,
வன்கண்ணள் ஆய் வரல் ஓம்பு.

தலைவன்

யாய் வருக ஒன்றோ; பிறர் வருக, மற்றும் நின்
கோ வரினும் இங்கே வருக; தளரேன் யான்,
நீ அருளி நல்கப் பெறின்.

தலைவி

நின்னை யான் சொல்லினவும் பேணாய், நினைஇ,
கனை பெயல் ஏற்றின் தலை சாய்த்து, எனையதூஉம்

மாறு எதிர் கூறி, மயக்குப் படுகுவாய்!
கலத்தொடு யாம் செல்வுழி நாடி, புலத்தும்
வருவையால் - நாண் இலி! நீ.

தலைவி : ஊருக்குப் பக்கத்திலேயுள்ள தோட்டத் திற்குக் கன்றோடு செல்கின்றேன். என் தாம்புக் கயிற்றின் ஒரு முனையைப் பற்றினாய்! இங்கு, என்னை முன்னே வந்து நின்று தடுத்தும் நிறுத்து கின்றாய்! ஏடா! நீ என்ன பித்தம் பிடித்தவனோ? வழியை விடுவா யடா!

தலைவன் : வழியை விடேன். தன்னைப் பிடிக்க வருவாரைக் கீழே தள்ளிவிட்டு எகிறி ஓடும் கொடிய பெண் எருமைக் கன்றைப் போல, வீட்டை விட்டு வெளியே வந்துள்ள நீ, என்னையும் பிடித்துத் தள்ளிவிட்டு, நின் வழியிலே போகலாமே?

தலைவி : வழியை விட்டு விலகி நில்லடா! தன் கன்றைத் தளைப்பவர் மீது, சினத்துடன் பாய்ந்து செல்லும் தலையீற்றுப் பசுவைப் போல, உன்னைத் தக்கபடி ஒறுப்பதற்கு என் தாயாரும் இங்கே வந்து விடுவாள், பாராய்!

தலைவன் : தாய் வரினும் வருக; பிறர் எவர் வரினும் வருக; மற்று, நின் அரசனே வந்தாலும் வருக. நின்னல் அன்பு செய்யப் பெற்றேனானால், அவர் எவர் வந்தாலும் நான் அஞ்சித் தளர்ந்துவிட மாட்டேன்.

தலைவி : உனக்கு, நான் என்னென்ன சொல்லியும், அவற்றை யெல்லாம் பொருட்படுத்த மாட்டேன் என்கிறாயே! நினைத்துப் பார். பெருமழை பெய்யும்போது, அசையாமல் தலை சாய்த்து நிற்கின்ற ஏறுபோல, ஆடாது அசையாது நிற்கின்றாயே? என்ன சொல்லினும், மாறாக எதிர்த்து மற்றொன்று சொல்லிக் காம மயக்கத்திலேயே ஆழ்ந்து விடுகிறாயே! நாணங் கெட்டவனே! கறவைக் கலத்தோடு யாம் நாளைப் புலத்துக்குச் செல்லும்போது, அங்கேயும் வருவாயோ?

சொற்பொருள் : பாங்கு - அண்மை. அரும் - செல்லுதற்கு அரிய. பாட்டங்கால் - தோட்டத்தில். 4. என்னையோ - என்ன பித்தேறினாயோ. முற்றாய் - தடுக்காதே. 5. தொடீஇய - தொடது மித்து - கெடுத்து. மண்டும் - விரைந்து ஓடும். 6. கடு - மிக்க. வயம் - வலி நாகு - பெண்ணருமை. தொழு என்பது தொடுவெனத் திரிந்தது. 8. சேர்ந்தார்கண் - சேர்ந்தார் மீது. கதவு - சினம் மிக்க. ஈற்றா - கன்று ஈன்ற பசு. 11. கோ - தலைவன். 14. கனைபெயல் - மெருமழை. ஏற்றின் - எருதைப் போல். எனையதூஉம் - எல்லாவற்றிற்கும்.

17. தெளியாது என் அறிவு!

(பூக்கொய்து வருபவளான தலைவியை, மாலையிலே, வழி யிலே நிறுத்திக் காதல் பேசுகிறான் ஒருவன். அவளும் அவனைக் கண்டதும் காதல் கொள்கிறாள். இருவரும் கரவாகத் தமக்குள் பேசும் பேச்சுக்கள் இவை.)

'கையில் உள்ளது யாது' எனத் தலைவியைத் தலைவன் வினாவுதல்

மாண உருக்கிய நன் பொன் மணி உறீஇ,
பேணித் துடைத்தன்ன மேனியாய்! கோங்கின்
முதிரா இள முகை ஒப்ப, எதிரிய
தொய்யில் பொறித்த வன முலையாய்! மற்று, நின்
கையது எவன்? மற்று உரை.   5

தலைவியின் விடையும் தலைவன் வினாவும்

கையதை - சேரிக் கிழவன் மகளேன் யான், மற்று இஃது ஓர்
மாதர்ப் புலைத்தி விலையாகச் செய்தது ஓர்
போழின் புனைந்த வரிப்புட்டில், - புட்டிலுள் என் உள?
காண் தக்காய்! எற் காட்டிக் காண்.

தலைவி

காண், இனி, தோட்டார் கதுப்பின் என் தோழி அவரொடு   10
காட்டுச் சார்க் கொய்த சிறு முல்லை, மற்று இவை.

தலைவன்

முல்லை இவை ஆயின் - முற்றிய கூழையாய்!
எல்லிற்று, போழ்து ஆயின் - ஈதோளிக் கண்டேனால்
செல் என்று நின்னை விடுவேன், யான், மற்று எனக்கு
மெல்லியது, ஒராது அறிவு.   15

தலைவன் : பசும்பொன்னை நன்றாக உருக்கி, அதன் நடுவே நீலமணியை வைத்து இழைத்து, நன்கு மெருகிட்டதைப் போன்ற, ஒளிமிகுந்த மேனியினை யுடையவளே! கோங்கினது முதிராத இளமொட்டுப் போன்று புடைத்த, தொய்யில் எழுதிய அழகிய மார்பகங்களை உடையவளே! உன் கையில்தான் என்ன இருக்கிறது? அதனைச் சொல்வாயாக!

தலைவி : யானோ, இவ்வூர்த் தலைவனுடைய மகளாவேன். இது, ஒரு புலைத்தி விலையாகச் செய்து தந்தது. பனை ஓலை

நறுக்கினாலே பின்னி, வண்ணம் ஊட்டிய புட்டில். இதுதான் என் கையிலிருப்பது.

தலைவன் : புட்டில் என்பதை யானும் அறிவேன். காணத் தகுந்த அழகியே! புட்டிலினுள் என்ன இருக்கிறது? அதனை நான் காணுமாறு காட்டுக.

தலைவி : பார்த்துக் கொள். என் தோழிகளோடு காட்டினுள் கொய்த சிறுமுல்லைப் பூக்கள் இவை.

தலைவன் : இவை முல்லையாய் இருக்கின்றன - நீண்டு வளர்ந்த கூந்தலை உடையாளே! பொழுதும் மாலைக் காலமாயிருக் கின்றது. இடமோ ஒருவரையொருவர் காணமுடியாத இருள் சூழ்ந்த இடம். 'செல்' என்று நின்னை யான் போகவும் விடுவேன். ஆனால், எனக்கு அறிவு மிகவும் மென்மையானது. நல்லது தீது எதனையும் தெளியாதது. அதுவே உன்னை விரும்பும்போது நான் தான் என்ன செய்வேன்.

(வேண்டாதன வலியக்கூறிய அவன் பேச்சால் அவளுள் ளமும் அவன் பேரில் காதல் கொண்டுவிட்டது என்றறிந்தே, அவன் இவ்வாறு பேசுகின்றான்.)

சொற்பொருள் : *1.* மாண - மாட்சிமைப்பட; நன்றாக. உறீஇ - அழுத்தி. **2.** துடைத்தன்ன - இழைத்த அணி போன்ற. **3.** முதிரா - முற்றாத. முகை - அரும்பு, எதிரிய - முளைத்த. **4.** பொறித்த - எழுதிய. **5.** எவன் - யாது. **6.** கிழவன் - தலைவன். **7.** மாதர் - அழகிய. *8.* போழில் - பனை ஓலையினால். புனைந்த - முடைந்த. **9.** எற்காட்டி - எனக்குக் காட்டி காட்டுச்சார் - காட்டின்கண். **12.** முற்றிய - நீண்டு வளர்ந்த.

பொதுவாக, இந்த முல்லைக்கலியானது தமிழகத்திலே நிலவிய மேய்ச்சல் நில நாகரிகத்தில் (Pastoral Culture) சிறந்த உண்மையான படப்பிடிப்பாகும்.

காதலன் காதலியர்க்குள், பிற நிலத்தவரைப் போலக் கண்டு காமுற்றுக் களவிலே கலந்து வரைந்து மணந்து வாழும் வாழ்வு முறையை, இப் பகுதியிலே நாம் பெரும்பாலும் காண்கின்றோ மில்லை.

அதற்குப் பதிலாக, ஏறு தழுவி வெற்றிக் கொள்ளும் ஆண்மை யுடையவனுக்கு, ஆயர் மகள் மகிழ்வுடன் மாலை சூட்டி அவனை

மணவாளனாக ஏற்றும் மகிழ்கின்றாள். தன் காதலன் எனினும், அவனும் வீரத்திருவுடன் விளங்குதல் வேண்டும் என்ற ஆசை, பிற நிலத்து மகளிரிடமும் இல்லாமல் இல்லை. இருந்தாலும், 'அத்தகைய வனுக்கே எம் மகள்' என்று கருதும் ஆயரின் உறுதி, பெரிதும் பாராட்டத்தக்கதாகவுள்ளது.

மேலும், "ஏறு தழுவவும் அஞ்சுகிறாய், ஆயர் மகளையும் காதலிக்கிறாய், இது பொருந்துமோ?" எனக் கேட்கும் பண்புதான் நூலினுட் பெரிதும் எடுத்துக்காட்டப்படுகிறது.

"மெய்தழுவி ஆடவரும் மகளிரும் குரவைக் கூத்தாடுதல்" முல்லை நிலத்தாரிடையே நிலவியிருந்த மற்றொரு சிறந்த சமூக வழக்கம். ஊருக்கு ஒரு மன்றம், அங்கே ஆண்களும் பெண்களும் குரவையாடுதல், எல்லாம் இங்கே காணலாம்.

நாட்டுப் பற்றும் சுடர்விட்டு ஒளி வீசுகிறது. பாண்டிய மன்னனை வாழ்த்தும் ஆயரின் நாட்டுப்பற்று பெரிதும் போற்றத் தகுந்ததாகவுள்ளது. இவைபோலப் பல, கலித்தொகையில் நாகரிக விளக்கங் காண்பார், முல்லைக் கலியில் கருத்துடன் படிக்க வேண்டிய பகுதிகள்.

கண்ணன் முல்லை நிலத்து ஆயரோடு, அவர் தெய்வமாகச் சிலம்பிலே குரவையாடிப் போற்றப்படுகின்றனன். அதனைப் பெரும்பாலும் இக்கலியில் காண முடியவில்லை. அந்த நம்பிக்கை வேரூன்றி வலுப் பெறுதற்கு முன்னுள்ள நூல் இதுவென்றும் இதனாற் கருதலாம்.

முல்லைக் கலி முற்றும்

ஐந்தாவது

நல்லந்துவனார்

செய்தருளிய

நெய்தற் கலி

நெய்தல்

கடல், கடற்கரை என்றும் இரண்டானும் வாழும் மக்களின் தொடர்பாக அமைந்தது நெய்தற் கலி.

கடலையும் வென்று, கடல் வளத்தையும் கொண்டு பயன் படுத்திய முயற்சித் திறன் மிக்கவரான மக்கள் இவர்கள்.

கடற்சோலை, அதன் வளம், மணல் மேடு எல்லாம் இலக் கியக் கவினோடு இங்கே திகழ்கின்றன.

தலைவன், தலைவியர் மன உறுதியும் சுதந்திர ஆர்வமும் உடையவர்கள். காதல் வாழ்விலும், இரங்கல் துறையிலும் உள்ள வர்களின் உணர்வுக் குமுறல்கள் கொந்தளிக்கின்றன அழகுடனும் செறிவுடனும்!

கடலிற் கலஞ்செலுத்தும் தமிழரின் பழம் பெரும் சிறப்பினை யும், அக் கடலாற் பெறுகின்ற உப்பும் மீனும் கொண்டு தம் வாழ்வை வகுத்துள்ள இயல்பினையும், அங்கே எழுகின்ற காதல் நிலைகளையும் இப்பகுதியிற் காணலாம்.

நெய்தற் கலி

1. மாலை செய்யும் வேலை!

(களவுக் காலத்தே, தலைவியைப் பிரிந்து சென்றான் காதலன்: பேதுற்றாள் அவள். வருந்தி வருந்தி நலிந்தாள். மாலைக் காலமும் வந்தது மந்தைகளும் வீடு திரும்பின. பறவைகளும் வீடு திரும்பின. அவள் உள்ளம் வீடு திரும்பாத கணவனை நினைத்து உருகுகிறது. மாலையை நோக்கி மனம் வருந்திப் பேசுகிறாள் அவள்.)

வெல் புகழ் மன்னவன், விளங்கிய ஒழுக்கத்தால்,
நல் ஆற்றின் உயிர் காத்து, நடுக்கு அற, தான் செய்த
தொல் வினைப் பயன் துய்ப்ப, துறக்கம் வேட்டு எழுந்தாற்போல்
பல கதிர் ஞாயிறு பகல் ஆற்றி மலை சேர,
ஆனாது கலுழ் கொண்ட உலகத்து, மற்று அவன்   5
ஏனையான் அளிப்பான் போல், இகல் இருள் மதி சீப்ப,
குடை நிழல் ஆண்டாற்கும் ஆளிய வருவாற்கும்
இடை நின்ற காலம் போல், இறுத்தந்த மருள் மாலை!
மாலை நீ - தூ அறத் துறந்தாரை நினைத்தலின், கயம் பூத்த
போது போல் குவிந்த என் எழில் நலம் எள்ளுவாய்;   10
ஆய் சிறை வண்டு ஆர்ப்ப, சினைப் பூப் போல் தளை விட்ட
காதலர்ப் புணர்ந்தவர் காரிகை கடிகல்லாய்.
மாலை நீ - தையெனக் கோவலர் தனிக் குழல் இசை கேட்டு
பையென்ற நெஞ்சத்தேம் பக்கம் பாராட்டுவாய்
செவ்வழி யாழ் நரம்பு அன்ன கிளவியார் பாராட்டும்,   15
பொய் தீர்ந்த புணர்ச்சியுள் புது நலம் கடிகல்லாய்.
மாலை நீ - தகை மிக்க தாழ் சினைப் பதி சேர்ந்து புள் ஆர்ப்ப,
பகை மிக்க நெஞ்சத்தேம் புன்னை பாராட்டுவாய்;
தகை மிக்க புணர்ச்சியார், தாழ் கொடி நறு முல்லை
முகை முகம் திறந்தன்ன, முறுவலும் கடிகல்லாய்.   20
   என ஆங்கு -
மாலையும் அலரும் நோனாது, எம்வயின்
நெஞ்சமும் எஞ்சும்மன் தில்ல - எஞ்சி,
உள்ளாது அமைந்தோர், உள்ளும்,
உள் இல் உள்ளம், உள்உள் உவந்தே.   25

  வெற்றிச் சிறப்புடைய ஒரு மன்னன், மிகச் சிறந்த அரசியல் ஒழுக்கத்தைப் பேணி வந்தான். நன்னெறியிலே நின்று உலகத்தையும் காத்தான். அவன் ஆட்சியிலே, மக்கள் கலங்காது, வாழ்ந்தனர். அதன் பின், பழவினைப் பயனைத் துய்ப்பதற்காக, அவன் சுவர்க்கத்தை விரும்பிச் சென்றான். அவனைப் போலப் பல கதிர்களையுடைய ஞாயிறு பகற் பொழுதெல்லாம் உலகத்துக்கு உதவி முறை செய்து விட்டு, மாலையில் மலையிற் சென்று மறைந்தது. அதனால் இருள் சூழ்ந்த உலகத்திலே, நிலவும் எழுந்து ஒளி செய்தது. அந்த வேந்த னுக்குப் பின் வந்தவனும் ஓரளவுக்கு நல்ல முறையிலே ஆட்சி நடத்தியது போலிருந்தது அது. குடை நிழலில் ஆண்ட கோமானுக் கும், ஆள வருகின்ற புதியவனுக்கும் இடைப்பட்ட குழப்பமான இடைக்காலம் போல் மயக்கந்தருகின்ற, இந்த மாலை நேரமும் வந்து என்னை மிகவும் வருத்துகின்றதே!

மாலையே! என் அழகு அழியுமாறு என்னைக் கைவிட்டுச் சென்றவரையே நினைக்கின்றாய் போலும். அதனால், குளத்திலே பூத்திருந்த தாமரை இதழ்கள் உன் வரவால் மூடிக் குவிவது போலக் குவிந்து ஒளி கெட்டுவிட்ட என் அழகுநலத்தையும் இகழுவாய். ஆய் சிறை வண்டுகள் ஆர்க்க மரக்கொம்பரிலே பூத்துள்ள பூக்கள் போலத் தளைவிட்டிருக்கும் காதலனைப் பிரியாது அழகுடன் கூடியிருப்பவரின் பேரழகை என்றும் நீ கடிவதில்லையே!

மாலையே! தையெனக் கோவலர் ஊதுகின்ற குழல் இசை கேட்டு வருந்தும் நெஞ்சத்தவரின் பக்கமே வந்து, அவரது புன்மையைக் கூறி நிற்பாய். யாழ் நரம்பிலே எழுகின்ற செவ்வழிப் பண்போன்று, மொழியினிமை உடையார் பாராட்டும், பொய்யற்ற புணர்ச்சியுள் விளையும் புதுநலத்தை நீ தானும் கடிவதில்லையே!

மாலையே! அழகாகத் தாழ்ந்த மரக்கிளைகளிலே பறவைகள் தம் தங்குமிடம் சேர்ந்து ஆர்ப்பரிக்கவும், அதனை இன்பமாக எண்ணாது பகையாகக் கொண்டு வெறுக்கும் நெஞ்சினரான எம் புன்மையையே வந்து பாராட்டுகின்றாய். தகைமிக்க புணர்ச்சியிலே ஈடுபட்ட மகளிர், தாழ்கின்ற கொடியிலே மணமுல்லை இதழ் விரிந்தது போலச் செய்யும் புன்முறுவலை நீயும் கடிவதில்லையே!

பிரிந்து, எம்மை நினையாது, உள்ளன்பு இல்லாத உள்ளத்துடன் இருப்பவரை எண்ணி எண்ணி, உவப்புடன் நினைக்கும் எம் நெஞ்சு, மாலையின் கொடுமையும் ஊர் தூற்றும் துயரையும் கண்டும் அழியாது இன்னமும் எஞ்சி இருக்கின்றதே! என் செய்வேன் நான்?

சொற்பொருள்: விளங்கிய ஒழுக்கம் - அறநெறி தவறாத ஒழுக்கம். 3. தொல்வினை - பழவினை. துறக்கம் - சுவர்க்கம். 4. கலுழ் - துன்பம். 7. ஆளிய - அள. 11. ஆய்சிறை - அழகிய இயற்கை. 12. காரிகை - பேரழகு. 13. 'தை' - கோவலர் குழலின் ஒலி. 15. செவ்வழி - ஒருபண். 26. புது நலம் - புதிய இன்பம். 25. உள் இல் உள்ளம் - உண்மையற்ற உள்ளம்.

2. உயிர் வாங்கும் காலம்!

(மாலை நேரம் வந்துவிட, எல்லா உயிரினங்களும் தத்தம் பதியைச் சேர்கின்றன. 'தன் கணவனும் அவற்றைப் போன்று தன்பால் வரவில்லையே' என ஏங்கினாள் ஒருத்தி, அவள், மாலையைக் காட்டித் தோழியிடம் இப்படிக் கூறுகின்றாள்.)

**அகன் ஞாலம் விளக்கும் தன் பல் கதிர் வாயாகப்
பகல் நுங்கியது போலப் படு சுடர் கல் சேர,
இகல் மிகு நேமியான் நிறம் போல இருள் இவர,
நிலவுக் காண்பது போல அணி மதி ஏர்தர,
கண் பாயல் பெற்ற போல் கணைக் கால மலர் கூம்ப,
தம் புகழ் கேட்டார் போல் தலை சாய்த்து மரம் துஞ்ச,
முறுவல் கொள்பவை போல முகை அவிழ்பு புதல் நந்த,
சிறு வெதிர்ங் குழல் போலச் சுரும்பு இமிர்த்து இம்மென,
பறவை தம் பார்ப்பு உள்ள, கறவை தம் பதிவயின்
கன்று அமர் விருப்பொடு மன்று நிறை புகுதர,
மா வதி சேர, மாலை வாள் கொள,
அந்தி அந்தணர் எதிர்கொள, அயர்ந்து
செந் தீச் செவ்அழல் தொடங்க - வந்ததை
வால் இழை மகளிர் உயிர் பொதி அவிழ்க்கும்
காலை ஆவது அறியார்,
மாலை என்மனார், மயங்கியோரே.**

அகன்ற உலகத்தை ஒளியால் விளக்கமுறும்படி செய்கினற் பல கதிர்களுடைய கதிரவன், பின்னர்த் தானே அக்கதிர்களை ஒடுக்கிப் பகற்காலத்தை விழுங்கியதுபோல, மேற்குத்திசை மலையிற்சென்று சேர்ந்தான். சக்கரதாரியான திருமாலின் நிறம் போல எம்மருங்கும் இருள் சூழ்ந்தது. நிலவு தந்து காண்போம்' என்பது போல, அழகிய மதியும் தோன்றி அழகு செய்து கொண் டிருந்தது. உறங்கும் கண்கள் ஆகு செய்து கொண்டிருந்தது. உறங் கும் கண்கள் போலத் தாமரை முதலியனவும் குவிந்தன. தம் புகழ் கேட்டவர்போலத் தலைதாழ்த்தியவாய் மரங்களும் தூங்குகின் றன. முறுவலிப்பது போல் முகையழிந்த மலர்களுடன் புதர்கள் விளங்குகின்றன. மூங்கிற் குழலின் நாதம்போலச் சுரும்புகள் 'இம்' என்று எங்கணும் ஒலி செய்கின்றன. பறவைகள் தம் குஞ்சு களை எண்ணுகின்றன. கறவைகள் தம் தொழுவங்களிலே கட்டி நிற்கும் கன்றுகளின் நினைவால் நிரை நிரையாக ஊரைநோக்கி வந்து கொண்டிருக்கின்றன. விலங்குகளும் தத்தம் இருப்பிடம் சென்று சேர்கின்றன. அந்தணர்கள் தம் முறைப்படி அந்திக் காலத்தை வரவேற்கின்றனர். மகளிர் செந்தீ விளக்குகளை ஏற்றுகின்றனர். மாலை நேரம் தன் கையிலே வாளைக் கொண்டதாக, மகளிரின் உயிரை உடலினின்று பிரித்து வாங்குவது போல இப்படி வருகின் றதே! இத்தகைய கொடுங் காலம் என்றும் இதனை அறியாது, பலரும் 'மாலைக்காலம்' என்று மயங்கிக் கூறுகின்றனரே! இஃது ஏனடி தோழி?

சொற்பொருள் : *1. ஞாலம் - உலகத்தை. 2. நுங்கிய - விழுங்கிய. படுசுடர் - மறையும் ஞாயிறு. கல் - மலை. 3. இகல்மிகு - போரில் வல்ல. நேமி - சக்கரப்படை. இவர - பரவ. 4. ஏர்தர - தோன்ற. 5. பாயல்பெற்ற போல் - உறக்கம் கொண்டது போல. 7. முறுவல் - சிறுநகை. முகை - அரும்பு. புதல் - புதர். நந்த - விளங்க. 8. வெதிர் - மூங்கில். இமிர்ந்த - ஒலித்து. 9. பார்ப்பு - குஞ்சு. கறவை - கன்று ஈன்ற பசு. 11. வாள் கொள - ஒளி பெற்று விளங்க. 'வாழ்கொள்' என்பது பாடமாயின் வாழ்தல் கொள்ள என்பது பொருள். 12. அயர்ந்து - தம் கடன் ஆற்றி. 13. வந்ததை - வந்த இதனை. 14. பொதி - அடங்கியிருந்த உடலின்றும். அவிழ்க்கும் - போக்கும். 15. காலை - காலத்தின் திருவிளையாடல். 16. மயங்கியோர் - அறிவிழந்தோர்.*

3. ஒளிந்ததடீ மாலை!

(தன்னைத் துயர் செய்த மாலைக்கு வருந்தியிருந்த ஒருத்தி, அதன் முடிவில் தன் காதலன் வந்து சேரவும் மகிழ்கிறாள். அந் நேரம், மாலையும் மறைந்து இருளும் பரவ, 'மாலை ஓடி ஒளிந்ததடீ என்றும் கூறுகின்றாள்.)

அருள் தீர்ந்த காட்சியான், அறன் நோக்கான், நயம் செய்யான்,
வெருவுற உய்த்தவன் நெஞ்சம் போல், பைபய
இருள் தூர்பு, புலம்பு ஊர, கனை சுடர் கல்சேர
உரவுத் தகை மழுங்கித் தன் இடும்பையால் ஒருவனை
இரப்பவன் நெஞ்சம் போல் புல்லென்று, புறம் மாறிக்
கரப்பவன் நெஞ்சம் போல், மரம் எல்லாம், இலை கூம்ப
தோற்றம் சால் செக்கருள் பிறை நுதி எயிறாக,
நால் திசையும் நடுக்குறூஉம் மடங்கல் காலை,
கூற்று நக்கது போலும், உட்குவரு கடு மாலை!
மாலைநீ - உள்ளம் கொண்டு அகன்றவ துணை தாராப்
பொழுதின்கண்,
வெள்ள மண் நிறம் நோக்கிக் கணை தொடுக்கும் கொடியான் போல்,
அல்லற்பட்டு இருந்தாரை அயர்ப்பிய வந்தாயோ?
மாலை நீ - ஈரம் இல் காதலர் இகந்து, அருளா இடன் நோக்கி,
போர் தொலைந்து இருந்தாரைப் பாடு எள்ளி நகுவார் போல்,
ஆர் அஞர் உற்றாரை அணங்கிய வந்தாயோ?
மாலை நீ - கந்து ஆதல் சான்றவர் களைதாரப் பொழுதின்கண்,
காய்ந்த நோய் உழப்பாரைக் கலக்கிய வந்தாயோ?
என ஆங்கு,

இடன் இன்று அலைத்தரும் இன்னா செய் மாலை,   20
துனி கொள் துயர் தீரக் காதலர் துணைதர -
மெல்லியான் பருவத்து மேல் நின்ற கடும் பகை
ஒல்லென நீக்கி, ஒருவாது காத்து ஆற்றும்
நல் இறை தோன்ற, கெட்டாங்கு -
இல்லாகின்றால், இருளகத்து ஒளித்தே.

அருள் முழுவதுமே அற்றுப் போனது போன்ற தோற்றமுடையவன்; அறனை ஏறெடுத்தும் நோக்கியறியாதவன்; நல்லது எதையுமே செய்யாதவன்; பலரும் கண்டு அஞ்சுமாறு செயல்களைச் செய்தவன்; ஒருவன். அவனுடைய நெஞ்சம் போலக் கொடிய இருளும் வந்து நிறைகின்றதே? யான் புலம்பித் தவிர்க்கக் கதிரும் மலைவாயிலிற் சென்று சேர்கின்றதே? தன் உள்ளத்தின் செயலாற்றுந் தன்மை மழுங்கிப் போனவனாகத் தன் வறுமைத் துயரினால் ஒருவனை இரந்து வேண்டுபவனின் நெஞ்சம்போல, மரங்களெல்லாம் தம் தோற்றம் மாறினவே? கரவுடையான் நெஞ்சம்போல மரங்களின் இலைகள் எல்லாம் கூம்பினவே! தோற்றம் அமைந்த செவ்வானத்திலே, நுதியையுடைய பிறை தனக்கு எயிறு ஆக, நாற்றிசையும் நடுக்கமுறுகின்ற ஊழிக்காலத்திலே, கூற்று உயிர்களைப் பார்த்துக் கோரமாகச் சிரிப்பது போல, நான் நடுங்குமாறு கொடிய மாலைக் காலமே நீயும் இவ்விடத்து வருகின்றனையோ?

மாலையே! என் உள்ளத்தைக் கொண்டு போய்விட்டவர், வந்து துணைதராமலிருக்கின்ற நேரத்திலே நீயும் வருகின்றாயே? வெள்ளத்திடையிலே அகப்பட்டுத் தவிக்கும் மானின் நிலை நோக்கி இரங்காமல் அதனைக் கொல்லக் கணை தொடுத்து விடும் கொடியவனைப் போல, அல்லற்பட்டு இருப்பவரை மேலும் மேலும் துன்புறுத்தவே நீயும் வந்தாயோ?

மாலையே! அருளில்லாத காதலர் நீங்கி மீண்டு வந்து அருளாத இடம் நோக்கியே நீயும் வருகின்றாயே? போரிலே தோற்று, வாடி இருந்தவர்களைக் கண்டு எள்ளி நகையாடும் கொடியவரைப் போல, அருந்துயர் உற்றவர்களை மேலும் வருந்து விக்கவே நீயும் வந்தாயோ?

மாலையே! எனக்குப் பற்றுக்கேடான தகுதியுடையவர் வந்து அருள் செய்யாத பொழுதிலே நீயும் வருகின்றாயே? வெந்த ஒரு புண்ணினுள் வேல்கொண்டு நுழைப்பவன் போலப் பிரிவெனும்

நோயினால் வாடுவாரை மேலும் கலக்கமடையச் செய்வதற்கே நீயும் வந்தாயோ?

துன்பமுறுந் துயரம் தீரக், காதலர் விரைந்து சேர்க்கையினாலே, உயிர் வாழவே இடமின்றி வருத்திக் கொடுமை செய்த தான மாலையும் தன் ஆற்றலிழந்ததாய், இருளிடையிலே சென்று ஒளித்துக் கொண்டதே! வலியில்லாத பருவத்திலே மேல்வந்து நின்ற கொடிய பகையானது, அதனை உடனே நீங்கித் தயங்காது காத்து உதவும் நல்ல மன்னவன் துணையாக வந்து தோன்றவும் அழிந்து ஒழிவதுபோல, என் கணவர் வந்ததும், இம்மாலையும் கண்காணாது சென்று ஒளிந்ததே! இருளினுள்ளே சென்று பதுங்கித் தான் இல்லையாகவும் போய் விட்டதேடீ அது!

சொற்பொருள் : 1. காட்சியான் - அறிவான். நயம் - நல்ல செயல். 2. வெருவுற - பிறர் கண்டு அஞ்ச. உய்த்தவன் - பயனின்றிக் கழித்தவன். பைய - மெல்ல. 3. தூர்பு - மறைந்து. புலம்பு - தனிமையுணர்வு. ஊர மிக. 4. உரவுத்தகை - உள்ளத்திற்கு உரம் அழிக்கும் அறிவின் அழகு. இடும்பை - வறுமை. 5. புல் என்று - பொலிவு இழந்து. 8. அடங்கற்காலை - ஊழிக்காலம். 9. உட்குவரு - துன்பம் தரும். 10. உள்ளம் - உள்ளத்தை. 11. நிறம் - மார்பு. 12. அயர்ப்பிய - துன்புறுத்த. 13. ஈரம் - அன்பு. இகந்து - பிரிந்து. அருளா - அன்பு செய்யாத. 14. தொலைந்து - தோற்று. பாடு - அவர் பட்ட தோல்வியை. 15. ஆர்அஞர் - பொறுத்தற்கு அரிய துன்பம். அணங்கிய - வருத்த. 16. கந்தாதல் சான்றவன் - பற்றுக் கோடாய் அமைய வேண்டியவர். களைதாரா - போக்காத. 20. இடன் இன்று - துன்பம் ஒழிந்து நிற்கும் இடம் இல்லையாக. 21. துனிகொள் - வெறுப்புமிக்க. துனைதர - விரைந்து வந்து அடைய. 22. மெல்லியான் - அறிவாலும் ஆற்றலாலும் குறைந்த அரசன். 23. ஒல்லென - விரைவாக. ஒருவாது - நீங்காமல் நின்று. 25. இறை - அரசன்.

4. திரை எறிந்த மீன்!

(பிரிந்து சென்ற காதலன் வராதிருக்கக் காதலி துடி துடிக்கிறாள். அவள் படுந் துயரைக் கண்டு பொறாத தோழி, அவனிடம் சென்று, அவளுக்கு அருள் செய்யுமாறு வேண்டுகின்றாள்.)

ஒண் சுடர் கல் சேர, உலகு ஊரும் தகையது,
தெண் கடல் அழுவத்துத் திரை நீக்கா எழுதரூஉம்,
தண் கதிர் மதியத்து அணி நிலா நிறைத்தர,
புள்ளினம் இரை மாந்திப் புகல் சேர, ஒலி ஆன்று,

வள் இதழ் கூம்பிய மணி மருள் இருங் கழி
பள்ளி புக்கது போலும் பரப்பு நீர்த் தண் சேர்ப்ப!
தாங்கருங் காமத்தைத் தணந்து நீ புறம் மாற,
தூங்கு நீர் இமிழ் திரை துணையாகி ஒலிக்குமே -
உறையொடு வைகிய போது போல், ஒய்யென
நிறை ஆனாது இழிதரூஉம், நீர் நீந்து கண்ணாட்கு.
வாராய் நீ புறம் மாற, வருந்திய மேனியாட்கு -
ஆர் இருள் துணையாகி அசைவளி அலைக்குமே -
கமழ் தண் தாது உதிர்ந்து உக, ஊழ் உற்ற கோடல் வீ
இதழ் சோரும் குலை போல, இறை நீவு வளையாட்கு,
இன் துணை நீ நீப்ப, இரவினுள் துணையாகி,
தன் துணைப் பிரிந்து அயாஅம் தனிக் குருகு உசாவுமே -
ஒண் சுடர் ஞாயிற்று விளக்கத்தான், ஒளி சாம்பும்
நண்பகல் மதியம் போல், நலம் சாய்ந்த அணியாட்கு.
என ஆங்கு -
எறி திரை தந்திட, இழிந்த மீன் இன் துறை
மறி திரை வருந்தாமல் கொண்டாங்கு, நெறி தாழ்ந்து,
சாயினுள் வருந்தியாள் இடும்பை
பாய் பரிக் கடுந் திண் தேர் களையினோ இடனே.

ஒளியையுடைய ஞாயிறு மலைவாயிலிற் சென்று மறைந்ததும், உலகெல்லாம் தண்ணொளி பரப்பும் தகையுடையதான தண்கதிர் மதியமானது, தெண்கடற்பரப்புத் திரையை உயர்த்தியதாக மேலே எழுகின்றது. புள்ளினமெல்லாம் இரையுண்டபின் தாம் தங்கும் புகல்களைச் சென்று சேர, ஒலியடங்கி விடுவதனால், வளவிய இதழ்கள் கூம்பிய மணிகள் போல மயக்கஞ் செய்கினற் பெரிய கடற்கரையும் துயில் கொண்டது போலிருக்கின்றது. இத்தகைய அருள் மலிந்த கடலையுடையவனான குளிர்ந்த சேர்ப்பனே! உனக்கு மட்டும் ஏனோ எம்மேல் அருளில்லை?

தாங்குவதற்கு அரியதான காமத்தையும் அடக்கி, நீ கைவிட்டுச் சென்ற அவளுக்கு, நீர் எறிந்து எழுந்து முழங்கின்ற கடல் அலையும் துணைபோல ஒலிக்கின்றதே? துளியோடு இருக்கும் மலர் முகை போலத் திடுமெனத் தடுத்து நிறுத்தவியலாது கொட்டிவிடும் நீர்படிந்த கண்ணாளுக்கு இதுதான் நீ வகுத்துள்ள நிலைமையோ?

மணங்கமழும் பூந்தாதுகள் உதிர்ந்து வீழ்ந்துவிடத் தன் அழிவு வந்து நெருங்கியதை உணர்த்த கோடல்மலர், தன் இதழ்களை உதிர்க்கின்ற நிலைபோல, இவள் முன்கை, தன் வளைகளை உதிர்க்கின்றவே!

வராமல் நீ கைவிட்டு விட வருந்திய மேனியாளுக்கு, அடர்ந்த இருளைத் துணையாகக் கொண்டு அசைந்து வரும் காற்றும் துன்பம் விளைவிக்கின்றதே! இதுவோ உன் அருளின் தன்மை?

ஒளிமிகுந்த சுடரான ஞாயிற்றின் ஒளியினால், நண்பகல் மதியம் தன் ஒளி குன்றிவிடுவது போலக், காமம் கடத் தன் ஒளிர் நலம் அழிந்துபோன அழகியாக இவளும் ஆயினாளே? இனிய துணையானது கைவிட, இரவே தனக்குத் துணையாகக் கொண்டு தன் துணையைப் பிரிந்து வருந்தும் குருகு, தன் போலத் துயரும் இவளோடு, இவள் நிலை பற்றி உசாவுகின்றதே! நீ மட்டும் ஏன் மறைந்தாயோ?

இனிய துறையிடத்திலே, ஏறிகின்ற திரை கொண்டு வந்து போட்ட மீன் துயருற்று வருந்தாமல், மீள்கின்ற திரை அருளுடன் அணைத்துக் கொண்டு போவதைப் போலக், கூந்தல் அவிழ்ந்து வீழ மெலிந்து வருந்தியவளின் துயரை, நின் பாய்பரிக் கடும் திண் தேர் சென்று போக்கினால், அதுவே அவளுக்கு நல்ல காலமாகும்!

சொற்பொருள் : *1. சுடர் - ஞாயிறு. கல் - மலை. ஊரும்- பரவும். 2. அழுவம் - பரப்பு. 4. புகல் - இருப்பிடம். அன்று - அடங்கி. 7. தணந்து - ஒரு முறை பிரிந்து. புறமாற - கைவிட. 8. தூங்குநீர் - அலைவீசும் கடல். இமிழ் திரை - ஒலிக்கும் அலை. 9. உறை - நீர்த்துளி. போது - மதர். 10. நிறைஆனாது - நிறுத்த மாட்டாது 12. அசை வளி - வீசும் காற்று. 13. ஊர்உற்ற - வரிசை யாக அமைந்த (இதழ்கள்). கோடல் - காந்தள். வீ - மலர். 14. இறை - முன் கையினின்றும். நீவு - கழலுகின்ற. 16. அயாஅம் - வருந்தும். குருகு - நாரைப்பேடு. உசாவும் - உற்றது வினாவும். 17. சாம்பும் - கெடும். 18. சாய்ந்த - கெட்ட. 20. எறிதிரை - கரைநோக்கி எழும் நிலை. 21. மறிதிரை - கடல் நோக்கி இழியும் அலை. நெறிதாழ்ந்து - நீ முறை கெட்டமையால்.*

5. சிரிப்புக்கு இடந்தரும்!

(‘விட்டு மறந்த காதலனை நினைந்து, ஏனடீ வாடுகின்றாய்?’ என்கிறாள் தோழி. ‘அவன் எப்படியிருந்தாலும் என் நெஞ்சம் அவன் வசமாய் விட்டதேடீ!’ என்கிறாள் தலைவி, ‘என் வாழ்வு பிறருக்குச் சிரிப்புத் தான் தரும்!’ என்பது, காதல் வாழ்வின் மனவியலை விளக்குவதாகும்.)

கோதை ஆயமும் அன்னையும் அறிவுற,
போது எழில் உண்கண் புகழ் நலன் இழப்ப

காதல் செய்து அருளாது துறந்தார்மாட்டு, ஏது இன்றி,
சிறிய துனித்தனை; துன்னா செய்து அமர்ந்தனை,
பலவும் நூறு அடுக்கினை; இனைபு ஏங்கி அழுதனை,
அலவலை உடையை என்றி - தோழீ!
கேள், இனி,
மாண் எழில் மாதர் மகளிரோடு அமைந்து, அவன்
காணும் பண்பு இலன் ஆதல் அறிவேன்மன்; அறியினும்,
பேணி அவன் சிறிது அளித்தக்கால், என்
நாண் இல் நெஞ்சம் நெகிழ்தலும் காண்பல்.
இருள் உறழ் இருங் கூந்தல் மகளிரோடு அமைந்து, அவன்
தெருளும் பண்பு இலன் ஆதல் அறிவேன்மன்; அறியினும்,
அருளி அவன் சிறிது அளித்தக்கால், என்
மருளி நெஞ்சம் மகிழ்தலும் காண்பல்.
ஒள் இழை மாதர் மகளிரோடு அமைந்து, அவன்
உள்ளும் பண்பு இலன் ஆதல்அறிவேன்மன்; அறியினும்,
புல்லி அவன் சிறிது அளித்தக்கால், என்
அல்லல் நெஞ்சம் மடங்கலும் காண்பல்.
அதனால்,
யாம நடு நாள் துயில் கொண்டு ஒளித்த
காம நோயின் கழீஇய நெஞ்சம்
தான் அவர் பால் பட்டதாயின்,
நாம் உயிர் வாழ்தலோ நகை நனி உடைத்தே.

''கோதை ஆயமும், அன்னையும் அறிந்து விட்டனர். மலரிதழ் மையுண்டது போன்ற நின் கண்களின் அழகும் போய் விட்டது. காதல் செய்து பின்னர் அருள் செய்வதை மறந்து பிரிந்து சென்று விட்டான் நின் காதலன். அவனிடம் முன்னர்க் காரணமின்றியே ஊடி வருந்தினாய். இப்போதோ, அவன் இன்னல் செய்து விட்டதனால், பலவும் ஒன்றுக்கு நூறாக அடுக்கியவளாக நோகின்றனை; வருந்தி வருந்தி ஏங்கி அழுகின்றன. நீயோர் அலமருதலை உடையவள்'' என்றெல்லாம் சொல்கின்றாய். தோழி! அதனையும் கேள்;

எழில் மிகுந்த காதன் மகளிரோடு சேர்ந்து, அவன் என்னைக் காணும் பண்பும் இல்லாதவனாகிவிட்டதை நானும் அறிவேன். அறிந்தாலும், பேணிவந்து அவன் சிறிதே அருள் செய்தபொழுதிலே, என் வெட்கங்கெட்ட நெஞ்சமானது, நெகிழ்ந்து போவதைக் காண்கின்றேனே!

இருளைப் போன்று அடர்ந்த கூந்தலையுடைய மகளிரோடு வாழ்பவனாகி, அவன் என் நிலையைத் தெளிகின்ற பண்பற்றவன்

ஆதலை நானும் அறிவேன். அறியினும் அருள் கொண்டு சிறிது அவன் அன்புசெய்தால், என் மயங்கும் நெஞ்சம் அனைத்தையும் மறந்ததாகி மகிழ்வதையும் காண்கின்றேனே!

ஒளி சிறந்த ஆபரணங்களை அணிந்த காதன் மகளிரோடு வாழ்பவனாகி, அவன் என்னை நினைக்கும் பண்பில்லாதவன் ஆதலையும் அறிவேன். அறிந்தாலும், தழுவி அவன் சிறிது அன்பு செய்தால், என் அல்லல்கொண்ட நெஞ்சம் அப்போது மடங்கி மகிழ்வதையும் காண்கின்றேனே!

ஆகையினாலே, காமநோயினாலே கழிந்து கொண்டு போகம் நெஞ்சம், இரவின் நடுச்சாமவேளையிலும் எனதுயிரை வாங்கிக் கொண்டு, என்னைத் தூங்கவிடாது ஒழித்து அவன் பாற்சென்று விட்டதானால், நான் என்னடீ செய்வேன்? இனி, நான் உயிர் வாழ்தல் மட்டுமே மிகவும் சிரிப்பிற்கு இடமாயிருக்கின்றதேடி!

சொற்பொருள் : 1. கோதைஆயம் - மாலைபோல் வரிசை யாக: வந்து ஆடும் தோழியர். 2. போதெழில் - மலர் போலும் அழகு. 3. ஏதின்றி - அயன்மை கொள்ளாது. 4. துனித்தனை - வெறுத் தனை. துன்னா - பொருந்தாதன. அமர்ந்தனை - அதிலேயே ஆழ்ந்து விட்டாய். 5. இனைபு - வருந்தி. 6. அலவலை - அலமருதலை. என்றி - என்று கூறுகிறாய். 12. உறழ் - ஒத்த. இரும் - கரிய. 13. தெருளும் - நல்லோன் எனத் தெளியும். 15. மருளி - மருட்சி மிக்க. 16. இழை - அணிகள். 17. உள்ளும் - மனத்தால் நினைந்து பார்க்கத்தக்க. 18. புல்லி - புணர்ந்து. 19. அல்லல் - வருத்தம். 22. கழீஇய - மிக்க.

6. அறியாத நெஞ்சம்!

(கடற்கானலிலே களவாகக் கூடிக் களித்த ஒரு பெண், தன் காதலனைக் காணாது ஏங்குகிறாள். வீட்டிலே இருந்தாலும், அவள். மான் கழிக்கானலையே சுற்றிக் கொண்டிருக்க உளம் நொந்து வாடு கிறாள். அவள், அவன் நினைவாகவே திரிகின்ற தன் நெஞ்சை விளித்துப் புலம்புவது இது.)

கருங் கோட்டு நறும் புன்னை மலர் சினை மிசைதொறும்
சுரும்பு ஆர்க்கும் குரலினோடு, இருந் தும்பி இயைபு ஊத,
ஒருங்குடன் இம்மென இமிர்தலின், பாடலோடு
அரும் பொருள் மரபின் மால் யாழ் கேளாக் கிடந்தான் போல்,
பெருங் கடல் துயில் கொள்ளும் வண்டு இமிர் நறுங் கனல் -

காணாமை இருள் பரப்பி, கையற்ற கங்குலான்,
மாணா நோய் செய்தான்கண் சென்றாய்; மற்ற அவனை நீ
காணவும் பெற்றாயோ. காணாயோ? - மட நெஞ்சே!
கொல் ஏற்றுச் சுறவினம் கடி கொண்ட மருள் மாலை,
அல்லல் நோய் செய்தான்கண் சென்றாய்; மற்று அவனை நீ
புல்லவும் பெற்றாயோ? புல்லாயோ? - மட நெஞ்சே!
வெறி கொண்ட புள்ளினம் வதி சேரும் பொழுதினான்,
செறி வளை நெகிழ்த்தான்கண் சென்றாய்; மற்று அவனை நீ
அறியவும் பெற்றாயோ? அறியாயோ? - மட நெஞ்சே!
என ஆங்கு -
எல்லையும் இரவும் துயில் துறந்து, பல் ஊழ்
அரும் படர் அவல நோய் செய்தான்கண் பெறல் நசைஇ,
இருங் கழி ஓதம் போல் தடுமாறி,
வருந்தினை - அளிய என் மடம் கெழு நெஞ்சே!

கருமையான கொம்புகளையுடைய புன்னை மரத்தின் சிறு சிறு சினைகளிலே, நறுமலர்கள் இதழ்விரிகின்ற நேரத்தை எதிர் பார்த்துச் சுரும்புகள் கூடி ஆரவாரிக்கின்றன. அந்த ஆரவாரத்திற்கு இசைந்தாற்போலத் தும்பிகளும் அவற்றோடு சேர்ந்து ஒத்து ஊதுகின்றன. 'இம்'மென்று எழுகின்ற அவ்வொலிகளினிடையே, பெருங்கடலும் துயில்வதுபோல ஒலியவிந்து கிடக்கின்றது. அரும் பொருள்கள் முறையோடு இசைந்து வருகின்ற பாடலோடு கலந்து கேட்கும் யாழிசையை அநுபவித்தவாறே, திருமால், பாற்கடலின் மீதே கிடந்து உறங்குவது போன்றிருந்தது அந்தக் காட்சி, வண்டொலி முழங்கும் அத்தகைய கடற்கானலிலே, அவனைத் தேடிச் சென்றாயோ, என் நெஞ்சமே!

அறியாத நெஞ்சமே! எந்தப்பொருளையும் எவரும் காணாதவாறு, எங்கும் இருளைப் பரப்பி எல்லாஞ் செயலற்று விளங்கும் இருட்டு வேளையிலேயோ நீயும் சென்றாய்? பொறுக்கவியலாத காமநோயைச் செய்தவன்போல அப்படிச் சென்றாயே, அவனைத் தான் காணப்பெற்றாயோ? அல்லது, காணாதுதான் திரும்பினாயோ?

அறியாத நெஞ்சமே! கடற்கானலிலே கொல்லேறு போன்ற சுறாவினங்கள் வழிமறிக்கம் மயக்கந்தரும் மாலை நேரத்திலே, அல்லல் விளைவிக்கும் நோய்தந்தவனிடம் நீ சென்றாய்; அவனைத் தழுவவும் பெற்றாயோ? அல்லது, தழுவத்தான் பெறவில்லையோ?

வெறிகொண்ட பறவையினம் தாம் தங்குமிடம் சேர்கின்ற பொழுதிலே, செறிந்த உன் வளைகளை நெகிழ்த்தவனைத் தேடிச்

சென்றாய், அவனை மனங்கலந்து அறியப் பெற்றாயோ? அல்லது, அறியத்தான் இல்லையோ?

மடமை நிரமிய எனது அருளத்தக்க நெஞ்சமே! பகலும் இரவும் உறக்கத்தை விட்டுவிட்டுப், பொறுத்தற்கரிய காமநோயைச் செய்தவனிடம் அவனைப் பெறவிரும்பிச் சென்றனையே? கருங் கழிலே ஓதம் போவதும் வருவதுமாகத் தடுமாறுவதுபோல, நீயும் வீணே அலைந்தலைந்து தடுமாறுகின்றாய்! ஏனோ, உனக்கு இந்த அறியாமை?

சொற்பொருள் : 2. கரும்பு - தேன் வண்டு. இரும்தும்பி - கரிய தும்பி. 3. இமிர்தலின் - ஒலித்தலி'. 9. ஏறு - ஆண். கடி கொண்டு - போகாவண்ணம் தடை செய்த. 12. வெறி கொண்ட - வரிசை வரிசையாக வரும். வதி - வாழிடம். 16. பல்லுழ் - பலமுறை. 17. படர் - வருத்தம்.

7. நலத்தை மீட்டுத் தருக!

(தன் தலைவியைப் பிரிந்து நெடுநாள் வராதிருந்த தலைவனிடம், தோழி சென்றாள். தலைவியின் நிறையும் துயரும் கூறி ''உடனே அவளிடம் செல்க'' என அவளிடம் விரைவுபடுத்துகின்றாள்.

ஞாலம் மூன்று அடித் தாய முதல்வதற்கு முது முறைப்
பால் அன்ன மேனியான் அணி பெறத் தைஇய
நீல நீர் உடை போல, தகை பெற்ற வெண் திரை
வால் எக்கர்வாய் சூழும் வயங்கு நீர்த் தண் சேர்ப்ப!
ஊர் அலர் எடுத்து அரற்ற, உள்ளாய், நீ துறத்தலின்,   5
கூரும் தன் எவ்வ நோய் என்னையும் மறைத்தாள்மன் -
காரிகை பெற்ற தன் கவின் வாடக் கலுழ்பு, ஆங்கே,
பீர் அலர் அணி கொண்ட பிறை நுதல் அல்லாக்கால்.
இணைபு இவ் ஊர் அலர் தூற்ற, எய்யாய், நீ துறத்தலின்,
புணை இல்லா எவ்வ நோய் என்னையும் மறைத்தாள்மன் -   10
துணையாருள் தகை பெற்ற தொல் நலம் இழந்து, இனி,
அணி வனப்பு இழந்த தன் அணை மென் தோள் அல்லாக்கால்.
இன்று இவ் ஊர் அலர் தூற்ற, எய்யாய், நீ துறத்தலின்,
நின்ற நின் எவ்வ நோய் என்னையும் மறைத்தாள்மன் -
வென்ற வேல் நுதி ஏய்க்கும் விறல் நலன் இழந்து, இனி,   15
நின்று நீர் உகக் கலுழும் நெடும் பெருங் கண் அல்லாக்கால்
அதனால்,
பிரிவு இல்லாய் போல, நீ தெய்வத்தின் தெளித்தக்கால்,

அரிது என்னாள், துணிந்தவள் ஆய் நலம் பெயர்தர,
புரி உளைக் கலிமான் தேர் கடவுபு -
விரி தண் தார் வில் மார்ப! - விரைக நின் செலவே.

உலகம் முழுவதையுமே தன் மூன்றடிக்குள்ளே அடக்கிய முதல்வனான திருமாலக்கு, மூத்த முறைமையை யுடையவன், பால்போன்ற வெண்மேனியனான பலதேவன். அவன், அத் திருமாலுக்கு அழகாக உடுத்துவிட்ட வெண்ணிறஆடை போல, நீலநிறக் கடலின் கரைமருங்கெல்லாம் வெண்திரையானது அழகாகப் படர்ந்து விளங்கும். அத்தகைய நீர்வளம் மிகுந்த குளிர்ந்த கடற்சேர்ப்பவனே! அக்கடல், தன் எல்லை கடவாது ஒழுகும் நீர்மை உடையதாயிற்றே! ஏனோ நீ மட்டும் நின் நீர்மையை மறந்தாய்?

ஊரவர் அலர் எடுத்து உரைத்துத் தூற்றவும், நீ அவளை நினையாதிருக்கின்றாய்! அவளோ, நீ கைவிட்டதால் நேர்ந்த தன் துயரநோயை எனக்குக்கூட மறைத்துக் கொண்டிருக்கிறாள். காண் பார், தாம் பின்னர்க் காண்பதற்கு உவமித்துக் கூறும் அளவு பேரழகுபெற்ற அவள் நுதலிலே, அனைத்துங் கெட்டுப் பீர்க்கம் பூவை அடுக்கி வைத்தாற்போலப் பசலை மட்டும் பாய்ந்திரா விட்டால், நானும் அவள் நிலையை அறியாது வானா இருந் திருப்பேனே!

ஊரவர் தம்முள் கூடிக்கூடி அலர் தூற்றவும், நீயோ, அவள் படும் வேதனையை அறியாதவன் போலவே இருக்கின்றாய்! நீ கைவிடலால் வேறு புணை ஏதும் இல்லாது துயர் தரும் காம நோயை அவள் என்னிடமும் மறைத்தாள். தோழியர் கூட்டத்துள் சிறந்து விளங்கிய அவளது மூங்கிலனைய தோள்கள், தம் பழைய அழகெல்லாம் கெட்டு, உன்னைத் தழுவிப் பெறும் வனப்பும் இழந்தவாய் வாடிய, அஃது அல்லாக்கால், அதனை நானும் ஒரு போதும் அறியாதிருப்பேனே!

இன்று, இவ்வூரவர் அலர் தூற்றவும் நீ அறியாய் போலவே யிருந்தாய். அவளோ, நீ துறத்தலால் தன்னிடத்தே நிலைபெற்ற எவ்வநோயை எனக்கும் மறைத்தாள். வெற்றி வேலின் முனை போன்ற தன் ஆற்றலையும் அழகையும் இழந்து நிலையாக நீர் ஊகுத்துக் கலுழும் அவள் பெருங்கண்கள் மட்டும் இல்லையானால், யானும் அதனை ஒரு போதும் அறிந்திரேனே?

அதனால்,

320 கலித்தொகை

பிரிவு இல்லாதவனைப்போல, நீ தெய்வத்தின்மீது சூளுரைத்துச் சொன்னபோது, 'அது அரிது' என்று ஏதும் மறுத்து உரையாமல், உண்மையென்றே நம்பியவள் அவள்! அவளது அழிந்த நலத்தை மீட்டுத் தருவதற்கு, கத்தரித்து விடப்பட்ட பிடரிமயிரையுடைய, விரைந்து செல்லும் குதிரைகள் பூண்ட நின் தேரை விரைந்து செலுத்துவாயாக! விரிந்த, குளிர்ச்சியான மாலையணிந்த அகன்ற மார்பனே! விரைந்து நீயும் புறப்படுவாயாக!

சொற்பொருள்: 1. ஞாலம் - உலகம். முதல்வன் - திருமால்; ஈண்டுக் கண்ணன். முது முறை - முன் பிறந்த முறைமை வாய்ந்த. 2. தைஇய - உடுத்த. 4. வால் - வெண்மை. எக்கர் - மணல்மேடு. சேர்ப்ப - நெய்தல் நிலத் தலைவ. 6. கூரும் - மிகும். எவ்வம் - வருத்தம். 'மன்' - அது பயனற்றுப் போயிற்று எனப் பொருள்படும். 7. காரிகை பெற்ற - எடுத்துக் காட்டவல்ல அழகு வாய்ந்த. 8. பீர் அலர் அணி - பீர்க்கம் பூவின் அழகு; அதாவது பசலை. 9. இணைபு - ஒன்று கூடி எய்யாய் - துயர் அறியாது. 10. புணை - போக்கும் வழி. 11. துனையாருள் தகை பெற்ற - தோழியர் அனைவரினும் அழகு பெற்ற. தொன்னலம் - இயற்கை அழகு. 12. அணி வனப்பு - தொய்யில் முதலாம் செய்கை அழகு. 16. உக - சொரிய. கலுழும் - அழும். 20. உளை - பிடரிமயிர். கலிமான் - விரைந்து பாயும் குதிரை. கடவுபு - செலுத்தி. 21. தார் - மாலை அணிந்த. வியன் - அகன்ற.

8. மணந்து விடுக பெருமானே!

(தலைவிக்காகத் தலைவனிடம் சென்று பேசி, அவளை விரைவாக மணந்து கொள்ளுமாறு வற்புறுத்துகிறாள் தோழி.)

'கண்டவர் இல்' என, உலகத்துள் உணராதார்
தங்காது தகைவு இன்றித் தாம் செய்யும் வினைகளுள்,
நெஞ்சு அறிந்த கொடியவை மறைப்பினும், அறிபவர்
நெஞ்சத்துக் குறுகிய கரி இல்லை ஆகலின்,
வண் பரி நவின்ற வய மான் செல்வ!
நன்கு அதை அறியினும், நயன் இல்லா நாட்டத்தால்,
அன்பு இலை என வந்து கழறுவல், ஐய! கேள்.
மகிழ் செய் தேமொழித் தொய்யில் சூழ் இள முலை
முகிழ் செய முள்கிய தொடர்பு, அவள் உண்கண்
அவிழ் பணி உறைப்பவும், நல்காது விடுவாய்!
இமிழ் திரைக் கொண்க! கொடியைகாண். நீ
இலங்கு ஏர் எல் வளை ஏர் தழை தைஇ,

நலம் செல நல்கிய தொடர்பு, அவள் சாஅய்ப்
புலந்து அழ, புல்லாது விடுவாய்!
இலங்கு நீர்ச் சேர்ப்ப! கொடியைகாண் நீ.   15
இன் மணிச் சிலம்பின் சில் மொழி ஐம்பால்
பின்னொடு கெழீஇய தட அரவு அல்குல்
நுண் வரி வாட, வாராது விடுவாய்!
தண்ணந் துறைவ! தகா அய்காண் நீ
        என ஆங்கு -
அணையள் என்று, அளிமதி, பெரும! நின் இன்று
இறை வரை நில்லா வளையள் இவட்கு, இனிப்
பிறை ஏர் சுடர் நுதற் பசலை
மறையச் செல்லும், நீர் மணந்தனை விடினே.

உணர்வில்லாதவர்கள், உலகத்துள், தாம் செய்யும் செயல்களுள் பொருத்தமற்றது இது, தீயது இதுவென்று உணர்ந்து ஒதுக்கமாட்டார்கள். 'கண்டவர் யாருந்தான் இல்லையே?' என்று, அவர் அதைப் பிறருக்கு மறைக்கலாம். ஆனால், நெஞ்சறிந்து செய்த கொடிய செயலைப் பிறருக்கு மறைத்தாலும், அறிந்து செய்த அவர்களுடைய நெஞ்சத்துக்கு என்றும் அதனை மறைக்க முடியாது. வேறு பிறர் சான்று சொல்லி, அவர்க்கு அதனை உணர்த்தத் தேவையில்லை. அதனை நான் அறிந்தேனாயினும், நயன் இல்லாத உனது நாட்டத்தின் காரணமாகவே, 'அன்பு இல்லாதவன் நீ' என உன்னிடமே வந்து சொல்லுகின்றேன். ஐயனே! இதனைக் கேள்:

மகிழ்வு செய்கின்ற இனிய மொழியினையுடையவள் என் தோழி: அவளுடைய தொய்யில் சூழ்ந்த இளமுலைகள் முகிழ்த்துப் பூரிக்குமாறு, நீ நல்கிய தொடர்பினை மறந்தாயோ? அவள் கண்கள் நீர் சொரிந்து வாடவும், நீ அவளுக்கு அன்பு செய்யாது கைவிடுகின்றாயே? ஒலிக்கும் திரையையுடைய கொண்கனே! நீ மிகவும் கொடியவன் காண்!

ஒளி செய்யும் வளையுடையவளது, அழகிய தழையாடையை உடுத்து இலங்கிய இளமைப்பருவத்த நலம், அவள் வளர்ச்சியால் பூரிப்பை அடையுமாறு நீ சென்று தொடர்புகொண்டாய். அவள், அமனி சாய்ந்து நின்னை நினைத்து அழவும், நீ அவளைத் தழுவி மகிழாது கைவிடுகின்றாயே? இலங்குகின்ற நீரையுடைய சேர்ப்பனே! நீயோர் கொடியவன் காண்!

இனிய மணிச்சிலம்பினையும், சிலவாகிய மொழிகளையும் உடையவள் என் தோழி. அவளது கூந்தலின் பின்னோடு அமர்ந்து

தொடர்புகொண்டாய். அவளுடைய விரிந்த அரவுபடம் போன்ற அல்குலின் நுண்வரிகள் வாடவும் இப்போது வாராது விட்டு விட்டாயே? தண்ணந் துறைவனே நீயோர் தகுதியில்லாதவனே காண்!

பெருமானே! அத்தகைய சிறந்தவள் அவள்! அவள் நிலை யழிகின்றாள் என்று கருதியேனும், வந்து அருள் செய்வாயாக. நீ இல்லாது போயின், அவளுடைய முன் கைவளைகளும் கையிலே நில்லா. நீ அவளை மணந்து கொண்டாயானால், பிறையினை யொத்த அழகிய அவளது சுடர்நுதலிலே பசலை என்றுமே வராது மறைந்தே போகும் அன்றோ! இதனை நினைப்பாயாக.

சொற்பொருள்: *1. தங்காது - தாமே உணர்ந்து கை விடாது. தகைவு - தடுப்பார். 4. கரி - சான்று. 5. பரி - விரைந்த செலவு. நவின்ற - பழகிய. வய - வலிமை பொருந்திய. 6. நயன் - அன்பு. நாட்டம் - அறிவு. 7. கழறுவல் - கடிதுரைப்பேன். 9. முகிழ்செய - தோன்ற. முள்கிய - கூடிய. 10. உறைப்ப - துளித்துளியாக வீழ. 13. நலம்செல - அழகுகெட. சாஅய் - தளர்ந்து. 14. புலந்து - தனிமை யுற்று. 22. இறைவரை - முன் கையிடத்தில்.*

9. தியானமும் நாரையும்

(தன் காதலனையே நினைத்திருந்தவள், எழுந்த பல ஒலிகளை யும் அவன் வருவதால் எழுந்ததெனக் கருதி ஏமாறிப், பின் தெளிந்து துடிக்கிறாள். இவ்வாறு ஆர்வமிகுந்தவள் மயங்கித் துடிக்கும் இயல்பை அவனிடமே சென்று கூறி, அவள் காதலனை 'வந்தருள் செய்க' என்கிறாள் அவள் தோழி.)

பொன் மலை சுடர் சேர, புலம்பிய இடன் நோக்கி,
தன் மலைந்து உலகு ஏத்த, தகை மதி ஏர்தர,
செக்கர் கொள பொழுதினான் ஒலி நீவி, இன நாரை
முக்கோல் கொள் அந்தணர் முது மொழி நினைவார் போல்,
எக்கர் மேல் இறை கொள்ளும், இலங்கு நீர்த் தண் சேர்ப்ப!
அணிச் சிறை இனக் குருகு ஒலிக்குங்கால், நின் திண் தேர்
மணிக் குரல் என இவள் மதிக்கும்மன், மதித்தாங்கே,
உள் ஆன்ற ஒலியவாய் இருப்பக் கண்டு, அவை கானற்
புள் என உணர்ந்து, பின் புலம்பு கொண்டு, இனையுமே.
நீர், நீவிக் கஞன்ற பூக் கமழுங்கால், நின் மார்பில்
தார் நாற்றம் என இவள் மதிக்கும்மன்; மதித்தாங்கே,
அலர் பதத்து அசைவளி வந்து ஒல்க, கழிப் பூத்த

மலர் என உணர்ந்து, பின் மம்மர் கொண்டு, இனையுமே.
நீள் நகர் நிறை ஆற்றாள், நினையுநள் வதிந்தக்கால்,
தோள் மேலாய் என நின்னை மதிக்கும்மன்; மதித்தாங்கே,
நனவு எனப் புல்லுங்கால், காணாளாய், கண்டது
கனவு என உணர்ந்து, பின் கையற்று, கலங்குமே.
என ஆங்கு,
பல நினைந்து, இனையும் பைதல் நெஞ்சின்,
அலமரல் நோயுள் உழக்கும் என் தோழி
மதி மருள் வாள் முகம் விளங்க,
புது நலம் ஏர்தர, பூண்க, நின் தேரே!

அழகிய மேலைத்திசை மலையிலே கதிரவனும் சென்று சேர்ந்தான். அதனால் புலம்பிய உலகை நோக்கித், தன்னையே உலகம் சேர்ந்து போற்றுமாறு, தகையுடைய சந்திரனும் அழகுடன் எழுந்து தோன்றினான். வானம் செக்கர்வானமாகத் திகழ்ந்தது. முக்கோல்கொள் அந்தணர்கள் மந்திரங்களை நினைந்தவராகத் தியானம் செய்து கொண்டு இருப்பது போல, ஒலியடங்கிய நாரைகள் கடற்கரை மணலிலே கண் மூடி அமர்ந்திருந்தன. இவ்வாறாக நீர்வளம் இலங்குகின்ற தண் சேர்ப்பனே!

அழகிய சிறகுகளை உடைய குருகினங்கள் ஒலிக்கும் காலத்திலே, நின் திண்மையான தேரிலிருந்து வரும் மணிக்குரலோ என இவள் மதிப்பாள். மதித்து, அங்கே அவை உள்ளடக்கிய ஒலிய வாய் இருப்பக் கண்டு, அவை கானற் பறவைகள் எழுப்பிய ஒலி என உணர்ந்து, பின்னர் புலம்பிக் கொண்டே வருந்துவாள்.

நீர்ப்பரப்பின் மேலாக எழுந்த பூக்கள் மணம் கமழும் போது, 'நின் மார்பிலணிந்திருக்கும் மாலையிலிருந்து வரும் மணம்' என இவள் மதிப்பாள். மதித்து, அங்கே அப்பூக்கள் அலருஞ் செவ்வியிடத்து அசைத்த காற்று வந்த தன்மேலே படக், கழியிலே பூத்த மலர்தாம் மணம் வீசிற்றென உணர்ந்து, மயக்கங்கொண்டு துடிதுடிப்பாள்.

உயரிய மனையிலே மனத்தை நிறுத்த முடியாமல் உன்னையே நினைத்தவளாகத் தூங்கியிருந்தபோது, நீ தோள் மேல் தழுவிக் கிடப்பதாக நினைப்பாள். நினைந்து, அங்கே நனவென்றிண்ணித் தழுவும்போது, உன்னைக் காணாதவளாகக் கண்டது கனவே என உணர்ந்து, பின் செயலற்றுக் கலங்கி விடுவாள்.

பலவும் நினைந்து, வருந்தும் நோயுடைய நெஞ்சிலே சுழல்கின்ற காம நோயினாலே அழுந்தித் தவிக்கிறாள் என் தோழி. மதியும்

மருளும் அவளது ஒளிமுகம் விளக்கமுறப் புதுநலம் அழகு செய்ய நின் தேரைப் பூட்டுவாயாக!

சொற்பொருள்: *1. பொன்மலை - பொன் விளையும் மேலைத் திசை மலை. சுடர் - ஞாயிறு. புலம்பிய - தனிமையுற்ற. 2. ஏர்தர - தோன்ற. 3. நீவி - கைவிட்டு. எக்கர் - மணல்மேடு. இறைகொள்ளும் - தங்கும். 6. அணிச்சிறை - அழகிய சிறகு. குருகு - நாரையினம். 8. உள்ளான்ற - உள்ளுக்குள்ளே அடங்கிய. 30. நீர்நீவி - நீருக்கு மேலே உயர்ந்து. கஞன்ற - மலர்ந்த. 12. அலர் பதம் - மலரும் பருவத்தில் ஒல்க - அசைய. 13. மம்மர் - நோய். இனையும் - வருந்தும். 14. நீள்நகர் - பெரிய வீடு. நிறையாற்றாள் - வாழ்க்கையைப் பொறாள். நினையுநள் - நினைந்து. 19. பைதல் - நோய்மிக்க. 20. அலமரல் - செய்வதறியாது தடுமாறுதல். 21. மருள் - ஒக்கும். 22. ஏர்தர - பெருக.*

10. விரைந்து அருள்வாய்!

(‘தன் தலைவி காதலன் குறித்த இடத்திற்கெல்லாம் சென்று சென்று களவிற் கூடியதனால், அவளை எளியளென்று அவன் ஒதுக்கி மறந்தானோ?’ என்று ஐயுற்றனள் ஒரு தோழி. அவனிடம் சென்று, ‘விரைந்து மணப்பாயாக’ என்று அவள் கூறும் திறம், இந்தப் பாடலில் காணப்படுகின்றது.)

தெரி இணர் ஞாழலும், தேம் கமழ் புன்னையும்,
புரி அவிழ் பூவின கைதையும், செருந்தியும்,
வரி ஞிமிறு இமிர்ந்து ஆர்ப்ப, இருந் தும்பி இயைபு ஊத
செரு மிகு நேமியான் தார் போல, பெருங் கடல்
வரி மணல்வாய் - சூழும் வயங்கு நீர்த் தண் சேர்ப்ப!
கொடுங் கழி வளைஇய குன்று போல், வால் எக்கர்,
நடுங்கு நோய் தீர, நின் குறி வாய்த்தாள் என்பதோ
கடும் பனி அறல் இகு கயல் ஏர் கண் பனி மல்க,
இடும்பையோடு இனைபு ஏங்க, இவளை நீ துறந்ததை?
குறி இன்றிப் பல் நாள், நின் கடுந் திண் தேர் வரு பதம் கண்டு,
எறி திரை இமிழ் கானல், எதிர் கொண்டாள் என்பதோ -
அறிவு அஞர் உழந்து ஏங்கி, ஆய் நலம் வறிதாக,
செறி வளை தோள் ஊர, இவளை நீ துறந்ததை?
காண் வர இயன்ற இக் கவின் பெறு பனித் துறை,
யாமத்து வந்து, நின் குறி வாய்த்தாள் என்பதோ -
வேய் நலம் இழந்த தோள் விளங்குஇழை பொறை ஆற்றாள்,
வாள் நுதல் பசப்பு ஊர, இவளை நீ துறந்ததை?

அதனால்,

இறை வளை நெகிழ்ந்த எவ்வ நோய் இவள் தீர,
உரவுக் கதிர் தெறும் என ஓங்கு திரை விரைபு, தன்   20
கரை அமர் அடும்பு அளித்தா அங்கு
உரவு நீர்ச் சேர்ப்ப! - அருளினை அளிமே.

  விளங்குகின்ற பூங்கொத்துக்களையுடைய ஞாழலும், தேன் மணக்கும் புன்னையும், தளையவிழ்ந்த மலர்களையுடைய தாழை யும், செருந்தியும், வரிவண்டுகள் ஒலித்து ஆரவாரிப்பவும், கரு வண்டுகள் தம்மில் இயைந்து தேனுண்ணவுமாகப் பெருங் கடலை யடுத்த கடற்கரை மணற்புறம் எல்லாம் அழகுடன் விளங்கும். விளங்கும். போரிடத்தே மிகுகின்ற சக்கரத்தானான திருமால், தன் கழுத்திலே மாலை சூடியிருப்பதுபோலக் கடலானது பூக்கள் செறிய விளங்கும் நீர்வளமிக்க தண் சேர்ப்பனே!

  கடுமையான பனிநீர் சொட்டுவது போலத், தலைவியது கயல் போன்ற அழகிய கண்களிலே நீர் மல்கின. இத்தகைய துயரத்தோடு வருந்தி இவள் ஏங்குமாறு, இவளைத் துறந்து சென்றாயே? கொடுங் கழி நீர் சூழ்ந்த குன்றுபோல விளங்கும் மணல்மேட்டிலே, உன் நடுங்கும் நோய் தீருமாறு, நீ குறித்த இடத்திற்கு இவள் கூடினாள் என்பதனாலோ, நீஇவளை இவ்வாறு அலட்சியப்படுத்துகின்றாய்?

  தன் அறிவு துயரத்திலே உழன்று விடுதலால் அவள் ஏங்கி னாள். அழகிய நலம் வறிதாகி வாடினாள். செறிவான வளைகள் தோள்களிலிருந்து கழன்றுவீழ மெலிந்தாள். இவ்வாறு நிலை கெட்டழிய நீ ஏன் துறந்து சென்றாய்? நீ குறித்த இடத்திலல் லாமலும், அலையொலிக்கும் கடற்கரையிலே, பல நாட்கள் நின் கடிதாகிய திண்மையான தேர் வருகின்ற நேரத்தை அறிந்து வந்து, உன்னை எதிர்கொண்டாள் என்பதனாலோ, இவ்வாறு நீ செய்தாய்?

  மூங்கில் போன்ற தம் நலம் இழந்து, அவள் தோள்களும் விளங்குகின்ற பூங்களைப் பொறுக்கலாற்றதனவாகி மெலிந்தன; ஒளி வீசும் நுதலிலோ பசலை படர்ந்தது; இவளை ஏனோ இப்படித் துறந்தாய்? காண்பவர் கண்டு மகிழுமாறு அமைந்த அழகிய பனி பெய்கின்ற துறையிடத்தே, இரவின் நடுயாமத்திலும், நீ குறித்தது போல வந்து கூடினாள் என்பதாலோ, இவ்வாறு அவளை நீயும் மறந்தாய்!

  முன்கை வளைகள் நெகிழ்ந்த, துயர்மிகுந்த நோய் அவளுக்குத் தீருமாறு, கரையிலே நெருங்கின அடும்பினை, 'வெம்மையான ஞாயிறு சுட்டு விடுமோ?' என அஞ்சி, உயர்ந்த திரை, கரையை நோக்கி

விரைந்து வந்து அருள்வது போல, உரவுநீர்ச் சேர்ப்பனே! நீயும் அருளுடையவனாக வந்து, அவனை விரைந்து மணந்து கொள் வாயாக!

சொற்பொருள் : *1.* தெரி - விளங்குகின்ற. இணர் - கொத்து. தேம் - தேன். 2. புரிஅவிழ் - இதழ்விரியும். கைதை - தாழை. 3. ஞிமிறு - ஒரு வகைத் தேன் வண்டு. 4. செருமிகு - போர்வல்ல. நேமியான் - சக்கரைப்படை ஏந்திய திருமால். 8. கடும்பனி - விரைந்து சுரக்கும் கண்ணீர். அறல்இடு - கசிய 9. இனைபு - வருந்தி. 12. அஞர் உழந்த - இன்பம் உற்று. வறிதாக - குறைய. 13. ஊர - கழல். 24. இயன்ற - பண்பட்ட. பனித்துறை - குளிர்ந்த துறை, 17. வாள் - ஒளி வீசும். 19. எவ்வ நோய் - காம நோய். 20. உரவுக் கதிர் - கொடிய ஞாயிறு. தெறும் - சுட்டுவிடும். விரைபு - விரைந்து. 21. அமல் - நெருங்க வளர்ந்திருக்கும்.

11. கனவிலே கண்டேனடீ!

(காதலன் ஒருவன் பிரிந்து சென்றவன் நெடுநாள் வராதிருந்தான். அவன் காதலி வாடியவளாகக் கொண்ட துயரோ பெரிது. அதை அறிந்தாள் அவள் தோழி. ஒரு நாள், அவள்பால் புதுக்கிளர்ச்சி தோன்ற அதுபற்றித் தோழி தலைவியிடத்தே உசாவுகிறாள். அதற்கு அவள், தான் கண்டதாகக் கூறும் கனவுக் காட்சிகள் இவை.)

தோள் துறந்து, அருளாதவர் போல் நின்று,
வாடை தூக்க, வணங்கிய தாழை
ஆடு கோட்டு இருந்த அசை நடை நாரை
நளி இருங் கங்குல், நம் துயர் அறியாது,
அளி இன்று, பிணி இன்று, விளியாது, நரலும்
கானல் அம் சேர்ப்பனைக் கண்டாய் போல,
புதுவது கவினினை என்றியாயின்,
நாவின் வாரா நயனிலாளனைக்
கனவில் கண்டு, யான் செய்தது கேள், இனி
அலந்தாங்கு அமையலென் என்றானைப் பற்றி, என்
நலம் தாராயோ? என, தொடுப்பேன் போலவும்,
கலந்து ஆங்கே என் கவின் பெற முயங்கி,
'புலம்பல் ஓம்பு' என, அளிப்பான் போலவும்
முலையிடைத் துயிலும் மறந்தீத்தோய் என,
நிலை அழி நெஞ்சத்தேன் அழுவேன் போலவும்,
வலை உறு மயிலின் வருந்தினை, பெரிது என,

தலையுற முன் அடிப் பணிவான் போலவும்
கோதை கோலா, இறைஞ்சி நின்ற
ஊதைஅம் சேர்ப்பனை, அலைப்பேன் போலவும்
யாது என் பிழைப்பு? என நடுங்கி, ஆங்கே,
பேதையை பெரிது எனத் தெளிப்பான் போலவும் -
ஆங்கு -
கனவினால் கண்டேன் - தோழி! - காண் தகக்
கனவின் வந்த கானல் அம் சேர்ப்பன்
நனவின் வருதலும் உண்டு என
அனைவரை நின்றது, என் அரும் பெறல் உயிரே.

''வாடைக்காற்று தாழைமடலை அசைக்க அது வளைந்து அசைகின்றது. அசைகின்ற அதன் மடலிலே இருந்து, அசைந்து நடக்கும் நாரையானது நரலுகின்றது. நம் தோளைத் துறந்துவந்து அருளாதவர்போல நிமிர்ந்துநின்ற தாழையும் வாடை தாக்க வணங்குகிறது. மிகவும் இருண்ட இரவிலே நம் துயரையறியாமலும், நம்மேல் அருளில்லாமலும், தனக்கொரு பிணி எம்போலுமில்லாமலும் அந்த நாரையும் நரலுகின்றது. 'இத்தகைய கானலுக்கு உரியவனான சேர்ப்பனைக் கண்டவளைப் போலப் புது அழகுடன் விளங்குகின்றாயே' என்று, என்னைக் கேட்கின்றாய்''. ஆயின், கேள் : நனவிலே வந்து அருளாத அந்த நல்ல தன்மையற்றவனைக் கனவிலேதான் கண்டேன். கண்டு, யான் செய்ததும் இனிக் கேளடீ!

'நின்னைப் பிரிந்தவிடத்தே உயிர் வாழேன்' என்பான். என்றவனைப் பற்றி, 'என் நலந் தாராயோ?' என வளைத்துக் கொள்வேன். கொள்ளவும், என்னோடு கலந்து கூடி, என் இழந்த கவினைப் பெறுமாறு தழுவிப், 'புலம்பாதே இனி' என அவன் அளிப்பான்போலவும் நிகழ்ந்ததைக் கண்டேனடி!

'என் முலைகளினிடையிலே துயில்வதையும் மறந்து விட்டாயோ?' என நிலையழிந்த நெஞ்சத்தையுடை யான் அழுதேன். அழவும், வலைப்பட்ட மயில்போலப் பெரிதும் வருந்தினாயே?' என்று கூறி, என் அடிகளின் முன்னே தன் தலையுறுமாறு பணிவான் போலவும் அவனைக் கண்டேன்!

அங்ஙனம் தொழுது நின்ற ஊதைக் காற்றுடைய சேர்ப்பனைக், கோதையையே கோலாகக் கைக்கொண்டு அடித்தேன். அடிக்கவும், 'யான் செய்த பிழைதான் யாதோ?' என்று கூறி நடுங்கினான். பின், 'நீ பெரிதும் பேதைமையுடையவள்' என்று என்னைத் தெளிவித்தான். இதுபோலவும் யான் கண்டேனடீ!

- தோழி! இப்படியெல்லாம் கனவினால் அவனைக் கண்டேன். யான் காணுமாறு கனவிலே வந்த அக் கானலஞ் சேர்ப்பன், நனவிலும் வருதல் உறுதி என்ற அந்த எல்லையிலே, என் பெறுதற்கரிய உயிரும் ஒருவாறு எதிர்பார்த்து என் உடலிலே நின்றதடீ!

சொற்பொருள் : *2. தூக்க - அசைக்க. வணக்கிய - வளைந்த. 5. அளி - அருள். விளியாது - ஓயாது. நரலும் - கூவும். 10. அலந்தாங்கு - பிரிந்தவிடத்து. அமையலென் - வாழேன். 11. தொடுப்பேன் - வாதாடுவேன். 13. புலம்பல் ஓம்பு - வருந்தாதே. மறந்தீத்தோய் - மறந்தாய். 18. இறைஞ்சி - வணங்கி. 19. ஊதை - கடற்காற்று. அலைப்பேன் - அடிப்பேன். அனைவரை - அந்த நம்பிக்கையின் எல்லையில்.*

12. மருத்துவரின் கடமை!

(''நோயின் திறல் அறிந்தவன், அதற்கு மருந்தையும் வைத்திருப்பவன், நோயுடையார் இறைஞ்சியும் உதவாது 'அவர் அழியட்டும்' என வாளாதிருத்தல் கொடிதல்லவா? அதுபோல, அவள் நோயும் நீ அறிவாய்; அதனை நீக்கும் மருந்தும் உடையவன்; இனியும் சென்று நீ உதவாதிருத்தல் கொடிது', எனத் தோழி தலைவனிடம் கூறித், தலைவியை வேட்டுத் திருமணம் செய்துகொள்ளத் தூண்டுகிறாள்.)

தொல் ஊழி தடுமாறி, தொகல் வேண்டும் பருவத்தால்,
பல் வயின் உயிர் எல்லாம் படைத்தான்கண் பெயர்ப்பான் போல்,
எல் உறு தெறு கதிர் மடங்கி, தன் கதிர் மாய
நல் அற நெறி நிறீஇ உலகு ஆண்ட அரசன் பின்,
அல்லது மலைந்திருந்து அற நெறி நிறுக்கல்லா
மெல்லியான் பருவம் போல், மயங்கு இருள் தலை வர
எல்லைக்கு வரம்பு ஆய, இடும்பை கூர், மருள் மாலை -
பாய் திரைப் பாடு ஓவாப் பரப்பு நீர்ப் பனிக் கடல்! -
தூ அறத் துறந்தனன் துறைவன் என்று, அவன் திறம்
நோய் தெற உழப்பார்கண் இமிழ்தியோ? எம் போலக்
காதல் செய்து அகன்றாரை உடையையோ? - நீ
மன்று இரும் பெண்ணை மடல் சேர் அன்றில்!
நன்று அறை கொன்றனர், அவர் எனக் கலங்கிய
என் துயர் அறிந்தனை நரறியோ? எம் போல
இன் துணைப் பிரிந்தாரை உடையையோ? - நீ
பனி இருள் சூழ்தர - பைதல் அம் சிறு குழல்!
இனி வரின், உயரும்மன் பழி எனக் கலங்கிய
தனியவர் இடும்பை கண்டு இனைதியோ. எம் போல

இனிய செய்து அகன்றாரை உடையையோ? - நீ.
என ஆங்கு,
அழிந்து, அயல் அறிந்த எவ்வம் மேற்பட,
பெரும் பேதுறுதல் களைமதி, பெரும!
வருந்திய செல்லல் தீர்த்த திறன் அறி ஒருவன்
மருந்து அறை கோடலின் கொடிதே, யாழ நின்
அருந்தியோர் நெஞ்சம் அழிந்து உக விடினே.

நல்ல அறநெறிகளை உலகிலே நிறுவி, உலகை நேரிதாக அரசாண்டிருந்தான் ஒரு பேரரசன். அவன் இறந்து போயின பின்னர். அவனிடத்திலே, வலியற்ற ஒருவன் பதவி ஏற்றான். அவனால் நல்லறம் பேண முடியாமற் போகவே, எங்கும் தீய செயல்களே நிறைந்தன. அறநெறியை நிறுத்த மாட்டாத நிலையும் ஏற்பட்டது. நாட்டவர் துயருற்றனர்; பழைய நல்லவனின் ஆட்சியையே நினைந்து ஏங்கினர்.

தொல்லூழிக் காலத்தே, எல்லா உயிர்களும் தத்தம் நிலை தடுமாறி, மீண்டும் இறைவனிடம் சென்று தொகையாக ஒடுங்கும். அந்தப் பருவத்திலே, பல்வகை உயிர்களும் எல்லாம் படைத்த வனிடத்தே சென்று மீண்டும் ஒடுங்க; அவன் அவற்றை அழித்தும் விளங்குவான். அதன் பின், எங்கும் பேரிருளே சூழும். அது போலவே, பகற்காலத்தே தன் கதிர்களால் உலகை வாழ்வித்த கதிரவன், அனைத்தையும் தன்னுள் மீட்டு ஒடுக்கிக் கொண்ட வனாகச் சென்று மறைந்தான். அவன் மறையவும், எல்லாரும் மயங்கும் இருளும் வரத்தொடங்கிற்று. அந்த இருளுக்கும் பகலுக் கும் உள்ள எல்லைக்கு வரம்பாக விளங்கும் மாலைக்காலமோ, மிகவும் துன்பந்தந்து மயக்கத்தை விளைவிப்பது ஆகும்.

பரக்கின்ற அலைகள் ஒலித்தலை மாறாத பரப்புநீர்ப் பனிக்கடலே! 'எம் வலியழியத் துறைவன் கைவிட்டான்' என்று, அவன் செயலாலே விளைந்த நோய் வருத்த வருந்துபவர்களிடத் திலே இரங்கி, நீயும் வருந்துவதுபோல ஒலிக்கின்றாயோ? அல்லது, எம்போலக் காதல் செய்து பின் அகன்று பிரிந்தவரை நீயும் உடையை யாயிருந்து வருந்துகின்றாயோ?

மன்றிலே நிற்கும்கரிய பனையின் மடலிலே இருக்கின்ற அன்றிலே! 'நன்று சொல்வதையே என்தலைவர் கொன்றுவிட்டனரே?' எனக் கலங்கிய என் துயரத்தை அறிந்துதான் நரலுகின்றாயே? அல்லது, எம்போல நீயும் இனிய துணையாகிப் பின் பிரிந்த துணையை உடையையோ?

வருத்தும் அழகிய சிறு குடிலே! 'இனிவரின், பழி உயரும் எனக் கலங்கியிருக்கும் தனித்திருப்பவரின் துயரைக் கண்டு இருள் சூழ்தருகின்ற இவ்வேளையிலே இரங்கி நீயும் வருந்துகின்றாயோ? அன்றி, எம்மைப் போலவே, முன் இனியவைகளைச் செய்து, இப்போது அகன்று துன்பஞ் செய்கவரை நீயும் உடையையோ?

'நிறையழிந்து, அயலவரும் அறிந்த துயரம் மேற்பட்டு விடப் பெரிதும் பேதுற்று இவ்வாறு அவள் வாடுவதைப்' பெருமானே! போக்கிவிடுவாயாக. நின்னை நுகர்ந்தோருடைய நெஞ்சம் அழிந்து கெடும்படியாக அவரைக் கைவிட்டு விடாதே. ஒருவர் நோயால் வாட, அந்த நோயைத் தீர்க்கும் மருந்தையும் அதன் திறத்தையும் அறிந்து ஒருவன், அதனை அவர் கேட்டு இறைஞ்சியும் உதவாது, 'அறியேன்' என வஞ்சித்து விடுவது எவ்வளவு கொடுமையோ, அவ்வளவு கொடுமையானது நீ சென்று அவளுக்கு அருளாதிருப்பது. எனவே, விரைந்து அவளைத் திருமணம் செய்தற்கு வேண்டுவன செய்வாயாக!

சொற்பொருள்: 2. ஊழி - ஊழிக்காலம்; அப்போது உலகம் முழுதும் அழியும். 3. எல் - பகற்பொழுது. உறு - விளங்குதற்குக் காரணமான. தெறு கதிர் - காயும் கதிர். 5. அல்லது - அறமல்லாதது. மலைந்து - மேற்கொண்டு. 6. மெல்லியான் - அறிவுக் குறை பா டுடையவன். 7. எல்லைக்கு - இரவிற்கு. இடும்பைகூர் - துன்பம் மிக்க. 8. பாடு - ஒலி. ஓயா - ஓயாது ஒலிக்கும். பனிக்கடல் - குளிர்ந்த கடல். 9. தூ - பற்றுக்கோடு. 10. தெற - வருத்த. உழப்பார் - வருந்துவார். இமிழ்தியோ - ஒலிக்கின்றனையோ, 13. நன்று - நல்லதை. அறை கொன்றனர் - அழித்தனர். 14. நரறியோ - கூவுகின் றனையோ. 16. பைதல் - துயர் தரும். 18. இனைதியோ - வருந் துதியோ. 21. அழிந்து - வருந்தி. எவ்வம் - நோய். 22. பெரும் பேதுறுதல் - மிகவும் பித்தேறதல். 23. செல்லல் - நோய். 24. அறை கோடல் - மறைத்தல். 25. அருந்தியோர் - இன்பம் அளித்தவர். உக - கெட்டுப்போமாறு.

13. தொடத் தொட நீங்கும்!

(தன் தோழியரிடம் மாலைக்காலத்திலே தன் மனவேதனை மிகுவதைக் கூறிக்கூறிப் புலம்பிக் கொண்டிருந்தாள் ஒரு தலைவி. அவ்வேளையிலே அவள் காதலனும் வந்தான். அவள் உவகையும் கிளர்ச்சியும்பெற்றாள்; அது கண்ட தோழியர் அவளை நகையாடிக் கூறிய செய்திகள்.)

நயனும், வாய்மையும், நன்னர் நடுவும்,
இவனின் தோன்றிய, இவை என இரங்க,
புரை தவ நாடி, பொய் தபுத்து, இனிது ஆண்ட
அரைசனோடு உடன் மாய்ந்த நல் ஊழிச் செல்வம் போல்,
நிரை கதிர்க் கனலி பாடொடு பகல் செல,
கல்லாது முதிர்ந்தவன் கண் இல்லா நெஞ்சம் போல்,
புல்இருள் பரத்தரூஉம் - புலம்ப கொள் மருள் மாலை.
இம் மாலை,
ஐயர் அவிர் அழல் எடுப்ப, அரோ, என்
கையறு நெஞ்சம் கனன்று தீ மடுக்கும்!
இம்மாலை,
இருங் கழி மா மலர் கூம்ப, அரோ, என்
அரும் படர் நெஞ்சம் அழிவொடு கூம்பும்!
இம் மாலை,
கோவலர் தீம் குழல் இனைய, அரோ, என்
பூ எழில் உண் கண் புலம்பு கொண்டு இனையும்!
என ஆங்கு,
படு சுடர் மாலையொடு பைதல் நோய் உழப்பாளை,
குடி புறங்கத்து ஓம்பும் செங்கோலான் வியன் தானை
விடுவழி விடுவழிச் சென்றாங்கு, அவர்
தொடுவழித் தொடுவழி நீங்கின்றால் பசப்பே.

'நன்மைகளும், வாய்மையும், நேரான நடுவுநிலைமையும், இவையெல்லாம் இவனிடத்திலிருந்துதான் தோன்றின போலும்?' என்று அவன் மறைவுக்குப் பின்னர் உலகினர் இரங்கி வருந்துமாறு அரசாண்டிருந்தான் ஒருவன். நாட்டிற்கு நன்மை தருபவைகளையே நாடிச் செய்தான்; பொய்மையை அறவே போக்கினான்; இனிதாக நாட்டை ஆண்டான். அந்த அரசன் மறைந்ததும், அவனோடு தாமும் மாய்ந்துவிட்டனபோல, நல்லவைகளெல்லாம் ஒருங்கே போய் அழிந்தன.

அவ்வரசன் இருந்து மறைந்த நிலை போல, நிரைத்த கதிருடன், இருந்த ஞாயிறு மறைதலோடே பகலும் சென்றுவிட்டது. 'நல்லவைகளைக் கல்லாது மூதிர்ந்தவனின் அருளற்ற நெஞ்சத்தைப் போல, அடர்ந்த இருளும் இனி உலகிலே படர்ந்துவிடும். நாம் வருத்தங்கொள்ளக் காரணமாக மருட்சியுடைய மாலைக்காலமும் இப்போது வந்தது.

இந்த மாலைக்காலத்திலே, அந்தணர்கள் அவிர் அழலினை மூட்டுவர். ஐயகோ! அதுபோல என் செயலற்ற நெஞ்சமும் என் னுள்ளே கனன்று காமத்தீயை மூட்டுகின்றதே!

இம் மாலைக் காலத்திலே, கரிய கழியிலுள்ள பெரிய மலர்கள் எல்லாம் குவிந்துவிடும், அதுபோலவே அருந்துயர் படர்ந்த என் நெஞ்சமும் அழிதலோடே, தன் மலர்ச்சியற்றுக் குவிகின்றதே;

இம் மாலைக்காலத்திலே, கோவலரின் தீங்குழல்களிலே துன்ப நாதம் எழும். அதுபோல, என் பூ எழில் உண்கண் வருத்தங் கொள்ள, என் நெஞ்சிலே சோக கீதம் ஒலிக்கின்றதே!

தோழியர் : குடிகளைப் பாதுகாத்துப் பேணும் செங்கோலனான பாண்டியனின் விரிந்த படை படைக்கலங்களை விடவிடப் பகைவர்கள் ஓடி ஒழிந்ததும் செத்தும் மறைவது போல, ஞாயிறு, மறைந்த மாலையோடு வருந்தும் காம நோயால் அழுந்துகின்றவளை, அவளுடைய காதலன் வநட்து தொடத்தொட, அவளுடைய பசப்பும் துயரும் நீங்கி மறைந்து விட்டனவே!

சொற்பொருள்: 1. நயன் - கலந்து உறவாகக் கோடல். 2. இரங்க - புகழ். 3. புரை - உயர்வு. தவ - மேன்மேலும் மிக. நாடி - ஆளும் முறைகளை ஆராய்ந்து. தடிந்து - கெடுத்து. 4. நல்லூழிச் செல்வம் - நல்ல முறையால் வந்த செல்வம். 5. கனலி பாடோடு - ஞாயிற்றின் மறைவோடே 6. கண் - கண்ணோட்டம். 9. ஐயர் - அந்தணர். அவிர் - விளங்குகின்ற. அரோ - அசை. 10. கனன்று - கொதித்து. மடுக்கும் - கொளுத்தும். 15. இனைய - விருந்த. 18. பைதல் நோய் காம நோய். 19. வியன்தானை - பெரிய படை. 20. விடுவழி - விட; போகவிட. சென்றாங்கு - பகைவர் படை அழித்தாங்கு.

14. ஊசலாட்டி உவந்தானே!

(தலைவன் பிரிந்ததனால், தலைவி வருந்தினாள்; தோழி ஆறுதல் சொல்லுகிறாள். அப்போது, 'முன்னம் ஒரு முறை பிரிந்து சென்றவன்; எதிர்பாராது வந்து கூடிய நிகழ்ச்சியை நினைக்கிறார்கள். முதலில் நடந்ததைக் கூறுவதுபோலக் கூறி, முடிவில் அவன் வருவான் என்ற நம்பிக்கையையும் எதிரொலிக்க வைக்கிறது பாடல்.)

தோழி

பெருங் கடற் தெய்வம் நீர் நோக்கித்தெளித்து, என்
திருந்திழை மென் தோள் மணந்தவன் செய்த
அருந் துயர் நீக்குவேன் போல்மன் - பொருந்துபு
பூக் கவின் கொண்ட புகழ் சால் எழில் உண் கண்,
நோக்குங்கால் நோக்கின் அணங்கு ஆக்கும், சாயலாய்! தாக்கி

இன மீன் இகல் மாற வென்ற சின மீன்
எறி சுறா வான் மருப்புக் கோத்து, நெறி செய்த
நெய்தல் நெடு நாரப் பிணித்து யாத்து, கை உளர்வின்
யாழ் இசை கொண்ட இன வண்டு இமிர்ந்து ஆர்ப்ப,
தாழாது உறைக்கும் தட மடலாத் தண் தாழை
வீழ் ஊசல் தூங்க் பெறின்.
மாழை மட மான் பிணை இயல் வென்றாய்! நின் ஊசல்
கடைஇ யான் இகுப்ப, நீடு ஊங்காய், தட மென் தோள்
நீத்தான் திறங்கள் பகர்ந்து.
நாணினகொல், தோழி? நாணினகொல், தோழி?
இரவு எலாம் நல் தோழி நாணின - என்பவை
வாள் நிலா ஏய்க்கும் வயங்கு ஒளி எக்கர் மேல்
ஆனாப் பரிய அலவன் அளை புகூஉம்
கானல், கமழ் ஞாழல் வீ ஏய்ப்ப, தோழி! என்
மேனி சிதைத்தான் துறை.
மாரி வீழ் இருங் கூந்தல், மதைஇய நோக்க எழில் உண்கண்,
தாழ் நீர முத்தின் தகை ஏய்க்கும் முறுவலாய்!
தேயா நோய் செய்தான் திறம் கிளந்து நாம் பாடும்
சேய் உயர் ஊசல் சீர் நீ ஒன்று பாடித்தை.
பார்த்து உற்றன. தோழி! பார்த்து உற்றன, தோழி!
இரவு எலாம், நல் தோழி! பார்த்து உற்றன - என்பவை
தன் துணை இல்லாள் வருந்தினாள்கொல்? என,
இன் துணை அன்றில் இரவின் அகவாவே -
அன்று, தான் ஈர்த்த கரும்பு அணி வாட, என்
மென் தோள் ஞெகிழ்த்தான் துறை.
தலைவி
கரை கவர் கொடுங் கழி, கண் கவர் புள்ளினம்
திரை உறப் பொன்றிய புலவு மீன் அல்லதை,
இரை உயிர் செகுத்து உண்ணாத் துறைவனை யாம் பாடும்
அசை வரல் ஊசல் சீர் அழித்து, ஒன்று பாடித்தை.
அருளினகொல், தோழி? அருளினகொல், தோழி?
இரவு எலாம், தோழி! அருளின - என்பவை,
கணம் கொள் இடு மணல் காவி வருந்த,
பிணங்கு இரு மோட்ட திரை வந்து அளிக்கும்
மணம் கமழ் ஐம்பாலார் ஊடலை ஆங்கே
வணங்கி உணர்ப்பான் துறை.
தோழி
என, நாம்

பாட, மறை நின்று கேட்டனன், நீடிய
வால் நீர்க் கிடக்கை வயங்கு நீர்ச் சேர்ப்பனை
யான் என உணர்ந்து, நீ நனி மருள,
தேன் இமிர் புன்னை பொருந்தி,
தான் ஊக்கினன், அவ் ஊசலை வந்தே.

தோழி : ஒன்று போலவே விளங்கும் இரண்டு கருநீல மலர்கள் மைதீட்டிக் கொண்டு அமர்ந்திருப்பவை போன்ற கண் களும், ஒருமுறை ஆடவர் பார்த்தால் அந்தப் பார்வையினாலே தம் வலி கெட்டு அழிய வருத்துகின்ற அழகிய சாயலும் உடையவளே! தன்னினத்து மீன்களுள் தன்னை எதிர்த்த அனைத்தையும் வென்ற வலியுடைய சுறாமீனின் கொம்புகளைக் கோத்து ஊஞ்சற் பலகை அமைப்பாய்; புறவிதழ் போக்கி ஒழுங்குபடுத்திய நெய்தல் மலர் களை நெடு நாரிலே பிணித்து ஊஞ்சற் கயிறுகளாகக் கொள்வாய், கையால் தடவி எழுப்பும் யாழிசையின் ஒலிபோல வண்டினங்கள் ஆர்ப்பரிக்கும்; அவ்வேளையிலே, இடைவிடாது தேன் துளிர்க்கும் பெரிய மலர்களை உடைய குளிர்ந்த தாழை மரங்களினிடையிலே, புன்னை மரத்தில் தொங்கும் அந்த ஊஞ்சலிலே, நீயும் அமர்ந்து ஆடுவாய்!

கடலின் அலைகள் வந்து கரையைப் பொருதுகின்றபோது, ஊசலாடும் உன்மீது கடல்நீரை அள்ளித் தெளிக்கின்றது. பார், 'என் திருந்திழையின் மென்தோள்களை மணந்தவன் செய்த அருந்துயரை நான் நீக்குவேன்' எனப் பெருங்கடல் தெய்வம் நீர்தெளித்து நின்னை ஆசீர்வதிப்பது போல அதுவும் தேனன்றுகின்றதேடீ!

இளமைப் பருவத்துப் பெண்மானின் பார்வையையும் வென்ற மருட்சியான பார்வையையும் வென்ற மருட்சியான பார்வையையும் உடையவளே! உன் அகன்ற மென்தோள்களை நீத்தானே, அவன் திறங்களைச் சொல்லிச் சொல்லி நான் ஊஞ்சலை ஆட்டுகின்றேன்; நீ அமர்ந்து ஆடுவாயாக?

தலைவி : கானலிலே மலர்கின்ற ஞாழற்பூவைப்போல என் மேனியின் அழகை மாற்றினானே, அவனுடைய நீர்த்துறையைப் பாரடீ! ஒளிர்கின்ற நிலாவைப் போன்ற மணல் மேட்டின்மேல், நம்மைக்கண்டு நாணங்கொண்டவைபோல, நண்டுகள் தம் அளை யிலே சென்று மறைவதைப் பாரடீ! நமக்குக் கொடுமை செய்த வனின் செயல்களை நினைந்து அவையும் வெட்கப்படுகின்றவோ? இரவெல்லாம் அதனையே நினைந்து நினைந்து நாணிக் கிடந் தனவோ? நம்மைக் காணு முன்னரே சென்று ஒளிகின்றதேடீ!

தோழி : கார்ப் பெயல்போல அடர்ந்து இருண்ட கூந்தலும் மதர்ந்த நோக்கமுடைய எழில் சிறந்த மைதீட்டிய கண்களும், தாழ்கடல் முத்தின் தகைபோன்ற முறுவலும் உடையவளே! தேயாது வளர்கின்ற பெரநோயைச் செய்தானேடீ! அவன் கொடுமையைச் சொல்லிச் சொல்லி நாம் பாடும் உயர்ந்த ஊசற்பாட்டில் நீயும் ஒன்று பாடுக!

தலைவி : அன்று என்னுடன் கூடியிருந்த போது, அவன் இழைத்த தொய்யிற் கரும்பினது அழகெல்லாம் உடைய தோள்கள் வாடி மெலியப் பிரிந்தானே, அவனது துறையைப் பாரடீ! இனிய துணையோடு அமர்ந்திருக்கும் அன்றிலைப் பாரடீ! என் நிலையைக் கண்டு அதுவும் வருந்துகிறதேடீ! இரவெல்லாம் பார்த்துப் பார்த்து வருந்திற்றே! 'தன் துணையைப் பிரிந்திருக்கும் இவள் வருந்தினாள் போலும்' என்று எண்ணித் தானோடி, அது இரவு முழுவதும் அகவா திருந்தது?

தோழி : கரைகளைத் தகர்த்துத் தன்னிடத்தே கொண்டு செல்லுகின்ற கொடிய கழி; அங்கே கண்ணைக்கவரும் புள் இனங் கள்; அவை, அலைகள் கரையிலே ஒதுக்கும் செத்த மீன்களை யன்றித், தம் இரைக்காக மீன்களின் உயிரைப் போக்கி உண்ணா திருக்கின்றனவே? அத்தகைய அருள் மிகுந்த துறைக்கு உரியவனைப் பற்றி நாம் பாடும், அசைந்து வரும் ஊசற்பாட்டினை இடைமறித்து நீயும் ஒன்று பாடுவாயாக.

தலைவி : மணங்கமழும் ஐம்பாலினரான மகளிரின் ஊடலை அங்கே அவரைப் பணிந்து தெளிவித்துக் கூடுகின்ற வனின் துறையைப் பாரடீ! திரண் திரளாக வந்து மூடுகின்ற இடு மணல்களள் காவிமலர்கள் வருந்த, அந்த வருத்தத்தைப் போக்கு வதற்காகத் தம்மிற் பிணங்கி எழுந்துவரும் கடலலைகள், அம் மணலைக் கரைத்து அருளுவதைப் பாரடீ! தோழி! இரவெல்லாம் ஓயாது, அந்த அலை அருள் செய்து கொண்டுதானேடி இருந்திருக்கும்?

தோழி : இவ்வாறு முன்னர் ஒரு காலத்தே நாம் பாடிக் கொண்டிருக்கும்போது, நம் சேர்ப்பன் மறைவாக நின்று கேட்டான். நீடிய வெண்மையான நீர்க்கிடக்கை போல விளங்கும் நீர்மை யுடையவனல்லவா! வந்தான். அவனை யான் இருப்பது உணர்ந்து, மிகவும் மருட்சி கொள்ளுமாறு நோக்கினையே? தேன் துளிர்க்கும் புன்னை மரத்தடியிலே வந்து, யான் ஊக்கிய ஊசலை அவனே உவப்புடன் ஊக்கினானேடீ? அவன், இப்போது மட்டும் ஏனடி வராதிருக்கின்றான்?

சொற்பொருள்: 6. இகல்மாற - மாறுபாடு கெட. சினமீன் - சினம் மிக்க மீன். 5. கோத்து - இணைத்து. நெறி செய்த - ஒழுங்கு பண்ணிய. 8. கையுளர்பின் - கையால் வாசித்தலை உடைய. 11. வீழ் ஊசல் - விழுதால் திரித்து இட்ட ஊசல். 12. மாழை - இளமை வாய்ந்த. மான்பிணை - பெண்மான். 13. கடைஇ - உயரத் தூக்கி. இடுப்ப - தாழ்த்தி ஆட்ட. நீள் தூங்காய் - நீண்ட பொழுது ஆடினாய். 17. வாள் - ஒளி வீசும். ஏய்க்கும் - ஒக்கும். 19. ஆனாப்பரிய அலவன் - சிறிது பொழுதும் ஓய்ந்திராது ஓடித்திரியும் நண்டு. அளை - வளை. 19. வீ - மலர். மாரிவீழ் - மழை மேகம் விரும்பும். இருமை - கருமை. மதை இய - மருண்ட. 22. தாழ்நீர் - ஆழ்கடலில் உண்டாகும். 24. பாடித்தை - பாடுவாயாக. 29. ஈர்த்த - எழுதிய. கரும்பு அணி - கரும்பு போல் தீட்டிய கோலம் 30. ஞெகிழ்த்தான் - மெலிவித்தவன். 33. உயிர் செகுத்து - உயிர்களைக் கொன்று. 34. அசைவரல் - அசைந்து வருதலை உடைய. அழித்து - முன் முறைக்கு மாறுபட்டு! அதாவது, முன் இழித்துப் பாடியதைக் கைவிட்டுப் புகழ்ந்து. இரு மோட்ட - மிக உயர்ந்த. 40. உணர்ப்பான் - தீர்ப்பவன். 43. வால்நீர் - வெண்ணிறம் விளங்கும் நீர்ப்பரப்பு. 44. நனி மருள - மிகவும் மருளும்படி. 45. தேன் - தேன் வண்டுகள். இமிர் - ஒலிக்கும்.

15. கொடிது! கொடிது!

(களவிலே கூடி இன்புற்றவன், பின்னர்த்தன் காதலியை அறவே மறந்துவிட்டான். அவர் நிலைகண்டு துடிதுடித்தாள் அவளுடைய தோழி. அவனிடம் சென்று, ''நீ முன் சொன்னதை நம்பினோமே, அதன் பயன்தானோ இதுவெல்லாம்?'' என்று கேட்டு, விரைந்து அவளை மணந்து கொள்ளுமாறு வற்புறுத்துகின்றாள்.)

உரவு நீர்த் திரை பொர ஓங்கிய எக்கர்மேல்,
விரவுப் பல் உருவின வீழ் பெடை துணையாக,
இரை தேர்ந்து உண்டு, அசாவிடூஉம் புள்ளினம் இறை கொள -
முரைசு மூன்று ஆள்பவர் முரணியோர் முரண் தப,
நிரை களிறு இடை பட, நெறி யாத்த இருக்கை போல் -
சிதைவு இன்றிச் சென்றுழிச் சிறப்பு எய்தி, வினை வாய்த்து,
துறைய கலம் வாய் சூழும் துணி கடல் தண் சேர்ப்ப!
புன்னைய நறும் பொழில் புணர்ந்தனை இருந்தக்கால்,
நன்னுதால்! அஞ்சல் ஓம்பு என்றதன் பயன் அன்றோ -
பாயின பசலையால், பகல் கொண்ட சுடர் போன்றாள்
மாவின தளிர் போலும் மாண் நலம் இழந்ததை?

பல் மலர் நறும் பொழில் பழி இன்றிப் புணர்ந்தக்கால்,
சின்மொழி! தெளி எனத் தேற்றிய சிறப்பு அன்றோ -
வாடுபு வனப்பு ஓடி வயக்கு உறா மணி போன்றாள்
நீடு இறை நெடு மென் தோள் நிறை வளை நெகிழ்ந்ததை?
அடும்பு இவர் அணி எக்கர் ஆடி நீ மணந்தக்கால்,
கொடுங் குழாய்! தெளி எனக் கொண்டதன் கொளை அன்றோ -
பொறை ஆற்றா நுசுப்பினால், பூ வீந்த கொடி போன்றாள்
மறை பிறர் அறியாமை மாணா நோய் உழந்ததை?
என ஆங்கு -
வழிபட்ட தெய்வம்தான் வலி எனச் சார்ந்தார்கண்
கழியும் நோய் கைம்மிக அணங்குஆகியது போல,
பழி பரந்து அலர் தூற்ற, என் தோழி
அழி படர் அலைப்ப, அகறலோ கொடிதே.

வலிமையான கடலலைகள் கரையிலே வந்துவந்து மோதுவதனால் உயர்ந்துகிடக்கும் மணல்மேட்டின்மேலே, பல்வேறு வகை உருவங்களுடன் கூடிய புள்ளினங்கள், தத்தம் பெடையும் துணையாக உடன்வரத், தத்தமக்கு வேண்டிய இரையைத் தேடி உண்டு இளைப்பாறி மகிழ்ந்திருக்கும் காட்சியைத் தேடி உண்டு இளைப்பாறி மகிழ்ந்திருக்கும் காட்சியைப் பாராய்! மும்முரசும் முழங்க நாடாளும் பாண்டியர், தம்முடன் பகைத்தோரின் ஆற்றல் அழியுமாறு, வரிசை வரிசையாக இடையிடையே களிறுகள் கட்டியிருக்கப் பாசறையை முறையாக அமைத்து இருப்பதுபோலச், சென்ற இடங்களில் கேடு ஏதுமின்றிச் சிறப்பு எய்தியவாகச் சென்ற காரியமும் கைகூடியபின், மரக்கலங்கள் பலவும் வந்து துறையருகே தங்கியிருக்கும் காட்சியைப் பார்! தெளிந்த கடலையுடைய சேர்ப்பனே! நீ ஏன் எம்மை மறந்தாய்?

புன்னைமரத்து நறிய பொழிலிலே அவளோடு நீ கூடியிருந்த போது, 'நறுநுதலாளே! அஞ்சாதிரு, நான் பிரியேன்' என்றனையே? அதனை உண்மையென நம்பியதன் பயன் தானோ, இன்று அவள் துன்புறுவது? அவள் மேனியெல்லாம் பசலை படர்ந்துவிட்டதே? மாந்தளிரைப் போன்ற மேனியழகெல்லாம் இழந்துவிட்டாளே? பகலிலே எடுத்த விளக்குப்போல, அவள் ஒளி மழுங்கியன்றோ உலவுகின்றாள்.

பல மலர்களால் நிரம்பிய நறிய பொழிலின்கண்ணே, எவ்விதமான பழியும் இல்லாதவளாக உன்னோடு கூடியிருந்த

போது, 'நான் சொன்ன சொற்கள் வாய்மையென்று தெளிவாயாக' எனத் தேற்றினாயே? அந்தச் சிறப்பெல்லாம் என்னவாயிற்றோ? நீண்ட முன் கைகளுடன் நெடிதாக விளங்கிய இவள் தோள்களிலே, செறிவுடனிருந்த வளைகள் நெகிழ்ந்து ஓடுகின்றனவே? நன்மணி போன்று முன்னர் விளங்கியவள், இப்போது வாட்டத்தால் வனப் பிழந்து போனவளாக, ஒளி கெட்டுப் போன மணிபோலவன்றோ தோன்றுகின்றாள்! இது தான் இவளுக்கு நீ செய்யும் சிறப்போ?

அடும்பங்கொடிகள் படர்ந்திருக்கும் மணல் மேடுகளிலே இவளோடு கூடி விளையாடி நீ கலந்த வேளையிலே, 'வளைந்த குழையணிந்தவளே' நான் பிரியேன் என்று தெளிவாக உணர் வாயாக' என்றதை உண்மையெனக் கொண்டோமே? களவிற் செய்து பிறர் அறியாமல் மறைத்து மிகுகின்ற காம நோயினால் உழன்று நலிகின்றாளே? பூக்களின் அழகோடு விளங்கிய பூங்கொடி, அவை உதிர்ந்து பின்னர் தோன்றும் நிலைபோல, அணிகலன் பூண்டு அழகுடன் திகழ்ந்த இவள், அவற்றைப் பூணவும் ஆற்றாத வளாக மெலிந்த இடையுடன் விளங்குகின்றாளே? உன்னைக் காதலனாகக் கொண்டதன் பயன் இதுதானோ?

''வழிபட்டு வலிமை வேண்டிப் பணிந்த தெய்வமே, வலி யெனத் தன்னைச் சார்ந்தவர்களிடத்திலே அவர்களின் வலியழிந்து கழியுமாறு நோய்மிகச் செய்து வருத்துவதுபோல எங்கும் பழிச் சொற்கள் பரவி அனைவரும் அலர் எடுத்துத் தூற்ற, என் தோழி அழிக்கின்ற கொடுந்துயரால் அலைக்கழிய, நீயும் பிரிந்து சென்றனையே? அது மிகவும் கொடிது காண்!

சொற்பொருள் : *1. உரவுநீர் - கடல். 2. விரவு - கலந்த. வீழ் பெடை - விரும்பும் பெண் பறவைகள். 3. அசாவிடூஉம் - இளைப் பாறும். இறைகொள - தங்க. 4. மும்முரசு - வீர முரசு, தியாக முரசு, நியாய முரசு, முரணியோர் - பகைவர். முரண் - மாறுபாடு. தப - கெட. 5. நெறியாத்த - முறையாகக் கட்டிய. 6. சென்றுழி - சென்ற இடங் களில். 7. துறைய - துறைக்கண் வந்து நிற்கும். கலம் - மரக்கலம். 14. வனப்பு ஓடி - அழகு கெட்டு. வயக்குறா - கழுவாத. 15. நீடு இறை - நீண்ட முன் கை. 16. இவர் - படர்ந்த. 17. கொளை - கொள்கை. 18. நுசுப்பு - இடை. வீந்த - உலர்நத. 22. கைம்மிக - மேலும் வளர. அணங்காகியது - வருந்தியது.*

16. அறிவு உடையவன்தானே?

(தலைவியைப் பிரிந்து சென்றான் ஒருவன்: அதனால் 'அவள் துயரமுற்று வாடுகின்றாள்' என்று அறிந்ததும் கொதிப்படைந்த அவள் தோழி ஒருத்தி, அவனிடம் நேரிலேஅய செல்லுகிறாள். கவலையற்று இருக்கும் அவனிடம், அறத்தை எடுத்து உரைத்து, 'நீயும் அறிந்தவனானால், உடனே உன் தேரைப் பூட்டுவாயாக' என்று வற்புறுத்துகிறாள்.)

மா மலர் முண்டகம் தில்லையோடு ஒருங்க உடன்
காணல் அணிந்த உயர் மணல் எக்கர்மேல்,
சீர் மிகு சிறப்பினோன் மரமுதல் கை சேர்த்த
நீர் மலி கரகம் போல் பழம் தூங்கு முடத் தாழைப்
பூ மலர்த்தவை போல, புள் அல்கும் துறைவ! கேள்
'ஆற்றுதல்' என்பது ஒன்று அலந்தவர்க்கு உதவுதல்;
'போற்றுதல்' என்பது புணர்ந்தாரைப் பிரியாமை;
'பண்பு' எனப்படுவது பாடு அறிந்து ஒழுகுதல்;
'அன்பு' எனப்படுவது தன் கிளை செறாஅமை;
'அறிவு' எனப்படுவது பேதையார் சொல் நோன்றல்;
'செறிவு' எனப்படுவது கூறியது மறாஅமை;
'நிறை' எனப்படுவது மறை பிறர் அறியாமை;
'முறை' எனப்படுவது கண்ணோடாது உயிர் வௌவல்;
'பொறை' எனப்படுவது போற்றோரைப் பொறுத்தல்;
ஆங்கு அதை அறிந்தனிர்ஆயின், என் தோழி
நல் நுதல் நலன் உண்டு துறத்தல் - கொண்க!-
தீம் பால் உண்பவர் கொள் கலம் வரைதல்;
நின்தலை வருந்தியாள் துயரம்
சென்றனை களைமோ; பூண்க, நின் தேரே!

கடற்கரையிலே, அதற்கு அழகு செய்வது போல மணல் மேடுகள் உயர்ந்து விளங்கின, அம் மணல் மேடுகளைச் சூழவும் கருநீலமலர் பூத்துக் குலுங்கக் கழீமுள்ளியும் தில்லையும் ஒன்றாகச் சேர்ந்து வளர்ந்திருந்தன. சீர்மிகுந்த சிறப்பினை உடையவனான சிவபெருமான், ஆலமர நிழலிலே கொணர்ந்து வைத்திருந்த நீர் நிறைந்த புண்ணிய கலசம் போலத், தாழையின் பழங்கள் வளைந்த மடல்களிலே தூங்கிக் கொண்டிருந்தன. அந்தத் தாழையிலே பூ மலர்ந்ததுபோல, அதன் மடல்களிலே கடல்நாரை ஒன்றும் அமர்ந் திருந்தது. இவ்வாறு சுற்றிலும் ஊரலர் தூற்ற துன்பச்சுமை தாளாது அவள் ஒடிந்துவீழக், குருகு தாழை மடல் மீது ஒய்யாராமாயிருப்பது போலக் கவலையின்றி நீயும் இருக்கின்றாயோ? துறைவனே! கேள்:

'ஆற்றுதல்' என்று சொல்லப்படுவது, வறுமையுற்று அலமந்தவர்களுக்கு ஒன்றை உதவுதல். **'போற்றுதல்'** என்பது கூடி உறவு கொண்டவரைப் பிரியாதிருத்தல். 'பண்பு' எனப்படுவது, தன் சுற்றத்தினரைக் கோபியாதிருத்தல் **'அறிவு'** எனப்படுவது அறிவற்ற பேதையர்களின் சொல்லைப் பொறுத்துக் கொள்ளுதல். **'செறிவு'** என்று கூறப்படுவது. கூறியதொன்றைத்தாம் என்றும் மறுத்து நடவாதிருத்தல். **'நிறை'** என்பது, மறைவான செயல்களைப் பிறர் அறியாது காத்தல். **'முறை'** எனப்படுவது, தீங்கு செய்தார் தமராயினும் கண்ணோட்டமின்றி அவர் உயிரையும் வாங்கிவிடுதல். **'பொறை'** எனப்படுவது. தன்னைப் போற்றாதாரிடமும் பகை கொள்ளாது பொறுமையோடு இருத்தல்.

இங்கே சொல்லிய இவற்றையெல்லாம் நீரும் அறிந்தவர் தாமே! அப்படியாயின் யான் கூறுவதும் கேட்பீராக. கொண்களே! என் தோழியின் நலத்தை அநுபவித்துவிட்டு அவளைக் கைவிட்டு விட்டு மறந்திருத்தல், இனிய பாலுண்பவர்கள் அஃதிருந்த கலத்தைக் கவிழ்த்து விடுதலைப் போன்ற அறியாமையாகும். நின் காரணமாக வருந்தியவளின் துயரத்தை உடனே சென்று களைவாயாக.

(அறத்தை எடுத்துரைப்பவள், முதலிலே, ஆலின்கீழ் அற முரைத்தவனை எடுத்துக்காட்டிய நயம் உணர்க).

சொற்பொருள்: *1. மாமலர் - கரியமலர். முண்டகம் - கழி முள்ளி, 3. சிறப்பினோன் - தட்சிணாமூர்த்தி. முதல் - அடிமரம். 4. கரகம் - செம்பு. தூங்கும் - தொங்கும். 5. புள் - பறவை. அல்கும் - தங்கும். 6. ஆற்றுதல் - இல்லறம் ஆற்றுதல். அலர்ந்தவர் - வருந்தியவர். 8. பாடு - உலகியல். 9. கிளை - உறவு. செறாஅமை - கோபித்துக் கொள்ளாமை. 10. தோன்றல் - பொறுத்தல். 17. கொள்கலம் - பால் கொள்ளும் கலம். வரைதல் - கவிழ்த்து அழித்தல். 18. நின் தலை - நின் பொருட்டு.*

17. கடலிடைச் சிக்கிய உயிர்!

(மாலைக் காலத்திலே, தம் தலைவி பலவாறு புலம்புதலைக் கண்டிருந்த ஏவற் பெண்டிர் முதலாயினோர், பின் தலைவன் வர அவள் உயிர் பெற்றதைக் காண்கின்றனர். தலைவி சொன்னதும், தலைவன் வந்ததும், அப்பெண்கள் சொன்னவும் இவை:)

மல்லரை மறம் சாய்த்த மலர்த் தண் தார் அகலத்தோன்,
ஒல்லாதார் உடன்று ஓட, உருத்து, உடன் எறிதலின்,
கொல் யானை அணி நுதல் அழுத்திய ஆழி போல்,

கல் சேர்பு ஞாயிறு கதிர் வாங்கி மறைதலின்,
இருங் கடல் ஒலித்து ஆங்கே இரவுக் காண்பது போல, 5
பெருங் கடல் ஓத நீர் வீங்குபு கரை சேர,
போஒய வண்டினால் புல்லென்ற துறையவாய்,
பாயல் கொள்பவை போல, கய மலர் வாய் கூம்ப,
ஒரு நிலையே நடுக்குற்று, இவ் உலகெலாம் அச்சுற,
இரு நிலம் பெயர்ப்பு அன்ன, எவ்வம் கூர் மருள் மாலை - 10
தவல் இல் நோய் செய்தவர்க் காணாமை நினைத்தலின்,
இகல் இடும் பனி தின, எவ்வத்துள் ஆழ்ந்து, ஆங்கே,
கவலை கொள் நெஞ்சினேன் கலுழ் தர, கடல் நோக்கி,
அவலம் மெய்க் கொண்டது போலும் - அஃது எவன்கொலோ?
நடுங்கு நோய் செய்தவர் நல்காமை நினைத்தலின், 15
கடும் பனி கைம்மிக, கையாற்றுள் ஆழ்ந்து, ஆங்கே,
நடுங்கு நோய் உழத்த என் நலன் அழிய, மணல் நோக்கி,
இடும்பை நோய்க்கு இகுவன போலும் - அஃது எவன்கொலோ?
வையினர் நலன் உண்டார் வாராமை நினைத்தலின்,
கையறு நெஞ்சினேன் கலக்கத்துள் ஆழ்ந்து, ஆங்கே, 20
மையல் கொள் நெஞ்சொடு மயக்கத்தால், மரன் நோக்கி,
எவ்வத்தால் இயன்ற போல், இலை கூம்பல் எவன்கொலோ?
    என ஆங்கு,
கரை காணாப் பௌவத்து, கலம் சிதைந்து ஆழ்பவள்
திரை தரப் புணை பெற்று, தீது இன்றி உய்ந்தாங்கு, 25
விரைவனர் காதலர் புகுதர,
நிரை தொடி துயரம் நீங்கின்றால், விரைந்தே.

மலர்கள் பகை கொண்டுவர, அவரை அழித்த மாயவன், அவர்களின் கொல்லேறுகளின் மத்தகத்தின்மேல் வீசிய சக்கரப் படையானது, அம்மத்தகங்களைப் பிளந்து செந்நிறமாக விளங்கியது. அதுபோலக் கதிர்களை ஒடுக்கிக் கொண்டு மலை சேர்ந்த ஞாயிறும் செஞ்ஞாயிறாக விளங்கிற்று. அடுத்து வருகின்ற இரவினைக் காண வருவதுபோலப் பெருங்கடல் ஒலி முழங்கிய வாறே ஓதம் ஏறுகின்ற கரையைச் சேர்ந்து கொண்டிருந்தது. வண்டுகள் போய்விட்டதனால் பொலிவிழந்த துறைகளிலே, பூத்திருந்த கருநீல மலர்களெல்லாம், குவிந்து உறங்கத் தொடங்கின. ஒரே நிலையாக நடுநடுங்கி, இவ்வுலகமெல்லாம் அச்சமுறும்படியாக, இப் பெரும் நிலவுலகம் ஊழிக்காலத்தே நிலையழிவது போல, எனக்குப் பெருவருத்தம் தரும் மயக்கம் உடைய மாலைக்காலமும் வந்ததே!

அழிவில்லாத காமநோய் செய்தவரைக் காணாது, அவரையே நினைத்தலினால் கண்கள் நீர்த்துளிகள் நிறையத் துயரிலே ஆழ்ந்தன. கவலையால் கொள்ளப்பட்ட நெஞ்சுடன் நான் துடிதுடிக்கின்றேன். அந்தக் கடலும் குமுறுகின்றதே? அதுவும் என்னைப் பார்த்துத் துயர் கொண்டது போலும்? அஃது என்னதான் காரணமோ?

நடுக்கத்தைத் தருகின்ற காமநோயினைச் செய்தவர், அருள் செய்யாது போயினதை நினைத்தால், கடும் பனியானது கண்களிலே எல்லையற்றுப் பெருகிற்று. செயலற்றவளாகி நடுங்கும் நோயிலே உழந்து அழகும் அழிகின்றேன். கடற்கரை மணலும் என் இடும்பை மிகுகின்ற நோய்க்குத் தானும் இரங்குவது போலக் கரைகின்றதே? அஃது என்னவோ? என்னோடிருந்து என் நலனை அனுபவித்தவர் வராததை நினைத்து? செயலிழந்து நெஞ்சுடையவளானேன். தீராக் கலக்கத்துள் ஆழ்ந்தேன். மயக்கத்தால், காமநோய் கொண்ட நெஞ்சினளானேன். என்னை நோக்கிகத் துயருற்றது போல, மரமும் இலைகூம்பி நிற்கின்றதே?

ஏவற்பெண்டிர்: *கரை காணாத நடுக்கடலிலே கப்பல் உடைந்து நீரிலே ஆழ்பவன், திரை மரக்கட்டையைக் கொண்டு தர, அதனைப் புணையாகப் பெற்றுத் தீதின்று உயிர் பிழைத்ததுபோல, விரைவிலே வந்து காதலன் நுழையவும் நிரைதொடி உடையாளின் துயரமும் விரைந்து நீங்கிற்றே!*

சொற்பொருள்: *1. ஒல்லாதார் - பகைவர். உருத்து - சினந்து. 3. ஆழி - சக்கரம். 4. கல் - மலை. 5. இருங்கடல் - பெரியகடல். 6. வீங்குபு - பெருகி. புல்லென்ற - தனிமையுணர்ச்சிமிக்க. 8. பாயல் - உறக்கம். கயமலர் - நீர்ப்பூக்கள். 10. பெயர்ப்பு - அழிவு. 12. இகல்இடும் - மாறுபட்டுத் துயர்தரும். தின் - துன்புறுத்த. எவ்வம் - நோய். 13. கலுழ்தர - வருத்த. 14. அவலம் - அத்துயரை. 16. கையறு - செய லுறுதல்; அதாவது அழிதல். 17. மணல் - மணல்மேடு. 18. இகுவன - கரைவன. 19. வையிணர் வாராதே தங்கிவிட்டவர். 24. பௌவம் - கடல். கலம் - கப்பல். 25. திரை - அலை. புணை - தெப்பம். உய்ந் தாங்கு - பிழைத்தது போல். விரைவனர் - விரைந்து.*

18. கதவுடைக்கும் கொம்புகள்!

(காதலியைத் தனித்தே புலம்ப விட்டுத் தன் தொழிலிலே மனஞ் செலுத்தியிருந்த காதலனிடம், அவள் தோழி சென்று, 'உடனே அவள்பாற் செல்வாயாக! என்று வற்புறுத்தி வாதாடுகின்றாள்.)

துணை புணர்ந்து எழுதரும் தூ நிற வலம்புரி
இணை திரள் மருப்பாக, எறி வளி பாகனா –
அயில் திணி நெடுங் கதவு அமைத்து, அடைத்து, அணி
கொண்ட
எயில் இடு களிறே போல் – இடு மணல் நெடுங் கோட்டைப்
பயில் திரை, நடு நன்னாள், பாய்ந்த உறூஉம் துறைவ! கேள்.
கடி மலர்ப் புன்னைக் கீழ்க் காரிகை தோற்றாளைத்
தொடி நெகிழ்ந்த தோளளாத் துறப்பாயால்; மற்று நின்
குடிமைக்கண் பெரியது ஓர் குற்றமாய்க் கிடவாதோ?
ஆய் மலர்ப் புன்னைக் கீழ் அணி நலம் தோற்றாளை
நோய் மலி நிலையாளத் துறப்பாயால்; மற்று நின்
வாய்மைக்கண் பெரியது ஓர் வஞ்சமாய்க் கிடவாதோ?
திகழ் மலர்ப் புன்னைக் கீழ்த் திரு நலம் தோற்றாளை
இகழ் மலர்க் கண்ணாளத் துறப்பாயால், மற்று நின்
புகழ்மைக்கண் பெரியது ஓர் புகராகிக் கிடவாதோ?
என ஆங்கு,
சொல்லக் கேட்டனை ஆயின், வல்லே,
அணி கிளர் நெடு வரை அலைக்கும் நின் அகலத்து,
மணி கிளர் ஆரம் தாரொடு துயல்வர
உயங்கினள் உயிர்க்கும் என் தோழிக்கு
இயங்கு ஒலி நெடுந் திண் தேர் கடவுமதி, விரைந்தே.

வேல்கள் செறிந்த நெடுங்கதவுகளை அமைக்கப்பட்டதாய், உள்ளே படையணிகளையும் கொண்டிருக்கின்றது ஒரு கோட்டை. அதனைப் போர் வெறிகொண்ட களிறுகள் தம் கொம்புகளால் தாக்கி உடைக்க முயல்கின்றன. அதுபோலத் தம் துணையோடு சேர்ந்தனவாக, இரட்டை இரட்டையாகக் கடலிலிருந்து எழுகின்ற வலம்புரிச் சங்கங்களைத் திரண்ட மருப்பாகவும், வீசும் பெருங் காற்றைப் பாகனாகவும் கொண்டு, தன்னைச் சூழ இருக்கும் கரையாகிய மணல்மேடுகளைக் கடலலைகள் மாலைக் காலத்திலே பாய்ந்து பாய்ந்து உடைக்க முயல்கின்றன. அத் துறைவனே! கேள்:

('அலைகள் கரங்களாகவும், குத்தும் மருப்புக்கள் திரண்ட கொங்கைகளாகவும் கொண்டு இகலி இருக்கும் உன் நெஞ்சையும் தகர்த்து, அவள் உன்னை வெற்றி கொண்டு அடைவாள்' என்பது கருத்து')

மணமலர் செறிந்த புன்னைமர நிழலிலே, உன்னோடு கூடித் தன் திரண்ட அழகுடன் தோன்றியவளைத், 'தொடி நெகிழ்ந்து

மெலிந்த தோள்களுடையவள் ஆகுமாறு’ நீ கைவிட்டால், அது நின் குடிப்பண்பிலே பெரிதான ஒரு குற்றமாகிக் கிடவாதோ?

ஆய்மலர்ப் புன்னையின் கீழே உன்னுடன்கூடத் தன்னை அணிசெய்த நலம் எல்லாம் விளங்கத் தோன்றியவளை, நோய் மலிந்த. நிலையாளாக்கி நீ பிரிந்துவிட்டால். நின் வாய்மையினிடத்திலே ஒரு வஞ்சனையாக, அது என்றும் விளங்காதோ?

மலர் திகழ்கின்ற புன்னை மரத்தின் கீழே, திருவினைப் போன்ற தன் நலம்போன்ற உன்னுடன் இருந்தவளைக் கழிந்த மலர்போன்ற கண்ணுடையவளாக்கி நீ கைவிட்டால், உன் புகழ்மையிடத்திலே ஒரு பெரும் குற்றமாக அது விளங்காதோ?

இவ்வாறெல்லாம் நான் சொல்வதைக் கேட்பாயானால், மிகவும் நன்மையுண்டு, அழகுவிளங்கும் நெடிய மலையையும் தோற்கடிக்கும் நின் மார்பில், மணிகிளர் ஆரம் மாலையோடும் கிடந்து புரள, வருந்தி வருந்தி நெட்டுயிர்ப்புச் செய்து இருக்கும் என் தோழியின் பொருட்டாக, ஒலி முழங்குகின்ற நின் திண்மையான தேரினை விரைந்து போகுமாறு செலுத்துவாயாக.

சொற்பொருள் : *1.* தூநிறம் - தூயநிறம். வலம்புரி - வலம்புரிச் சங்கு. **3.** ஆயில் - வேல். திணி - தைத்து வைத்த. *4.* எயில் அடு - கோட்டையை அழிக்கும். *5.* உறூஉம் - அழிக்கும். *6.* காரிகை - அழகு. *12.* திருநலம் - கண்டவர் வியந்து பாராட்டும் பேரழகு. *14.* புகர் - குற்றம். *16.* வல்லே - வரைந்து. *17.* அணிகிளர் - அழகு விளங்கும். அலைக்கும் - வருந்தும். அகலம் - மார்பு. துயல்வர - அசைய. *19.* உயங்கினள் - வருந்தி. உயிர்க்கும் - பெருமூச்சு விடும். *20.* கடவுமதி - செலுத்துவாயாக.

19. தாயமும் உறவும்!

(தாயக்கட்டம் ஆடும் பெண்களுள் ஒருத்தியான தோழி தலைவனிடம் சென்று, அந்த விளையாட்டிலே ஏற்படும் மனநிலையை ஒட்டியே பேசி, அவனது பிரிந்துபோகும் எண்ணத்தை மாற்றுகிறாள்.)

இவர், திமில், எறிதிரை ஈண்டி வந்து அலைத்தக்கால்,
உவறு நீர் உயர் எக்கர், அலவன் ஆடு அளை வரி,
தவல் இல் தண் கழகத்துத் தவிராது வட்டிப்ப,
கவறு உற்ற வடு ஏய்க்கும், காமரு பூங் கடற் சேர்ப்ப!
முத்து உறழ் மணல் எக்கர் அளித்தக்கால், முன் ஆயம்
பத்து உருவம் பெற்றவன் மனம் போல, நந்தியாள் –

அத் திறத்து நீ நீங்க, அணி வாடி, அவ் ஆயம்
வித்தத்தால் தோற்றான் போல், வெய் துயர் உழப்பவோ?
முடத் தாழை முடுக்கருள் அளித்தக்கால், வித்தாயம்
இடைத் தங்கக் கண்டவன் மனம் போல, நந்தியாள் - 10
கொடைத் தக்காய்! நீ ஆயின், நெறி அல்லாக் கதி ஒடி
உடைப் பொதி இழந்தான் போல், உறு துயர் உழப்பவோ?
நறு வீ தாழ் புன்னைக் கீழ் நயந்து நீ அளித்தக்கால்,
மறுவித்தம் இட்டவன் மனம் போல, நந்தியாள் -
அறிவித்து நீ நீங்கக் கருதியாய்க்கு, அப் பொருள் 15
சிறுவித்தம் இட்டான் போல், செறிதுயர் உழப்பவோ?
          ஆங்கு -
கொண்டு பலர் தூற்றும் கௌவை அஞ்சாய்,
தீண்டற்கு அருளி, திறன் அறிந்து, எழீஇப்
பாண்டியன் செய்வான் பொருளினும்
ஈண்டுக, இவள் நலம்! ஏறுக, தேரே!

    மீன் பிடிக்கும் தோணிகள் சென்று கொண்டிருக்கும் கடற்கரை ஓரத்திலே, கடலலைகள் கரையிலே வந்து அடிக்கடி மோதும், கடலோர மணலிலே ஓடிவிளையாடியபடி யிருக்கும் நண்டுகளை, அலைகள் அலைக்கழிக்கும். எவ்வளவு முறை அலைக்கழித்தாலும், மீண்டும் மீண்டும் அவை ஓடியாடும் வழக்கத்தைக் கைவிடுவ தில்லை. சூதாடு கழகத்திலே பலமுறை எதிர்பார்த்த பயனின்றி வாடினாலும், மீண்டும் மீண்டும் சென்று கவறு உருட்டுவாரைப் போல, நண்டுகள் விளங்குவதைக் காணாய்! காண்பவர் விரும்பும் அழகுடைய கடல்நாட்டுச் சேர்ப்பனே! நீயேன் எம்மை மறந்து இங்கே தனித்திருக்கிறாய்?

    முத்துப் போன்ற வெண்மணல் மேட்டிலே நீ கூடியிருந் தால், 'தாயவிளையாட்டிலே ஈரைந்தைப் பெற்றவளைப் போலத்' தானும் மனைகட்டி வாழலாம் என்று மனம் பூரிப்பாளே! அவளை விட்டு நீங்கினாயே! ஏன்? அழகெல்லாம் வாடித் 'தாய விளையாட் டிலே சிறு தாயம் விழத் தோற்றவளைப் போல' மனம் வெதும்பி அவள் துயரடையவோ?

    வளைந்து கிடக்கும் தாழை முடுக்கரினுள்ளே நீ கூடியிருந்து அருள் செய்தபோது, சிறு தாயம் விழ வேண்டும் போது விழப் பெற்றவனைப்போல மனம் மகிழ்ந்திருந்தாளே! அவளை மணந்து கொள்ளப்போகும் தகையுடையவனே! நீ பிரிந்து செல்ல நினைப் பது ஏன்? நெறியில்லாத சூதாட்டத்திலே ஈடுபட்டுக் கட்டி வைத்த

பந்தயப் பொருளையும் இழந்தவனைப் போல, உன் கூட்டுறவு ஆசையை விரும்பித் தன் அழகினையும் போக்கித் துயரிலே கிடந்து அவள் வாட வேண்டுமோ?

நறுமணமலர்கள் உதிர்ந்துகிடக்கும் புன்னைமர நிழலிலே நீ விரும்பிவந்து கூடியிருந்தபோது, 'இரு முறையும் தாயம் இட்டு வென்றவனை'ப்போல மனங்களித்து விளங்கினாளே? 'பிரிந்து போவே'னென்று சொல்லி, நீ பிரியக் கருதிய செய்தியைக் கேட்டால் என்ன ஆவாளோ? இருகால் சிறுதாயம் வேண்டும் நேரத்திலே ஒருகால் தாயம் இட்டவனைப் போலச் செறிந்த துயரிலே அவள் அழுந்தவோ?

அவளைக் கொண்டு, பலரும் எடுத்துப்பழி தூற்றும் ஊர் அலருக்கும் அஞ்சாயோ? அவளை மணந்து கொள்வதற்கு நினைந்து, அதற்கான திறன்களையும் அறிந்துகொண்டு, தேரேறி அங்கே வருவாயாக, அவள் நலம் மீண்டும் செறியும் போது உன் பொருள், பாண்டியம் செய்பவன் பொருளிலும் பன்மடங்கு அதிக மாகப் பெருகி வந்து சேரும் என்பதையும் அறிவாயாக!

சொற்பொருள்: 1. இவர் - பரந்து தோன்றும். திமில் - மீன் படகு. ஈண்டி - திரண்டு. 2. அளை - ஆடிப்புரளுதல். 3. தவல்இல் - கெடுதல் இல்லாத; மனச்செருக்குக் குறையாத; கழகம் - சூதாடு களம். தவிராது - ஆர்வம் குறையாமல். வட்டிப்ப - உருட்ட. கவறு - சூதாடு கருவி; 6. நந்தியாள் - மகிழ்ச்சியில் மிகுந்தவள். 8. வித்தம் - சிறுதாயம். 9. வித்தாயம் - சிறுதாயம். 11. ஆயின் - பொருளீட்டும் முயற்சிகளை ஆராய்ந்து மேற்கொள்ளின். நெறியில்லாக் கதியோடி - எண்ணி உருட்டிய நிலையில் நில்லாது பெருக ஓடி.

20. என்ன ஆகுமோ?

(தலைவன், தலைவியைப் பிரிந்து அவளை மறந்துவிட்டான். ஆற்றாத நோயால் புலம்பும் தலைவி, தன் நிலைமையைத் தன் தோழி யிடம் விவரித்துக் கூறுகின்றாள். பேச்சிலே உள்ளத்திற் கனலும் அனல் அப்படியே வீசுகிறது.)

அரிதே, தோழி! நாண் நிறுப்பாம் என்று உணர்தல்;
பெரிதே காமம்; என் உயிர் தவச் சிறிதே;
பலவே யாமம்; பையுளும் உடைய;
சிலவே, நம்மோடு உசாவும் அன்றில்;
அழல் அவிர் வயங்கு இழை ஒலிப்ப, உலமந்து,

எழில் எஞ்சு மயிலின் நடுங்கி, சேக்கையின்
அழல் ஆகின்று, அவர் நக்கதன் பயனே.
மெல்லிய நெஞ்சு பையுள் கூர, தம்
சொல்லினான் எய்தமை அல்லது, அவர் நம்மை
வல்லவன் தைஇய வாக்கு அமை கடு விசை 10
வில்லினான் எய்தலோ இலர்மன்; ஆயிழை!
வில்லினம் கடிது, அவர் சொல்லினும் பிறந்த நோய்.
நகை முதலாக, நட்பினுள் எழுந்த
தகைமையின் நலிதல் அல்லது, அவர் நம்மை
வகைமையின் எழுந்த தொல் முரண் முதலாக, 15
பகைமையின் நலிதலோ இலர்மன்; ஆயிழை!
பகைமையின் கடிது, அவர் தகைமையின் நலியும் நோய்.
நீயலேன் என்று என்னை அன்பினால் பிணித்து, தம்
சாயலின் சுடுதல் அல்லது, அவர் நம்மைப்
பாய் இருள் அற நீக்கும் நோய் தபு நெடுஞ் சுடர்த் 20
தீயினால் சுடுதலோ இலர்மன்; ஆயிழை!
தீயினும் கடிது, அவர் சாயலின் கனலும் நோய்.
ஆங்கு -
அன்னர் காத்லராக, அவர் நமக்கு
இன் உயிர் பேர்த்தரும் மருத்துவர் ஆயின் 25
யாங்கு ஆவதுகொல்? - தோழி! எனையதூஉம்
தாங்குதல் வலித்தன்று ஆயின்
நீங்கரிது உற்ற அன்று, அவர் உறுஇய நோயே.

தோழி 'நாணத்தை விடாமல் காத்துப்பேணுவோம்' என்று உணர்வதே எனக்கு அரியதாயிருக்கின்றதே? காமமோ பெரிது; என் உடலிலுள்ள உயிரோ மிகமிகச் சிறியது. அவரின்றிக் கழிகின்ற யாமங்களும் பல; அவை தரும் வருத்தமோ சொல்லுந்தரமன்று. நாம் வருந்தும் நேரத்திலே நம்மோடு தாமும் வருந்திப் பேசுவது போலத் தன் துணையைப் பிரிந்து உரைக்கும் அன்றில்களும் கூட மிகசிலவாகிப் போயினவே? நெருப்பிலே சுட்டெடுத்துச் செய்த பசும்பொன் அணிகலன் எல்லாம், உடல் மெலியவே, நெகிழ்ந்து தம்முள் மோதி ஒலிக்கின்றனவே? வருந்தி வருந்திப் பீலியிழந்த மயில் போல அழகுகெட்டு வாடுகின்றேனே? படுக்கையும் அனலாகித் தகிக்கின்றதே? எல்லாம் அவர் நம்மை இகழ்ந்து சென்று விட்டதன் பயனடி!

"மென்மையான உன் நெஞ்சு வருத்தமுறும்படி அவர் தம் சொல்லினால் எய்தாரேயல்லாமல், நம்மை, வல்லவன் செய்தமைத்த,

வடிவமைத்த கடுவிசையையுடைய வில்லம்பினால் எய்யவில் லையே?'' என்பாய். ஆயிழாய்! அவர் சொல்லினாற் பிறந்த நோயின் கொடுமையோ வில்லால் எய்வதினாலும் பெரும்புண் ணாக என்னை நோகச் செய்கின்றதேடீ!

''நகைத்து உறவாடியது முதலாக, அவரோடு கொண்ட நட்பினுள் எழுந்த தகுதிப்பாடுகளால் தானேடீ நம்மை வருந் தினார். வகைமைப்படி வழிவழி எழுந்த பழைய முரண்பாட்டின் காரணமாகப் பகைகொண்டு வருத்தவில்லையேடி?'' என்பாய். ஆயிழையே! அவர் தகைமையோடு நம்மை நலியச் செய்யும் இந்த நோய், பகைமையினும் கொடிது என்பதை நீ அறியாயோ?

''நீயல்லாமல் நானில்லேன்' என்று, உன்னை அன்பினால் தம்மோடு பிணித்துத் தம் அழகிய சாயலால் சுட்டு வருத்தினாரே யல்லாது, பரந்த இருளை அறவே நீக்கும் வெம்மை நிறைந்த கொழுந்து விட்டெரியும் தீயினாற் சுடவில்லையேடீ?'' என்பாய். ஆயிழையே! அவர் சாயலை நினைந்து கனலும் இந்நோய் அந்தத் தீயினும் கொடியதன்றோ?

அப்படிப்பட்டவராக நம் காதலர் நோய் செய்துவிட்ட பின்னர், அவர் நமக்கு இனிய உயிரை மீட்டுத் தரும் மருத்துவரா யிருந்தும், என்னேடீ ஆவதற்கிருக்கிறது? தோழி! என் நெஞ்சங் கனலும் இந்நோயைத் தாங்குவதற்கும் வலியற்றிருக்கின்றேனே? ஆனால், அதனைவிட்டுப் போக்குவதற்கும் அரிதாக இருக்கின்றதே! பாரடீ அவர் எனக்கு உறவாடித் தந்துவிட்டுப்போன நோயினை!

சொற்பொருள்: தவ - மிக. 3. பையுள் - துன்பம். 4. உசா வும் - உரையாடும். 5. அழல் அவிர் வியங்கும் இழை - நெருப்பில் உருக்கி ஓடவைத்தமையால் ஒளிவீசும் அணிகள். உலமந்து வருந்தி. 6. எழில் எஞ்சு - அழகிழந்த. 8. கூர - மிக. 13. நகை முதலாக - தம் புன்னகை காரணமாக. 14. நலிதல் - வருந்துதல். 15. வகைமை - வகைவகையான செல்வங்கள். 18. நீயலேன் - பிரியேன். 20. பாயிருள் - பரந்த இருள். அறநீக்கும் - முழுதும் போக்கும். 27. வலித்தன்று - துணிந்து மேற் கொண்டுள்ளது; நெஞ்சம் எனும் எழுவாய் விருவிக் கவும். 28. நீங்கரிது உற்றன்று - நீங்குதல் அரிதாயிருக்கின்றது.

21. சுவர்க்க போகம்!

(கண்டான்; காதலித்தான்; கன்னியோ ஏறிட்டும் பார்க்கவில்லை. பனங்கரக்குக் குதிரையேறி, அவளூர் மன்றிலே, பலருங் கண்டு நகைக்கத்

தன் துயரத்தைக் கூறி நின்றான். முடிவில், அவள் இரங்கி அருள், மணந்து இன்புற்றான். தன் பாங்கர்களிடம் தான் மணந்த கதையைக் கூறுகின்றான்.)

எழில் மருப்பு எழில் வேழம் இகுதரு கடாத்தால்
தொழில் மாறித் தலை வைத்த தோட்டி கைநிமிர்ந்தாங்கு,
அறிவும், நம் அறிவு ஆய்ந்த அடக்கமும், நாணொடு,
வறிதாக - பிறர் என்னை நகுபவும், நகுபு உடன்,
மின் அவிர் நுடக்கமும் கனவும் போல், மெய் காட்டி -   5
என் நெஞ்சம் என்னோடு நில்லாமை நனி வெளவி,
தன் நலம் கரந்தாளைத் தலைப்படும் ஆறு எவன்கொலோ?
மணிப் பீலி சூட்டிய நூலொடு, மற்றை
அணிப் பூளை, ஆவிரை, எருக்கொடு, பிணித்து, யாத்து,
மல்லல் ஊர் மறுகின்கண் இவட் பாடும், இஃது ஒத்தன் -   10
எல்லீரும் கேட்டீமின் என்று.
படரும், பனை ஈன்ற மாவும் - சுடர் இழை.
நல்கியாள், நல்கியவை.
பொறை என் வரைத்து அன்றி, பூநுதல் ஈத்த
நிலை அழி காம நோய் நீந்தி, அறை உற்ற   15
உப்பு இயல் பாவை உறை உற்றது போல,
உக்குவிடும் - என் உயிர்.
பூளை, பொலமலர் அவிரை - வேய் வென்ற
தோளாள் எமக்கு ஈத்த பூ.
உரிது என் வரைத்து அன்றி, ஒள்ளிழை தந்த   20
பரிசு அழி பைதல் நோய் மூழ்கி, எரி பரந்த
நெய்யுள் மெழுகின் நிலையாது, பை பயத்
தேயும் - அளித்து - என் உயிர்.
இளையாரும், ஏதிலவரும் - உளைய, யான்
உற்றது உசாவும் துணை.   25
என்று யான் பாடக் கேட்டு,
அன்புறு கிளவியாள் அருளி வந்து அளித்தலின்
துன்பத்தில் துணையாய மடல் இனி இவள் பெற
இன்பத்துள் இடம்படல் என்று இரங்கினள் - அன்புற்று,
அடங்கு அருந் தோற்றத்து அருந் தவம் முயன்றோர் தம்   30
உடம்பு ஒழித்து உயர் உலகு இனிது பெற்றாங்கே.

எழில்கொண்ட கொம்புகளையுடைய அழகமைந்த வேழம், மதங்கொண்ட காரணத்தால் தன் தொழிலைச் செய்யாது மாறு பட்டுத், தலைவைத்த தோட்டியையும் மீறி வெறி கொண்டு கிளம்பியது போல, அறிவும், அந்த அறிவு ஆராய்ந்து கொள்ள வேண்டிய

அடக்கமும், நாணமும் அறவே இழந்துவிட்டேன் நான். மின்னல் ஒளிவீசி மறைவது போலவும், கனவு போலவும், தன் மேனியைக் காட்டிச் சிரிப்புடன் அவள் மறைத்தாள். என் நெஞ்சம் என்னோடு நில்லாமல், தன்னோடு திருடிச் சென்றாள். ஆனால், தன் நலத் தையோ எனக்குத் தராது மறைத்துவிட்டாள். பிறர் என்னை நகுமாறு நான் அழிந்தேன். அவளைக்கூடி மகிழும் வழிதான் யாதோ? 'மணிப் பீலி சூட்டிய நூலோடு, பூளை, ஆவிரை, எருக்கு ஆகிய மலர்களை யும் சேர்த்துக் கட்டிய என் குதிரையைப் பாருங்கள். இம் மல்லல் ஊர் மன்றிலே வந்து நின்று, அவளையே நினைந்து பாடும் என் குறையை எல்லோரும் கேளுங்கள்' என்றேன்.

சுடர்கின்ற இழைகளையுடைய என் காதலி எனக்குத் தக்கவை, இந்தத் துன்பமும் பனங்கருக்குக் குதிரையுந்தான். என் உயிரைத் தாங்குதலோ, இனி என் கையிலே இல்லை. அது அந்த அழகு நுதலாள், எனக்குத் தந்த நிறை அழிக்கும் காமநோயிலே நீந்தி நீந்தி, உப்புப் பாவை கரைந்து போவது போல, என் உயிரும் அழிந்து கொண்டே போகின்றதே?

அவள், மூங்கிலையும் வெற்றி கொண்ட தோளாள். அவள் எனக்குத் தந்த பூக்கள் இவை; பூளைப்பூ, பொன்மலரான ஆவிரைப் பூ! என் உயிர் இருக்கிறது என்பதன்றி, ஒள்ளிழையாள் தந்த பரிசான அழிக்கும் வருத்தமாகிய காமநோயிலே மூழ்கி, எரிபரந்த நெய்யுள்ளே கிடந்த மெழுகுபோல நிலையாது உருகிப் போய்க் கொண்டே இருக்கின்றதே?

இளையாரும் அயலாருமேயன்றி, வருந்தும் என்னை ஏனென்று கேட்கவும் ஒரு துணையில்லையே?

என்று யான் பாடக்கேட்டு, அன்பான சொல்லினாள், அன்போடு வந்து எனக்கு அருள் செய்து நின்றாள். 'துன்பத்திலே துணையா யிருந்த மடலே! இனி இவன் பெறும் படியாயிருக்கும் இன்பத் துள்ளும் இடம் படேல்' என்று அதனிடம் இரங்கிக் கூறினாள். அன்புற்று, செயற்குஅரிய தவ முயற்சியிலே ஈடுபட்டோர் தம் உடமை இவ்வுலகத்திலே போட்டுவிட்டு, உயர்ந்த பேரின்பவுலகம் போய்விடுவது போல, நானும் மடற்குதிரையை விட்டுவிட்டு, அவளை மணந்து பேரின்பத்தில் திளைத்தேன்!

சொற்பொருள் : 1. இகுதரு - சொரியும். கடாம் - மதநீர். 2. தொழில்மாறி - ஏவிய தொழில்களைச் செய்ய மறுத்து. தலை வைத்த - அடக்கி ஆளும். தோட்டி - அங்குசம், கைநிமிர்ந்தாங்கு -

கைகடந்தாற்போல். 5. அவிர் - விளங்குகின்ற. 7. தலைப்படுமாறு - அடையும் வழி. 9. பிணித்து - தொடுத்து. யாத்து - சூட்டி. 12. படர் - காம நோய். 13. நல்கியாள் - என்னால் விரும்பப்பட்டவள். 14. பூநுதல் - அழகிய நெற்றி. 15. அறை - உப்புப் பாத்தி. 16. உப்பியல் - உப்பால் ஆன. உறை - மழைத்துளி. 17. உக்குவிடும் - அழிந்துவிடும். 18. வேய் - மூங்கில். 21. பரிகழி - இயல்புகள் அழிதற்குக் காரணமான. 24. உளைய - வருந்த 25. உசாவும் - வினவும்.

22. முதன்மையான் கடமை!

(மடலேறி வந்த ஒருவன் சான்றோரைத் தனக்கு உதவ வேண்டும் என்று கேட்கும் காட்சி இதுவாகும்.)

சான்றவிர், வாழியோ! சான்றவிர்! என்றும்
பிறர் நோயும் தம் நோய் போல் போற்றி, அறன் அறிதல்
சான்றவர்க்கு எல்லாம் கடன்ஆனால், இவ் இருந்த
சான்றீர்! உமக்கு ஒன்று அறிவுறுப்பேன்; மான்ற
துளிஇடை மின்னுப் போல் தோன்றி, ஒருத்தி,
ஒளியோடு உரு என்னைக் காட்டி, அளியள், என்
நெஞ்சு ஆறு கொண்டாள்; அதற்கொண்டும் துஞ்சேன்,
அணி அலங்கு ஆயிரைப் பூவோடு எருக்கின்
பிணையல் அம் கண்ணி மிலைந்து, மணி ஆர்ப்ப,
ஓங்கு இரும் பெண்ணை மடல் ஊர்ந்து, என் எவ்வ நோய்
தாங்குதல் தேற்றா இடும்பைக்கு உயிர்ப்பாக
வீங்கு இழை மாதர் திறத்து ஒன்று, நீங்காது,
பாடுவேன், பாய் மா நிறுத்து.
யாமத்தும் எல்லையும் எவ்வத் திரை அலைப்ப,
'மா மேலேன்' என்று, மடல் புணையா நீந்துவேன் -
தே மொழி மாதர் உறாஅது உறீஇய
காமக் கடல் அகப்பட்டு.
உய்யா அரு நோய்க்கு உயவாகும் - மையல்
இறீஇயாள் ஈத்த இம் மா.
காணுநர் எள்ளக் கலங்கி, தலை வந்து, என்
நாண் எழில் முற்றி உடைத்து உள் அழித்தரும் -
'மாண் இழை மாதராள் ஏஎர்' என, காமனது
ஆணையால் தந்த படை.
காமக் கடும் பகையின் தோன்றினேற்கு ஏமம் -
எழினுதல் ஈத்த இம் மா.
அகை எரி ஆனாது, என் ஆர் உயிர் எஞ்சும்
வகையினால், உள்ளம் சுடுதரும் மன்னோ -

முகை ஏர் இலங்கு எயிற்று இன் நகை மாதர்
தகையால் தலைக்கொண்ட நெஞ்சு!
அழல் மன்ற, காம அரு நோய்; நிழல் மன்ற,
நேரிழை ஈத்த இம் மா.
ஆங்கு அதை,
அறிந்தனிர்ஆயின், சான்றவிர்! தான் தவம்
ஒரீஇ, துறக்கத்தின் வழீஇ, ஆன்றோர்
உள் இடப்பட்ட அரசனைப் பெயர்த்து, அவர்
உயர் நிலை உலகம் உறீஇயாங்கு, என்
துயர் நிலை தீர்த்தல் நும்தலைக் கடனே.

வாழ்க! சான்றோரே, வாழ்க! வாழ்க என்றும்! 'பிறர் துயரையும் தம் துயரைப் போலக் கருதி, அதனை நீக்கி அறவழியிலே ஒழுகுதல் தானே' சான்றவர்க்கு எல்லாம் கடமை! அவ்வாறானால், இங்கிருக்கும் சான்றோரே! உமக்கும் ஒன்று சொல்லுவேன்;

''மழை நடுவிலே விளங்கும் மின்னலைப் போல, என் முன் ஒருத்தி, இவ்வூரவள் வந்து தோன்றினாள். ஒளிமிகுந்த தன் மேனியை எனக்குக் காட்டியருளி, என் நெஞ்சைத் தன்பாற் பற்றிக் கொண்டு சென்றாள், அவ்வேளை முதலாக உறக்கமுங் கொள்ளாமல் வருந்தித் துடிக்கின்றேன். ஆவிரை எருக்குப் பூக்களைக் கண்ணியாகப் பிணைத்துச்சூடி, மணிகள் ஒலிக்க, இப் பனைமடற் குதிரையை ஊர்ந்தவாறு இங்கே வருகின்றேன். என்னை வருந்தும் நோயைத் தாங்கவே முடியாது என் துயரத்திற்கு இளைப்பாறுதலாக, என்னை வருந்தினவளைப்பற்றி, என் பாய்மாவை ஊராது நிறுத்தி, இங்கு இருந்தவாறே ஒரு பாட்டுப் பாடுவேன் கேட்கின்றீர்களோ?

இரவும் பகலும் துன்பம் அலையலையாக என்னை அலைக் கழிக்க, 'குதிரை மேலேன்' என்று, இந்த மடலை துணையாக, அந்தத் தேமொழியாள் தான் காதலுறாத என்னை மட்டும் தள்ளிவிட்ட காமக்கடலினை நீந்திக் கடக்க முயல்கின்றேன்! பிழைக்க அரிதான நோய்க்கு மருந்தாக, எனக்குக் காம நோயை ஏற்படுத்தியவள் கொடுத்த இந்தக் குதிரையைப் பாருங்கள்!

காண்பார் நகையாடக் கலங்கி வாடுகின்றேன். என் முன் வந்து, என் ஆண் எழிலை முற்றி உடைத்து, என் உள்ளத்தையும் அழித்துவிட்டாள். அந்த மாணிழை மாதராளின் அழகு அழகன்று. அழகுபோல் என்னை அழிக்கக் காமனது ஏவலால் வந்த படை போலும்? காமக் கடும் பகையின் காரணமாக, இப்படி வந்து தோன்றின எனக்குப், புகலிடமாக, அந்த எழில் நுதலாள் தந்தது இந்தக் குதிரைதான்!

முல்லை முகை போன்று ஒளியும் உருவும் உடைய எயிற்றின ளாகி, இனிய நகையினையுமுடைய அவளின் தகைமையால் துயருற்ற என் நெஞ்சம் துடிக்கும் நிலையைப் பாருங்கள்! சூளை யிலிட்ட நெருப்புப் போல என் உள்ளத்தைச் சுட்டு, என் அருமை யான உயிரையும் போக்கும் வகையாக என்னை அவள் பாற் கொண்ட காமநோய் வருந்துகின்றதே! இப்படி அழலாக எரிக்கும் கொடிய காம நோய்க்கு, நேரிழை தந்த இந்தக் குதிரைதான் நிழல் போலிருக்கிறது!

என் வருத்தமெல்லாம் அறிந்தீர்கள் அல்லவோ? சான்றோர் களே! தவம் செய்ய வந்து ஒழுக்கத்திலே வழுவிய அரசனை மீண்டும் தவத்திலே ஈடுபடுத்திப் பேரின்ப உலகஞ் சேர்த்த ஆன்றோர் களைப் போல, என் துயரநிலையையும் தீர்த்து, அவளை உனக்குத் தருவது உம்முடைய முதன்மையான கடமையாகும்.

சொற்பொருள் : 4. மான்ற - ஒன்றோடொன்று கலந்து பெய்யும். 5. துளி - மழை. 6. ஒளி - அறிவு முதலாம் புகழ். 18. உய்யா - பிழைக்க மாட்டா. அரு - கொடிய. உயவு - பிழைக்கும் வழியாகும். 20. தலைவந்து - என்னை வந்தடைந்து. 24. ஏமம் - அரண்.

23. அதுதானய்யா அறம்!

(மடலேறிச் சென்றவன், தன்னைச் சூழ்ந்த காதலியின் ஊர்க்காரர் களிடம், தன் வேதனையைக் கூறி முறையிடுகின்றான்.)

கண்டவிர் எல்லாம் கதுமென வந்து, ஆங்கே,
பண்டு அறியாதீர் போல நோக்குவீர்; கொண்டது
மா என்று உணர்மின்; மடல் அன்று; மற்று இவை
பூ அல்ல; பூளை, உழிஞையோடு யாத்த
புன வரை இட்ட வயங்கு தார்ப் பீலி,
பிடி அமை நூலொடு பெயம் மணி கட்டி,
அடர் பொன் அவிர் ஏய்க்கும் ஆவிரங் கண்ணி:
நெடியோன் மகன் நயந்து தந்து; ஆங்கு அனைய
வடிய வடிந்த வனப்பின், என் நெஞ்சம்
இடிய இடைக் கொள்ளும் சாயல், ஒருத்திக்கு
அடியுறை காட்டிய செல்வேன்; மடியன்மின்;
அன்னேன் ஒருவனேன், யான்.
என்னானும், 'பாடு' எனும், பாடவும் வல்லேன், சிறிது; ஆங்கே,
'ஆடு' எனில், ஆடலும் ஆற்றுகேன்; பாடுகோ –
என் உள் – இடும்பை தணிக்கும் மருந்தாக,

நன்னுதல் ஈத்த இம் மா?
திங்கள் அரவு உறின், தீர்க்கலார்ஆயினும்,
தம் காதல் காட்டுவர், சான்றவர் - இன் சாயல்
ஒண்டொடி நோய் நோக்கில் பட்ட என் நெஞ்ச நோய்
கண்டும், கண்ணோடாது, இவ் ஊர்.
தாங்காச் சினத்தொடு காட்டி உயிர் செகுக்கும்
பாம்பும் அவைப் படில், உய்யுமாம் - பூங் கண்
வணர்ந்து ஒலி ஐம்பாலான் செய்த இக் காமம்
உணர்ந்தும், அறியாது, இவ் ஊர்.
வெஞ் சுழிப் பட்ட மகற்குக் கரை நின்றார்
அஞ்சல் என்றாலும் உயிர்ப்பு உண்டாம் - அம் சீர்ச்
செறிந்த ஏர் முறுவலாள் செய்த இக் காமம்
அறிந்தும், அறியாது, இவ் ஊர்.
ஆங்க -
என் கண் இடும்பை அறீஇயினென்; நும்கண்
தெருளுற நோக்கித் தெரியுங்கால், இன்ன
மருளுறு நோயொடு மம்மர் அகல,
இருளுறு கூந்தலாள் என்னை
அருளுறச் செயின், நுமக்கு அறனுமார் அதுவே.

கண்டவரெல்லாம் கதுமென் வந்து என்னை இதற்கு முன் அறியாதவர்களைப் போலப் பார்க்கின்றீர்களே? நான் ஏறிவருவது மடல் அன்று; குதிரையென்றே அறியுங்கள். நான் அணிந்திருப்பது பொன் நகையல்ல; பூளை, உழிஞை, பீலி முதலியவற்றை நூலிலே மணியுடன் சேர்த்துக் கட்டிப், பொன்னிற ஆவிரம் பூவுடன் நானே தொடுத்து அணிந்திருக்கும் மலர்க்கண்ணியேதான்! காமதேவனின் விரும்பித் தந்தது போன்று, வடித்தெடுத்த வனப்பெல்லாம் ஒருங் கமைய, என் நெஞ்சம் இடிய, அதனுள்ளே புகுந்திருக்கும் இனிய சாயலாளான இவ்வூர்க் கன்னி ஒருத்திக்கு நான் அடிமையாய் விட்டேன். அதனைக் காட்டுவதற்காகச் செல்லுகின்றேன். அத்தகைய ஒருவன் யான், என்னை வறிதே சூழ்ந்திருத்தல் வேண்டாம்; நீவிர் போவீராக!

இருந்தாலும், நீங்கள் 'பாடு' என்றால் பாடவும் வல்லேன். 'சிறிது அங்கே ஆடு' என்றால் ஆடவும் செய்வேன். பாடட்டுமோ? என் உள்ளத் துயரைத் தணிக்கும் மருந்தாக, அந்த நன்னுதல் தந்தல் லவோ இந்தக் குதிரை!

நிலவைப் பாம்பு மறைத்தால், தீர்க்க இயலாதவரெனினும், சான்றோர்கள் தம் இரக்கத்தையாவது காட்டுவார்களே! இனிய

சாயலுடைய ஒண்டொடியின் நோய்நோக்கிற் பட்டு வருந்தும் என் நெஞ்சத்தின் நோயைக் கண்டும், இவ்வூர் இரக்கம் காட்டாதிருக் கின்றதே!

தாங்காத சினத்தோடு தன் வடிவைக் காட்டி, உயிர்களைப் போக்கும் பாம்பும், சபையிலே புகுந்தால் பிழைத்துவிடும் என்பார் களே! பூப்போன்ற மென்மையுடன் கடை குழன்று தழைத்த கூந்தலையுடையவள் செய்த இக் காமநோயின் கொடுமையை உணர்ந்தும், உணராதது போலிருக்கின்றதே இவ்வூர்!

கொடிய நீர்ச்சுழியிலே சிக்கிக்கொண்ட ஒருவனுக்குக் கரை யிலே நிற்பவர், 'அஞ்சேல்' என்று வாயாற் சொன்னாலுங் கூட ஊக்கமுண்டாகி உயிர் பிழைப்பானே? அழகிய சீர்மை செறிந்த, ஒளிரும் முறுவலாள் செய்த இக் காமநோயை அறிந்தும், அறியாதது போல் இருக்கிறதே இவ்வூர்!

என்னிடம் ஏற்பட்ட துயரத்தைக் கூறினேன். நும் கண்கள் தெளியுமாறு என்னை நோக்கி உண்மை தெரியும்போது, இத்தகைய மயக்கந்தரும் நோயோடு சேர்ந்த என் கலக்கம் நீங்க, இருள்போன்று அடர்ந்த கூந்தலாள் வந்து என்னை அருளிக் காக்குமாறு உதவி செய்வீராக! உங்களுக்கு அறனும் அதுவேயாகும்.

சொற்பொருள்: கண்டவிர் - கண்டவர். கதுமென - விரைய. 4. உழிஞை - ஒரு பூ. 8. நெடியோன் மகன் - காமன். 20. கண்ணோட்டம் - அருள். 23. ஐம்பால் - மகளிரின் கூந்தல். வணர்ந்தொலி - சுருண்டு தழைத்த.

24. தோற்றுத் திறை தந்தனர்!

(காதலால் உழன்ற ஒருவன், தன் காதல் கைகூடாது பலநாள் துயருற்றான். பின்னர், அவளை மணந்து வந்தபோது, 'எவ்வாறு இது வாய்த்ததோ?' என்று அவன் தோழர்கள் கேட்க, அவன் விளக்குகின்றான்.)

அரிதினின் தோன்றிய யாக்கை பரிபு தாம்
வேட்டவை செய்து, ஆங்கு, காட்டி மற்று ஆங்கே,
அறம் பொருள் இன்பம் என்று அம் மூன்றின் ஒன்றன்
திறம் சேரார் செய்யும் தொழில்கள் அறைந்தன்று -
அணி நிலைப் பெண்ணை மடல் ஊர்ந்து, ஒருத்தி
அணி நலம் பாடி வரற்கு.
ஓரொருகால் உள்வழியாள் ஆகி, நிறை மதி
நீருள் நிழல் போல், கொளற்கு அரியள் - போருள்
அடல் மாமேல் ஆற்றுவேன் என்னை மடல்மாமேல்

மன்றம் படர்வித்தவள் - வாழி, சான்றீர்!
பொய் தீர் உலகம் எடுத்த கொடிமிசை,
மை அறு மண்டிலம் வேட்டனள் - வையம்
புரவு ஊக்கும் உள்ளத்தேன் என்னை இரவு ஊக்கும்
இன்னா இடும்பை செய்தாள் - அம்ம, சான்றீர்!
கரந்தாங்கே இன்னா நோய் செய்யும்; மற்று இஃதோ -
பரந்த சுணங்கின் பதை தோளாள் பண்பு ?
இடி உமிழ் வானத்து, இரவு இருள் போழும்
கொடி மின்னுக் கொள்வேன் என்றன்னள் - வடி நாவின்
வல்லார் முன் சொல் வல்லேன் என்னைப் பிறர் முன்னர்க்
கல்லாமை காட்டியவள் - வாழி, சான்றீர்!
என்று, ஆங்கே,
வருந்த மா ஊர்ந்து, மறுகின்கண் பாட,
திருந்திழைக்கு ஒத்த கிளவி கேட்டு, ஆங்கே,
பொருந்தாதார் போர் வல் வழுதிக்கு அருந் திறை
போல, கொடுத்தார், தமர்.

உலக வாழ்வின் நியதிகள் மூன்று பிரிவினுள் அடங்கும். அவை அறம், பொருள், இன்பம் என்பன. அவற்றுள் ஒன்றான 'இன்பம்' ஆண் பெண் கூட்டுறவு வாழ்வு பற்றியது அதனைச் சேரப் பெறாதவர்கள் என்னென்ன செய்வார்கள். சான்றோர் இதனைக் கூறியுள்ளனர். அவற்றுள் மடலூர்தல் ஒன்றல்லவோ? உடலோடு பிறப்பதே அருமையானது. அருமையாகப் பெற்ற இந்த உடலினால் அநுபவிக்க வேண்டிய இன்பத்தைக், காலமும் கூற்றும் அதனை அழிக்குமுன்னரே நானும் பெற வேண்டாமோ? இவற்றைக் கருதித் தான் உங்களூரவள் என்பால் செய்துவிட்ட காம நோயினால், முன்னோர் முறைப்படி பனைமடற் குதிரையேறி வருகின்றேன். என்னைக் கலக்கிய அந்த ஒருத்தியின் அழகுநலத்தைப் பாடியபடியும் வருகின்றேன்.

ஓரொரு சமயம் என் உள்ளத்தினுள்ளும் அவள் வந்து நிறைகின்றாள். என்ன பயன்? நீருள்ளே தோன்றும் நிறைமதியின் நிழலைப்போல, என்னுள்ளே தோன்றும் அவள் அணைத்துக் கொள்வதற்கே அரியவளாயிருக்கின்றாளே? போர்களத்திலே வன்மையான போர்க்குதிரை மேலிருந்து போர்புரியும் ஆற்றலுடையவனாகிய என்னை, இந்த மடன்மாவில் ஏறச்செய்து, இப்படி மன்றத்திலே வந்தும் நிற்கத் துயர் செய்தாளே? அவள் வாழ்க! சான்றோர்களே, அவள் வாழ்க!

பொய்ம்மையற்ற உலகத்து, உயர்ந்தோர் உயர்த்துப் போற்றுகின்ற இருள் ஒழிக்கும் ஞாயிற்று மண்டிலம் போன்று இருக்கின்

றாள் அவள். வையகமெல்லாம் வாழுமாறு செய்கின்ற உள்ள முடைய என்னை, இரந்து வேண்டித்திரியும் நிலையிலே சீரழியக், கொடிய துயரத்தினையும் விளைவித்தாளே? அம்மம்ம! இருள் பரந்த என் நெஞ்சிலே அருட் பார்வையினைக் காட்டி ஒளிதர அந்த ஞாயிறு போன்றவளுக்கு அருளில்லையே! சான்றோரே, நான் என்ன செய்வேன்?

மறைந்து மறைந்து, எனக்குப் பொறுத்தற்குரிய நோயினைச் செய்கின்றாளே? இதுவோ, சுணங்குபரந்த பணைத்த தோள்களை யுடைய உங்கள் ஊரவளின் பண்பு?

தெளிந்த பேச்சுக்களிலே வல்லவர் சபையிலே சொல்வல்ல ஒருவனாக இருந்தவன் நான்; என்னைச் சாதாரணப் பிற மனிதர் முன்னிலையிலேயே அறியாமை உடையவனாகக் காட்சியளிக்கச் செய்தாளே? இடி முழங்கும் மழைக்காலத்து இரவின் இருளிலே, வானத்தின் இருளைப் பிளந்து தோன்றி மறைகின்ற மின்னலைப் போலத் தோன்றியும் மறைந்து விட்டாளே? அவளை நான் எப்படி என்னவளாக்கிக் கொள்வேன். அவள் வாழ்க, சான்றோரே!

இவ்வாறெல்லாம், என்னைக் கண்டவர் அனைவரும் உள்ளம் வருந்துமாறு, நான் மடல்மா ஊர்ந்து சென்று, அவளூர் மன்றத் திலே நின்று பாடினேன். திருந்திழையாளுக்கு ஒத்த என் பேச்சு களை எல்லாம் அவள் உறவினரும் கேட்டனர். முதலில் எனக்கு அவளைத் தந்து உறவுகொள்ள இசையாத அவர்களின் உள்ளத்து முரணும் மாறிற்று. போர் வல்ல பாண்டியனுக்குப் பகையானோர், அவன் செயலுக்கு ஆற்றாது பணிந்து, அவனுக்குத் திறை தருவார் களன்றோ! அதேபோல, என் படையெடுப்புக்குப் பணிந்து, அந்த அழகியாளையும் எனக்கு மணம் செய்து கொடுத்தனர்!

சொற்பொருள்: 2. வேட்டவை - விரும்பியவை. 5. அணி நிலை - அணியாக நிற்றலையுடைய; அணியாக - வரிசையாக. 6. அணிநலம் - அழகு நலம். 7. உள்வழியள் - உள்ளத்துள்ளும் இருப்பவள். 9. அடன்மா - போர்க்குதிரை. 16. பணை - மூங்கில். 20. கல்லாமை - உணர்ந்தறியாமை. 24. பொருந்தாதார் - பகைவர்.

25. மணியினுள் கலந்தா நீர்!

(பெற்றோர் திருமணத்துக்கு இசையவில்லை. அவள் வீட்டிலே பிடித்துப்பிடித்து நலிகின்றாள். அவனோ தெருவிலே மடலேறி வருகின் றான். இருவரையும் வாட்டிய நோய் முடிவிலே இருவரையும் ஒன்றாக் கியதன் மூலம் தீருகின்றது.)

புரிவுண்ட புணர்ச்சியுள் புல் ஆரா மாத்திரை,
அருகுவித்து ஒருவரை அகற்றலின், தெளிவார்கண்,
செய நின்ற பண்ணினுள் செவி சுவை கொள்ளாது,
நயம் நின்ற பொருள் கெடப் புரி அறு நரம்பினும்
பயன் இன்று மன்றம்ம, காமம் - இவள் மன்னும்
ஒள் நுதல் ஆயத்தார் ஓராங்குத் திளைப்பினும்,
முள் நுனை தோன்றாமை முறுவல் கொண்டு, அடக்கி, தன்
கண்ணினும் முகத்தினும் நகுபவள்; பெண் இன்றி
யாவரும் தண் குரல் கேட்ப, நிரை வெண் பல்
மீ உயர் தோன்ற, நகாஅ, நக்காங்கே,
பூ உயிர்த்தன்ன புகழ் சால் எழில் உண்ண்
ஆய் இதழ் மல்க அழும்.
ஓஒ! அழிதகப் பாராதே, அல்லல் குறுகினம்;
காண்பாம் - கனங்குழை பண்பு.
என்று, எல்லீரும் என் செய்தீர். என்னை நகுதிரோ?
நல்ல நாஅலிர் மற்கொலோ - யான் உற்ற
அல்லல் உறீஇயான் மாய மலர் மார்பு
புல்லிப் புணரப் பெறின்.
'எல்லா! நீ உற்றது எவனோ மற்று?' என்றீரேல், 'எற் சிதை
செய்தான் இவன்' என, 'உற்றது இது' என,
எய்த உரைக்கும் உரன் அகத்து உண்டாயின்,
பைதல ஆகிப் பசக்குவமன்னோ - என்
நெய்தல் மலர் அன்ன கண்?
கோடு வாய் கூடாப் பிறையை, பிறிது ஒன்று
நாடுவேன், கண்டனென்; சிற்றிலுள் கண்டு, ஆங்கே,
ஆடையான் மூஉய் அகப்படுப்பேன்; சூடிய,
காணான், திருதரும்கொல்லோ - மணி மிடற்று
மாண் மலர்க் கொன்றையவன்?
'தெள்ளியேம்' என்று உரைத்து, தேராது, ஒரு நிலையே,
'வள்ளியை ஆக!' என நெஞ்சை வலியுறீஇ,
உள்ளி வருகுவர்கொல்லோ? வளைந்து யான்
எள்ளி இருக்குவேன் மற்கொலோ? நள்ளிருள்
மாந்தர் கடி கொண்ட கங்குல், கனவினான்,
தோன்றினனாக, தொடுத்தேன்மன், யான்; தன்னைப்
பையெனக் காண்கு விழிப்ப, யான் பற்றிய
கையுளே மாய்ந்தான், கரந்து
கதிர் பகா ஞாயிறே! கல் சேர்தி ஆயின்,
அவரை நினைத்து, நிறுத்து என் கை நீட்டித்

தருகுவைஆயின், தவிரும் - என் நெஞ்சத்து
உயிர் திரியா மாட்டிய தீ.
மை இல் சுடரே! மலை சேர்தி நீ ஆயின்,
பௌவ நீர்த் தோன்றிப் பகல் செய்யும் மாத்திரை,
கைவிளக்காகக் கதிர் சில தாராய்! என்
தொய்யில் சிதைத்தானைத் தேர்கு.
சிதைத்தானைச் செய்வது எவன்கொலோ? எம்மை
நயந்து, நலம் சிதைத்தான்.
மன்றப் பனைமேல் மலை மாந் தளிரே! நீ
தொன்று இவ் உலகத்துக் கேட்டும் அறிதியோ?
மென்தோள் ஞெகிழ்த்தான் தகை அல்லால், யான் காணேன் -
நன்று தீது என்று பிற.
நோய் எரியாகச் சுடினும், சுழற்றி, என்
ஆய் இதழ் உள்ளே கரப்பன் - கரந்தாங்கே
நோய் உறு வெந் நீர் : தெளிப்பின், தலைக் கொண்டு
வேவது, அறித்து இவ் உலகு.
மெலியப் பொறுத்தேன்; களைந்தீமின் - சான்றீர்!
நலிதரும் காமமும் கௌவையும் என்று, இவ்
வலிதின் உயிர் காவாத் தூங்கி, ஆங்க, என்னை
நலியும் விழுமம் இரண்டு,

எனப் பாடி,

இனைந்து நொந்து அழுதனள்; நினைந்து நீடு உயிர்த்தனள்;
எல்லையும் இரவும் கழிந்தன என்று எண்ணி, எல்லிரா
நல்கிய கேள்வன் இவன் - மன்ற, மெல்ல
மணியுள் பரந்த நீர் போலத் துணிவாம் -
கலம் சிதை இல்லத்துக் காழ் கொண்டு தேற்றக்
கலங்கிய நீர்போல் தெளிந்து, நலம் பெற்றாள்,
நல் எழில் மார்பனைச் சார்ந்து.

அவன் நிலைமை: *காமத்தின் பயன் கூடிக் கலத்தலேயல்லாமல், பின்னிப்பிணையும் புணர்ச்சியுள் தழுவுதல் மட்டும் இல்லாத நிலையிலே, ஒருவர்பால் நெருங்கி உறவாடி வந்து அவரை ஒடுக்கிவிடுவதலால் எவ்வித நன்மையுமில்லை. அறிந்து அனுபவிக்கும் தகுதியுடையவர்களிடத்திலே சென்று, யாழிசைத்து, அவரை இன்பமூட்டச் சென்ற ஒருவன் இசைக்கத் தொடங்கும்போதே, பயனுள்ள பொருளான இசை எழாது கெடுமாறு நரம்புகள் அறுந்து விட்டதாயின், கேட்க வந்து ஆவலோடிருந்தவர் ஏதும் செவிச் சுவையைப் பெறுவார்களோ? அது போலாயிற்றே என் நிலையும்!*

முன்னர் இவள் எவ்வாறிருந்தாள்? தோழிகள் பலரும் சூழ்ந்திருக்கக் கூடிவிளையாடும்போதும், முள்நுனை போன்ற தன் பற்கள் வெளியே தெரியா வண்ணம் புன்முறுவல் கொள்வாளே? அதனையும்கூட அடக்கிக் கொண்ட கண்ணினும் முகத்தினும் மட்டும் முறுவல் தோன்ற நிற்பாளே! அவ்வளவு நாணமும் பெண்மையும் உடையவளாயிருந்தாளே? இப்பொழுதோ, பெண்மை யின்றி, யாவரும் தன் குரல் கேட்குமாறு நிரையாக அமைந்த வெண்பற்கள் மேலே நன்கு வெளிப்பட்டுத் தோன்றச், சிரியாது சிரித்துப், பூ வெடித்தது போன்ற அழகிய புகழமைந்த கண்ளின் இதழ்கள் நீரால் மல்க, அழுகின்றனளே? (வெடிச்சிரிப்பும் அழுகை யும் அவள் உள்ளம் பித்தாயிற்று எனக் காட்டுவதாகும்.)

அத்தகைய நிலையிலே அவள் நிலையழிந்து போவதைக் கண்டு, அக் கனங்குழையாளின் பண்பினை மீண்டும் பழைய நிலையிலே காணச் செய்வோம் என்றுதான் விரைந்து வந்தேன்.

அவர் நிலைமை: நான் அடைந்த துன்பத்தைப் போலவே தானும் துன்பமடைந்திருக்கும், அவனுடைய மாய மலர் மார் பினைத் தழுவிக் கூடப் பெறுவதற்கென்று, எல்லோரும் எனக்கு என்னதான் உதவி செய்துவிட்டீர்கள்? என்னை வந்து சிரிக்கின்றீர் களே? நல்ல சிரிப்புத்தான் உங்கள் சிரிப்பு!

'ஏடீ! நீ அடைகின்ற துயர் தான் என்னேடீ!' என்று இன்னுமா கேட்கின்றீர்கள்? 'என்னை இவ்வாறு செய்தவன் இவன்' என முன்னரே கூறிவிட்டேன். 'எனக்கு உற்றது இது' என்று விளக்கி உரைக்கின்ற வலிமை என்னுள்ளத்திலே இருந்தால், வருத்தம் உடையவளாகிப் பசந்து நிற்பேனோ? நெய்தல் மலர்போன்ற என் கண்கள் கலங்குமோ? அவனுடனேயே யானும் இணைந்து சென்று இருப்பேனே?

அவன் வருவானோ என்று காணக்கடல் இழைத்தேன். அதனை முற்ற இழைக்குமுன் பிறைவடிவாகித் தோன்ற, என் எண்ணம் பிறையையே எண்ணிற்று. பிறை வளர்ந்து மதியானால் வருத்துமே எனக் கலங்கி, வளரவிடாது தடுப்போமென இழைத்த கூடலை என் ஆடையாலே மூடிமறைத்தேன். மணிமிடறும் மாட்சிமிக்க கொன்றைமாலையும் சூடியிருக்கும் சிவபிரான், தான் சூடிய பிறை யைக் காணாது தேடித் திரிவானோ? எனக்குக் கூறுங்களேன்.

'நாம் தெளிவுடையோம்' என்று உரைத்த உள்ளத்தின் நிலைமை யைத் தெளிவாக உணராது போயினேனே! 'ஒரு நிலையே வள்ளன்மை

யுடையையாய் ஆகிவிடுக' என்று தன் நெஞ்சை வலிதாக்கிக் கொண்டு, என்னை நினைந்து அவர் திரும்பி வருவாரோ? அப்படி அவர் வந்தால் நான் ஊடல் கொண்டு அவரை எள்ளிப் பேசி இருப் பேனோ? நள்ளிருள் வேளையிலே, ஊர்க்காவல் மாந்தர் காத்துத் திரிகின்ற இருட்டிலே, என் கனவிலே அவன் வந்து தோன்றினான். அவனைத் தழுவி மகிழ நான் நினைத்தேன். என் கைகளுக்கு இடையிலே அகப்படுத்தி மார்புறவும் அணைத்தேன். அவனைக் கண்ணாலும் காணலா மே என்று நினைத்துப் பையெனக் கண்ணை விழிக்க, என் கைக்குள் கிடந்தவன், திடுமென மறைந்து விட்டானே?

கதிர் பகா ஞாயிறே! நீ மலை சென்று சேர்கின்றயானால், அவரை நினைத்துத் தேடிப் பிடித்துக் கொணர்ந்து என்முன் நிறுத்தாயோ? கைநீட்டி நீ கொணர்ந்து தந்தால், என் நெஞ்சிலே உயிரும் அழியுமாறு கனலுகின்ற காமத்தீயைப் போக்கி உயிர் வாழ்வேனே!

இருளற்ற சுடரே! மலை சேர்கின்றாய் என்றால், கடல் நீரிலே தோன்றி நீ பகலைச் செய்யும் அளவும், இருளிலே கிடந்து நான் தவியாதவாறு, கைவிளக்காக, உன் கதிர்களிற் சிலவற்றைத் தந்து உதவமாட்டாயோ? என் தொய்யில் சிதைத்தானே, அவனை நானே தேடிப் பார்க்கின்றேனே!

என் அழகைச் சிதைத்தானே, அவனை என்னதான் செய்வது? என்னை விரும்பி வந்து வேண்டுமென்றுதானே அழகைச் சிதைத்துப் போயிருக்கின்றான்?

மன்றத்துப் பனைமேலே மாந்தளிர் இருப்பது போன்று. மலை முகட்டிலே இருக்கும் கதிரவனே! மென் தோள்களை மெலியச் செய்தவனின் செயலல்லாது, நன்று தீது என்று பிற ஏதுமே நான் காணேனே! தொன்று இவ்வுலகத்திலே இப்படி ஒரு செய்தியை நீயும் கேட்டிருப்பாயோ?

நெருப்பாக நோய் என்னைச் சுட்டாலும், என் இமைகளைச் சுழற்றி என் கண்ணீரை என் கண்ணுள்ளேயே அடக்கிக் கொள் ளவே முயல்வேன். இமைத் தடையைக் கடந்து, நோயினால் ஏற்பட்ட வெந்நீர் போன்ற கண்ணீரானது இவ்வுலகிலே வீழ்ந்தால், உலகமும் வெந்து போய்விடுமே!

சான்றோரே! 'காமமும் கௌவையும்' என்ற இரண்டும் என்னை மெலிவிக்கவும் பொறுத்துக் கொண்டிருக்கின்றேன். இவ்விரண்டும், என் உயிரைக் காவடித் தண்டின் இருபுறமும் நின்று

தூக்கி நிற்போர்போலத் தூக்கி அலைத்து என்னை வருத்திக் கொண்டிருக்கின்றனவே! இவற்றைப் போக்கி அருள் செய்ய மாட்டீர் களோ?

இவ்வாறு, வருந்தி நொந்து அழுதாள். நினைந்து நினைந்து நீண்டநேரம் பெருமூச்சு விட்டாள். இரவும் பகலும் இவ்வாறு கழிகின்றனவே என்று எண்ணி ஏங்கினாள்.

(அவ்வேளையிலே, முன்னர்ச் சொன்னதுபோல அவனும் வந்து நிற்க அவனைக் காட்டி) மன்றத்தீரே! இரவிலே என்னைக் கனவிலே அணைத்த என் துணைவன் இவனேதான்!

'மணியும் அதனுள் பரந்து விளங்கும் நீரும்போல, இவ்விரு வரும் ஒத்த மனம் உடையவர் என்று துணிந்தனர் அனைவரும். மணமும் நடக்கிறது. அதன்பின் அவளைக்கண்டவர்:

'இல்லத்திலுள்ள நீர் கலங்கியிருந்தால், அது இருக்கும் பாத்திரத்துள், சிறிது தேற்றாவின் விதையைத் தேய்த்ததும் அந்நீர் தெளிந்துவிடுவது போல, அந்த நல்ல அழகுடைய மார்பனைச் சேர்ந்ததும், இவளும் மனம் தெளிவுற்று நலம் பெற்றவளே!' என்று வியந்தனர்.

சொற்பொருள்: 1. புரிவுண்ட புணர்ச்சி - பின்னிப் பிணைந்த தழுவல். புல்லுதல் - தழுவுதல். 6. ஆயத்தார் - ஆயமகளிர்; தோழியர். 7. முள் நுனை - முள்ளின் முனை ; தலைவியின் கூர்மையான பற் களுக்கு உவமை. 10. மீஉயர் தோன்ற - மிக்கு உயர்ந்து தோன்ற. 21. உரன் அகத்து - நெஞ்சகத்து. 24. கோடுவாய் - வளைந்த பகுதி. 30. வள்ளியை - வள்ளன்மை உடையை. 36. மாய்ந்தான் - மறைந் தான். 56. நலிதரும் - வருந்தும். 28. விழுமம் - துயரம். 60. நீடு உயிர்த்தனள் - நெடுமூச்சு விட்டனள்.

26. தென்னவன் தெளிந்த தேசம்!

(காதலன் பிரிவால் வாடிய வருத்தமும், பின் அவள் காதலன் வந்ததும் பெற்ற புது நலனும் அயலார் கண்டவராய் உரைக்கின்றனர்)

'அகல் ஆங்கண், இருள் நீங்கி, அணி நிலாத் திகழ்ந்த பின்,
பகல் ஆங்கண் பையென்ற மதியம் போல், நகல் இன்று
நல் நுதல் நீத்த திகலத்தள், ''மின்னி
மணி பொரு பசும் பொன்கொல்? மா ஈன்ற தளிரின்மேல்
கணிகாரம் கொட்கும்கொல்?'' என்றாங்கு அணி செல.
மேனி மறைத்த பசலையள். ஆனாது

நெஞ்சம் வெறியா நினையா, நிலன் நோக்கா,
அஞ்சா, அழாஅ, அரற்றா, இஃது ஒத்தி
என செய்தாள்கொல்?' என்பீர்! - கேட்டீமின் - பொன்
செய்தேன்,
மறையின் தன் யாழ் கேட்ட மானை அருளாது,
அறை கொன்று, மற்று அதன் ஆர் உயிர் எஞ்ச,
பறை அறைந்தாங்கு, ஒருவன் நீத்தான் - அவனை
அறை நவ நாட்டில் நீர் கொண்டு தரின், யானும்
நிறை உடையேன் ஆகுவேன்மன்ற - மறையின் என்
மென் தோள் நெகிழ்த்தானை மேஎய், அவன் ஆங்கண்
சென்று, சேட்பட்டது, என் நெஞ்சு,
'ஒன்றி மயங்கும்' என்று, என் பின் வருதிர்; மற்று ஆங்கே,
'உயங்கினாள்' என்று, ஆங்கு உசதிர்; 'மற்று அந்தோ
மயங்கினாள்!' என்று மருடிர்; கலங்கன்மின் -
இன் உயிர் அன்னார்க்கு எனைத்து ஒன்றும் தீது இன்மை
என் உயிர் காட்டாதோ மற்று?
'பழி தபு ஞாயிறே! பாடு அறியாதார்கண்
கழியக் கதழ்வை' எனக் கேட்டு, நின்னை
வழிபட்டு இரக்குவேன் வந்தேன் - என நெஞ்சம்
அழியத் துறந்தானைச் சீறுங்கால், என்னை
ஒழிய விடாதீமோ என்று.
அழிதக மாஅந் தளிர் கொண்ட போழ்தினான், இவ் ஊரார்,
தாஅம் தளிர் சூடித் தம் நலம் பாடுப;
ஆஅம் தளிர்க்கும் இடைச் சென்றார் மீள்தரின்,
யாஅம் தளிர்க்குவேம்மன்.
நெய்தல் நெறிக்கவும் வல்லன்; நெடு மென் தோள்
பெய் கரும்பு ஈர்க்கவும் வல்லன்; இள முலைமேல்
தொய்யில் எழுதவும் வல்லன்; தன் கையில்
சிலை வல்லான் போலும் செறிவினான்; நல்ல
பல வல்லன் - தோள் ஆள்பவன்.
நினையும் என் உள்ளம்போல், நெடுங் கழி மலர் கூம்ப;
இனையும் என் நெஞ்சம்போல், இனம் காப்பார் குழல் தோன்ற:
சாய என் கிளவிபோல், செவ்வழி யாழ் இசை நிற்ப;
போய என் ஒளியேபோல், ஒரு நிலையே பகல் மாய;
காலன்போல் வந்த கலக்கத்தோடு என்தலை
மாலையும் வந்தன்று, இனி.
இ ருளொடு யான் ஈங்கு உழப்ப, என் இன்றிப் பட்டாய்;
அருள் இலை; வாழி! - சுடர்!

ஈண்டு நீர் ஞாலத்துள் எம் கேள்வர் இல்லாயின்,
மாண்ட மனம் பெற்றார் மாசு இல் துறக்கத்து
வேண்டிய வேண்டியாங்கு எய்துதல் வாய்எனின்,
யாண்டும், உடையேன் இசை,
ஊர் அலர் தூற்றும்; இவ் உய்யா விழுமத்துப்
பீர் அலர் போலப் பெரிய பசந்தன -
நீர் அலர் நீலம் என, அவர்க்கு, அஞ்ஞான்று,
பேர் அஞர் செய்த என் கண்.
தன் உயிர் போலத் தழீஇ, உலகத்து
மன் உயிர் காக்கும் இம் மன்னனும் என்கொலோ -
இன் உயிர் அன்னானைக் காட்டி, எனைத்து ஒன்றும்
என் உயிர் காவாதது?
என ஆங்கு,
மன்னிய நோயொடு மருள் கொண்ட மனத்தவள்,
பல் மலை இறந்தவன் பணிந்து வந்து அடி சேர,
தென்னவற் தெளித்த தேஎம் போல,
இன் நகை எய்தினள், இழந்த தன் நலனே.

''முன்னெல்லாம் முழுமதிபோலத் திகழ்ந்தாளே? இன்றோ, இவள் ஏன் இப்படி வாடுகின்றாள்? நெற்றியில் திலகமும் இழந்தாள். பொன்னொளிப் போலப் பசலை பாய்ந்திருக்கின்றாள். மாந்தளிர் மீது கோங்கம்பூ உதிரிந்தது போல மேனியெங்கும் பசலையும் படர்ந்திருக்கிறது. நெஞ்சிலே இனியவைகளை மறந்தாள். தலை கவிழ்ந்து நிலத்தையே நோக்கியிருக்கிறாள். அஞ்சுகின்றாள்; அரற்று கிறாள்; அழுகிறாள். என்ன தான் செய்து இவள் இப்படியானாள்?' என்று கேட்கிறீர்களோ? கேளுங்கள்; நான் நல்ல காரியந்தான் செய்தேன். நான் எவ்விதத் தவறும் செய்துவிடவில்லை.

யாழிசை கேட்டு மயங்கி அருகே வருவது அசுணமா. அதன் மேல், அருளோடு யாழிசையையே மீட்டிக் கொண்டிருக்க வேண் டாமோ? திடுமெனப் பறையறைந்து அதன் உயிரைக் கொன்று விடலாமோ? அதுபோல, ஒருவன் வந்து காதலித்தான்; மயங்கினேன். கைவிட்டான்; கலங்கி நிலை யழிந்தேன். அவனைக் கொண்டு தந்தால் பழைய நிறைவு உடையவளாவேன். அவன் மறைந்ததால் என் நெஞ்சமும் அவனிடம் சென்று விடுகின்றது; என்னை விட்டு வெகுதொலைவு நீங்கிப் போய்விடுகின்றது!

'அவன் வந்து தழுவுவான்' என்று கூறியவராக என்பின் வருகின்றீர். 'வருந்ததினாளே?' என்று உசாவுகின்றீர். 'அந்தோ!

மயங்கினாளே! என்று மருள்கின்றீர். நீங்களேதும் கலங்குதல் வேண்டாம். என் உயிர் போன்றான் அவன் நான் உயிருடன் இருப்பதே, அவனுக்குத் தீங்கு ஏதுமில்லை என்று உங்கட்குக் காட்டவில்லையோ.

'பழிச்செயல்களை ஒறுக்கின்ற ஞாயிறே! பண்பாடு அறியாதவர்களிடத்திலே நீ மிகவும் கோபங் கொள்வாய்' எனக் கேட்டு. உன்னைத் தொழுது வேண்டுகின்றேன். என் நெஞ்சம் அழியுமாறு பிரிந்து தவறு செய்தவனைச் சீறும் போது, என்னைக் கைவிட்டு விடாது அவனுக்கு அதிகமாக ஏதும் துயர் செய்துவிடாதே!'

காதலரைப் பிரிந்தவர் வருந்தும்படியாகக் கதிரவனும் மலை வாயிலிலே மறைகின்றான். மாந்தளிர் நிறம்போல அவன் விளங்கும் மாலையும் வந்தது. இவ்வூர்ப் பெண்கள் எல்லாரும் தளிர்சூடித் தம் அழகைப் புகழ்ந்து காதலருடன் கூடி மகிழ்கின்றனர். நான் மட்டு மென்ன? ஆச்சாமரம் தளிர்க்கும் காட்டிடையிலே சென்றவர் திரும்பிவந்தால், நானுந்தான் தளிர்சூடி மகிழ்வேன்!

நெய்தற்பூவைப் புறவிதழ் போக்கித் தரக்கூடியவன்; நீண்ட மென்தோள்களிலே கரும்பு போல எழுதவும் வல்லவன்; தன் கையிலே வில்லைக்கொண்டு வல்லவனாக விளங்கும் காமனைப் போன்ற அழகுடையவன்; நல்ல பல கலைகளிலும் வல்லவன்; அவனே, என் தோள் ஆள்பவன்!

அவனை நினைந்து வாடும் என் உள்ளத்தைப் போலவே, கழியிலுள்ள மலர்கள் கூம்புகின்றன. வருந்தும் என் நெஞ்சினைப் போலவே ஆயர்களின் குழலும் ஒலிக்கின்றது. குளறுகின்ற என் பேச்சுப்போலவே, செவ்வழி யாழ் இசையும் சீர் கெட்டிருக்கின்றது. ஒலியற்ற என்னைப்போலவே பகலும் மறைந்து விட்டது. காலன் போல வந்த என் கலக்கத்துடன், என் தலையிலே இந்த மாலைக் கொடுமையும் வந்து வீழ்கின்றதே? இருண்ட நெஞ்சுடன் இருளிலே நான் இங்கே கிடந்து வருந்த, நானின்றி நீ மட்டும் மறைந்தாயே? சுடரே! உனக்கும் என்மீது அருள் இல்லையோ? வாழ்க நீ!

'மாட்சிமிக்க மனம் பெற்றவர்கள் மாசற்ற சுவர்க்கத்திலே வேண்டிய வேண்டியவாறே எய்துவர்' என்பது உண்மையென்றால், இங்கே மிகுகின்ற நீர்சூழ்ந்த உலகினுள், என் கணவர் இல்லையென்றால், நானும் இறந்து அந்தப் புகழையும் தவறாது பெறுவேனே!

'ஊரே அலர் தூற்றுகின்றது. மீளுதல் இல்லாத இந்தத் துயரிலே, பீர்க்கம்பூப்போல என் கண்கள் பெரிதும் பசந்து போயின. நீரிலே மலர்கின்ற நீலமலர் என்று, அவர்க்கு அப்பொழுது பெரிதான காமத்தைச் செய்த என் கண்களோ அவ்வாறு போயின!

'தன் உயிரைப் போலப் பேணி, உலகத்து வாழும் மக்கள் உயிர் முழுதும் காக்கும் இந்த நாட்டு மன்னவனும் என்னேயோ? என் இனிய உயிர் போன்றவனை எனக்குக் காட்டித் தந்து, ஈதொன் றும் செய்து, உன் உயிரைக் காவாது இருக்கின்றானே?

அயலார் : 'இவ்வாறெல்லாம், பெருகிய காமநோயோடு மயங்கிப் பிதற்றிக் கொண்டிருந்த மனம் உடையவள், பல மலை களும் கடந்து சென்ற காதலன், பணிந்து வந்து தன் பாதங்களின் அருகிற் சேரவும், தென்னவன் தெளிவித்த தேசங்கள் வளம் நிறைந் ததுபோல, இழந்த தன் நலன் எல்லாம் மீளவும் பெற்று மகிழ்வுடன் திகழ்கின்றாள்! காண்மின்!

சொற்பொருள் : 2. நகலின்று - ஒளி வீசுகின்றது. 5. கணி காரம் - கோங்கின் தாது. 6. வெறியா - இனியனவற்றை. 7. நவநாட் டில் - கீழ்விதேகம், மெல்விதேகம், வடவிதேகம், தென்விதேகம், வடவிரேபதம், தென்விரேபதம், வடபரதம், தென்பரதம், மத்தி மகண்டம் முதலிய நவகண்டத்துள்' 18. உயங்கினாள் - வருந்தி வாடினாள். பழிதபு ஞாயிறு - தீயோரை ஒறுக்கும் ஞாயிறு; ஞாயிறு நீதிதேவன் என்பது கருத்து. சிலம்பினுள்' காய்கதிர்ச் செல்வனே' என அழைத்துக் கேட்பதும் இங்கு நினைக்க. 24. பாடு - ஒழுக்கப் பண்பாடு. 25. சீறுங்கால் - தண்டிக்கும்போது. 31. நெறித் தல் - புறவிதழ் போக்கி ஒழுங்கு படுத்தல். 34. சிலைவல்லான் - காமன். 36. கூம்ப - குவிய. 37. இனம் - கோவினம். இனங் காப்பார் - கோவலர். 40. என்தலை - என்தலைமேல், அதாவது என்மேல். 45. மாண்டமனம் - மாட்சிமை பெற்ற தூயமனம். 47. இசை - இன்பம்; புகழ். 59. தெளித்த தேசம் - முன்னர்க் கொடுங் கோலாட் சியாற் கலங்கிப் பின் நீர்மையுற்ற தேசம்.

27. தாராயோ தாராயோ!

(கடல்மேற் சென்ற காதலனைக் காணாது, நிலவையும் காற்றை யும் கடலையும் விளித்துப் பாடுகின்றாள், ஒரு பித்தேறின கடற்கரை நாட்டுக்கன்னி.)

நன்னுதாஅல்! காண்டை: நினையா, நெடிது உயிரா,
என் உற்றாள்கொல்லோ? இஃது ஒத்தி - பல் மாண்

நகுதரும் - தன் நாணுக் கைவிட்டு, இகுதரும்
கண்ணீர் துடையா, கவிழ்ந்து, நிலன் நோக்கி,
அன்ன இடும்பை பல செய்து, தன்னை
வினவுவார்க்கு ஏதில சொல்லி, கனவுபோல்:
தெருளும் மருளும் மயங்கி வருபவள்
கூறுப கேளாமோ, சென்று?
'எல்லா! நீ என் அணங்கு உற்றனை? யார் நின் இது செய்தார்?
நின் உற்ற அல்லல் உரை' என என்னை
வினவுவீர்! தெற்றெனக் கேண்மின்: ஒருவன்,
'குரற்கூந்தால்! என் உற்ற எவ்வம் நினக்கு யான்
உரைப்பனைத் தங்கிற்று, என் இன் உயிர்' என்று,
மருவு ஊட்டி, மாறியதற்கொண்டு, எனக்கு
மருவு உழிப் பட்டது, என் நெஞ்சு.
எங்கும் தெரிந்து, அது கொள்வேன், அவன் உள்வழி.
பொங்கு இரு முந்நீர் அகம் எல்லாம் நோக்கினை
திங்களுள் தோன்றி இருந்த குறு முயால்! -
எம் கேள் இதன் அகத்து உள்வழிக் காட்டீமோ?
காட்டீயாய்ஆயின், கத நாய் கொளுவுவேன்;
வேட்டுவர் உள்வழிச் செப்புவேன்; ஆட்டி
மதியொடு பாம்பு மடுப்பேன் - மதி திரிந்த
என் அல்லல் தீராய்எனின்.
என்று, ஆங்கே, உள் நின்ற எவ்வம் உரைப்ப, மதியொடு
வெண் மழை ஓடிப் புகுதி; சிறிது என்னைக்
கண்ணோடினாய் போறி, நீ.
நீடு இலைத் தாழைத் துவர் மணற் கானலுள்
ஓடுவேன்; ஓடி ஒளிப்பேன்; பொழில்தொறும்
நாடுவேன்; கள்வன் கரந்திருக்கற்பாலன்கொல்?
ஆய் பூ அடும்பின் அலர்கொண்டு, உதுக் காண், எம்
கோதை புனைந்த வழி.
உதுக் காண் - சாஅய் மலர் காட்டி, சால்பிலான், யாம் ஆடும்
பாவை கொண்டு ஓடியுழிடி.
உதுக் காண் - தொய்யில் பொறித்த வழி.
உதுக் காண் - 'தையால்ட! தேறு' எனத் தேற்றி. அறனில்லான்
பைய முயங்கியுழி.
அளிய என் உள்ளத்து, உயவுத் தேர் ஊர்ந்து,
விளியா நோய் செய்து, இறந்த அன்பிலவனைத்
தெளிய - விசும்பினும் ஞாலத்தகத்தும்
வளியே! எதிர்போம் - பல கதிர் ஞாயிற்று

ஒளி உள்வழி எல்லாம் சென்று; முனிபு எம்மை
உண்மை நலன் உண்டு ஒளித்தானைக் காட்டீமோ;
காட்டாயேல், மண்ணகம் எல்லாம் ஒருங்கு சுடுவேன், என்
கண்ணீர் அழலால் தெளித்து.
பேணான் துறந்தானை நாடும் இடம் விடாயாயின் -
பிறங்கு இரு முந்நீர்! - வெறு மணலாகப்
புறங்காலின் போக இறைப்பேன்; முயலின்,
அறம் புணையாகலும் உண்டு.
துறந்தானை நாடித் தருகிற்பாற்ஆயின், நினக்கு ஒன்று
பாடுவேன், என் நோய் உரைத்து.
புல்லிய கேளிர் புணரும் பொழுது உணரேன் -
எல்லி ஆக, 'எல்லை' என்று, ஆங்கே, பகல் முனிவேன்;
எல்லிய காலை, இரா முனிவேன்: யான் உற்ற
அல்லல் களைவார் இலேன்.
ஓஒ! கடலே! தெற்றெனக் கண்ணுள்ளே தோன்ற இமை எடுத்து,
'பற்றுவேன்' என்று, யான் விழிக்குங்கால், மற்றும் என்
நெஞ்சத்துள் ஓடி ஒளித்து, ஆங்கே, துஞ்சா நோய்
செய்யும், அறனில்லவன்.
ஓஒ! கடலே! ஊர் தலைக்கொண்டு கனலும் கடுந் தீயுள்
நீர் பெய்தக்காலே சினம் தணியும்; மற்று இஃதோ
ஈரம் இல் கேள்வன் உறீஇய காமத் தீ
நீருள் புகினும் சுடும்.
ஓஒ! கடலே! 'எற்றமிலாட்டி என் ஏமுற்றாள்?' என்று, இந் நோய்
உற்று அறியாதாரோ நகுக! நயந்தாங்கே
இற்றா அறியின், முயங்கலேன், மற்று என்னை
அற்றத்து இட்டு ஆற்று அறுத்தான் மார்பு.
ஆங்கு -
கடலொடு புலம்புவோள் கலங்கு அஞர் தீர,
கெடல் அருங் காதலர் துணைதர, பிணி நீங்கி,
அறன் அறிந்து ஒழுகும் அங்கணாளனைத்
திறன் இலார் எடுத்த தீ மொழி எல்லாம்
நல் அவையுள் படக் கொட்டாங்கு,
இல்லாகின்று, அவள் ஆய் நுதல் பசப்பே.

'நறிய நுதலை உடையவளே! இதோ பார். நினைந்து நினைந்து பெருமூச்செறிகின்றாளே! இவளுக்கு என்ன துயரமோ? இவள் ஒருத்தி! பலரும் நகைப்பதற்கு இடந்தருமாறு தன் நாணயத்தையும் கைவிட்டு வழிகின்ற கண்ணீரையும் துடையாதவளாகத், தலைகவிழ்ந்து நிலனையே நோக்கி நிற்கின்றாளே? அத்தகைய

துயரங்கள் பலவும் தனக்கு செய்துகொண்டு, தன்னைக் கேட்பார்க்கும் ஏதேதோ சொல்லிக்கொண்டே இருக்கின்றாளே? கனவிலே தெருண்டும் மருண்டும் மயங்கி வருபவளோ? சென்று, அவள் கூறுவதையும் கேட்போம்!' என்று கூறிச் சிலர் வந்தனர்.

'ஏடீ! நீ என்ன துன்பம் அடைந்தாய்? யார் உனக்கு இதனைச் செய்தவர்? உனக்கு உற்ற இன்னல்களைச் சொல்லுக, என்று என்னைக் கேட்கிறீர்களே? தெளிவாகக் கேளுங்கள். ஒருவன் என்பால் வந்து, 'கொத்தான கூந்தலை உடையவளே! நானுற்ற துயரம் உனக்கு உரைக்கும் எல்லை வரையிலேதான் என் உயிர் தங்கிற்று' என்று கூறி, என்னை மயக்கிவிட்டுத் தன் பேச்சிலிருந்து மாறினான். அந்த இன்ப மயக்கத்திலே, என் நெஞ்சம் அவனிடமே சென்றுவிட்டது. அவன் இருக்குமிடம் ஏதெனத் திரிந்து தேடி என் நெஞ்சை மீட்டுக் கொள்வேன்.

முயலோடு பேசுகிறாள் : திங்களிலுள்ள இருக்கும் குறு முயலே! நீ உலகமெல்லாம் பார்த்து வருகின்றாயே. என் காதலன் இதனுள் எங்கேயிருக்கின்றான் என்று காட்டாயோ? காட்டவில்லை யானால், வேட்டை நாயை ஏவிவிடுவேன்; வேட்டுவரிடம் சென்று சொல்லுவேன். நீ இருக்கும் மதியுடன் சேர்த்துப் பாம்பினை விழுங்கச் சொல்லுவேன். அறிவு திரிந்து போன என்னுடைய அல்லலை நீ தீர்க்கமாட்டாயானால் இத்தனையும் செய்வேன். என் துன்பத்தை நான் உரைக்கவும், மதியோடு வெண்முகிலுக்குள்ளே ஓடிப் புகுந்தாயோ? சிறிது என்னைக் கண்ணெடுத்துப் பார்த்து விட்டுத்தான் நீயும் போகலாகாதோ?

நெடிய இலைகளைக் கொண்ட தாழை மரங்கள் சூழ்ந்திருக்கும். செம்மணல் செறிந்த கானலுள்ளே ஓடுவேன்; ஓடி ஒளிப்பேன். பொழில்தோறும் சென்று தேடுவேன். கள்வன் என்னை விட்டு ஒளிந்திருந்து விடுவானோ? இதோ பார்; இந்த இடத்திலே தான் அடும்ப மலர்களைக் கொண்டு அவன் என் கோதையைப் புனைந்திருந்தான். இதோ பார்; அழகிய மலரைக் காட்டிச் சால்பற்ற அவன், நாங்கள் ஆடிக்கொண்டிருந்த பாவையை எடுத்துக் கொண்டு ஓடிய இடம்! இதோ பார்; 'தையால்! தேறு' என்று என்னைத் தேற்றி, அந்த அறமில்லாதவன் என்னைப் பையத் தழுவிக் கொண்ட இடம்.

காற்றோடு பேசுகிறாள்: அளிக்கத்தக்க என் உள்ளத்திலே கெடாத காமநோயைச் செய்துவிட்டு, என்னைக் கைவிட்டு விட்டுப்

போன அன்பில்லாதவனை, நான் கண்டு தெளிய வேண்டுமே! வானிலும் உலகத்துள்ளும் பரக்கும் பல கதிர்களையுடைய ஞாயிற்றின் ஒளியுள்ள இடமெல்லாம் சென்று சென்று வருகின்ற காற்றாகிய தெய்வமே! என்னை வெறுத்து, இயற்கையாக எனக்கிருந்த என் நலத்தையும் தின்றுவிட்டு ஒளித்துக்கொண்டிருப்பவனை நீதான் காட்டாயோ? நீ காட்டாதிருந்தால், என் கண்ணீர்த் தீயைத் தெளித்து இம்மண்ணுலகம் அனைத்தையும் சுட்டுவிடுவேன்.

கடலிடம் கூறுகிறாள்: மிக்கு வருகின்ற பெருங்கடலே! என்னைப் பிரிந்து போனவனை நான் வேண்டும் இவ்விடத்திலே கொணர்ந்து விட்டுவிடுவாயாக. விடாதிருந்தால் உன் நீரெல்லாத் தூர்ந்து நீ வெறும் மணலாகப் போகுமாறு என் புறங்காலினால் நீரை இரைத்து விட்டுவிடுவேன். முடியுமோ என நினைக்காதே? நான் முயன்றால், எனக்குத் தருமமே வந்து துணை நிற்கும் என்பது உறுதி. என்னைத் துறந்தவனைத் தேடித் தருவாயானால், உன்னைப் பற்றி, நோயினைச் சொல்லி ஒரு பாட்டும் யான் பாடுவேன்.

தழுவிய கணவன் என்னைப் புணரும்போது நான் எதுவுமே உணரேன்! இரவை இரவென்றும் உணரேன்; பகலைப் பகலென்றும் உணரேன்! இரவென்று பகலை வெறுப்பேன்; பகலென்று இரவை வெறுப்பேன்! இப்போதோ, யான் அடைந்த அல்லலைக் களைபவர் எவருமே இல்லாதவளானேனே!

ஓஓ! கடலே! என் கண்ணுக்குள்ளே தெளிவாகத் தோன்றுவான், தோன்றவும், அவனை விடாமலிருக்கும் பொருட்டு இமைக் கதவுகளால் உள்ளே வைத்து மூடுவேன். சற்று நேரத்தில் நான் கண்ணை விழித்தால், அங்கே தொலையாத நோயினைச் செய்து கொண்டிருக்கிறான்! கொஞ்சமும் அறனே இல்லாதவன் அவன்!

ஓஓ! கடலே! ஊரைப் பற்றிச் சூழ்ந்து எரியும் கடுந்தீயில் நீர் சொரிந்தால், அதன் வேகம் தணிந்து விடும். ஆனால், இரக்கமற்ற என் கணவன் என் நெஞ்சிலே மூட்டிவிட்டிருக்கிற காமத்தீயோ, நீரினுளேயே சென்றாலும் என்னைச்சுடுகின்றதே!

ஓஓ! கடலே! 'துணிவில்லாத இவள், என்னதான் பித்தேறினாளோ?' என்று, இந்த நோயிலே தாமும் அகப்பட்டு உண்மை அறியாதவர் சிரிக்கட்டும். என்னை ஆளறுதியிலே எக்கச்சக்கமாக வைத்து என் நெஞ்சின் நிறைவையெல்லாம் அன்று அவன் அறுத்து விட்டானே! இப்படிச் செய்வான் என்று அறிந்திருந்தால், அன்று அவனைத் தழுவியே இருக்க மாட்டேனே!

இப்படிக் கடலோடு கூறிப் புலம்பிக் கொண்டிருப்பவளைக் கலக்கிய துன்பம் தீரக், கெடுதலறியாத அவள் காதலனும் வந்து சேர்ந்தான். உடனே, அவள்பிணிகள் எல்லாமும் நீங்கின.

அறன் அறிந்து ஒழுகும் நல்ல கண்ணோட்டம் உடையவனைப் பற்றித், தீவினையாளர்கள் பரப்பி பழிச்சொற்கள் எல்லாம், நன்மக்கள் அவையிலே வரவும் முற்றும் அழிந்து ஒழிவதைப் போல, அவளுடைய அழகிய நெற்றியிலிருந்த பசலையும் முற்றவும் மறைந்தது.

சொற்பொருள்: *1.* உயிரா - உயிர்ப்புச் செய்தல். *9.* இகுதரும் - வடியும். *6.* ஏதில் - பொருத்தமற்ற சொற்கள். *7.* தெருள்தல் - தியங்குதல். மருள்தல் - மயங்குதல். *12.* குரல் - கொத்து. *14.* மருவு ஊட்டி - மயக்கமூட்டி. *15.* மருவு - புணர்ந்த காலத்து. *20.* கதநாய் - சினமிக்க நாய்; வேட்டைநாய். கொளுவுவேன் - 'சூ' எனக் காட்டி ஏவுவேன். *25.* மழை - மேகம். *65.* இற்றா அறியின் - இப்படியென அறிந்தால். *66.* ஆற்றறுத்தல் - வலியழித்தல்.

28. துயரம் மாய்ந்தது!

(காதலனின் பிரிவால் கடுந்துயரத்தே உழன்று தவித்தாள் ஒருத்தி, ஊராரிடமும், மேகத்திடமும், ஞாயிற்றிடமும், திங்களிடமும், தன் துயரத்தைக் கூறிப் புலம்பினாள். முடிவில் அவன் வந்தான். அவளைப் பற்றி அவளைக் கண்டவர் இப்படிக் கூறுகின்றனர்.)

'துனையுநர் விழை தக்க சிறப்புப்போல், கண்டார்க்கு
நனவினுள் உதவாது நள்ளிருள் வேறாகும்
கனவின் நிலையின்றால், காமம்: ஒருத்தி
உயிர்க்கும்; உசாஅம்; உலம்வரும்; ஓவாள்,
கயல் புரை உண்கண் அரிப்ப அரு வார,
பெயல் சேர் மதி போல, வாள் முகம் தோன்ற,
பல ஒலி கூந்தலாள், பண்பு எல்லாம் துய்த்துத்
துறந்தானை உள்ளி, அழூஉம்; அவனை
மறந்தாள்போல் ஆலி நகூஉம்; மருளும்;
சிறந்த தன் நாணும் நலனும் நினையாது.
காமம் முனைஇயாள், அலந்தாள்' என்று, எனைக் காண,
நகான்மின்; கூறுவேன், மாக்காள்! மிகாஅது,
மகளிர் தோள் சேர்ந்த மாந்தர் துயர் கூர நீத்தலும்,
நீர் சுரம்போகியார் வல்லை வந்து அளித்தலும்,
ஊழ் செய்து, இரவும் பகலும்போல், வேறாகி,

வீழ்வார்கண் தோன்றும்; தடுமாற்றம் ஞாலத்துள்
வாழ்வார்கட்கு எல்லாம் வரும்.
தாழ்பு, துறந்து, தொடி நெகிழ்த்தான் போகிய கானம்
இறந்து எரி நையாமல், பாஅய் முழங்கி -
வறந்து என்னை செய்தியோ, வானம்? - சிறந்த என்   20
கண்ணீர்க் கடலால், கனை துளி வீசாயோ,
கொண்மூக் குழீஇ முகந்து?
நுமக்கு எவன் போலுமோ? ஊரீர்! - எமக்கும் எம்
கண்பாயல் கொண்டு, உள்ளாக் காதலன் செய்த
பண்பு தர வந்த என் தொடர் நோய் வேது   25
கொள்வது போலும், கடும் பகல்? ஞாயிறே!
எல்லாக் கதிரும் பரப்பி, பகலொடு
சொல்லாது நின்றீயல் வேண்டுவல்; நீ செல்லின்,
புல்லென் மருள் மாலைப் போழ்து இன்று வந்து என்னைக்
கொல்லாது போதல் அரிதால்; அதனொடு யான்   30
செல்லாது நிற்றல் இலேன்.
ஒல்லை எம் காதலர்க் கொண்டு, கடல் ஊர்ந்து, காலைநாள்,
போதரின் - காண்குவேன்மன்னோ - பனியொடு
மாலைப் பகை தாங்கி, யான்?
இனியன் என்று ஒம்படுப்பல், ஞாயிறு! இனி.   35
ஒள் வளை ஓடத் துறந்து, துயர் செய்த
கள்வன்பால் பட்டன்று, ஒளித்து என்னை, உள்ளி -
பெருங் கடல் புல்லென, கானல் புலம்ப,
இருங் கழி நெய்தல் இதழ் பொதிந்து தோன்ற,
விரிந்து இலங்கு வெண் நிலா வீசும் பொழுதினான்,   40
யான் வேண்டு ஒருவன், என் அல்லல் உறீஇயான்;
தான் வேண்டுபவரோடு துஞ்சும்கொல், துஞ்சாது?
வானும், நிலனும், திசையும், துழாவும் - என்
ஆனாப் படர் மிக்க நெஞ்சு.
ஊரவர்க்கு எல்லாம் பெரு நகை ஆகி, என்   45
ஆர் உயிர் எஞ்சும்மன்; அங்கு நீ சென்றீ -
நிலவு உமிழ் வான் திங்காள்! - ஆய் தொடி கொட்ப,
அளி புறம் மாறி, அருளான் துறந்த அக்
காதலன் செய்த கலக்குறு நோய்க்கு ஏதிலார்
எல்லாரும் தேற்றார், மருந்து.   50
வினைக் கொண்டு என் காம நோய் நீக்கிய ஊரீர்!
எனைத்தானும் எள்ளினும், எள்ளலன், கேள்வன்;
நினைப்பினும், கண்ணுள்ளே தோன்றும்; அனைத்திற்கே

ஏமராது, ஏமரா ஆறு.
கனை இருள் வானம்! - கடல் முகந்து, என்மேல்   55
உறையொடு நின்றீயல் வேண்டும், ஒருங்கே -
நிறை வளை கொட்பித்தான் செய்த துயரால்
இறை இறை பொத்திற்றுத் தீ.
    எனப் பாடி,
நோயுடை நெஞ்சத்து எறியா, இனைபு ஏங்கி,   60
'யாவிரும் எம் கேள்வற் காணீரோ?' என்பவட்கு,
ஆர்வுற்ற பூசற்கு அறம்போல, ஏய்தந்தார்;
பாயல் கொண்டு உள்ளாதவரை வரக் கண்டு,
மாயவன் மார்பில் திருப்போல் அவள் சேர,
ஞாயிற்று முன்னர் இருள் போல மாய்ந்தது - என்   65
ஆயிழை உற்ற துயர்.

"விரைவிலே சிறப்புப் பெற விரும்பித் துடிப்பாரின் நிலைமையைப் போன்றதே, காமங்கொண்டவர் நிலைமையும் நள்ளிருட் காலத்துக் கனவிலே கண்டு மகிழ்ந்தவர்க்கு, நனவினுள் அது தோன்றி, என்றும் உதவாது வேறாகிப் போகுமல்லவா? காம வசத்தாரின் நிலையும் இது போன்றதேயாகும்.

ஒருத்தி, "நினைந்து நினைந்து பெருமூச்சு விடுவாள். கண்டவரிடமெல்லாம் விசாரிப்பாள். நெஞ்சு சுழலச் சுற்றிச் சுற்றி வருவாள். ஓயவே மாட்டாள். கண்களிலே மழைச்சாரல் போல நீர் வழிந்து கொண்டேயிருக்கும். மழை வானத்திலே மேகங்கட்கு இடையே தோன்றும் மதிபோலக் கண்ணீருக்கிடையிலே அவள் முகம் ஒளி கெட்டுத் தோன்றும். பலவாகத் தழைத்துத் தோன்றும் கூந்தலாள், தன் பண்பெல்லாம் அநுபவித்துவிட்டுத் துறந்து போனவனை நினைந்து அழுவாள். அவனை மறந்தவள்போல உரக்கச் சிரிப்பாள். மருள்வாள்!" "சிறந்த தன்னுடைய நாணமும் அழகும் நினையாது, காமம் முனைப்பாகி விட்டவள் இப்படி அலமருக்கின்றாளே?" என்று எனைக்காணவும் நகையாதீர்கள், மாக்களே! கூறுவேன் கேளுங்கள்: மகளிரின் தோள் சேர்ந்து ஆடவர், அம்மகளிர் மிகவும் துயரடையுமாறு கைவிடுதலும், நீண்ட சுரத்திலே போனவர் விரைந்து வந்து அருளுதலும் புதிதன்று. இரவும் பகலும் போலப் பாகுபாடு செய்துகொண்டு, வேறாகி ஒருவரையொருவர் விரும்பிக் காதலிலே ஈடுபட்டவரிடத்துத் தோன்றத்தான் செய்யும். எனக்கு மட்டுமன்று இந்தத் தடுமாற்றம். இந்த உலகினுள் இல்வாழ்விலே வாழுகின்ற எல்லாப் பெண்களுக்குமே வரக்கூடியதுதான்" என்று உணர்ந்து, ஒதுங்கிப் போய்விடுங்கள்" என்பாள்.

வானத்தைப் பார்த்து: வானமே! பெய்யாது வறந்து நீ என்ன. காரியம் செய்கின்றாய்? நின் முகிலினத்தோடு இங்கே வா. என் கண்ணீர்க் கடலையும் முகந்து செல். முன்னர், என்னிடம் மிகவும் பணிவாகப் பேசிக் கூடினார். பின்னர், என்னைப் பிரிந்து போனார். என் தொடிகளும் நெகிழ்ந்து விட்டன. பார்! அவர் போகும் கானல்வழியிலே நெருப்புத் தகிக்கும் என்றார்களே? அங்கே சென்று, நின் செறிந்த துளிகளைப் பெய்து வழியைக் குளிரச் செய்யாயோ?

ஞாயிற்றை நோக்கி: ஊரவர்களே! இக் கடும்பகலைப் பாருங்கள்: என் கண் உறக்கத்தைக் கொண்டு போய் விட்டான்; என்னை நினையாது மறந்தான்; என் காதலன் செய்த பண்பு என் உடலிலே நோயும் தந்தது; அந்த நோயினால் நான் நடுங்குவது கண்டு, வேது ஒற்றுவதுபோலக் கதிரும் எரிக்கின்றது பாருங்கள். உமக்கு எப்படி இருக்கிறதோ?

ஞாயிறே! நின் எல்லாக் கதிர்களையும் பரப்பிவிடு; பகலோடு நீயும் போய்விடாது இரவிலும் நின்று வெம்மை தருவாய்; நீ போய்விட்டால், என்னை வருத்துவதே தொழிலாகக் கொண்ட மருள்மாலைப் பொழுது இன்று வந்து என்னை கொல்லாமற் போவது அரிது. அதனோடு, என் உயிரைக் கொண்டு போகாமலிருக்கச் செய்யும் ஆற்றல் இல்லாதவள் நான்.

ஞாயிறே! விரைந்து என் காதலரையும் அழைத்துக் கொண்டு, 'கடல்மேலே காலையில் வருவேன்' என்கிறாயோ? துயரத்தோடு மாலையாகிய பகையின் எதிர்ப்பையும் தாங்கிக் கொண்டு, காலை வரை பிழைத்திருந்து, உன் வரவை நான் காணவோ போகின்றேன்? இனியும், 'அவன் இனியவன்' என்று, என்னால் நம்பிக் கொண்டிருக்கவும் முடியவில்லையே!

ஒள்ளிய வளைகள் கழன்று ஓடுமாறு அவன் பிரிந்து போய் விட்டான், நான் வேண்டியும் கேளாது, இந்த ஞாயிறும் அந்தக் கள்வனைப் போலவே, என்னைக் கைவிட்டுவிட்டு ஒளித்துச் சென்று மறைகின்றதே? அதை நினைந்து பெருங்கடலும் ஆர்ப்பரித்துப் புலம்புகின்றது. கரிய கழியிலுள்ள நெய்தல் மலர்களும் இதழ் மூடிக் குவிகின்றன. இவ்வாறு அனைத்தையும் கைவிட்டுப் போய்விட்டானே, ஞாயிறு!

நிலவை நோக்கி: விரிந்து ஒளிபரப்பும் வெண்மையான நிலவுப்பொழுதும் வந்தது. நான் வேண்டும் ஒருவன் என் அல்லலை

எனக்குத் தந்துவிட்டுப் போனவன், தான் வேண்டுபவரான எம்மோடு வந்து உறங்கவானோ? அவனைக் காணாத ஏக்கத்தால், தூக்கமின்றி, வானும் நிலனும், திசையும் துழாவிக் கொண்டிருக் கின்றதே, என் பெருந்துயர் கொண்ட நெஞ்சம்!

ஊராரிடம்: ஊரவர்க்கெல்லாம் பெருநகைப்பிற்கு இடமாகி னேன். என் அருமையான உயிர் இனியும் எஞ்சியிருக்குமோ? நிலவு பொழியும் திங்களே! நீ அங்கே போய் அவனிடம் சொல்லாயோ? ஆராய்ந்தணிந்த தொடிகள் கழல்கின்றன. அளித்தலைச் செய்யாது கைவிட்டுப் போயினான். மீண்டும் வந்து அருளாமல் என்னைத் தவிக்க விடுகின்றான். அந்தக் காதலன் செய்த, கலக்கஞ் செய்யும் என் நோய்க்கு உரிய மருந்தினை வேறு எவரும் அறியார்களே! நீதான் செய்த முடித்து உதவாயோ?

என்னதான் நீங்கள் அவனை இகழ்ந்தாலும், அவன் என் கேள்வன்; என்னை இகழவே மாட்டான். நினைப்பினும் கண்ணி னுள்ளே தோன்றிக் கொண்டே இருக்கின்றான். நான் பித்தாகி விடாமலிருப்பதற்கே அவன் அவ்வாறு உதவுகின்றான். என்னை அவனோடு இணைக்கும் நல்லவினையை மேற்கொண்டு நீங்க ளாவது என் காமநோயைப் போக்க மாட்டீர்களோ, ஊராரே!

மேகத்தினிடம்: இருளடர்ந்த மேகமே! கடல்நீரை முகந்து வந்து என்மேல் இடைவிடாது நீ பொழிதல் வேண்டும் என் நிறை வளைகளெல்லாம் ஒருங்கே கழலப் பண்ணினான் அவன். அந்தத் துயரத்தால், என் உடலின் சந்துகள் எல்லாம் காமத்தீ மூழ்கின்றதே! நீயும் பெய்து அத் தீயைத் தணிவிக்க உதவாயோ?

துயர் தீர்ந்தாள்: இவ்வாறு பாடிப் பாடி வருந்தினாள் அவள். நோய்கொண்ட நெஞ்சத்திலே அறைந்து அறைந்து ஏங்கி ஏங்கி வருந்தினாள். அப்பொழுது, ஆராது வருத்தும் அவள் வருத்தத்திற்கு இரங்கி அறக்கடவுளே வந்து உதவினாற் போல, அவன் கணவனும் வந்து விட்டான். தன் தூக்கத்தை எடுத்துக் கொண்டு போய் அதுவரை நினையாதிருந்தவனை வரக் கண்டதும், மாயவன் மார்பிலே விளங்கும் திருமகள் போல அவள் சென்று தழுவி, அவன் மார்பிடத் தவளும் ஆயினாள். அந்த அளவிலே, எம் ஆயிழைக்கு நேர்ந்த துயரங் களெல்லாம், கதிரவனை எதிர்வரக் கண்ட இருள் போல, முற்றவும் மாய்ந்தனவே!

சொற்பொருள் : 1. துனையுநர் - விரைபவர். 6. பெயல் - மழை. வாள் - ஒளி. 7. ஒலித்தல் - தழைத்தல். 8. ஆலிநகூஉம் - உரக்கச்

சிரிக்கும். 11. முனைஇயாள் - முனைப்பாகி விட்டவள். 14. வல்லை வந்து - விரைய வந்து. 16. வீழ்வார் - விரும்புவார்; இல்லறத்தார். 21. கனை - மிகுதியான. 22. கொண்மூ - மேகம். 48. அளிபுறம்மாறி - அருள்தலைக் கைவிட்டு. 49. கலக்குறு நோய் - கலக்கத்தைச் செய் கினற் நோய். 64. திரு - திருமகள்.

29. கோடையும் அடைமழையும்!

(தனித்திருக்கும் காதலியின் மனநிலை, ஊராரும் அவளும் பேசும் பேச்சுக்களால் வெளிப்படுகின்றது.)

உரை செல உயர்ந்து ஓங்கி, சேர்ந்தாரை ஒரு நிலையே
வரை நில்லா விழுமம் உறீஇ, நடுக்கு உரைத்து, தெறல் மாலை
அரைசினும் அன்பு இன்றாம், காமம்; புரை தீர,
அன்ன மென் சேக்கையுள் ஆராது, அளித்தவன்
துன்னி அகல, துறந்த அணியளாய்,
நாணும் நிரையும் உணர்கல்லாள், தோள் ஞெகிழ்பு,
பேர் அமர் உண் கண் நிறை மல்க, அந் நீர் தன்,
கூர் எயிறு ஆடி, குவிமுலைமேல் வார்தர,
தேர் வழி நின்று தெருமரும்; ஆயிழை
கூறுப கேளாமோ, சென்று?
‘எல்லிழாய்! எற்றி வரைந்தானை, நாணும் மறந்தாள்’ என்று,
உற்றனிர் போல, வினவுதிர்! மற்று இது
கேட்டீமின், எல்லீரும் வந்து.
வறம் தெற மாற்றிய வானமும் போலும்;
நிறைந்து என்னை மாய்ப்பது ஓர் வெள்ளமும் போலும் -
சிறந்தவன் தூ அற நீப்ப, பிறங்கி வந்து,
என்மேல் நிலைஇய நோய்.
‘நக்கு நலனும் இழந்தாள், இவள்’ என்னும்
தக்கவிர் போலும்! இழந்திலேன்மன்னோ -
மிக்க என் நாணும், நலனும், என் உள்ளமும்,
அக் கால் அவனுழை ஆங்கே ஒழிந்தன!
உக் காண் - இஃதோ உடம்பு உயிர்க்கு ஊற்றாக,
செக்கர் அம் புள்ளித் திகிரி அலவனோடு, யான்
நக்கது, பல் மாண் நினைந்து.
கரை காணா நோயுள் அழுந்தாதவனைப்
புரை தவக் கூறி, கொடுமை நுவல்லீர்!
வரைபவன் என்னின் அகலான் - அவனை,
திரை தரும் முந்நீர் வளாஅகம் எல்லாம்,
நிரை கதிர் ஞாயிற்றை, நாடு என்றேன்; யானும்

உரை கேட்புழி எல்லாம் செல்வேன்; புரை தீர்ந்தான்
யாண்டு ஒளிப்பான்கொல்லோ மற்று?
மருள் கூர் பிணை போல் மயங்க, வெந் நோய் செய்யும்
மாலையும் வந்து, மயங்கி எரி நுதி
யாமம் தலை வந்தன்றுஆயின், அதற்கு என் நோய்
பாடுவேன், பல்லாருள் சென்று.
யான் உற்ற எவ்வம் உரைப்பின் பலர்த் துயிற்றும்
யாமம்! நீ துஞ்சலைமன்.
எதிர்கொள்ளும் ஞாலம், துயிர் ஆராது ஆங்கண்
முதிர்பு என்மேல் முற்றிய வெந் நோய் உரைப்பின்,
கதிர்கள் மழுங்கி, மதியும், அதிர்வது போல்
ஓடிச் சுழல்வதுமன்.
பேர் ஊர் மறுகில் பெருந் துயிர் சான்றீரே!
நீரைச் செறுத்து, நிறைவுற ஓம்புமின் -
கார் தலைக்கொண்டு பொழியினும், தீர்வது
போலாது, என் மெய்க் கனலும் நோய்.
இருப்பினும் நெஞ்சம் கனலும்; செலினே,
வருத்துறும் யாக்கை; வருந்துதல் ஆற்றேன்;
அருப்பம் உடைத்து, என்னுள் எவ்வம் பொருத்தி,
பொறி செய்த புனை பாவை போல, வறிது உயங்கிச்
செல்வேன், விழுமம் உழந்து.
என ஆங்குப் பாட, அருள் உற்று,
வறம் கூர் வானத்து வள் உறைக்கு அலமரும்
புள்ளிற்கு அது பொழிந்தாஅங்கு, மற்றுத் தன்
நல் எழில் மார்பன் முயங்கலின்,
அல்லல் தீர்ந்தன்று, ஆயிழை பண்பே.

தம்புகழ் எத்திசையிலும் பெருகுமாறு உயர்த்துத் தன்னை ஓங்கச் செய்தவர்களையே, ஒரு நிலையில் வரம்பு கடந்த துன்பத்திற்கு உள்ளாக்கிக், கொன்றும் விடுகின்ற கொடுங்கோல் மன்னனினும், காமத்தின் செயல் மிகவும் அன்பற்ற கொடுஞ் செயல் ஆகும்.

அன்னத்தின் தூவியிலும் மென்மையான மலரணையிலே, களங்கமேதும் இல்லாமல் பேரின்பம் அளித்தவன் இவள் காதலன். இவளுக்குத் துயர் விளைத்துவிட்டு இவ்வேளை இவளை நீங்கிப் பிரிந்துவிட்டானே! அணிகளெல்லாம் வெறுத்து இவள் அணியாதிருக்கிறாளே! நாணமும் நிறையும் உணர்ந்து நடக்கும் தன்மையையும் இழந்து விட்டாளே? தோள்கள் மெலிய வாடுகின்றாளே! அகன்ற

அமர்த்த விழிகளிலே கண்ணீர் நிறைந்து விட்டதே! வடிகின்ற கண்ணீர் பல்லின் வழியாக வழிந்து, இவளது குவிந்த முலைகளின் மேலும் வடிந்து வீழக் காண்கின்றேமே! தேர் வருகின்ற வீதியிலே, அவன் வருவான் வருவான் என எதிர்பார்த்திருக்கும் இவளிடம் செல்வோம். இவள் ஏன் இப்படி இருக்கிறாள் எனக் கேட்போம்?

தலைவி: (வந்தவருள் ஒருத்தியிடம்) 'கூடிப் பிரிந்தவனை நினைந்தன்றே இவள் நாணத்தை மறந்து நிற்கின்றாள்' என, என் நிலைக்கு வருந்துவது போலக் கேட்பீர்கள். (தொலைவில் இருப்பவர்களைக் காட்டி) அவர்களேன் அங்கே நிற்கின்றனர்? அனைவரும் இங்கே வந்து இதனைக் கேளுங்கள்:

எனக்குச் சிறந்தவனாக அவன் முன்னர் இருந்தான். என் ஆற்றல் எல்லாம் அழியுமாறு தனியே விட்டுப் பிரிந்தான். அதனால் இந்தக் காமநோய் பெருகிவந்து என்பால் நிலைத்தும் விட்டது. வளமாயிருந்த நிலத்திலே பெய்யாது அதனை வறட்சிமிகுந்ததாக மாற்றிவிட்ட மேகத்தைப் போல, அவனும் எனக்குச் சதி செய்து விட்டான். ஆனால், கூடியிருக்கும்போது, ஏராளமாகப் பெய்து வெள்ளத்துள் அமுத்துவது போல, இன்ப வெள்ளத்திலே அமுத்துகிறவனாகவும் அவன் இருக்கின்றானே?

அவனது சிறப்பை அறியாமல் இகழ்கின்றீர்களே? 'நலன் இகழ்ந்தாள் இவள்' என நினைத்தீர்களோ? நான் ஏதும் இழந்துவிடவில்லை. மிகுதியான என் நாணமும், என் நலனும், உள்ளமும், அவன் போனபோது, அவனை விட்டுப் பிரிய மனமின்றி, அவனோடு தாமும் சென்றிருக்கின்றன; அவ்வளவே! 'நான் சிரித்தேன்' என்கிறீர்களோ? முன், அவனோடு கானலிலே சென்றிருந்தபோது, உடம்பே உயிருக்கு ஊற்றுக்களம் என்று அறிந்தவைபோல, நண்டுகள் தம்முள் கூடி கூடியாடிய காட்சியின் மாட்சியை நினைத்தேன். அவனுடைய தேரின் சக்கரம்போல அவை புள்ளி விளங்கிய நண்டுகளாயிருந்தன. அதுதான் சிரித்தேன்!

என்னைப்போல நீங்களும் கரைகாணாத நோயினுள் அமுந்தியிருக்கவில்லை. அதனாலேதான் அவனைக் குறைவாகப் பேசுகிறீர்கள். கொடுமையான பேச்சுக்களால் ஏசுகிறீர்கள். அவன், என்னை விரைந்து வந்து ஏற்றுக் கொள்பவனாயிருந்தால், இவ்வாறு போனவன் வராதிருப்பானோ! 'திரை தரு முந்நீர் வளாகம் எங்கணும் தேடிப்பார்!' என்று, இப்போது தான் கதிரவனை ஏவியுள்ளேன். அவனைப் பேச்சு எழுகின்ற இடங்களுளெல்லாம் சென்று யானும்

தேடுகின்றேன். தன்னுடைய உயர்ந்த பண்பினை இழந்துவிட்ட அவன், எங்கேதான் போய் ஒளித்துக்கொள்வான்?

மருட்சி கொள்ளும் மான்பிணையைப் போல நான் மயங்குவேன். என்னைப் போலத் தனித்து வாடுபவர்க்கு, வெம்மையான நோய் செய்யும் மாலையும், ஆற்றலிழந்து சென்றுவிட்டது. தீயின் கொழுந்துபோலச் சுடர்விட்டுச் சுட்டு வருத்துகின்ற இரவுக்காலமும் வந்துவிட்டது. வந்தால்தான் என்ன? யான் மிகவும் துயரால் புலம்பிப் பலரிடம் சென்று சென்று கூறுவேனோ? அதனால், 'பலரும் தூக்கமிழந்து, நள்ளிரவே துயிலிழந்து விட்டதுபோல விளங்குமோ என்பீர்களோ? நான் அவ்வாறு எவரையும் என் பொருட்டு வருத்தமாட்டேன். என் துயரைக் கேட்டால், யாமமும் துயில் மறந்து வாடுமே?

துயிரை எதிர்கொள்ளும் உலகம் எல்லாம் துயில் கொள்ளாது வருந்த, என் நோயை உரைத்து ஏதும் நான் வருத்தேன். என் கொடிய நோயை உரைத்தேனென்றால், கதிர்கள் எல்லாம் ஒளி மழுங்கி, மதியும் அதிர்வது போல ஓடிச் சுழல்கின்றதே?

பேரூரினிடத்தே பெருந்துயில் கொண்டு என் பேச்சைக் கேளாதவர்போல இருக்கும் சான்றோர்களே! என் துயரைப் போக்கி நிறைவுறச் செய்யங்கள். என் உடலிலே எரிகின்ற காமநோய், மேகங்கள் எல்லாம் திரண்டு வந்து பொழிந்தாலும், தீராதது போலவன்றோ வருத்துகின்றது?

ஆற்றி இருந்தேனென்றாலும் நெஞ்சம் கனலும்; சென்று அவனைத் தேடலாம் என்றாலும், தேடித் தேடி என் உடல் இளைத்த இளைப்பும் தாளேன்; பல உறுப்புக்களையும் உடையதாக என் னுள்ளே பொருத்திப் பொறிபோலச் செய்து புனைந்து அமைத்த பாவைபோல, வறிதாக இடும்பையிலே அழுந்தி மயங்கி நடைப் பிணமாக அலைகின்றேன். இவ்வாறு பாடினவளாக, அருளற்று வறண்ட வானை நோக்கி, வளவிய துளியைப் பெறுதற்கு ஏங்கி யிருக்கும் வானம்பாடிக்கு, அந்த மழை அங்ஙனமே பொழிந்து உதவியதுபோல, அவனும் வந்தான். நல்லெழில் மார்பனான அவன் தழுவியதும், அந்த ஆயிழையின் பண்பைப் பற்றியிருந்த அல்லல் கள் எல்லாம் அந்நிலையே தீர்ந்துவிட்டனவே!

சொற்பொருள்: 1. உரைசெல - புகழ் எங்கும் பரவ. 2. வரை நில்லா - எல்லையற்ற. விழுமம் - துரயம். முந்நீர் வளாகம் - கடற்கரை யோரத்து நாடுகள். 33. எரிநுதி - தீக்கொழுந்து. 52. வளங்கூர் வானம் - கோடைக்காலத்து வானம்.

30. தழுவினாள் தளிர்த்தாள்!

(காதலால் வாடி மெலிந்தவள் துயரப்பட்டாள். ஊரவர் கண்டு வருந்தினர். அவள் காதலன் வந்ததும் பொலிவுற்றாள்; அவர்கள் கண்டன வற்றை உரைக்கின்றனர்.)

ஆறு அல்ல மொழி தோற்றி, அற வினை கலக்கிய,
தேறுகள், நறவு உண்டார் மயக்கம்போல், காமம்
வேறு ஒரு பாற்று ஆனதுகொல்லோ? சீறடிச்
சிலம்பு ஆர்ப்ப, இயலியாள் - இவள் மன்னோ, இனி மன்னும்
புலம்பு ஊரப் புல்லென்ற வனப்பினாள் - விலங்கு ஆக,
வேல் நுதி உற நோக்கி, வெயில் உற, உருகும் தன்
தோள் நலம் உண்டானைக் கெடுத்தாள் போல், தெருவில் பட்டு
ஊண் யாதும் இலள் ஆகி, உயிரினும் சிறந்த தன்
நாண் யாதும் இலள் ஆகி, நகுதலும் நகூஉம்; ஆங்கே
பெண்மையும் இலள் ஆகி அழுதலும் அழூஉம்; தோழி! ஓர்
ஒண்ணுதல் உற்றது உழைச் சென்று கேளாமோ?
இவர் யாவர் ஏமுற்றார் கண்டீரே? ஓஒ!
அமையும் தவறிலீர் மற்கொலோ? - நகையின்
மிக்கதன் காமமும் ஒன்று என்ப; அம் மா
புது நலம் பூ வாடியற்று, தாம் வீழ்வார்
மதி மருள நீத்தக்கடை.
என்னையே மூசி, கதுமென நோக்கன்மின் வந்து,
கலைஇய ண், புருவம், தோள், நுசுப்பு, ஏள்
சில மழைபோல் தாழ்ந்து இருண்ட கூந்தல், அவற்றை
விலை வளம் மாற அறியாது, ஒருவன்
வலை அகப்பட்டது - என் நெஞ்சு.
வாழிய, கேளிர்!
பலவும் சூள் தேற்றித் தெளித்தவன் என்னை
முலையிடை வாங்கி முயங்கினன், நீத்த
கொலைவனைக் காணேன்கொல், யான்?
காணினும், என்னை அறிதிர்; கதிர் பற்றி,
ஆங்கு எதிர் நோக்குவன் - ஞாயிறே! - எம் கேள்வன்
யாங்கு உளன் ஆயினும் காட்டீமோ? காட்டாயேல்,
வானத்து எவன் செய்தி, நீ?
ஆர் இருள் நீக்கம் விசும்பின் மதி போல,
நீருள்ளும் தோன்றுதி, ஞாயிறே! அவ் வழித்
தேரை தினப்படல் ஓம்பு.
நல்கா ஒருவனை நாடி யான் கொள்வனை

பல் கதிர் சாம்பிப் பகல் ஒழிய, பட்டீமோ -
செல் கதிர் ஞாயிறே! நீ.
அறாஅல் இன்று அரி முன்கைக் கொட்கம்
பறாஅப் பருந்தின்கண் பற்றிப் புணர்ந்தான்
கறாஅ எருமைய காடு இறந்தான்கொல்லோ?
உறாஅத் தகை செய்து, இவ் ஊர் உள்ளான்கொல்லோ?
செறாஅது உளனாயின், கொள்வேன்; அவனைப்
பெறாஅது யான் நோவேன்; அவனை ஏற் காட்டிச்
சுறாஅக் கொடியான் கொடுமையை, நீயும்,
உறாஅ அரைச! நின் ஓலைக்கண் கொண்டீ;
மறாஅ அரைச! நின் மாலையும் வந்தன்று;
அறாஅ தணிக, இந் நோய்.
தன் நெஞ்சு ஒருவற்கு இனைவித்தல், யாவர்க்கும்
அன்னவோ - காம! - நின் அம்பு?
கையாறு செய்தானைக் காணின், கலுழ் கண்ணால்
பையென நோக்குவேன்; தாழ் தானை பற்றுவேன்;
ஐயம் கொண்டு, என்னை அறியான் விடுவானேல்,
ஒய்யெனப் பூசல் இடுவேன்மன், யான் - அவனை
மெய்யாகக் கள்வனோ என்று.
வினவன்மின் ஊரவிர்! என்னை, எஞ்ஞான்றும் -
மடாஅ நறவு உண்டார் போல, மருள
விடாஅது உயிரொடு கூடிற்று - என் உண்கண்
படாஅமை செய்தான் தொடர்பு.
கனவினான் காணிய, கண் படாஆயின்,
நனவினான், ஞாயிறே! காட்டாய் நீஆயின்,
பனை ஈன்ற மா ஊர்ந்து, அவன் வர, காமன்
கணை இரப்பேன், கால் புல்லிக்கொண்டு.
என ஆங்கு,
கண் இனைபு, கலுழ்பு ஏங்கினள்;
தோள் ஞெகிழ்பு, வளை நெகிழ்ந்தனள்;
அண்ணையோ! எல்லீரும் காண்மின்; மடவரல்
மெல் நடைப் பேடை துனைதர, தற் சேர்ந்த
அன்ன வான் சேவல் புணர்ச்சிபோல், ஒண்ணுதல்
காதலன் மன்ற அவனை வரக் கண்டு, ஆங்கு
ஆழ் துயரம் எல்லாம் மறந்தனள், பேதை.
நகை ஒழிந்து, நாணு மெய் நிற்ப, இறைஞ்சி,
தகை ஆகத் தையலாள் சேர்ந்தாள் - நகை ஆக,
நல் எழில் மார்பனகத்து.

சில பெண்கள் : 'தோழீ! அறமல்லாத மொழிகள் நெஞ்சத்திலே தோற்றியவர் சிலர், அறநெறிப்பட்ட தொழில்களைத் தம்மில் தோன்றாது செய்துவிடக் கருதியவரே போலத் தேறலையும் புளித்த கள்ளையும் உண்டு மயங்கி, நிலைதடுமாறித் திரிகின்ற மயக்க நிலைபோலக் காமமும் இப்போது தன் முறையான பாதையை விட்டுவிட்டு, வேறுபலதீய வழிகளிலேயும் சென்றுவிட்டதோ?

தன் அழகிய சிறிய பாதங்களிலே சிலம்புகள் ஒலி முழங்க, இவள், இந்த வெம்மையான சுடுவெயிலிலே, இப்படித் தெருவிலே வந்துநின்றும் வாதாடுவதோ? தனிமையின் துயரினாலே பொலிவழிந்தும் தோன்றுகின்றாளே? நேரே பார்க்கவும் சக்தியற்று, வேல் முனை போன்ற தன் கண்களால் யாரையோ இழந்துவிட்டுத் தேடுவதுபோல, இருபக்கமும் பார்த்துக் கொண்டே நடக்கின்றாளே? வெயில்படுவதனால் இவள் மேனி நலன் உருகி அழிகின்றதே! தன் தோள்நலம் உண்டு, கூடிய கதலனைக் காணாது போக விட்டவள் போலத் தெருவிலே வந்துவிட்டாளே? உணவு ஏதும் உண்ணாதவனாகவும், உயிரினும் சிறந்த தன் நாணம் ஏதும் இல்லாதவனாகவும் துணிந்து வருகின்றாளே? தானே சிரிக்கவும் செய்கின்றாளே? பெண்மைப் பண்புகள் எதுவும் இல்லாதவளாகி அழுது கொண்டும் இருக்கின்றாளே? ஒளிநுதல் பெற்றிருந்த இவளுக்கு. இப்போது யாதுதான் குறையோ? யாம் சென்று அவளிடம் கேட்போமா.

தலைவி : ஓஓ! இவர் யார்? பித்துப்பிடித்தவரைக் கண்டீர்களோ? உம்பால் ஏதும் இத்தகைய தவறான நிலை ஏற்பட்டதே இல்லையோ? மிகுந்த சிரிப்பிற்கு இடமான என் காமமும், அறநெறி ஒழுக்கம் கண்டதுள் ஒன்றென நீங்கள் அறியீரோ? ஆடவர், காதலித்துச் சேர்ந்த பெண்களின் புத்தி பேதலிக்கும்படியாக விட்டுச் செல்வதும் புதிதல்லவே? அப்படிக் கைவிட்டுப் போன காலத்தில், அந்தப் பெண்களின் மிகச்சிறந்த புதுநலங்கள் எல்லாம் வாடிக் கவின் அழிந்துவிட்ட பூப்போல அழிதலும், நீங்கள் இதற்கு முன் கண்டதில்லையோ? என்னையே இகழ்ந்து கதுமென வந்து பார்க்காது போவீர்களாக!

அவனொடு கூடிக்கலந்த கண், புருவம், தோள், இடை, மழை போலத் தாழ்ந்து இருண்டிருந்த கூந்தல் ஆகியவற்றின் அழகைப், பெறுகின்ற விலையின் வளப்பத்தை அறிந்து கொள்வதும் கொடுப்பதும் அறியாத, அந்த ஒருவனின் வலையிலே நெஞ்சம் அகப்பட்டுத்

துடிக்கின்றதே? வாழ்க, நீங்கள்! இன்னமும் நான் சொல்வதைக் கேளுங்கள்:

பலபடியாக என் உடலிலேயும் காம இச்சையும் கிளர்ந்தெழு மாறு சூடேற்றி, என்னோடு கூடினான்; என்னைத் தன் வசமாக்கித் தெளிவித்த பின்னர், அன்போடு என் முலையிடம் தன் மார்போடும் அழுந்திச் சேருமாறு அணைத்தும் தழுவினான். என்னைத் துறந்து போன அந்தக் கொலைகாரனை நான் இனிக் காணவே மாட் டேனோ? அப்படியே நான் கண்டாலும், என்னை நீங்கள் இப்படித் தான் வந்து பார்ப்பீர்களோ?

ஞாயிறே! என் கேள்வன் எங்கேயிருந்தாலும் காட்டாயோ? காட்டாது, அந்த வானத்திலே நீயும் என்ன தான் செய்கின்றாய்? நீ காட்டாதிருந்தால், உன் கதிர்கள் அனைத்தையும் பறித்துக்கொண்டு, அவனை நானே சென்று தேடிப் பார்த்து வருவேன்!

அடர்ந்த இருளெல்லாம் போக்கும் மதியைப் போல, நீ நீரினுள்ளேயும் தோன்றுகின்றாயே? அதனைவிட்டுப் போய் விடு. இன்றேல், தேரை தன் இரையென உன்னைத் தின்று விடும்; ஓடிப் போய்ப் பிழைத்துக் கொள்.

ஞாயிறே! எனக்கு அருளாது போனான் ஒருவன். அவனைத் தேடி நான் பிடித்துக் கொள்ளுமளவும், உன் பல கதிர்களையும் ஒடுக்கிப், பகல் ஒழியுமாறு செய்துவிடாதே? சில கதிர்களையாவது, எனக்கு உதவியாக இங்கே நீயும் விட்டுச் செல்வாயாக!

என் கையினின்றும் நீங்காததாக, ஐதாகிய மென் மயிரினை உடைய என் முன் கையிலே கிடந்து சுழலும் வளையிடத்தைப் பிடித்து, என்னை மயக்கிக் கூடினானே! பால் கறக்காத எருமை யைப் போலக் காட்டினுள் இப்போது போய் விட்டானே? யான் காணாதவாறு வேண்டியன செய்து, இந்த ஊரினுள்ளேயே தான் அவனும் ஒளிந்திருக்கின்றானோ? என்னை அவன் மறந்தாலும், அவனைக் கண்டால் கோபிக்காமல் நான் ஏற்றுக்கொள்வேன். அவனை அடையப் பெறாமலேதான் நான் நோகின்றேன். சுறாமீன் கொடியினை உடைய காமன் எனக்குச் செய்யும் கொடுமையை, நடுநிலை தவறாத கூற்றமே, நீயாவது நின் ஓலையிலே எழுதி வைத்துக் கொண்டு, அந்தக் காமனைத் தண்டிப்பாயோ? தோல்வி யறியாத காமதேவனே! இதோ நின் மாலையும் வந்துவிட்டாதே? என் நோயினைத் தணியாயோ? ஒருவர் நெஞ்சினை, அவர் மேல்

அன்பில்லாதவர் பேரிலேயே செல்லச் செய்து நீயும் வருத்துகின் றாயே! அற மற்ற இந்தச் செயலையேதான், என்னையன்றிப் பிறருக் கும் எந்நாளும் நீயும் செய்து வருகின்றாயோ?

எனக்குக் கையாற்றைச் செய்தவனைக் கனவினுள் கண்டால், கலங்கின என் கண்களால் பையெனப் பார்ப்பேன். தாழ்ந்து தொங்கும் அவனுடைய ஆடையை விடாது பற்றிக் கொள்வேன். நான் கவின் அழிந்திருப்பதைக் கண்டு, நான் பழைய காதலி தானோ? எனச் சந்தேகங்கொண்டு, என்னை யானே என்று அறி யாமல் கைவிடும் நிலையில் இருந்தானென்றால், மெய்யாகவே, அவனை என் உளங்கவர்ந்து ஓட நினைக்கும் கள்வனே என்று கருதி, ஒய்யெனக்கூக்குரலிட்டுப் பிறரையெல்லாம் அழைப்பேன்.

ஊரவரே! என்னை ஏதும் கேளாதீர்கள். எந்நாளும் மடாக் கள்ளை உண்டவர்போல இந்நோய் என்னைச் செயலழிந்து சீரழியச் செய்கின்றது. என் உடலை வாழவிடாது, உயிரோடு அதுவும் கூடிக் கலந்து விட்டது. என் கண்கள் தூக்கமற்றுப் போகச் செய்தானே, அவன் தொடர்பினால்தானே யான் இப்படியானேன்?

கனவிலாவது அவனைக் கண்டு மகிழலாம் என்றால், கண் ணும் இமை மூடவில்லையே? ஞாயிறே! கனவிலாவது அவனை என் கண்காணக் கொணர்ந்து காட்டாயோ? நீ காட்டாது போனால், 'பனைமடல் குதிரையிலே ஊர்ந்து, அவன் இங்கே வருமாறு உதவக், காமன் கணையை அவனை நோக்கித் தொடுக்குமாறு, அந்தக் காமதேவனின் கால்களைக் கட்டிக் கொண்டாவது நான் வேண்டு வனே!

இவ்வாறெல்லாம் அவள் கண்கலங்கி அழுதாள். தோள் மெலியத் தொடி நெகிழ்ந்து வாடினாள். அன்னையோ! எல்லோரும் பாருங்கள்! மடப்பம் வருதலினையும், மென்னடையினையும் உடைய அன்னத்தின் பேடையானது விரைந்து வருந்திச் செல்ல, அதனைத் தன் கூட்டத்தினின்றும் வந்து கூடிய அன்னச் சேவலின் கூட்டம்போல, அந்த ஒள்ளிய நுதலினையுடையவள், அவள் காதலன் வந்து சேர்ந்ததும், அவனை வரக்கண்ட அந்த அளவி லேயே, தன் பெருந்துயரெல்லாம் மறந்தனளே? பேதைமையோடு, முன் நகைத்த வெறிநகையையும் ஒழித்த, நாணம் வந்து உடலிலே நிறையத் தலை இறைஞ்சித், தகைமையோடு, அந்தக் காதலன் - அழகிய மார்பன் - அவனிடத்தே சென்று அவளும் சேர்ந்துவிட்டாள். அவளை விட்டுச் சென்ற நலன் எல்லாம் வந்து நிறைய, மகிழ்வு பொங்கவும் விளங்கினாள்! வாழ்க அவள் காதல்!

சொற்பொருள்: 1. ஆறல்லமொழி - நல்லவழியல்லாத சொற்கள். 2. தேறுகள் - தெளிவு. நறவு - கள். 3. சீறடி - சிறிய அடி 4. இயலியாள் - வருபவள். விலங்காக - குறுக்காக. 17. மூசி - சூழ்ந்து. 20. விலைவளம் - ஒரு பொருளை எவ்வளவு கொடுத்து வாங்க வேண்டும் என்ற தன்மை. 23. சூடேற்றி - உள்ளத்தில் ஆசையைக் கிளப்பி; சூள்தேற்றி என்பார் சிலர். 25. கொலைவன் - கொலைகாரன். 32. தேரை - தவளை வகையுள் ஒன்று. பறாஅப் பருந்து - முன்கை. 42. கறா அக் கொடியான் - காமன்; சுறா - மகர மீன்.

31. மாலையே என் செய்தாய்?

(போருக்குச் சென்றான் ஒருவன். அவன் காதலி, அவனைப் பிரிந்து பட்ட துயரோ சொல்லுக்குள் அடங்காது. அதனைக் கண்டவர் அநுதாபத் துடன் கூறிய செய்திகள் இவை.)

தொல் இயல் ஞாலத்துத் தொழில் ஆற்றி, ஞாயிறு,
வல்லவன் கூறிய வினை தலை வைத்தான்போல்,
கல் அடைபு, கதிர் ஊன்றி, கண் பயம் கெடப் பெயர;
அல்லது கெடுப்பவன் அருள் கொண்ட முகம் போல,
மல்லல் நீர் திரை ஊர்பு, மாய் இருள் மதி சீப்ப;
இல்லவர் ஒழுக்கம் போல், இருங் கழி மலர் கூம்ப;
செல்லும் என் உயிர்ப் புறத்து இறுத்தந்த மருள் மாலை!
        மாலை நீ -
இன்புற்றார்க்கு இறைச்சியாய் இயைவதோ செய்தாய்மன்;
அன்புற்றார் அழ, நீத்த அல்லலுள், கலங்கிய   10
துன்புற்றார்த் துயர் செய்தல் தக்கதோ, நினக்கு?
        மாலை நீ -
கலந்தவர் காமத்தைக் கனற்றலோ செய்தாய்மன்;
நலம் கொண்டு நல்காதார் நனி நீத்த புலம்பின்கண்
அலந்தவர்க்கு அணங்கு ஆதல் தக்கதோ, நினக்கு?   15
        மாலை நீ -
எம் கேள்வற் தருதலும் தருகல்லாய்; துணை அல்லை;
பிறந்தவர்க்கு நோய் ஆகி, புணர்ந்தவர்க்குப் புணை ஆகி,
திருந்தாத செயின் அல்லால் இல்லையோ, நினக்கு?
        என ஆங்கு,   20
ஆய் இழை மடவரல் அவலம் அகல,
பாய் இருட் பரப்பினைப் பகல் களைந்தது போல,
போய் அவர் மண் வெளவி வந்தனர் -
சேய் உறை காதலர் செய் வினை முடித்தே.

ஞாயிற்றுத் தேவன் மேலைத் திசையிலே சென்று மறைகின் றான். உலகத்தின் முயற்சிகளையெல்லாம் பழைமையாகக் காலந் தோறும் வரும் முறைப்படி நடைபெறுவித்து விட்டுத் தன் கதிர்களை ஒடுக்கிக் கொண்டு மறைகின்றான். அவனிலும் வல்லவனான காமதேவன் சொல்லிய ஏவலைச் செய்து முடிப்பானைப் போலச் சென்று விட்டான். கண்களில் பயனால் பெறுகின்ற காட்சி நலன் எல்லாமும் போயிற்று. தீமையை விலக்கி அருள் கொண்டு உதவ வருபவனின் குளிர்ந்த முகம் போல, வளப்பதையுடைய கடலின் அலைகளின் மேலே திங்களும் வந்து தோன்றினான். இருளும், மதி வந்ததும் மறைந்தது. கணவனைப் பிரிந்தவர் வாடியிருப்பது போலக் கரிய கழியினிடத்திலிருந்த கருமலர்கள் எல்லாம் குவிந்தன. தேய் கின்ற என் உயிரின் புறத்தே நீயும் வந்து விட்டனையோ? மாலையே! நீ மிகவும் அறிவு மயங்கிய மாலையாய் இருக்கின்றாயே!

இன்பத்திலே திளைப்பவர்களிடத்திலே அன்பாக நின்று அவர்க்கு ஏற்றதெல்லாம் செய்வாய். மாலையே! அன்புற்றவரோ அழுது கழியுமாறு பிரிந்தனர்! அந்த அல்லலுள் பட்டுக் கலங்கித் துன்பமுற்றாரிடம் வந்தும் துயரஞ் செய்து வருத்துவது, உனக்குத் தகுதியோ? மாலையே! நீ, கலந்திருப்பவர்களிடம் சென்று, அவர் காமவேட்கையை மூண்டெழச் செய்கின்றாய்! நலத்தையெல்லாம் அநுபவித்துக் கொண்டு, அதனை என்றும் மீண்டும் அருளாதவராக அவரோ பிரிந்தார். அந்த வருத்தத்திலே அலமந்து வாடுபவருக்கு, அணங்கு போலாகித்துன்புறுத்துதல் உனக்குத்தான் தகைமையோ?

என் காதலனைக் கொண்டுவந்து தருதலும் தர மாட்டேன் என்கிறாய்? எனக்கு நீ துணையேயில்லை. பிரிந்தவர்க்கு நோயாகப், புணர்ந்து மகிழ்பவர்களுக்கு உற்ற துணையாகி நிற்கின்றாய். திருந்தாத இத்தகையன செய்வதெல்லாமல், உனக்கு வேறெதும் வேலையே இல்லையோ?

இவ்வாறெல்லாம், மாலையைக் கண்டு நொந்து துடிக்கின் றாள் ஒருத்தி. அந்த ஆயிழை மடவரல் கொண்ட அவலம் நீங்கப், பிரிந்து போயிருந்த காதலன், தொலைவிலே சென்று தொழிலை முடித்துப், பிறநாடுகளையும் வெற்றி கொண்டவனாக வந்தான். அவன் வந்ததும், பரந்த இருட்பரப்பெல்லாம் ஞாயிறு வந்ததும் மறைவது போல, அவள் துன்பமெல்லாம் உடனேயே அவளை விட்டு மறைந்தன!

சொற்பொருள்: 1. தொல்லியன் - பழைமையான இயல்பாக வரும் முறைமை. 2. வல்லவன் - இங்கே, காமன். 3. கல் - மேற்குமலை.

மல்லல் - வளம். 6. இல்லர் - காதலரை உடனில்லாத மகளிர்.
9. இறைச்சி - நேயம். 13. கனற்றுதல் - மூண்டு எழச் செய்தல்:
21. மடவரல் - மடப்பம் வருதலை உடையவள். 25. மண் வெளவி -
போரில் பிறர் நாட்டை வென்று.

32. செய்ந்நன்றியும் சத்தியமும்

(போருக்குச் சென்றுவிட்டான், ஒரு தலைவன். அவனிடம் அவன் பிரிவினால் அவன் மனைவியது துயரம் பெருகக் கண்டவர், சென்று உரைக்கின்றனர்.)

நிரை திமில் களிறாக, திரை ஒலி பறையாக,
கரை சேர் புள்ளினத்து அம் சிறை படையாக,
அரைசு கால்கிளர்ந்தன்ன உரவு நீர்ச் சேர்ப்ப! கேள்:
கற்பித்தான் நெஞ்சு அழுங்கப் பகர்ந்து உண்ணான், விச்சைக்கண்
தப்பித்தான், பொருளேபோல், தமியவே தேயுமால்   5
ஒற்கத்துள் உதவியார்க்கு உதவாதான்; மற்று அவன்
எச்சத்துள் ஆயினும், அஃது எறியாது விடாதே காண்.
கேளிர்கள் நெஞ்சு அழுங்கக் கெழுவுற்ற செல்வங்கள்
தாள் இலான் குடியேபோல், தமியவே தேயுமால்,
சூள் வாய்ந்த மனத்தவன் வினை பொய்ப்பின்; மற்று அவன்   10
வாள் வாய் நன்று ஆயினும், அஃது எறியாது விடாதே காண்.
       ஆங்கு -
அனைத்து, இனி - பெரும! - அதன் நிலை; நினைத்துக் காண்;
சினைஇய வேந்தன் எயிற்புறத்து இறுத்த
வினை வரு பருவரல் போல்,
துனை வரு நெஞ்சமொடு வருந்தினள் பெரிதே.   15

நிறைந்திருக்கின்ற தோணிகள் எல்லாம் களிறுகளாகவும், திரையின் ஒலி போர்ப்பறையாகவும், கூட்டம் கூட்டமாகக் கரையிலே ஒலி போர்ப்பறையாகவும், கூட்டம் கூட்டமாகக் கரையிலே சேர்ந்திருக்கும் புள்ளினம் காலாட்படையாகவும் கொண்டு, அரைசு படை நடத்தி வருவதுபோன்ற வலியினையுடைய கடலுக்கு உரிய சேர்ப்பனே! கேளாய்:

தனக்குக் கற்பித்த ஆசான் நெஞ்சம் நோகுமாறு, அவன் வாடுங்காலத்தே, அவனோடு பகிர்ந்து உண்ணாதவன் செல்வம்; கற்றதைத் தவறான வழியிலேயே பயன்படுத்துபவனின் செல்வம்; தன் துயரத்திலே உதவியவர்கள் துயரத்தால் வாடும்போது, தன்னிடமிருந்தும் உதவாதவனின் செல்வம்; இவையெல்லாம் தாமாகவே

தேய்ந்து அழியும். அது மட்டுமன்று; அவனுக்குப் பிற்காலத்திலும், அது அவனைப் பழி தீர்க்காமல் விடாது.

உறவினர்கள் நெஞ்சங்கலங்கத் தேடிக்குவித்த செல்வங்கள், முயற்சியற்ற மன்னனின் நாட்டுக் குடிகள் அழிவது போலத் தாமாகவே தேய்ந்துபோம். ‘சூள் உரைத்துச் சென்றவன், அதன்படியே விரைந்து வராதிருந்து, தன் சொல்லிலே பொய்த்தானென்றால், போரிலே அவன் வெற்றி பெற்றாலும், அது அவனை அழியாதே விடாது.

பெருமானே! செய்ந்நன்றி மறத்தலும், சூள் பொய்த்தலும் ஆகியவற்றின் கேடுகள் அத்தன்மையின. சினங்கொண்ட வேற்று வேந்தன் ஒருவன் வந்து கோட்டையை முற்றுகையிட்டிருந்தால், கோட்டைக்குள்ளிருப்பவன் எவ்வளவு வேதனைப்படுவான்? அத்தகைய வேதனையையே அவள் நின் தலைவியும் அநுபவிக்கின்றாள்.

சொற்பொருள்: *1. திமில் - தோணி வகையினுள் ஒன்று. 6. ஒற்கம் - வருத்தம். 9. தாள் - முயற்சி. 11. வாள்வாய் - போர்முனை. 15. பருவரல் - மனவேதனை.*

33. சண்பகப்பூ மலர்ந்ததடீ!

(பொருள் தேடப் பிரிந்தான் ஒருவன். அவனை நினைந்து நினைந்து துடிக்கிறாள் அவன் மனைவி. அவள் படுகின்ற வேதனை சொல்லிலும் அடங்காததாயிருந்தது. அது கண்டு வருந்திய தோழி, அவளுக்கு ஆறுதல் கூறுகின்றாள்.)

அயம் திகழ் நறுங் கொன்றை அலங்கல் அம் தெரியலான்
இயங்கு எயில் எயப் பிறந்த எரி பால, எவ்வாயும்,
கனை கதிர் தெறுதலின், கடுத்து எழுந்த காம்புத் தீ
மலை பரந்து தலைக் கொண்டு முழங்கிய முழங்கு அழல்
மயங்கு அதர் மறுகலின், மலை தலைக் கொண்டென,
விசும்பு உற நிவந்து அழலும், விலங்கு அரு, வெஞ் சுரம் -
இறந்து தாம் எண்ணிய எய்துதல் வேட்கையால்,
அறம் துறந்து - ஆயிழாய்! - ஆக்கத்தில் பிரிந்தவர்
பிறங்கு நீர் சடைக் கரந்தான் அணி அன்ன நின் நிறம்
பசந்து, நீ இனையையாய், நீத்தலும் நீப்பவோ?
கரி காய்ந்த கவலைத்தாய், கல் காய்ந்த காட்டகம்,
‘வெரு வந்த ஆறு’ என்னார், விழுப் பொருட்கு அகன்றவர்,
உருவ ஏற்று ஊர்தியான் ஒள் அணி நக்கன்ன, நின்

உரு இழந்து இனையையாய், உள்ளலும் உள்ளுபவோ?
கொதித்து உராய்க் குன்று இவர்ந்து, கொடிக் கொண்ட
கோடையால்,
'ஒதுக்கு அரிய நெறி' என்னார், ஒண் பொருட்கு அகன்றவர்,
புதுத் திங்கட் கண்ணியான் பொன் பூண் ஞான்று அன்ன, நின்
கதுப்பு உலறும் கவினையாய், காண்டலும் காண்பவோ?
ஆங்கு –
அரும் பெறல் ஆதிரையான் அணி பெற மலர்ந்த
பெருந் தண் சண்பகம் போல, ஒருங்கு அவர்
பொய்யார் ஆகுதல் தெளிந்தனம் –
மை ஈர் ஓதி மட மொழியோயே!

நீர் நிலையருகே மலர்ந்த கொன்றையைச் சூடி விளங்கும் இறைவனான சிவபெருமான், திரிபுரத்தை எரிக்க எழுந்த பெரு நெருப்புப்போல, எம்மருங்கும் வருத்தும் செறிந்த கதிரவனின் கதிர்கள் அனலைப் பெய்கின்றன. மூங்கில்கள் தம்மோடு உரை சாரல் எழுந்த காட்டுத் தீ, மலைச்சாரல் எங்கணும் பரந்து, வானம் வரை சென்று முட்டுவது போன்ற வெம்மையைப் பெய்கின்றது. காட்டு விலங்குகள் பலகாலும் திரிவதனால், பாதைகளும் அங்கங்கே கவறுபட்டு மயக்குகின்றன. மலைகள் பரந்து குறுக்கிட்டுக் கிடக்கும், இப்படிப்பட்ட வேனலின் வெம்மைக் கொடுமை நிறைந்தது, கடத்தற்கும் அரிதான கொடிய பாலை நிலம்.

ஆயிழையே! தாம் எண்ணியவற்றைப் பெறுகின்ற வேட்கையால், அறநெறியை அறவே துறந்து, செல்வத்தின் காரணமாகப் பிரிந்தனர் தலைவர். பெருகிவரும் கங்கைநீரைச் சடையிலே கொண்ட சிவபெருமானின் அழகிய நிறம் போன்ற நின் நிறம் பசலைபாய்ந்து நீ வருந்தமாறு, நின்னை அவர் தாம் கைவிட்டும் விடுவாரோ?

வெந்த கரியினையுடைய பலவழிகளை உடையதாய்க் கற்களும் கொதித்து விளங்கும் காட்டகத்தை, வெருவுதல் தரும் வழி என்றும் அவர் கருதாது, விழுப்பொருள் தேடத் துணிவுடன் சென்றுள்ளார். ஏற்றூர்தியானான சிவனின் செம்மேனியது ஒளியினைப் பொருந்திய நிறம்போன்றிருந்த நின் அழகைத் துறந்து, நீ கவினிழந்து இப்படி ஆகிவிடுவதை, அவர் தம் நெஞ்சினாலும் நினைப்பாரோ?

கொதித்துப் பரந்து உதயகிரியின் மேலாகத் தவழ்ந்து தோன்றும் கோடைக்காலக் கதிரவனைக் கண்டும், ஒண்மையான பொருளுக்காகச் சென்றவர், போவதற்கு அரிய வழியென்று கருதாது

சென்றுள்ளார். புதிய திங்களைச் சடைக்கண்ணியாகச் சூடியிருக்கும் சிவபெருமான பூண்டிருக்கும், அழகிய பூணான பொங்கரவம் போல நீண்ட தாழ்ந்த நின் கூந்தல், மயிர்க் கவின் கெட்டுப் பரட்டையாய் உலரும் காட்சியைக் காணவும் எண்ணுவாரோ?

பெறுவதற்கு அரியவனான ஆதிரை நாளையுடைய சிவபெருமானது திருமேனியின் அழகைப் பெறும்படியாகப் பெருந்தன சண்பங்களிலே மலர்கள் விளங்குகின்றன. அவர் சொல்லிச் சென்ற பருவமும் வந்தது. அவர், 'தம் சொல் பொய்யாகுமாறு செய்யார்' என்பதும் நன்கு அறிந்துள்ளோம். கருமையும் நெய்ப்பும் ஒளியும் உடைய கூந்தலாளே! மடமொழியாளே அதனால் நீயும் வருந்தாதிருப்பாயாக!

சொற்பொருள்: *1.* அயம் - கயம். அலங்கல் - சரமாகத் தொங்குதல். தெளியல் - மாலை. *2.* இயங்கெயில் - தூங்கெயில். *3.* கனைகதிர் - செறிவுடைய கதிர்கள். *4.* முழங்கழல் - முழங்கியெழும் பெரு நெருப்பு. 7.. இறந்து - சென்று. *11.* கல்காய்ந்த - மலையும் கொதித்த. *12.* வெருவந்த ஆறு - வெருவுதல் கொள்ளச் செய்யும் பாதை. *17.* (சிவனின்) பொற்பூண் - பொங்கரவம். *18.* கதுப்பு - கூந்தல். *20.* ஆதிரையான் - திருவாதிரை நாளையுடையான்; சிவன். *21.* சண்பகம் சிவனின் திருமேனி நிறத்தைப் போன்று செம்மையுடையதே ஆதலின், இப்படிக் கூறினார்.

விளக்கம்: 7- 10. பிறங்குநீர் சடைக்கரந்தான் அன்ன ஆக்கம்' என்று கூட்டியும் பொருள் கொள்வர் நச்சினார்க்கினியர். 'பிறங்குகின்ற நீரைச் சடையிலே மறைந்தவனை ஒப்புடையதான பொருளாக்கம்' என்பது பொருள். பொருள் நின்றுழி நில்லாது பலரிடத்தும் கைம்மாறிப் போகின்ற ஒரு நிலையாமையின் உடையதேனும், தான் கெடுதலின்றி இருத்தலையும் உடையது. ஆகவே, அதனளவில் நிலைத்திருக்கும் இயல்பினையும் கொண்டதாம். இதனாலேயே அதனை இறைவனோடு ஒப்பிட்டனர்.

11 - 14 'உருவ ஏற்று ஊர்தியான் அன்ன விழுப்பொருள்' என்றும் கூட்டிப் பொருள் உரைப்பர். 'வடிவையுடைய ஏறாகிய ஊர்தியை உடையானை யொத்த மேலான பொருள்' என்பது பொருள். 'விழுப்பொருள் ஆகக் கருதத்தக்கது சிவபெருமானையே என்பதனால், தலைவன் பெற விரும்பிச் சென்ற பொருளினது சிறப்புத் தன்மையும் கூறப்பெற்றது.

15 - 18 'புதுத் திங்கள் கண்ணிான் அன்ன ஒண்பொருள்' எனக் கூட்டிப், புதிய திங்களாகிய கண்ணியை உடையானை ஒத்த ஒள்ளிய பொருள்' எனவும் உரைப்பர். 'ஒண்பொருளாவது' அறவழி

யிலே தேடப்பட்டதாகிப் பலர்க்கும் பயன்படுமாறு வழங்குதலாற் சிறப்படைந்த நன் பொருள்.

1- 6, கோடைக் காலத்தின் வெம்மையை, அதன் வெப்பத் தின் மிகுதியை, இச் செய்யுள் எடுத்துக்காட்டும் தகைமை உள்ளத் தையே நடுக்கமுறச் செய்வதாக உள்ளது. திரிபுரங்களை எரித்த போது சிவபிரானின் கண்ணிலிருந்து எழுந்த எரிபோலக் சுனைகதிர் எவ்வாயும் எரிபரப்பி எரித்ததாம். அந்த எரியும் வெம்மையோடும், அதனாலே கடுத்து எழுத்த மூங்கில் தீயானது, மலையின் எப்புறத் தையும் எரித்தபடியே மலையுச்சிகளையும் முழக்கமிட்டபயே அடைந்து, வான் தழுவும் தீக்கொழுந்துகளுடன் எரிகின்றதாம்.

சிவபெருமானைப் பற்றி வரும் செய்திகள் நான்கும் மிக்க சிறப்பினை உடையனவாகும்.

'அயந்திகழ் நறுங்கொன்றை அலங்கல்அம் தெரியலான்'

'பிறங்குநீர் சடைக் கரந்தான்'

'உருவ ஏற்று ஊர்தியான்'

'புதுத் திங்கள் கண்ணியான்'

என்று சிவபெருமானைக் குறிக்கின்றது பாடல்.

முதற்கண், கொடியோரை அவன் எரித்து அழித்து நல்லோரைக் காக்கின்ற மறமாண்பு வியந்து போற்றப்படுகின்றது. அந்தக் கடுமை, எரித்த வெம்மை, அச்சத்தோடு நினைந்து போற்றப்படுகின்றது.

இரண்டாவதாக, உலகை அழிக்கும் விரைவோடு பாய்ந்து வந்த கங்கையைச் சடையிலே தாங்கியதும், அது தான் வெளிப்பட மாட்டாதே அச் சடைக் கற்றையுள்ளேயே ஒடுங்கி மறைந்ததுமான அளவில் ஆற்றலும், அனைத்துக்கும் முழு முதலாகும் சிறப்பும் கூறப்படுகின்றது. இந்தச் சிறப்போடு, பக்தனுக்கு இரங்கியருளும் அந்தப் பரம்பொருளாம் பரசிவத்துடைய அளவில் கருணையும் வியந்து போற்றப்படுகின்றது.

மூன்றாவதாக, 'உருவ ஏற்று ஊர்தியான்' என்று, பதியாகிய அவன் பசுக்களாகிய பிற உயிர்களைத் தன்னடியிற் கொண்டு காக்கும் கருணையும், அந்தக் கருணையால் அவை பெறுகின்ற பெருஞ்சிறப்பும் சொல்லப்பட்டது.

நான்காவதாக, 'புதுத் திங்கள் கண்ணியான்' என்று, அழிவுக்கு அஞ்சி அடைக்கலம் அடைந்த சந்திரனுக்கு அபயம் அளித்ததோடு, அயனும் தேடிக்காணாத தன் திருமுடியிலே அவனுக்கு இடமளித்து, தன்னை வணங்கும் யாவரும் அவனையும் வணங்குவதான சிறப்பை யும் தந்தருளிய தன்மை கூறப்படுகின்றது.

'முல்லை குறிஞ்சி மருதம் நெய்தலெனச் சொல்லிய முறை யாற் சொல்லவும் படுமே' என்பது தொல்காப்பியப் பொருளதிகார விதியாகும். எனினும், இத்தொகை நூலைப் பாலை, குறிஞ்சி, மருதம், முல்லை, நெய்தல் என இம்முறையே கோத்துள்ளனர் ஆசிரியர் நல்லந்துவனார். இது. ஆசிரியரின் புலமைச் செறிவிலே கொண்ட நன்முடிபாதலை, நூற்களைக்கற்பவர் காணலாம்.

கலித்தொகை மூலமும் புலியூர்க்கேசிகன் தெளிவுரையும் முற்றுப் பெற்றன.

★ ★ ★

கலித்தொகை நினைவுகள்!

கலியோசை பெற்று அமைந்த செய்யுட்கள் நூற்றைம்பதைக் கொண்டது இக் கலித்தொகை. 'கலியோசை' என்பது, எவ்வகை யிலும் தட்டுதல் என்பது இல்லாதது; துள்ளித் திரியும் கன்று நடந்தும் துள்ளியும் நடத்தலைப் போலப் படுத்தலும் எடுத்தலுமாக வரும் துள்ளல் ஓசையாய் நடப்பது. கேட்கும் காதுக்கும், படிக்கும் வாய்க்கும், கருதும் உள்ளத்துக்கும் இனிமை சேர்ப்பது; வளமை பெய்வது. இதனைக் கற்றவர் என்றும் மறவார்; மீண்டும் மீண்டும் கற்றுக் கற்றுத் திளைப்பார்; இதனையே உவந்து எடுத்து ஏத்தியும் புகழ்வார்.

மறக்க முடியாத காட்சி நயங்களும் உவமைகளும் மலிந்த, உள்ளம் பிணிக்கும் உரையாடல்களும் நிரம்பிய கலித்தொகை, தனக்கே உரித்தான தனித்த பெரும் சிறப்போடு விளங்குகிறது.

'உண்ணீர் வறப்பப் புலர்வாடு நாவிற்குத்
தண்ணீர் பெறாஅத் தடுமாற் றருந்துயரம்
கண்ணீர் நனைக்கும் கடுமைய காடு'

என்பது பாலைக் கலியில் ஒரு வருணனை. கோடையின் வெம்மை மிகுதி பற்று வந்துள்ள ஓர் நல்ல உவமை இது. தண்ணீர் வேட்கை அளவு கடந்து மிகுதிப்படுகின்றது. நாவும் உலர்ந்து போகின்றது. தண்ணீரோ துளிக்கூடக் கிடைக்கவில்லை. 'ஐயகோ, இனி நமக்குச் சாவேதானோ?' என்று கலங்கிப் புலம்புகின்ற போது, கண்ணீர் பெருகி வழிகின்றது. வழியும் கண்ணீர் நாவில் விழுகிறது; நாவின் வாட்டத்திற்கு இரக்கமுற்று, அதனைக் கண்ணீர் அருளோடு சென்று நனைக்கிறதாம்!

கடுமையை இப்படிக் கொடியதாக எடுத்துக்காட்டும் கடுங்கோ, ஆண் பெண் உறவின் இணைந்த அருமையையும் எடுத்துக்காட்டுவதில் நிகரற்றவர்.

இன்னிழல் இன்மையால் வருந்திய மடப்பிணைக்குத்
தன்னிழலைக் கொடுத்தளிக்கும் கலை

என்கிறார். வெயிலால் நிழல் பெறாது வாடிய தன் பிணைக்குத் தான் வெயிலால் வாடுவதையும் மறந்து, தன் நிழலைத் தருவதன் மூலம் மனநிறைவடைகின்றதாம் ஒரு கலைமான்.

குறிஞ்சியிற் கபிலர் செய்யும் சொற்ஜாலங்கள் நம்மை எத்துணையோ இன்பத்தில் ஆழ்த்துவன!

கடைக்காணல் கொல்வான் போல் நோக்கி
நகைக்கூட்டம் செய்தான் அக்கள்வன் மகன்!

என்ற சொற்களில், வெறுப்பின் நாதம் புறத்தே தோன்றினும், உள்ளத்து அரும்பிய காதலையும் தெளிவாகக் காணலாம்.

கானவன் கவணிலே கல்லிட்டு எறிகின்றான். அவன் கைவன்மை எவ்வாறு? அக் கல்லானது வேங்கையின் பூவைச் சிதறி, ஆசினி மென்பழத்தை உதிர்த்து, தேனின் இறாலைத் துளைத்து, மாவின் குலையை உழக்கி, பலவின் பழத்திற் சென்று தங்கிற்றாம். கானவனின் வலிமையோடு காட்டின் வளத்தையும் காட்டுகின்றார், நயத்தோடு.

மருதக்கலியும் இனிமையை மழையெனப் பொழிவதில் சற்றும் தளரவில்லை. உயரிய குடும்பப் பாங்கை அதன் ஒவ்வோரடியும் சுட்டிச் சுட்டிக் கதை சொல்கின்றன. ஊடலும் ஊடல் நிமித்தமும் உரிப்பொருளாவதனால், உள்ளக் கசிவின் கற்பனைகளைக் கண்டு நாமும் கசிந்து நெகிழ்ந்து உருகலாம்.

''என் செம்மலே, அழகாலும் வீரத்தாலும் நடுநிலையானும் அருளாலும் நின் தந்தையைப் போன்று இருப்பாயாக! மனம் ஒன்றுபட்டு வாழும் மகளிரைப் பிரிந்து வாழும் கொடுமையோ, பரத்தையர்போல் செல்லும் தீயசெயலோ நின்னிடத்து அவன்போற் கொள்ளல்வேண்டா'' என்று, தன் மகனுக்கு அறிவுரை கூறும் தாயின் உள்ளத்தில்தான், பெருமிதமும், பெருங்கவலையும், பெருஞ்சினமும், கற்பு மேம்பாடும் எவ்வாறு நிரம்பிக் கலந்து நிரலே மணக்கின்றன!

செவி வயலாகின்றது; முதுமொழி நீராகின்றது; நாவாகிய புலன் ஏராகின்றது; இவற்றால் புலவர்கள் அறிவுப் பயிரைச் செழுமையோடு பயிரிட்டுப் புதிய புதிய இலக்கியங்களைப் படைக்கின்றார்கள். அந்நாளைய மதுரையில் கூடியிருந்து அந்தப் புதிய நூல்களை அரங்கேற்றியும் அநுபவித்தும் இன்புறுகின்றனர்.

''செவி செறுவாக, முதுமொழி நீராப்
புலன்நா உழவர், புதுமொழி
கூட்டுண்ணும் புரிசைசூழ் புனலூர''

தமிழ் வளர்ப்பது எவ்வாறு என்பதை உழவோடும் பயிரோடும் விளைவோடும் இணைத்துக் காட்டிய புதுமையும் வளமையும் விளைக்கின்றனர். தமிழ்ச்சங்கம் இயங்கிய சால்பையும் பார்க்கிறோம்.

முல்லைக்கலி ஒரு தனியான ஏற்றமிகுந்த இன்பச்சுவை கனியும் ஊற்றுக்களம். சொல்லோசையும் கருத்தோட்டமும் விறுநடையும் ஏறுநடையும் கொண்டவாய் நிரல் நிரலே செம்மாந்து செல்கின்றன.

எழுந்தது துகள்!
ஏற்றனர் மார்பு!
கவிழ்ந்தன மறுப்பு!
கலங்கினர் பலர்!

கொல்லேறு தழுவிக் குமரியை வரையும் ஆயர்குல இளைஞனின் ஆண்மையும் விரைவும் இங்கே பளிச்சிடுகின்றது! கொல்லேற்றுக்கோடு அஞ்சுவானை மறுமையும் புல்லாளே ஆய மகள் என்பதில், அந்த ஆண்மையையே உவக்கும் பெண்மையின் உளச் செறிவையும் காணலாம்.

நெய்தற்கலியோ, அறிவுச் சுரங்கம்; நீதியினை உரைக்கும் அறநூல்! ஒன்றே ஒன்று போதும், அதனைக் கற்குமாறு தூண்டுவதற்கு. ஒன்பது சிறந்த மனிதத் தன்மைகள் வேண்டும் ஒவ்வொருவரிடமும்; அவைதாம் எவை எவை? அவற்றின் விளக்கம் என்ன?

1. ஆற்றுதல் என்பது - அலந்தவர்க்கு உதவுதல்
2. போற்றுதல் என்பது - புணர்ந்தாரைப் பிரியாமை
3. பண்பெனப்படுவது - பாடறிந்து ஒழுகுதல்
4. அன்பெனப்படுவது - தன்கிளை செறா அமை
5. அறிவெனப்படுவது - பேதையார் சொல் நோவான்றல்
6. செறிவெனப்படுவது - கூறியது மறா அமை
7. நிறையெனப்படுவது - மறைபிறர் அறியாமை
8. முறையெனப்படுவது - கண்ணோடாது உயிர்வெளவல்
9. பொறையெனப்படுவது - போற்றாரைப் பொறுத்தல்

மனவாழ்வின் அடித்தளமான நவ அறங்கள் இவை இவை போதாவோ நாம் வாழ்வாங்கு வாழ்தற்கு!

இவ்வாறு கலித்தொகை, தமிழ் நலம் நிரம்பியும் தமிழர் தம் பண்பும் வாழ்வு பழுதறக் காட்டியும், தமிழர் தம் உயர்வுக்கு உறு

பொருள் பல உரைத்தும், தமிழ் ஒலியை என்ஞான்றும் ஒலித்துக் கொண்டே ஒளிர்கின்றது.

மாலை நேரத்தில் மரம் தூங்கித் தலை சாய்கின்றது. கலித் தொகை ஆசிரியர் காண்கின்றார்! அவர் உள்ளம் அந்த உயர் மரத்தோடும் சென்றும் ஒன்றிவிடுகின்றது. உயர்வும் பணிவும் ஒருங்கே இணைந்த அந்த நிலை...

தம் புகழ் கேட்டார்போல்
தலைசாய்ந்து மரம் துஞ்ச

என்று அதனை வியந்து கூறுகின்றார்!

இந்தப் பண்பு கலித்தொகை ஆசிரியர்கள் அனைவர்க்குமே பொருந்தும். அவர்கள் சால்பு மிகப்பெரிது! ஊறிச் சுரந்து பெருகிய ஒண்தமிழோ தன்னிகர் இல்லாதது! அது என்றும் நிலைத்து வாழும் கதிரவனைப் போன்றது. இருட்டுக்குகைக்குள் பதுங்கிக் கிடந்து அதனை இன்பமென மாந்திக் கிடப்பார்க்குக் கதிரவன் பயன் தராமல் போகலாம். அஃது கதிரோன் குறையன்று! கலித்தொகை யைக் கற்றுப் பயன்பெறாத தமிழர்கள் இருந்தாலும், அது கலித் தொகையின் குறைபாடன்று!

சிவபிரானின் புகழைப் போற்றித் தொடங்கும் இக்கலித் தொகை நூல், தன் இறுதிச் செய்யுளிலும் அந்தச் சிவபெருமானின் புகழுடனேயே நிறைவு பெறுவதும் இதன் சிறப்பாகும். சேயோ னாகிய அவனின் தண்ணருள் எங்கும் எதன்பாலும் எவரிடத்தும் பொழிந்து இனிதே காப்பதாக!

★ ★ ★

செய்யுள் முதற்குறிப்பு அகரவரிசை

எண் - பக்க எண்கள்

அ

அகல் ஆங்கண் இருள் 364
அகல ஞாலம் விளக்கும் 311
அகவினம் பாடுவாம் 109
அகன் துறை அணிபெற 184
அணி முகம் மதி ஏய்ப்ப 163
அணை மருள் இன்துயில் 52
அயம் திகழ் நறுங் 390
அரிதாய அறனெய்தி 44
அரிதினில் தோன்றிய 357
அரிதே தோழி நாண் 348
அரிநீர் அவிழ் நீலம் 225
அரிமான் இடித்தன்ன 53
அருந்தவம் ஆற்றியார் 84
அரும் பொருள் வேட்கை 61
அருள் தீர்ந்த காட்சியான் 312
அரைசு படக் கடந்து 273
அறனின்று அயல் 25
அன்னை கடுஞ் சொல் 245

ஆ

ஆம் இழி அணி மலை 129
ஆறு அல்ல மொழி 382
ஆறறி அந்தணர்க்கு 19

இ

இகல் வேந்தன் சேனை	284
இடுமுள் நெடுவேலி	47
இணை இரண்டு இயைந்து	192
இணைபட நிவந்த நீல	182
இமைய வில் வாங்கிய	103
இலங்கு ஒளி மருப்பின்	70
இவர் திமில் எறிதிரை	346

ஈ

ஈண்டு நீர்மிசைத்	.251
ஈதலிற் குறை காட்டாது	78

உ

உண் கடன் வழி மொழிந்து	68
உரவு நீர்த் திரை பொர	338
உரை செல உயர்ந்து	378
உறு வளி தூக்கும்	209

ஊ

ஊர்க்கால் நிவந்த	145

எ

எஃகு இடைத் தொட்ட	88
எல்லா இஃது ஒத்தன்	157
எல்லா இஃது ஒன்று	281
எழில் மருப்பு எழில்	351
எறித்தரு கதிர் தாங்கி	38
என் நோற்றனை	235

ஏ

ஏஎ இஃது ஒத்தன்	159
ஏந்து எழில் மார்ப	241

ஒ

ஒண் சுடல் கல் சேர	314
ஒரு குழை ஒருவன்	76
ஒருஉநீ எய் கூந்தல்	217
ஒருஉக் கொடி இயல்	219
ஒன்று இரப்பான் போல்	127

க

கடிகொள் இருங்	291
கடும்புனல் கால்பட்டுக்	86
கண்ணகன் இருவிசும்பில்	258
கண்டவர் இல் என	322
கண்டவிரெல்லாம்	355
கண்டேன் நின் மாயம்	222
கதிர்விரி கனைசுடர்க்	121
கயமலர் உண்கண்ணாய்	100
கருங் கோட்டு நறும்புன்னை	318
கழுவொடு சுடு படை	278

கா

காமர் கடும் புனல்	105
கார் ஆரப் பெய்த	289
கார்முற்றி இனர் ஊழ்த்த	171
காலவை கடுபொன்	212

கொ

கொடியவும் கோட்டவும்	142
கொடுமிடல் நாஞ்சிலான்	98
கொடுவரி தாக்கி	132

கோ

கோதை ஆயமும் அன்னை	316

சா

சான்றவிர் வாழியோ	353

சு

சுடர்த் தொடி கேளாய்	136
சுணங்கு அணி வனமுலை	154

செ

செருமிகு சினவேந்தன்	49
செவ்விய தீவிய சொல்லி	63

ஞா

ஞாலம் மூன்று அடித்தாய	320
ஞாலம் வரம் தீர	203

த

தளிபெறு தண் புலத்து	254
தளைநெகிழ் பிணி நிவந்த	152

தி

திருந்திழாய் கேளாய்	165

தீ

தீம் பால் கறந்த கலம்	293

து

துணையுநர் விழை தக்க	373

தெ

தெரிஇணர் ஞாழலும்	326

தொ

தொடங்கற்கன்	22
தொல் இயன் ஞாலத்துத்	387
தொல்லூழி தடுமாறித்	330
தொல்லெழில்	82

தோ

தோழி நாம் காணாமை	301
தோற் துறந்து	328

ந
நடுவிகந்து ஒரீஇ	36
நயம் தலை மாறுவார்	198
நலம் மிக நந்திய	297
நறவினை வரைந்தார்க்கும்	250
நன்னுதாஅல்! காண்டை	368

நி
நிரை திமில் களிறாக	389
நில் ஆங்கு நில் ஆங்கு	239

நீ
நீரால் செறுவில்	187

நெ
நெஞ்சு நடுக்குறக்	72

நோ
நோக்குங்கால் நோக்கித்	161

ப
படைபண்ணிப் புனையவும்	59
பன் மலர்ப் பழனத்த	194
பல் வளம் பகர்பு	64

பா
பாஅல் அம் செவிப்	30
பாங்கு அரும்	303
பாடல்சால் சிறப்பின்	80
பாடின்றிப் பசந்த கண்	57
பாடுகம் வா வாழி	112
பால் மருள் மருப்பின்	66

பு
புரிவண்ட புணர்ச்சியுள்	360
புள் இமிழ் அகல் வயல்	196
புன வளர் பூங்கொடி	227
புனை இழை நோக்கியும்	190

பெ
பெருங்கடல் தெய்வம்	334
பெருந் திரு நிலைஇ	206

பொ
பொதுமொழி பிறர்க்கு	173
பொய்கைப்பூப் புதிது	186
பொன்மலை சுடர் சேர	324

போ
போது அவிழ் பனிப்	175

ம
மடியிலான் செல்வம்	95
மணி நிற மலர்ப்	177
மரையா மரல் கவர	32
மல்லரை மறம் சாய்த்த	342
மலிதிரை ஊர்ந்து தன்	267
மரம் கொள் இரும்புலித்	115
மன்னுயிர் ஏமுற	93

மா
மாண உருக்கிய	305
மா மலர் முண்டகம்	341

மி
மின் ஒளிர் அவிர் அறல்	143

மு
முறம் செவி மறைப்	137

மெ
மெல்லிணர்க்	261

மை
மை அற விளங்கிய	200
மை படு சென்னி	214

யா
யார் இவன் எம் கூந்தல்	221
யார் இவன் என்னை	294
யாரைநீ எம் இல்	247

வ
வண்டூது சாந்தம்	232
வயக்குறு மண்டிலம்	73
வலிமுன்பின் வல்லென்ற	27
வறன் உறல் அறியாத	139
வறியவன் இளமை போல்	40

வா
வாங்குகோல் நெல்லோடு	134
வார் உறு வணர் ஐம்பால்	150
வாரி நெறிப்பட்டு	299

வி
விடியல்வெங் கதிர் காயும்	123
விரிகதிர் மண்டிலம்	179

வீ
வீங்குநீர் அவிழ்நீலம்	168
வீறு சால் ஞாலத்து	90

வெ
வெல்புகழ் மன்னவன்	309

வே
வேங்கை தொலைத்த	118
வேய் எனத் திரண்ட	148
வேனில் உழந்த	34

பாடிய சான்றோர்கள்

பாலை பாடிய பெருங்கடுங்கோ : இவர் பாலைப் பாட்டுச் செய்வதிற் சிறந்தவர் என்பதும், கடுங்கோ மரபில் வந்த அரச குடியினர் என்பதும், அவருள் பெரியவர் என்பதும் பெயரால் விளங்கும் செய்திகள். அகத்துள் 5, 99, 111, 155, 185, 223, 261, 267, 291, 313, 337, 379 என்னும் செய்யுள்களும்; குறுந்தொகையுள் 16, 37, 124, 135, 137, 209, 231, 262, 283, 398 ஆகியனவும்; நற்றிணையுள் 9, 48, 118, 202, 224, 256, 318, 337, 384, 391 ஆகியனவும்; புறத்துள் 282 ஆம் செய்யுளும்; இப்பாலைக் கலியும் செய்தவர் இவர்.

குறிஞ்சி பாடிய கபிலர் : இவர் வரலாறும் புகழும் பெரிது. குறிஞ்சிக் கலியும் குறிஞ்சிப் பாட்டும், ஐங்குறு நூற்றிற் குறிஞ்சி பற்றிய நூறு செய்யுள்களும், மற்றும் பல செய்யுள்களும் செய்து சிறந்தவர்; பாரியின் நண்பர்.

மருதன் இளநாகனார் : இவர் மதுரையைச் சேர்ந்த பெரும் புலவருள் ஒருவர். மருதம் பாடுவதில் வல்லவர். அகத்துள் 22 செய்யுள்களும்; மருதக் கலியின் 35 செய்யுள்களும்; குறுந்தொகை யுள் நான்கும்; நற்றிணையுள் 12 உம் புறநானூற்றுள் ஐந்தும் இவர் பெயரால் வழங்கும். நாஞ்சில் வள்ளுவனையும் பாண்டியன் நன்மாறனையும் இவர் பாடியுள்ளார்.

சோழன் நல்லுருத்திரன் : சோழ மரபைச் சேர்ந்தவர். முல்லைக்கலி பாடிய சான்றோர். இதன் 17 செய்யுள்களும் இவ ருடைய பெரும் புலமையை நிலைபெறுத்தும் மணிகளாக அமைந் துள்ளன.

நல்லந்துவனார் : கலியைத் தொகுத்தவர்; நெய்தற் கலியை யும் பாடியவர். அகநானூற்று 43ஆவது செய்யுளும் இவர் பெயரால் விளங்கும். இவர் சிவ நெறியினர் என்பதும் புலனாகின்றது. நற்றிணை 88ஆம் செய்யுளும், பரிபாடலுள் 6, 8, 11, 20ஆம் பாட்டு களும் இவர் செய்தனவாகக் கிடைத்துள்ளன.